‘ठाम निष्ठा आणि प्रचंड आत्मविश्वास असलेला माणूस!’

– एलिन डीजनरीज, प्रसिद्ध हास्य अभिनेत्री आणि एलिन डीजनरीज शोची सूत्रसंचालिका.

‘कॉन्व्हर्सेशन विथ गॉड भाग- १ आणि २’ – अनेकांना खरी अंतर्दृष्टी देऊन स्नेहानं आणि आपलेपणानं, मनापासून आपलंसं करणारं पुस्तक!

– बोधी ट्री पुस्तक परीक्षण

संवाद परमेश्वराशी

भाग २

मूळ इंग्रजी लेखक
नील डोनाल्ड वॉल्श

अनुवाद
डॉ. वृषाली पटवर्धन

मेहता पब्लिशिंग हाऊस

Please contact us at **Mehta Publishing House,** 1941, Madiwale Colony, Sadashiv Peth, Pune 411030.

✆ +91 020-24476924 / 24460313

Email : info@mehtapublishinghouse.com
production@mehtapublishinghouse.com
sales@mehtapublishinghouse.com

Website : www.mehtapublishinghouse.com

- *या पुस्तकातील लेखकाची मते, घटना, वर्णने ही त्या लेखकाची असून त्याच्याशी प्रकाशक सहमत असतीलच असे नाही.*

CONVERSATIONS WITH GOD PART - II

by NEALE DONALD WALSCH

Translated into Marathi Language by Dr. Vrushali Patwardhan

संवाद परमेश्वराशी - भाग २ / आध्यात्मिक

अनुवाद : डॉ. वृषाली पटवर्धन
१० शरयु, पत्रकारनगर, पुणे १६

मराठी अनुवादाचे व प्रकाशनाचे हक्क मेहता पब्लिशिंग हाऊस, पुणे.

प्रकाशक : सुनील अनिल मेहता, मेहता पब्लिशिंग हाऊस,
१९४१, सदाशिव पेठ, माडीवाले कॉलनी, पुणे - ४११०३०.

अक्षरजुळणी : इफेक्ट्स, २१/६ब, आयडिअल कॉलनी, कोथरूड, पुणे - ३८

मुद्रक : पार्कसन्स ग्राफिक्स, १५, शहा इंडस्ट्रिअल इस्टेट,
वीरा देसाई रोड, अंधेरी (प.) मुंबई - ४०० ०५३.

मुखपृष्ठ : मेहता पब्लिशिंग हाऊस

प्रथमावृत्ती : जानेवारी, २०१६

किंमत : ₹ २९५/-

ISBN 9788184989564

यांच्या
साठी

समंथा
तारा-जेनेली
निकोलस
ट्रॅविस
करूस
ट्रिस्टन
देवॉन
डस्टिन
डॅलन

तुम्हाला मी जितकं दिलं,
त्यापेक्षा कितीतरी पटींनी तुम्ही मला दिलं आहेत!
मला जसे 'वडील' व्हायचं होतं, तसा मी झालो नाही.
पण थांबा. अजून आपलं नातं संपलेलं नाही.
ही अविरत चालणारी प्रक्रिया आहे!

प्रस्तावना

विस्तारित विशेष आवृत्तीसाठी

मार्च २००८मध्ये मी हे शब्द लिहीत आहे. माझ्या या लिहित्या क्षणापासून ते तुम्ही ते शब्द वाचण्यापर्यंत या जगात काही गोष्टी बदलल्या असतील, अशी मी आशा करतो.

दोन्ही वेळी 'आत्ताचा क्षण' असणं किती गमतीशीर आहे नाही? त्या क्षणी ती वेळ कशी बदलते याची मला फार मजा वाटते. 'आत्ता'च आहे. जणू काही काळ पुढे सरकलेलाच नाही. माझं लिहिणं आणि ते तुमच्या हातात येऊन तुम्ही वाचणं यात काही महिने- कदाचित काही वर्षंही गेली असतील. पण त्यात हा एवढा काळ गेला, असं वाटतही नाही.

या मधल्या काळात काय झालं, हे काही माझ्या लक्षात येत नाही. मी आत्ता लिहितोय, पण तुम्हीही आत्ताच वाचताय- तुमच्या लक्षात येऊ शकेल. माझा 'आत्ता' आणि तुमचा 'आत्ता' आणि तुमची आत्ताची खरी वेळ– २० मार्च २००८ चे सकाळचे ११.२३– यातल्या मधल्या कालावधीकडे तुम्ही मागे वळून पाहू शकता – आणि माझ्या भविष्यात काय घडलंय हेही तुम्ही जाणू शकता.

असा विचार करायला किती छान, वेगळं वाटतंय-

हो ना?

पण चला, आता आपण त्याहूनही मस्त ठिकाणी जाऊ या. आपण दोघे- तुम्ही आणि मी भूतकाळाची सफर करून येऊ आणि भविष्यातही फेरफटका मारून येऊ. तुमच्या आणि माझ्या आत्ताच्या वास्तवाच्या दृष्टिकोनाच्या दृष्टिकोनातून विचार करू, आपल्या दोघांच्याही आधीच्या आणि पुढच्या काळात डोकावून बघू.

तुम्हाला कसं वाटायला हवंय? काही सुचतंय? मला वाटतं तुमच्याही काही कल्पना असतील. कारण, पाहा- आपणच दोघे त्याचे निर्माते आहोत.

आपणच तर ते निर्माण करणार आहोत. तुम्ही, मी आणि आणखी काही जण जे इथे आहेत- सगळे आत्ता त्या क्षणी उद्याच्या निर्मितीत सहभागी आहोत. सगळ्यांना आत्ता इथे एकत्र आणून मी या पुस्तकांची प्रस्तावना करतोय. हे पुस्तकही त्यासाठीच आहे. त्यात तुमच्या-माझ्या भूत आणि भविष्याचं प्रतिबिंब दिसेल. 'उद्या'बद्दलच्या आपल्या कल्पना खऱ्या ठरतील. त्यातून तुम्हाला काही सुंदर निरीक्षणं, सूचना, आव्हानं आणि कल्पना मिळतील.

या कारणासाठी या पुस्तकावर तुमच्या उड्या पडतील. तुम्ही हे पुस्तक आधी वाचलं असेल तरीही पुन्हा वाचण्यासाठी आणि आधी वाचलं नसेल तरीही पुन्हा वाचण्यासाठी तुम्ही कदाचित नुसते उत्सुक असाल. कारण हे पुस्तक तुमच्या विचारांना चालना देणारं, तुम्हाला प्रेरणा देणारं आहे. यात मांडलेल्या काही उत्तम कल्पना सत्यात उतरू शकतात, असंही तुम्हाला वाटण्याची शक्यता आहे.

पण एखादी परीकथा, कल्पनारम्य पुस्तक म्हणून तुम्ही हे हातात घ्याल, तर मात्र तुमची निराशा होईल. जे कधीही पुढे- भविष्यात घडणं शक्य नाही, त्याच्या आशेनं हे पुस्तक वाचाल तर तुमचा अपेक्षाभंगच होईल.

तुम्हाला नक्की हे ठाऊक असेल (किंवा कदाचित नसेलही) की मी बऱ्याच वर्षांपूर्वी हे पुस्तक लिहायला सुरुवात केली. आत्ता हे पुस्तक तुमच्या हातात आहे, पण त्यातला पहिला शब्द मी पंधरा वर्षांपूर्वी १९९३च्या ईस्टर संडेला लिहिला. ही त्याची विशेष आवृत्ती आहे. त्यात जुन्या आवृत्तीपेक्षा बऱ्याच नवीन आणि खासगी गोष्टी आल्या आहेत. हे निर्माण करताना मला फार मस्त वाटलं. कारण, पंधरा वर्षांनंतरही त्यातली विधानं किती खरी आहेत, ती निरीक्षणं किती सत्य आहेत, हे पाहण्याची संधी मला मिळाली. आपण खरंच यातल्या कल्पनांची गांभीर्यानं देवाण-घेवाण करू शकलो, त्या त्यातल्या किती प्रत्यक्षात उतरू शकतात, हेही पाहू शकू.

मूळ तीन पुस्तकांच्या मालिकेतलं हे दुसरं पुस्तकं. समग्र नऊ पुस्तकांच्या मालिकेतल्या या पुस्तकात विशेषतः सद्य काळातील सामाजिक आणि राजकीय मुद्द्यांवर भर दिलेला आहे. एकूणच जीवनाबद्दल चर्चा करणाऱ्या या पुस्तकाच्या संहितेत जीवन कसं जगतोय आणि मानवतेच्या दृष्टिकोनातून ते कसं जगता आलं असतं, याबद्दल त्यात चर्चा आहे. आगामी काळात मानवी संस्कृतीत होणारे बदल हेच सर्वांत मोठं आव्हान असेल. आपण या प्रक्रियेत गुंतले गेलो का, या विशेष दुसऱ्या आणि तिसऱ्या पुस्तकातून विशेषत्वानं उपयुक्त आणि खऱ्या अर्थानं अंतदृष्टी मिळेल, अशी मला खात्री आहे. त्यासाठी मी हॅम्प्टन रोड्स, पब्लिशिंग कंपनीचा आभारी आहे. त्यांनी नवीन शतकाच्या पहिल्या

दशकाच्या शेवटच्या टप्प्यावर हे पुस्तक पुनर्प्रकाशित करण्याचा निर्णय घेतला, त्याबद्दल त्यांना धन्यवाद देतो. या संवादांमधून मिळणाऱ्या संदेशावर प्रकाशकांचाही विश्वास आहे. आपण या अनुभव विश्वात जितक्या जास्तीत जास्त माणसांना सहभागी करून घेऊ, तितके आपण आपल्यासाठीच नव्हे, तर आपल्या मुला-नातवंडांच्या उज्ज्वल भविष्यासाठी काहीतरी करू शकतो, (या पुस्तक मालिकेचा सर्वंकष विचार केला तर दुःस्वप्न, संघर्ष, हिंसा, हत्या, निराशा हे संपवून सौहार्दपूर्ण आनंदी वातावरणातील शांततामय आयुष्याचे चिरंतन स्वप्न साकार करून परस्पर मैत्री व स्नेहाचे बंध निर्माण करू. जरी हे लिखाण १५ वर्षं जुनं असलं, तरी यातील एकही शब्द कालबाह्य नाही. खरंतर याच्या अगदी उलट आहे आणि तेच खरं आहे. हे पुस्तक जेव्हा लिहिलं गेलं, तेव्हा ते काळाच्या बरंच पुढं गेलेलं होतं. यातील शब्द आधीच्या काळापेक्षा आत्ताच्या काळासाठीच सुसंगत, योग्य आहेत. हजारो वाचकांच्या पसंतीला उतरलेलं हे पुस्तक सहजच न्यू यार्कमधील बेस्ट सेलर्स ठरलं आहे. मूळ पुस्तकावरून या नव्या आवृत्तीबद्दल बरेच मतभेद झाले आहेत. पहिल्या पुस्तकात वैयक्तिक आयुष्यातील समस्या आणि त्यांची उकल होती. या पुस्तकात वैयक्तिक, तसंच जगातील सर्वांसाठी आह. हे वैश्विक समस्यांना स्पर्श करणारं असून, व्यापक मानव समाजाच्या अडीअडचणी, समस्या यांबाबत या पुस्तकात चर्चा केली गेली आहे.

आपला मानववंश पुढील अनेक वर्षं टिकाव धरू शकेल असं गेल्या काही वर्षांतील घटनांवरून दिसतं. पण खरंतर आपण आहोत तसेच खूप काळ राहू शकत नाही... खरंच नाही.

मी हे लिहित असताना इंटनेटवर बातम्यांचा पूर आला असेल- अंटार्क्टिकावर मॅनहॅटनपेक्षा सातपट मोठा बर्फाचा डोंगर कोसळला- इराकमध्ये हिंसाचाराचे अजूनही थैमान- जगातही अराजक मानले. थंड डोक्यानं बारा जणांची हत्या केल्याची पावलॉव या अवघ्या सोळा वर्षांच्या मुलाची कबुली- अत्यंत शांतपणे तो या सगळ्या घटनेचे वर्णन करीत होता. जर तो पकडला गेला नसता, तर त्यानं आणखी जणांचा बळी घेतला असता, अशी माहिती पोलीस अधिकाऱ्यांना दिली. 'ज्यांना मारणं योग्यच्च होतं, त्यांनाच मी मारलं,' असं हा मुलगा म्हणाला. त्यानं अशा माणसाला मारलं, ज्याला त्याच्या बहिणीबरोबर डेटवर जायचं होतं.

या सगळ्या गोष्टी आपल्या समाजाबद्दल काही सांगतात. आपल्या जगण्याच्या पद्धतीवर भाष्य करतात. आपण आपल्याला आपल्याबद्दल सांगितलेली ही गोष्ट आहे- ती आपण आपल्या पुढच्या पिढीपर्यंत पोहोचवत असतो.

नाही. हे योग्य नाही. आपल्या वैश्विक समाजानं एक तर पुन्हा जन्म घ्यावा, नवनिर्माण करावं, नाही तर पूर्ण नष्ट तरी होऊन जावं.

आपण नवनिर्माणाची निवड केलीत, तर ही विशेष आवृत्ती तुमच्यापुढे काही धाडसी पर्याय ठेवते. आधीच्या सर्व कल्पनांना छेद देणारी आणि मानवजातीला वेगळी दिशा देणारी मार्गदर्शक दृष्टी देते. आधीचा काळा भूतकाळ पुसून उज्ज्वल भविष्यकाळ देते.

आता आपण आपल्या एकूणच भूतकाळाकडे एक नजर टाकू...

आपण त्याला इतकं घट्ट धरून ठेवावं, असं या पठ्ठ्यानं आपल्याला काय दिलंय? सर्वमान्य धार्मिक, राजकीय, सामाजिक, आर्थिक तसंच तात्त्विक कल्पनांनी असा काही चमत्कार करून ठेवला आहे की आपण त्यात किंचितही बदल सहन करू शकत नाही.

मी स्वतः त्याचं एकही कारण सांगू शकत नाही. मला असं वाटतं की, माणुसकीची धारणा बदलण्यासाठी प्रत्येक जण आपल्या कल्पनेत थोडा बदल करू शकतो. आपल्यातील मतभेदांचंही पुनरवलोकन केल्यानं त्यातून काही चांगलं निर्माण होऊ शकतं. आपली सगळी मूल्यं कितीही पवित्र असली तरी त्यांचा प्रामाणिकपणे विचार करून ती अधिक उदात्त स्वरूपात स्वीकारायला हवीत. त्यांना काळानुसार बदलण्यासाठी धैर्य हवं.

उदा:- मृत्युदंडाच्या धाकानं खरंच पुढचा, भावी हिंसाचार टाळता येईल का? खरंच सांगा- आपण भले खूप चांगले आहोत; पण चुकीच्या धर्माचं पालन केलं तर देव आपला स्वीकार करणार नाही, आपल्याला पोटाशी घेणार नाही, असं खरंच तुम्हाला मनापासून वाटतं का? म्हणजे पाहा- एखाद्या राजकीय, सामाजिक, धार्मिक स्वार्थापायी निरपराध नागरिकांची हत्या करणं न्यायाला धरून आहे, असं तुम्हाला वाटतं का? प्रगत सामाजिक, धार्मिक वा राजकीय उद्दिष्टापोटी अशा कृत्यांचं समर्थन करावं का?

आपण कधी विचारी होणार? मोठे होणार? देवाबद्दलच्या आपल्या कल्पना -देव म्हणजे काय? तो कोण आहे? त्याला काय आणि का हवे आहे?

संवाद परमेश्वराशी- भाग-२ - असं धाडस दाखवते. या पुस्तकाच्या आधीच्या आवृत्तीच्या प्रस्तावनेत जे म्हटलं आहे, तेच पुन्हा सांगतो. मानवजात आपला कल बदलेल, एवढी मी तुम्हाला खात्री देतो. बदल घडेल की नाही हा प्रश्न नाही; पण तो कशाचा तरी परिणाम म्हणून येईल. तो सहकार्यामुळे येईल, खुल्या विचारांनी येईल की खुल्या मनानं येईल, हे पाहायचं!

जगण्याचे आणि सहजीवनाचे अन्य पर्याय आपल्याला नकोत, असं म्हणण्याची गरज नाही. पण आता इथून कुठं जायचं, त्याला काय पर्याय आहे, हा प्रश्न आहे. हे पुस्तक या चर्चेला व्यासपीठ मिळवून द्यायचं काम करीत आहे. त्यातून येणारे निष्कर्ष कदाचित आपल्या पूर्वापार कल्पनांना धक्का देणारे ठरू शकतात.

आणि या संवादाचा उद्देशही हाच आहे, हेही खरं. इथं आलेला नवा मजकूर, नवीन मतप्रदर्शन मला नवा उत्साह देतं, नवं चैतन्य आणि नवा निश्चय देतं- हा मजकूर जास्तीत जास्त वेगानं लोकांपर्यंत पोहोचवण्याचं बळ देतं.

चला तर मग – संवादांना सुरुवात होऊ द्या– संवाद– इथला, संवाद– तुमचा तुमच्या हृदयाशी आणि अंतरात्म्याशी, तुमच्या कुटुंबाशी तुमच्या मित्रमंडळींशी. होय– हा संवाद सुरू होऊ दे आणि तो सगळीकडे– सर्वांपर्यंत पोहोचू दे, पसरू दे, शेवटी तोच तर कायम असणार आहे आणि तोच नेहमी या जगात बदल घडवून आणणार आहे...

विशेषतः जेव्हा हा संवाद परमेश्वराशी असेल, तेव्हा...!

– एनडीडब्ल्यू,
मार्च २८, २००८
अशलँड, ओरेगॉन.

◆

आगामी विचार

(प्रकरण १ ते प्रकरण ७)

'कॉन्व्हर्सेशन विथ गॉड' या पुस्तक मालिकेबद्दल एक गोष्ट सांगायला हवी. यातील दुसरं पुस्तक इतक्या वर्षांनी पुन्हा वाचल्यावर मला जाणवलं की, यात सर्वंकष मानवतेच्या अनुभवांवर अत्यंत बुद्धिमत्तापूर्ण, चपखल, सयुक्तिक आणि मर्मभेदी भाष्य आहे. आत्तापर्यंत मला असा कधीच अनुभव नव्हता. त्याहूनही सर्वांत महत्त्वाचं म्हणजे- आपण कोण आहोत, कुठे आहोत आणि आपल्याला कुठं पोहोचायचं आहे, यासाठीही यातून प्रेरणा मिळते तेव्हा हे फक्त भूतकाळाचं निरीक्षण, अवलोकन नाही, तर आपल्या उद्याचा- भविष्याचा मार्गदर्शकही आहे, वाटाड्याही आहे. मानववंशाचं जतन आणि विजय याबद्दल हे पुस्तक सांगतं.

हे सगळं मी अत्यंत विनम्रपणे सांगतो आहे कारण, हे पुस्तक मी लिहिल्याचा मला अनुभव नाही. मी प्रश्नांची भेंडोळी फक्त उलगडत गेलो आणि त्याची उत्तरं उतरवून घेत गेलो.

आता हे मी लिहून घेतलेलं पुस्तक इतक्या वर्षांनी पुन्हा वाचतोय, तेव्हा माझा माझ्यातच घडलेला बदल मला जाणवतोय. यातल्या विचारांची व्यापकता, स्पष्टता आणि या आश्चर्यकारक संवादातील दूरदृष्टी यांचा मी प्रथमच वाचल्यासारखा आनंद घेतोय.

या पुस्तकात ज्या वेगळ्या विषयांचा ऊहापोह केला आहे, ते विषय पाहा– वेळ, अंतराळ, अवकाश, सत्य, गुणमापन, जागरुकता, सदसद्‌विवेक, भीती, वर्ग, लैंगिक संबंध, पैसा, आयुष्याचा उद्देश, नातेसंबंध, स्वर्ग-नरक, प्रकाशमानता (उन्नती), आत्मोन्नती, हिटलर, योग्य आणि अयोग्य, स्त्रीवाद, आणि पुरुषवाद, मनाचे स्वरूप, जागतिक अर्थव्यवस्था, वैश्विक सजीव सृष्टी आणि भोवतालची परिस्थिती, शिक्षणातील नवे मार्ग इत्यादी अनेक– अर्थातच देवाबद्दलच्या टिप्पणीसह धावत्या वर्णनासह...

देवाची इच्छा-मुक्त इच्छा-माझी इच्छा आणि या तिघांतील आंतरसंवादानं या पुस्तकाची सुरुवात होते. इथे यात काय फरक आहे? काही फरक आहे का? मग

विषय येतो तो आपल्या आयुष्याला अर्थ देणारे आणि आपल्या भोवतालच्या जगात काही बदल घडवणारे रोजच्या आयुष्यातले निर्णय आणि निवड कशी करतो हा. नंतर लगेचच हा संवाद आपल्याला 'संधी' आणि 'निवड' क्रिया आणि प्रतिक्रिया यांच्याकडे घेऊन जातो. या गोष्टी आपल्या निर्णयप्रक्रियेत महत्त्वाच्या असतात.

हे सगळं पहिल्या फक्त सव्वीस पानांत...

नंतर ही संहिता तुम्हाला फेरफटका मारायला घेऊन जाते. यातल्या काही गोष्टी कदाचित तुम्हाल मंजूर नसतीलही. खरं तर देवाला कोण आहे, हे सांगण्यापेक्षा आपल्याला काय व्हायचं आहे, याबद्दल संवाद साधण्यात जास्त रस आहे.

हे पुस्तक म्हणजे बायबलच्या नव्या करारातील शेवटचा भाग नसून, ही एक निर्मितीची क्रिया आहे.

या नव्या आवृत्तीचे दुसऱ्या भागाचे ढोबळमानाने तीन भाग पाडले आहेत- प्रकरण १ ते ७, मग ८ ते १५, आणि शेवटी १६ ते २०.

संहितेचा तिसरा भाग जास्त आकर्षक आहे; कारण, त्यात अनेक विषयांचा धावता आढावा घेतला गेला आहे. आधीच्या प्रस्तावातल्या त्रासदायक भागावरून हा भाग एकदम सत्यावर उडी घेतो. तिसऱ्या प्रकरणाची सुरुवात बघितलीत की तुम्ही आधीच किती गोष्टींची माहिती करून घेतलीय, ते लक्षात येईल.

तुम्ही यातल्या बऱ्याच गोष्टी ऐकल्या आहेत, असंही वाटेल... पण तुम्ही हा सगळा काळजीपूर्वक वाचावा असं मी म्हणेन- कारण असं वाचलं नाहीत, तर 'मला हे सगळं आधीच ठाऊक आहे,' असं म्हणून तुम्हाला या संवादाचं फारसं महत्त्व वाटणार नाहा- आणि तिथंच चूक होईल.

आयुष्य ही निरंतर प्रक्रिया आहे, असं पाहिल्या पुस्तकातल्या संवादात म्हटलं आहे. जुन्या पार्श्वभूमीवर देवाचा संवाद नव्या पद्धतीनं कसा होतो, हे पाहणं फार आकर्षक आहे. उदाहरणार्थ– तुमचं मन बदलणं थांबवा, असा सल्ला दिलाय, तो मला अगदी आतपर्यंत भिडलाय. इतर 'संवाद परमेश्वराशी'च्या लिखाणात त्याच्यावर इतका केंद्रिभूत विचार मांडलेला नव्हता. त्यामुळे अचानक आयुष्य म्हणजे निरंतर चालणारी प्रक्रिया आहे, याचा नवा अर्थ लक्षात आला. जुन्यापेक्षा नव्या संदर्भात याचा अर्थ उलगडत गेला.

सातव्या प्रकरणातल्या (तिसऱ्या पुस्तकात) मानवी जवळिकीबद्दल नवीन अर्थ सांगणारे जादा परिच्छेद आहेत. शारीरिक संबंधातबाबत इथं श्वास रोखून धरायला लावणारी माहिती आहे. दृष्टिकोनातून त्याचं मूल वर्णन आहे.

दुसऱ्या प्रकरणातला एक परिच्छेद पुन्हा वाचताना मला खूप छान वाटलं. त्यात देव मला म्हणाला- 'तू काय करतोस हे बघायला मी तुला बोलावलंय. तू तुझ्या शारीरिक जीवनातच पुरता अडकला आहेस. तू तुझ्या आत्म्याकडे फारच

कमी लक्ष दिलं आहेस.'

मी माझ्या बचावाचं समर्थन दिलं– 'तो आव्हानात्मक काळ होता.' त्यावर देव उत्तरला – 'या प्रक्रियेत तू आत्म्यासह आणखी बरीच कारणं घुसडलीस.'

'स्पष्ट दिसतंय ते सांगावं.'

मग देव क्लृप्तीनं म्हणाला, ''माझी मदत घेतली असतीस, तर या आधीचे काही महिने सुरळीत पार पडले असते. तुझे संबंध तुटू नयेत, म्हणून मी काही सुचवू का?''

'नक्कीच!'

'कॉन्व्हर्सेशन्स विथ गॉड'च्या संदेशाचं पूर्ण पालन करत जगायचं हे मला मोठं आव्हान वाटलं होतं. मी काही त्यात गडबड करायला बघत नाहीये.

आता मला तुझ्यासमोर हे सांगायला हवं की निदान असा प्रामाणिक प्रयत्न करायचा मी विचार तरी केला होता; पण 'कॉन्व्हर्सेशन्स विथ गॉड'मालिकेतल्या दुसऱ्या पुस्तकाच्या पुनर्वाचनानं मला अजून किती चालायचंय हेच लक्षात आणून दिलं.

आता त्यासाठी मी धीर गोळा करतोय. खरंतर हा सगळा मला अंजन घालणारा, जागं करणारा, प्रेरणा देणारा, उद्युक्त करणारा अनुभव वाटतोय. मी हेच अनुभवतोय.

हा खेळ संपायला अजून वेळ आहे आणि हा खेळ ज्यांना आवडतो, त्यांच्यासाठी ही कायमच छान बातमी आहे.

काही जणांना माझं आयुष्याला 'खेळ' मानणं योग्य वाटणार नाही. पण माझा हा नेहमीचा अनुभव आहे. देवांनीच हा खेळ खेळायला मला आवतण दिलंय आणि हा खेळ नेमका काय आहे? हा स्व-निर्मितीचा अंत नसलेला खेळ आहे- अनंत खेळ आहे.

हा खेळ आत्मज्ञानाहून वेगळा आहे. आत्मज्ञानात आपण स्वतः खरंच कोण आहोत, याचा शोध घेत त्याचा अनुभव घेण्यासाठी धडपड केली जाते. ही आपण खरंच कोण आहोत हे ठरवण्याची आणि अनुभवण्याची प्रक्रिया आहे. फक्त देवच हे करू शकतो. यातला पहिला भाग विद्यार्थी करू शकतो; पण दुसरा भाग मात्र फक्त त्यातील तज्ज्ञ करू शकतो. यातला विरोधाभास हा आहे की, जेव्हा दुसरी गोष्ट होते, तेव्हा पहिली आपोआपच त्याबरोबर होऊन जाते.

मला तरी हा खेळच वाटतो. मी खेळ म्हणूनच याच्याकडे बघतो – अगदी मुद्दाम खेळला तरी. मी काय म्हणतोय, हे तुम्हाला ठाऊक असेल तर, अगदी मनापासून- अटीतटीनं खेळणारी मुलं तुम्ही कधी बघितली आहेत का? ती त्यात अगदी गुंगून गेलेली असतात. थोडा वेळ त्यांचं निरीक्षण करा. ती हे किंवा ते अगदी खरं असल्याचं मानतात. ती सगळ्या गोष्टी खऱ्याच असल्यासारखं खेळतात का? त्यांच्या 'अभिनया'बद्दल खरं असल्याचं भासवण्याबाबत ते एवढे प्रामाणिक का

असतात? कारण, तो भासचा खरा असल्याचं ते सोंग करत असतात! आणि कशासाठी, तर त्यांना ते सत्य अनुभवता यावं म्हणून!

आपणही सगळे असंच करतोय. आपण प्रौढ आहोत, वयानं मोठे आहोत, त्यामुळे आता खेळ थांबवायला हवेत, असं आपल्याला वाटतं. खरंतर याच्या उलट 'खरं'आहे. आपण मोठे असल्यानं आपल्याला खरीखुरी मोठी खेळणी दिली गेलीत. तेव्हा सुरू करू या खेळ!

लहानपण हे आपलं प्रशिक्षण असतं. कसं खेळायचं हे आपण शिकतो. लहानपणी हे आपण इतकं छान शिकतो की आत्ता तसंच करतो आणि ते आपल्याला कळतही नाही. हेच खरं आहे, असं आपण समजतो.

असो. आपल्यापैकी बरेच जण असं करतात. पण ज्यांना ही जाणीव आहे, असे फार थोडे जण असं करत नाहीत. 'हे सत्य नाही, आपण खेळतोय' हे ज्यांना समजतं, त्यांच्यासाठी आयुष्य सहज सोपं होऊन जातं. आयुष्याला हलकंफुलकं करण्याचा मार्ग त्यांना सापडतो. अवघड- सर्वांत कठीण प्रसंगातही तसं राहण्याची विलक्षण क्षमता त्यांच्यात असते. इतरांनाही तशी प्रेरणा देण्याची त्यांची पात्रता असते. स्वयंप्रकाशी होण्याचा वस्तुपाठच ते घालून देतात. दुसऱ्या पुस्तकातला प्रारंभीचा भाग माझ्यासाठी 'डोझी' होता. या सात प्रकरणांनी जागं केलं पुन्हा. कदाचित माझ्याकडून ते पहिल्यांदा उतरवले गेले, तेव्हापेक्षा जास्त!

आजही सगळं काही देवावर सोपवण्याचा मला मोह होतो, हे मी आधीच सूचित केलं आहे. आयुष्याबद्दलचे माझे विचार, कल्पना आणि माझ्या आयुष्यात अचानक उद्भवलेल्या अत्यंत कठीण अन् आव्हानत्मक परिस्थितीला तोंड देताना त्यांचा कसा उपयोग झाला, हेही मी नमूद केलं आहे. या पुस्तकाचा पहिला भाग पुन्हा वाचताना हे सगळं मला जाणवलं. म्हणून माझ्याकडून मी थोडासा खचलो, नाराज झालो, हे मला कबूल करायला हवं.

नंतर माझी प्रेयसी व्हिडीओ स्टोअरमधून एक सिनेमा घेऊन आली आणि तो 'आपण दोघांनी एकत्र बसून बघू' असं म्हणाली. तिची खरंच तशी इच्छा होती असं तिनं सांगितलं. तिनं तो आधी बघितलेला होता आणि आता तिला तो पुन्हा माझ्याबरोबर बघायचा होता. तो सिनेमा आध्यात्मिक गुरू रामदास यांच्यावर होता.

१९९०च्या शेवटी शेवटी रामदास यांना अर्धांगवायूचा झटका आला होता, हे कदाचित तुम्हाला माहीत असेल. या सिनेमात (फीअर्स ग्रेस हा अत्यंत सुंदर असा माहितीपट- जो मी प्रत्येकाला पाहायला सुचवत होतो.) हा अत्यंत दयाळू सद्गृहस्थ उघडपणे ही गोष्ट मान्य करतो आणि त्यामुळे श्रद्धेच्या वादाच्या भोवऱ्यात सापडतो.

आयुष्यातला कलाटणी देणाऱ्या या अनुभवातून गेल्यानंतर त्याला आपण आपल्या शिकवणुकीपासून, जगाला देवाबद्दल आपण सांगितलेल्या गोष्टींपासून

आणि दैनंदिन जीवनात आत्म्याच्या अचूक अनंत प्रवासाबद्दल सांगितलेल्या तत्त्वांपासून एक पाऊल मागे आल्याचं जाणवलं. आता इथं तो चाकाच्या खुर्चीवर खिळलेला, शरीराच्या अर्ध्या भागावर नियंत्रण नसलेला, नीट स्पष्ट शब्द उच्चारू न शकणारा- जीभ आतल्या आत घोळून बोबडी वळणारा असा माणूस झाला होता.

या सिनेमात रामदासांचा दमनापासून नकारापर्यंत क्षमायाचनेपर्यंत, प्रतिकारापासून प्रगतीपर्यंतचा प्रवास आहे. त्यांच्या आधीच्या आध्यात्मिक जीवनापासून, आधीच्या गृहितांपासून, शिकवणुकीपासून ते कसे पुढे गेले हे त्यात आहे. त्यांच्या जाणिवा विस्तारल्या. त्यांनी आशेचा किरण दाखवला की आपल्या आयुष्यात काहीही होवो, उत्तर आयुष्यात गलितगात्र झालो, अगदी सगळ्या नाही, पण अनेकांच्याबाबतीत तरी आपली आध्यात्मिक मुळं घट्ट पकडून ठेवायची आणि उदात्तपणे चांगल्या गतीसाठी उन्नत होण्यासाठी त्यातून ऊर्जा घ्यायची.

'कॉन्व्हर्सेशन विथ गॉड'चा ही अर्थात हाच संदेश आहे, सिनेमातला एका मेसेंजर दुसऱ्याला सांगतो, तसाच मीसुद्धा एक दूत म्हणून यातून तुमच्याशी बोलतोय- तुम्हीही दूत आहात असे समजू. आपण सगळेच असे संदेशवाहक असल्याने मानव जातीच्या उन्नयनाच्या, उत्क्रांतीच्या प्रक्रियेत आपल्या उत्तमोत्तम कल्पना या बदलत्या जगाच्या अंतापर्यंत एकमेकांपर्यंत पोहोचवत राहू.

आणि ही अतिशय चित्तथरारक, सूक्ष्म आणि अनंत प्रक्रिया रोजच सुरू असते- एका वेळी एक अनुभव- एक निरोप्या. (होय- माझे प्रिय रामदास? बरोबर?)

या पुस्तकाबद्दल पश्चात विचार केल्यावर एक गोष्ट माझ्या लक्षात आली ती ही की- तिसऱ्या अध्यायात देवाचं एक विधान आहे- तू परिपूर्ण, एकदम बरोबर आहेस- तू जसा आहेस तसा तू योग्य आहेस- हे वाचून मला फार अवघडल्यासारखं वाटलं. काही सुचेना.

या आधी मी शंभरदा ते वाचलं होतं. पण तरीही ते पचनी पडायला त्रास होत होता. त्यासाठी मला अनेक गोष्टी सोडून द्याव्या लागणार होत्या आणि ते माझ्यासाठी वाटतं तितकं सोपं नव्हतं. आयुष्यात अनेक गोष्टींत मी अडकलेला होतो- मी परिपूर्ण नाही, माझ्यात काही उणिवा आहेत- हा विचार ही त्यातली एक गोष्ट.

माझ्याच अनेक गोष्टी मला आवडत नाहीत, असं मला रोज दिसतं. माझ्यासाठी त्या चांगल्या नाहीत, असंही वाटतं. तरीही मी त्या तशाच वाटू देतो. त्या चांगल्याच आहेत, असं मी वाटवून घेतो- नाहीतर मला त्यांच्याबरोबर राहणं शक्यच होणार नाही. असं वाईट वाटून घेणं मला इतकं चांगलं का वाटतंय, असा आव्हानात्मक प्रश्न मी मलाच विचारतो.

त्यानं माझ्या स्वत:बद्दलच्याच आधीच्या कल्पना पूर्ण होतात. माझ्याबद्दलची सत्य परिस्थिती, माझं वास्तव- ज्याच्याबद्दल इतरांनी आधीच सांगितलं होतं- तेच

अधोरेखित होतं. माझ्या धर्मानं मला सांगितलं. माझ्या पालकांनी सांगितलं. माझ्या कुटुंबानं आणि मित्रांनी मला सांगितलं. अगदी अशांनीसुद्धा सांगितलं ज्यांनी माझ्यावर खूप प्रेम केलं; ज्यांनी माझी शय्यासोबत केली होती. प्रत्येकानंच माझ्या चुका, उणिवा, समस्या, प्रश्न माझ्यातल्या वाईट गोष्टी मला सांगितल्या. मग मी इतर गोष्टींवर विश्वास कसा ठेवणार? माझ्याबद्दलच्या चार चांगल्या गोष्टी (ज्या मी इतरांकडून फार कमीच ऐकल्या) खऱ्या आहेत, असं कसं मानणार?

आणि इथं हा देव स्वतः येऊन मला सांगतोय की मी अगदी परिपूर्ण आहे, असं त्याला वाटतंय... मी अगदी जसा आहे तस्सा- परिपूर्ण आहे...

ओह! मी स्वतःशीच म्हटलं असणार - देवबिव येऊन असं काही म्हणणार नाही. हा स्वतःचाच अहंकार देवाचं सोंग घेऊन आला असणार. हो नक्कीच तसं असणार. हे सगळे माझ्या मनाचेच खेळ आहेत. जगाचं मला नाकारणं न स्वीकारणारं माझं मन... लुडबुडणारं मन. आत्ता मी जसा आहे, तसा अगदी योग्यच आहे असं चित्र रंगवून माझा वाईटपणा- सत्यापासून माझं रक्षण करणारं मन.

काय मूर्खपणा आहे! केवढा गर्व! अहंकार! घमेंड! कुठला देव मला असं सांगणार आहे?

असं सगळं सुरू असतानाच आतून एक अत्यंत गोड, कोमल, मृदू मुलायम स्वर मला ऐकू आला. अशानं तू मला त्रिवार नाकारतोयस- मग मोठा पॉज- जर तसं नाही केलंस तर...?

हे माझ्या पुढचं आव्हान आहे, - कोणावर विश्वास ठेवावा? देवावर की माणसावर?

पण मी हे पुस्तक पुन्हा वाचल्यावर या प्रश्नावर रेंगाळायला उसंतच मिळाली नाही. हा संवाद खूपच वेगवान आहे आणि तो तसाच चालू ठेवायला तोच मला बळ देतोय. हिटलर, तो स्वर्गात कसा आणि का गेला याबद्दल मला आश्चर्यचकित करणारे संदेश हे 'कॉन्व्हर्सेशन विथ गॉड' पुस्तक पुन्हा वाचता पुन्हा मिळत गेले.

आणि पुन्हा एकदा माझ्या अस्तित्वाचं आव्हान माझ्यासमोर आहे. हे खरं कसं होणार? आणि जर ते खरं नसेल, तर मग आपल्याला कुठल्या आशेचा आधार आहे? मग आपण इथं कशाबद्दल बोलतोय... श्रेणीबद्दल? आणि देवाच्या प्रेमाची नेमकी श्रेणी, जात प्रमाण तरी काय आहे? आणि मग काय, नंतर काय होतं?

पुस्तक – २ या असामान्य संवाद पुस्तकात पुन्हा एकदा रंगून गेल्यावर हे सगळे प्रश्न पुन्हा एकदा फेर धरू लागले. तुम्हाला सांगतो- हे सोपं नव्हतं.

आणि पुन्हा हे वाचताना मी भावनांच्या भोवऱ्यात फिरत असताना, मी ५व्या प्रकरणाच्या शेवटाला पोहोचलो.

आयुष्याची न उलगडलेली कोडी सोडवण्यात, रहस्य उलगडण्यात आजच्या

वर्तमानातले मौलिक क्षण उगाच वाया घालवू नका.

मस्त! किती छान आहे नाही हे?

तेव्हा- चला, पुढे चला- आता पहिले सात भाग वाचा. ते तुम्ही आधी वाचले असतील, तर परत वाचा. तुम्हाला आधी मिळालं नसेल, असं खूप काही आता तुमच्या हाती लागेल, असं मी खात्रीनं सांगतो किंवा दुसऱ्यादांही किंवा अगदी तिसऱ्यादांही.

तुम्ही ही संहिता किती वेळा वाचता याला माझ्या लेखी महत्त्व नाहीये. प्रत्येक वेळी काहीतरी नवीन तुमच्या पदरात पडणार आहेच!

माझी खात्री आहे, मी तसं वचनच देतो!

१

तुम्ही इथे आलात, इथे उपस्थित आहात, त्याबद्दल धन्यवाद!

तुम्ही आधी ठरल्याप्रमाणे आला आहात हे खरं, पण तरीही तुमची ही वेळ चुकूही शकली असती. आपण ही वेळ पाळायची नाही, असंही तुम्ही ठरवू शकला असतात. पण हे पुस्तक तुमच्या हातात यावं, यासाठी अगदी ठरल्या वेळेला, ठरलेल्या ठिकाणी यायचं तुम्ही ठरवलंत, म्हणून तुमचे आभार.

आता तुम्ही हे सगळं (जाणिवेच्या सुप्त पातळीवरून) सुप्त मनोदशेतून – म्हणजे 'आपण हे काय आणि का करतोय' याची जाणीव नसताना नकळत केलं असेल, तर यातल्या काही गोष्टी तुम्हाला गूढ वाटतील आणि मग त्यांचं स्पष्टीकरण करणं हे क्रमप्राप्त ठरेल – ते ओघानंच येईल.

तुमच्या आयुष्यात हे पुस्तक अगदी योग्य आणि अचूक वेळी आलं आहे ते का, याची आधी आपण कारणं पाहूया. आत्ता कदाचित हे तुम्हाला कळणार नाही, पण एकदा हा अनुभव तुमच्या गाठीशी जमा झाला की, मग तुम्हाला चित्र स्पष्ट होईल. सगळं काही पूर्णपणे लक्षात येईल. आपल्या आयुष्यात प्रत्येक गोष्ट ठराविक वेळी, त्या त्या क्रमाने येत असते आणि त्याला हे पुस्तक अपवाद नाही.

खूप काळापासून तुम्ही याच्या शोधात होतात, हे मिळवण्याची तुम्हाला आस होती, म्हणून तुम्ही आज इथे उपस्थित आहात. देवाशी तुमचा हा अगदी अलिकडचा, काहीजणांच्या बाबतीत कदाचित पहिलाच खराखुरा प्रत्यक्ष संपर्क आहे.

हा संपर्क आहे – आणि तो अगदी खराखुरा प्रत्यक्ष संपर्क आहे.

आता माझ्या माध्यमातून देव तुमच्याशी प्रत्यक्ष संवाद साधणार आहे. काही वर्षांपूर्वी मी असं म्हटलं नसतं, पण आता मी तसं म्हणतोय. कारण माझ्यात आणि देवात संवाद झालेला आहे, त्यामुळे अशा गोष्टी शक्य आहेत हे आता मला समजलंय. म्हणजे ते फक्त शक्य आहे असं नाही, तर असा संवाद सतत सुरू असतो. आत्ता इथे, या ठिकाणीही तो चालू आहे.

एक महत्त्वाची गोष्ट लक्षात घ्या की, यासाठी काही प्रमाणात तुम्हीही कारणीभूत आहात – म्हणूनच आत्ता हे पुस्तक तुमच्या हातात आहे. आपल्या आयुष्यातल्या

सगळ्या घटना घडण्यासाठी आपणच कारणीभूत असतो आणि देवाइतकेच आपणही या प्रत्येक घटनेचे निर्माते असतो.

तुमच्या वतीने देवाशी बोलण्याचा सगळ्यात पहिला अनुभव मी घेतला, तो १९९२-९३मध्ये! 'माझ्या आयुष्यात इतक्या अनंत अडचणी, अपयश, संघर्ष का?' असा रोखठोक सवाल करणारं खरमरीत पत्र मी देवाला लिहिलं होतं. माझ्या आयुष्यातले प्रेमाचे नाजूक संबंध, माझं काम, मुलांशी होणारी चर्चा, विचारांची देवाण-घेवाण, माझं आरोग्य, सगळ्या बाबतीत फक्त संघर्ष आणि अपयशच माझ्या वाट्याला आलं होतं. हे असं का आणि ते माझ्याच बाबतीत का आहे, असं देवाला त्या पत्रातून मी विचारलं होतं.

आणि आश्चर्य म्हणजे माझ्या पत्राला उत्तर मिळालं.

ही उत्तरं कशी मिळाली, ही उत्तरं काय होती, हे सगळं १९९५ साली मे महिन्यात प्रकाशित झालेल्या 'कॉन्व्हर्सेशन्स विथ गॉड – भाग १' या पुस्तकात प्रसिद्ध झालं. तुम्ही त्याबद्दल ऐकलं असेल, कदाचित ते वाचलंही असेल. तसं असेल, तर या पुस्तकाची फारशी ओळख करून द्यायला नको.

हा पहिला भाग तुम्ही आधी वाचला नसेल, तरी आता तुम्ही तो वाचाल अशी आशा आहे. कारण हा सगळा व्याप कुठून कसा सुरू झाला ते त्यात अगदी सविस्तरपणे सांगितलंय, माझ्या वैयक्तिक, खासगी आयुष्यातल्या पैसा, प्रेम, शारीरिक संबंध, देव, आरोग्य, आजारपण, आहार, नातेसंबंध, योग्य कामधंदा या आणि अशा अनेक दैनंदिन अनुभवांबद्दल मी विचारलेले प्रश्न आणि त्याची देवानं दिलेली उत्तरं, असं ते पुस्तक आहे. या पुस्तकात मात्र त्यांचा संबंध नाही.

माझं हे पहिलं पुस्तक म्हणजे या काळात देवानं जगाला दिलेली 'माहितीपूर्ण' भेट आहे. 'तू मागण्याआधीच मी ही भेट दिलीय' असं देव म्हणाला असता.

त्यामुळे हे पुस्तक वाचून झाल्यावर (किंवा कदाचित याचे वाचन पूर्ण होण्याआधी) तुम्ही पहिलं पुस्तक वाचाल अशी मी आशा करतो. अर्थात निवड सर्वस्वी तुमची असणार आहे, जशी तुम्ही आत्ता या पुस्तकाची निवड केली आहेत. शुद्ध निवडीतूनच अनुभव निर्माण होतो. (पहिल्या पुस्तकात ही संकल्पना स्पष्ट केली आहे.)

या दुसऱ्या पुस्तकाचे पहिले काही परिच्छेद १९९६च्या मार्चमध्ये लिहिले होते – 'आगामी' माहितीची तोंडओळख व्हावी म्हणून हे लिखाण झालं. पहिल्या पुस्तकात म्हटल्याप्रमाणे ही माहिती माझ्यापर्यंत आली, तो प्रवास साधा-सरळ होता – एखादा कोरा कागद घ्यायचा, त्यावर मनात येईल तो प्रश्न, अगदी कुठलाही प्रश्न लिहायचा आणि तो लिहून होतोय न होतोय तोवर कुणीतरी कानात सांगितल्यासारखं त्याचं उत्तर कागदावर उतरवलेलं असायचं – जणू मी काहीतरी उतरवतोय, 'डिक्टेशन' घेतोय!

तेव्हा या पुस्तकाच्या पहिल्या काही ओळी सोडल्या, तर बाकीचा सगळा मजकूर १९९३चा वसंत ऋतू ते नंतरच्या वर्षातले काही दिवस या काळात लिहिला. तो मला जसा दिला गेला, तो तसाच माझ्याकडून तुमच्यासाठी मी सादर करतोय...

***

आज १९९३मधला ईस्टर संडे आहे आणि मला आलेल्या आदेशानुसार मी इथे हजर आहे. माझ्या हातात पेन्सिल आहे. समोर रायटिंग पॅड घेऊन मी लिहायला सज्ज आहे.

मला इथे यायला देवानं सांगितलंय, हे आधी तुम्हाला सांगायला हवं. 'आम्ही आज भेटायचं' असं ठरलंच होतं. देव, मी आणि तुम्ही – तिघांच्या एकत्र अनुभवांच्या तीन पुस्तकांच्या मालिकेतल्या दुसऱ्या पुस्तकाची आज आपण सुरुवात करणार आहोत.

हे पुस्तक काय सांगणार आहे किंवा यात कोणत्या विषयांना स्पर्श केला जाणार आहे, याची मला अजिबात कल्पना नाहीये. कारण हे पुस्तक लिहावं, अशी माझ्या डोक्यात काही योजनाच नव्हती. ती असूही शकत नाही. या सगळ्या मागचा कर्ता करविता, ठरवणारा मी नाही, तो देव आहे.

बरोबर वर्षापूर्वी याच दिवशी, म्हणजे १९९२मधल्या ईस्टर संडेला – देवानं माझ्याशी संवाद साधायला सुरुवात केली. हे ऐकायला फार विचित्र वाटतंय याची मला कल्पना आहे, पण ते तसंच घडलंय. हा संवाद अलीकडेच संपला. 'आता विश्रांती घे' असं मला सांगितलं गेलं; पण 'याच दिवशी संवाद पुन्हा सुरू करायला भेटायचं' असंही सांगण्यात आलं.

तुमचीही भेटीची वेळ ठरली होती आणि आता तुम्ही ती वेळ पाळताय. हे पुस्तक फक्त माझ्यासाठीच नव्हे, तर माझ्यामार्फत तुमच्यासाठीही लिहिलं जात आहे हे मला नक्की ठाऊक आहे. तुम्ही केव्हापासून देवाच्या शोधात होतात – देवाकडून एखादा शब्द ऐकू यावा म्हणून किती काळ तळमळत होतात, मनापासून वाट पाहत होतात. मीसुद्धा –

आपण सगळे मिळून आज देवाचा शोध घेऊया. देवाला शोधायचा हा सर्वांत उत्तम मार्ग आहे. बाहेर, बाजूला राहून आपल्याला देव कधीच मिळणार नाही. म्हणजे त्यात द्वैत नसावं असं मला म्हणायचं आहे. देव आपल्यापासून इतका दूर नसणार. म्हणून देवाला शोधायची पहिली पायरी म्हणजे आपण देवापासून आणि एकमेकांपासून वेगळे नाहीत, याची खूणगाठ बांधणं आणि 'आपण सर्वजण एक आहोत' हे जोपर्यंत आपल्याला कळत नाही आणि खातरी पटत नाही, तोपर्यंत

आपण आणि देव एकच आहोत, हेही आपल्या लक्षात येत नाही.

देव आपल्यापासून कधीच दूर नव्हता आणि आपण मात्र स्वत:ला देवापासून दूर मानत होतो.

सर्वसाधारणपणे सगळी माणसं ही चूक करतात. 'प्रत्येकजण वेगळा आहे' असं आपण धरून चालतो आणि म्हणून एकमेकाला समजून घेणं हाच 'देव शोधण्याचा' सर्वांत जलद मार्ग आहे, असं नव्यानं माझ्या लक्षात आलं. एकमेकांपासून लपवाछपवी थांबवा आणि हो, स्वत:पासूनही काहीसुद्धा लपवून ठेवू नका.

लपवाछपवी थांबवण्याचा 'द्रुतगती मार्ग' म्हणजे सत्य काय ते सांगून टाकायचं, खरं तेच बोलून टाकायचं. सगळ्यांशी – प्रत्येकाशी – नेहमीच!

चला तर, आत्ता या क्षणापासून खरं काय ते बोलायला सुरुवात करा आणि बोलत राहा. कधीच थांबू नका. स्वत:शी स्वत:बद्दल खरं बोलून या गोष्टीला सुरुवात करा. मग दुसऱ्याबद्दल स्वत:शी खरं बोला. मग स्वत:बद्दल दुसऱ्याशी खरं बोला. मग त्या दुसऱ्याबद्दल तिसऱ्याशी खरं बोला. शेवटी प्रत्येकाला प्रत्येकाबद्दल सगळं खरं-खरं सांगून टाका.

सत्यवचनाच्या या *पाच पायऱ्या* आहेत. हे मुक्तीचे पाच सोपान आहेत. सत्यच तुम्हाला मुक्ती देईल – मोकळं करेल.

हे पुस्तक सत्याबद्दल आहे. माझ्या नव्हे, देवाच्या सत्याबद्दल!

देव आणि माझ्यातला संवाद नुकता एक महिन्यापूर्वीच झाला. आत्ताही तो तसाच असणार असं मला वाटत होतं. म्हणजे मी प्रश्न विचारायचा आणि देवानं त्याचं उत्तर द्यायचं, अशा स्वरूपाचा. कल्पना कशाला करत बसायचं? आत्ता लगेच थेट देवालाच विचारतो ना –

देवा, काय रे बाबा? हे असंच असणार आहे ना?

होय.

मला तसंच वाटलं होतं.

हो, पण आता या पुस्तकात मी आपणहून काही विषय मांडणार आहे. तू विचारल्याशिवाय! तुला माहितेय, पहिल्या पुस्तकात मी असं फारसं केलेलं नाही.

हो, पण मग आता हे कशाला करतोयस?

कारण, माझ्या विनंतीवरून हे पुस्तक तयार होतंय. तू म्हटल्याप्रमाणे, मी

तुला इथे बोलावलंय. पहिलं पुस्तक हा तुझा, तू सुरू केलेला प्रकल्प होता.

त्या वेळी तुझ्यासमोर काही मुद्दे होते. पण या दुसऱ्या पुस्तकाच्या संदर्भात 'माझी इच्छा' याशिवाय कुठलाही मुद्दा नाही.

हो, हे मात्र अगदी खरं.

नील, 'देवाची इच्छा' हे फार सुंदर कारण असतं बरं का! तू आणि इतर सगळेही नेहमी इथेच येऊन ठेपाल अशी मी आशा करतो.

पण मला वाटलं होतं की, तुझी इच्छा हीच माझी इच्छा होती. तुझी इच्छा माझ्यासारखीच असेल, तर मी तसंच का करणार नाही?

प्रश्न जरा गुंतागुंतीचा आहे, पण इथूनच सुरुवात करायला हरकत नाही. याच मुद्द्यापासून आपला संवाद सुरू करूया.

आपण थोडं मागे जाऊ या. 'माझी इच्छा, ती तुझी इच्छा' असं मी कधीच म्हटलं नव्हतं.

नाही कसं? तू म्हणाला होतास, 'तुझी इच्छा ती माझी इच्छा' असं तू गेल्या पुस्तकात अगदी स्पष्ट म्हटलं होतंस.

म्हटलं होतं, पण अगदी असंच म्हटलं नव्हतं.

म्हटलं नव्हतंस? म्हणजे माझी चेष्टा केलीस होय?

'तुझी इच्छा ती माझी इच्छा' असं मी जेव्हा म्हणतो, तेव्हा 'माझी इच्छा ती तुझी इच्छा' असा त्याचा अर्थ नसतो.

जर तू कायमच माझ्या इच्छेप्रमाणे करायला लागलास, तर तुझं खरं ज्ञान मिळवण्यासाठी काही प्रयत्नच करायला नकोत. ती प्रक्रिया तिथेच संपून जाईल. तू प्राप्तच झालेला असशील.

आत्तापर्यंत तू जर माझ्या इच्छेप्रमाणे करत आला असतास, तर तुला या पुस्तकाचा प्रपंच मांडण्याची बहुधा गरजच पडली नसती.

तेव्हा तू माझ्या इच्छेप्रमाणे करत नाहीस हे नक्की. खरं तर माझी इच्छा काय आहे, हे बहुतेक वेळा तुझ्या गावीही नसतं.

मला ठाऊक नसतं?

नाही, ठाऊक नसतं.

तसं असेल, तर मला तू ते सांगत का नाहीस?

माझ्यापरीने मी सांगतो. पण तू ऐकतच नाहीस. माझ्याकडे लक्षच देत नाहीस आणि जेव्हा तू ऐकलंयस असं वाटतं, तेव्हा तू जे ऐकतोस, त्यावर तुझा विश्वास बसत नाही आणि जेव्हा ऐकलेल्या गोष्टी तुला खऱ्या वाटतात, तेव्हा तू कधीच त्याप्रमाणे करत नाहीस.

त्यामुळे 'माझी इच्छा तुझी इच्छा आहे' हे विधान नक्कीच चुकीचं ठरतं.

उलटपक्षी तुझी इच्छा ती माझी इच्छा आहे. कारण पहिली गोष्ट म्हणजे मला ती माहीत आहे. दुसरी गोष्ट म्हणजे मला ती मान्य आहे आणि तिसरी गोष्ट म्हणजे मला तिचा आदर वाटतो, चौथी गोष्ट म्हणजे मला ती आवडते, पाचवी गोष्ट म्हणजे मला ती माझ्या मालकीची वाटते आणि 'ती माझी आहे' असं मी म्हणतो.

म्हणजे काहीही करण्याची तुला पूर्ण मुभा आहे आणि निरपेक्ष प्रेमातून मी तुझी इच्छा 'माझी' करतो.

आता माझी इच्छा तुझी होण्यासाठी तुलासुद्धा तसंच करावं लागेल.

पहिली गोष्ट – तुला ती कळायला हवी. दुसरी गोष्ट – तू ती स्वीकारायला हवीस. तिसरी गोष्ट – तू तिचा आदर करायला हवास. चौथी गोष्ट – तू तिच्यावर प्रेम करायला हवंस आणि सर्वांत शेवटची गोष्ट – तू ती 'तुझी स्वत:ची' म्हणायला हवीस.

तुमच्या मानवजातीचा इतिहास पाहता तुमच्यापैकी फारच थोड्यांनी सातत्याने असं केलंय, हाताच्या बोटावर मोजता येतील इतक्यांनी ते जवळ-जवळ नेहमी केलंय. अनेकांनी त्यातून स्वत:चा फायदा करून घेतलाय. बरेचजण वेळोवेळी तसे वागले आहेत आणि खरं तर प्रत्येक जण दुर्मीळ क्षणांमध्ये तसेच करतो – अर्थात काहीजण अपवाद असतात, ते कधीच असं करत नाहीत.

मी यापैकी कोणत्या प्रकारात मोडतो?

त्यानं काय फरक पडणार आहे? तुला आत्ता आणि यापुढे कोणत्या प्रकारात असावंसं वाटतंय? हा प्रश्न क्लेषकारक आहे, असं तुला वाटत नाही का?

हो.

पण तुझं उत्तर काय आहे?

मला पहिल्या प्रकारात असायला आवडेल. मला तुझी इच्छा जाणून घेऊन तसंच सदासर्वकाळ करायला आवडेल.

तुझी ही इच्छा अतिशय स्तुत्य, प्रशंसनीय आणि जवळ-जवळ अशक्यप्राय आहे.

का बरं?

कारण, तुला जसं हवंय तसं घडण्यासाठी तुला खूप प्रगती करावी लागेल. तरीही मी तुला सांगतो, तू ते करू शकशील. 'आपण देवत्व प्राप्त करावं' असं तुला वाटलं, तर तू त्या दिशेनं प्रवास करू शकशील. त्या प्रगतीसाठी तुला फार वाटही पाहावी लागणार नाही.

मग आजवर का वेळ वाया गेला? इतका उशीर का झाला?

खरं आहे. असं का व्हावं? तुला वाट का पाहावी लागली? मीच तुझे पाय खेचतोय, असं तर नाही ना तुला वाटत?

छे, छे! त्यासाठी माझा मीच कारणीभूत आहे, याची मला पूर्ण कल्पना आहे.

वा! उत्तम! अशी विचारांची स्पष्टता ही देवत्वाची पहिली पायरी आहे.

देवत्व प्राप्त करायला मला आवडेल. मला ते कसं मिळेल?

हे पुस्तक वाचत राहा. मी तुला नेमकं देवत्वाकडेच नेणार आहे. (त्यात मी हेच तर करणार आहे.)

२

या पुस्तकात पुढे काय-काय येणार आहे याबद्दल मला नीटसं कळत नाहीये. नक्की कुठून सुरुवात करावी हे समजत नाहीये.

आपण जरा सबुरीनं घेऊ.

पण म्हणजे आपण किती वेळ घेणार आहोत? पहिल्या प्रकरणानंतर हे दुसरं प्रकरण लिहायला घ्यायला आधीच पाच महिने लागलेत. पाच महिन्यांनी मी आज लिहायला बसलोय. मला माहीत आहे की, एका सलग विचारांच्या साखळीतून हे सगळं लिखाण होतंय, असं वाचकांना वाटेल. त्यामुळे बत्तिसावा परिच्छेद लिहिल्यावर तब्बल वीस आठवड्यांनंतर तेहेतिसावा परिच्छेद लिहिला गेला, हे त्यांना खरंच वाटणार नाही. बत्तिसाव्या आणि तेहेतिसाव्या परिच्छेदाच्या लिखाणात इतका काळ गेला यावर ते विश्वासच ठेवणार नाहीत. आपल्याला अजून किती वेळ लागणार आहे?

मला तसं म्हणायचं नव्हतं. म्हणजे आपण आपला हाच पहिला विषय म्हणून घेऊ – 'वेळ' – 'time' *याच विषयानं सुरुवात करू.*

अरे वा! छान! पण आपण हाच विषय हाताळत असताना एखाद्या परिच्छेदासाठीही काही महिन्यांचा कालावधी का लागतो? एका भेटीनंतर अनेक दिवसांनी तुझी दुसरी भेट का होते?

माझ्या प्रिय पुत्रा, तू म्हणतोस तसा माझ्या दोन 'भेटीं'मध्ये काही काळ जात नाही. मी तुला सोडून – तुझ्यापासून कधीच दूर जात नाही. पण ते तुझ्या लक्षात येत नाही.

का? तू सतत माझ्याबरोबर असतोस याची मला कधीच जाणीव का होत नाही?

कारण, आयुष्यात इतर गोष्टींमध्येच तू गुंतून पडतोस. त्यांचाच तुझ्यावर पगडा असतो; पण गेले पाच महिने तू चांगल्या कामात व्यग्र राहिलास!

हे मात्र खरं, या काळात खूप काही घडत होतं.

पण त्या सगळ्या गोष्टी तुझ्या लेखी माझ्याहून महत्त्वाच्या ठरल्या.

मला नाही खरं वाटत.

तू काय करतोयस – तुझी काय कर्म आहेत हे तू स्वत: पाहावंस म्हणून मी तुला इथे बोलावलंय. तू तुझ्या स्थूलातल्या आयुष्यात फारच अडकून पडलायस. स्वत:च्या आत्म्याकडे तू क्वचितच लक्ष दिलंयस.

तो अतिशय आव्हानाचा काळ होता.

खरं आहे. त्याला इतरही कारणं आहेत. पण तू जर माझी मदत घेतली असतीस, तर तुझे हे पाच महिने बरे गेले असते, इतका त्रास वाटला नसता. तेव्हा माझ्याशी तुझा असलेला बंध ताणला जाऊ नये असा एखादा उपाय तुला सुचवू का?

मला तुझ्या जवळच राहायचं असतं, माझा तसाच प्रयत्न असतो; पण मी कुठेतरी हरवून बसतो आणि मग तू म्हणतोस तसा मी गुंतून जातो. कितीही खटपट करूनही तुझ्यासाठी मला वेळ काढताच येत नाही. मी ध्यान करत नाही. मी प्रार्थना, पूजा करत नाही आणि मी नक्कीच लिहीतही नाही.

मला माहीत आहे, जेव्हा आपण एकमेकांजवळच असण्याची सर्वांत जास्त गरज असते, तेव्हा नेमकं तुझं पाऊल मागे पडतं ही आयुष्याची शोकांतिका आहे.

मी हे कसं थांबवू शकतो?

असं वागू नकोस. थांबव ते.

मीही आत्ता तेच म्हणालो. पण थांबवायचं कसं?

तसं वागायचं थांबवून, ते थांबवून टाक.

तुला वाटतं तितकं ते सोपं नाही!

अंहं, अगदी सरळ सोपं आहे ते!

तसं असतं तर किती बरं झालं असतं.

तुझी इच्छा असेल, तर खरंच तसं नक्की होईल. कारण तुझी इच्छा माझ्यासाठी आज्ञा असते. लक्षात ठेव माझ्या लाडक्या, तुझ्या इच्छा या माझ्या इच्छा असतात, जे तुझ्या मनात असतं तेच माझ्या मनात असतं हे ध्यानात ठेव.

ठीक आहे. मग ऐक, हे पुस्तक येत्या मार्चपर्यंत पूर्ण व्हावं असं मला वाटतं. आत्ता हा ऑक्टोबर सुरू आहे. आता मला पुढच्या मजकुरासाठी गेल्या वेळेसारखी पाच महिन्यांची गॅप जायला नको आहे.

तथास्तु!

उत्तम!

तसं झालं तर...

ए बाबा, आपण या असल्या खेळी करायलाच हव्यात का?

तसं नव्हे, पण 'आपण कसं जगायचं?' हे आत्तापर्यंत तुझं तू ठरवत आलास. तुझं मन एकसारखं पालटत होतं. आयुष्य म्हणजे निर्मितीची अखंड प्रक्रिया आहे, हे लक्षात ठेव. दर क्षणाला तू तुझं सत्य निर्माण करत असतोस. तुझा आजचा निर्णय, तुझी आजची निवड उद्याही तशीच, तीच असेल असं नाही. पण तरीही इथे तुला सगळ्या महात्म्यांचं एक गुपित सांगतो – तुझ्या निवडीमध्ये सातत्य ठेव.

सतत – नेहमीच? एकदा ठेवून भागणार नाही का?

तुझ्या सत्यात स्थिरता, स्पष्टता येत नाही, तोवर तसं करावं लागेल.

काहींच्या बाबतीत त्यासाठी कदाचित काही वर्षं लागतील. काहींच्या बाबतीत काही महिने, तर काहीच्या बाबतीत काही आठवडे पुरतील. महात्म्यांना दिवस, तास किंवा अगदी मिनिटंही बास होतात. त्यांच्या बाबतीत निर्मिती ही सतत चालणारी गोष्ट आहे.

इच्छा आणि अनुभव यातली दरी कमी होतेय असं दिसलं की, तुम्ही देवत्वाच्या मार्गाकडे वाटचाल करताय असं सांगू शकता.

'तुमचा आजचा निर्णय हा उद्याची निवड असेलच असं नाही' असं तू म्हणालास. म्हणजे आम्ही आमच्या मनाचे असे लाड करायचेच नाहीत, मनासारखं वागायचंच नाही, असं तुला म्हणायचं आहे का?

तुमच्या मनाप्रमाणे तुम्ही सगळं काही बदलू शकता. मात्र एक गोष्ट लक्षात ठेव, तुमच्या मनाचा प्रत्येक बदल हा संपूर्ण विश्वाची दिशा बदलणारा ठरू शकतो.

जेव्हा एखाद्या गोष्टीसाठी तुम्ही तुमच्या मनाची तयारी करता, तेव्हा तुम्ही विश्वाला गती देण्याची व्यवस्था करता. त्या गुंतागुंतीच्या चैतन्याची तुम्हाला नुकतीच समज यायला सुरुवात झालेली असताना तुमच्या सूक्ष्म कल्पना त्यात कल्पनेबाहेर अडकत जातात.

या शक्ती आणि ही प्रक्रिया – या सगळ्या त्या क्रिया-प्रतिक्रियांचं संयुक्त प्रत्यक्ष अस्तित्वात असणारं रूप असतात – त्यालाच तुम्ही जीवन, आयुष्य म्हणता.

एका अर्थी त्या 'मी'च असतात.

अच्छा, म्हणजे जेव्हा मी माझं मन बदलतो, तेव्हा ते तुझ्यासाठी फार अवघड करून ठेवतो, असं होतं का?

माझ्यासाठी काहीही अवघड नसतं. पण तुम्हीच तुमच्यासाठी गोष्टी अवघड करून ठेवण्याची शक्यता असते. म्हणून नेहमी मन स्थिर, एक विचारी असू द्या. कुठल्याही गोष्टीबाबत एकच ध्येय असू द्या. ते ध्येय पूर्ण होईपर्यंत त्याच्यापासून मन ढळू देऊ नका. ध्येयावरच नजर ठेवा. लक्ष तिथेच केंद्रित असू द्या.

यालाच 'एकमन' म्हणतात. जे ध्येय ठरवाल ते पूर्णपणे एकाग्र चित्ताने मनापासून ठरवा. त्याच्यावरून मन उडू देऊ नका, ढळू देऊ नका. त्याचा पाठपुरावा करत राहा. त्याच्याच दिशेनं पावलं टाकत राहा. निश्चयी राहा.

याचं उत्तर नकारार्थी नको.

अगदी बरोबर.

पण काय रे, जर 'नाही' हेच याचं योग्य उत्तर असेल तर काय? आम्हाला जे हवंय ते समजा आमच्यासाठी, आमच्या हिताचं, आमच्याजोगं नसेल तर? ते तू आम्हाला देणार नाहीस, बरोबर ना?

चूक. तुम्ही जे मागाल, ते भले तुमच्यासाठी चांगली असो की वाईट, मी ते तुम्हाला देणार. तू तुझ्या उत्तर-आयुष्याचा कधी विचार केलायस? कधी त्या आयुष्याकडे वळून बघितलंयस?

पण आपल्याला जे हवं असते. ते नेहमी आपल्याला मिळतंच असं नाही, जर ते आपल्या सर्वोच्च कल्याणाचं नसेल, तर देव ते आपल्याला देत नाही, अशी आम्हाला शिकवण मिळालीय.

एखादी विशिष्ट गोष्ट मिळाली नाही, तर तुम्ही दुःखी, निराश होऊ नये म्हणून लोक असं सांगतात.

सर्वप्रथम आपण आपल्या नात्याबद्दल स्पष्टच बोलून घेऊया. तुम्ही जे मागता ते मी तुम्हाला देत नाही. पहिल्या पुस्तकात याबद्दल पुरेसं सविस्तर सांगितलं गेलंय.

दुसरी गोष्ट म्हणजे मी तुमच्या मागण्यांचा न्यायनिवाडा करत बसत नाही. हे चांगलं, ते वाईट अशी लेबलं मी चिकटवत नाही. (तुम्हीपण असं करू नका.)

तुम्ही म्हणजे देवासारखी प्रतिकृती स्वरूप निर्मिती आहात. तुम्ही म्हणाल ते तुम्हाला मिळालंही असतं. पण तुमच्या मनासारखं तुम्हाला कधीच मिळत नाही. खरंतर तुम्हाला अगदी मनापासून हवी असणारी वस्तू अगदी मनापासून हवीच असणारी वस्तू कधीच मिळत नाही.

मला माहीत आहे. आधीच्या पहिल्या पुस्तकातही तू हे सांगितलं आहेस. एखाद्या वस्तूबद्दलचा आपला ओढा, आपली आवड ती वस्तू आपल्यापासून दूर ढकलत असते, असं तू म्हटलं होतंस.

बरोबर. आणि असं म्हणण्याचं कारण तुला ठाऊक आहे?

कारण विचार हे सृजनशील असतात. एखाद्या वस्तूची, गोष्टीची इच्छा हे वैश्विक सत्य सांगतं आणि नंतर ते माझ्यापुरतं खरं ठरतं.

अगदी हेच! तू शिकलायस. तुला समजतंय, वा! फार चांगली गोष्ट आहे.

तेव्हा – हे असं घडतं. 'मला हे हवं' असं जेव्हा तू एखाद्या गोष्टीबाबत म्हणतोस, तेव्हा 'नक्कीच तुला ते मिळणार' असं विश्व म्हणतं आणि ती वस्तू मिळण्याचा, हवी असण्याचा छोटा अनुभव तुला मिळतो.

'मला', 'मी' या शब्दानंतर तू जे काही म्हणतोस, ती तुझी सृजनशील आज्ञा होते आणि बाटलीतला 'जिन' गुलाम; म्हणजे मी ती आज्ञा पाळण्यासाठी प्रकट होतो.

तुला जे हवं ते मी तुझ्यापुढे पेश करतो. तुझ्या मनात विचार येतो, तुला ती इच्छा होते. तुला ते वाटतं आणि तू बोलून दाखवतोस – इतकं हे साधं, सरळ, सोपं आहे.

मला पुन्हा सांग, मी जे निवडतो, ते प्रत्यक्षात यायला मग इतका वेळ का लागतो? इतका उशीर का होतो?

त्याची बरीच कारणं आहेत. कारण तुम्ही जे निवडता ते तुम्ही मिळवू शकता यावर तुमचा विश्वास नसतो. कारण काय निवडायचं हे तुम्हाला माहीत नसतं. कारण आपल्यासाठी सर्वोत्तम काय आहे, याचा तुम्ही सतत शोध घेत राहता. कारण पुढच्या काळातही तुम्ही केलेली निवड सर्वोत्तमच राहील, याची तुम्हाला खातरी हवी असते आणि कारण तुम्ही तुमचं मन एका ठिकाणी स्थिर ठेवत नाही, ते सतत बदलत राहता.

थांब, मला हे लक्षात येतंय का ते पाहू दे. म्हणजे माझ्यासाठी सर्वोत्तम काय आहे हे मी शोधायचंच नाही का?

हे बघ, 'सर्वोत्तम' ही संकल्पना सापेक्ष आहे. ती विविध घटकांवर अवलंबून असते. त्यामुळे निवड करणं कठीण होऊन बसतं. एखादा निर्णय घेताना एकच गोष्ट विचारात घेतली गेली पाहिजे. 'मी कोण आहे?' असं म्हणताना 'मला कोण व्हायचं आहे?' हे जाहीर करणं आहे का?

आयुष्य म्हणजे अशी घोषणा असावी. खरं तर आयुष्य तसंच असावं. तुम्ही आपल्या पसंतीनुसार किंवा मिळालेल्या संधीनुसार आयुष्याची आखणी करू शकता.

पसंतीनुसार जगणं ही पूर्ण सजग, जागृत क्रिया आहे. मिळेल तशा संधी घेत जगणं ही सुषुप्त प्रतिक्रिया आहे.

प्रतिक्रिया म्हणजे तुमची पूर्वकृती. जेव्हा तुम्ही 'प्रतिक्रिया' करता, तेव्हा तुम्ही तुमच्यापर्यंत आलेल्या माहितीचं मूल्यमापन करता, 'आपल्याला याआधी असाच किंवा जवळपास असा अनुभव कधी आला आहे का' हे आठवून बघता आणि त्या वेळी आधी तुम्ही जसं वागला होतात, तेव्हा जे केलं होतं, तसं तुम्ही वागता – ते करता. या सगळ्या तुमच्या मनाच्या कृती असतात, आत्म्याच्या नव्हे.

आत्ताच्या क्षणाचा खरा अनुभव घेण्यासाठी तुमचा आत्मा 'आठवणींचा खजिना' धुंडाळतो हा अनुभव म्हणजेच आत्मानुभव. हा शब्द तुम्ही आधी बरेचदा ऐकला असेल. पण आत्म्याचा अनुभव घेण्यासाठी तुम्हाला अक्षरश: तुमच्या मनातून बाहेर पडावं लागतं – मनोतीत व्हावं लागतं. मनाच्या पलीकडे जावं लागतं.

स्वत:साठी सर्वोत्तम काय याचा तुम्ही शोध घेण्यासाठी वेळ खर्च करता, तो केवळ कालापव्यय असतो – वेळ वाया घालवणं असतं. असं करण्यापेक्षा त्यावेळेचा सदुपयोग करावा हे चांगलं.

मनापासून विलग होणं, मनातून बाहेर पडणं ही गोष्ट वेळेची मोठी बचत करणारी आहे. मनापासून दूर झालं की, वेळेची बचत होते. निर्णय लवकर घेतले जातात. निवड लवकर केली जाते. कारण तुमच्या फक्त आत्ताच्या अनुभवावरून अंतरात्मा हे करत असतो. तो आधीचा आढावा घेणं, विश्लेषण करणं आणि पूर्वानुभवांच्या मोजपट्टीवर ते घासून बघणं अशा भानगडीत पडत नाही.

लक्षात ठेव – आत्मा निर्मिती करतो, मन प्रतिक्रिया देतं.

आत्ता या क्षणी तुम्हाला जो अनुभव येत असतो, तो तुम्हाला काही जाणीवपूर्वक कळण्याआधीच देवाकडून पाठवलेला असतो हे आत्म्याला ठाऊक असतं. यालाच 'pre-sent' अनुभव म्हणतात. तुम्ही तो अनुभव घेण्याच्या विचारात असता, एवढ्यात तुम्ही तो मागण्याआधीच मी तो तुम्हाला देऊनही टाकलेला असतो (present). मी तुमच्या प्रश्नांना उत्तर दिलेलं असतं. वर्तमानातला प्रत्येक क्षण देवाची दैवी देणगी असते. म्हणून तर त्याला 'present' म्हटलं जातं.

आत्मा अंत:प्रेरणेनंच योग्य प्रसंगांच्या, वातावरणाच्या शोधात असतो आणि वाईट विचार दूर सारून तुमच्यासाठी योग्य अनुभूती घेऊन येतो. 'खरंच आपण कोण आहोत' हा अनुभव तो देतो.

तुम्हाला पुन्हा देवापर्यंत, देवाकडे घेऊन येणं, ईश्वराप्रत पोहोचवणं, आपल्या घरी माझ्याकडे घेऊन येणं, ही आत्म्याचीच इच्छा असते.

स्वानुभवातून, आत्मप्रचितीतून स्वत:ची आणि त्यायोगे माझी ओळख करून घेणं, स्वत:ला आणि मला समजून घेणं हाच आत्म्याचा उद्देश्य असतो. तुम्ही

आणि मी एक आहोत हे आत्म्याला कळतं. तुम्ही आणि मी वेगळे नाही, याची आत्म्याला जाणीव होते; परंतु मन मात्र हे सत्य स्वीकारत नाही, मनानं हे सत्य नाकारल्यानं तुमचं शरीरही तशीच नकारात्मक प्रतिक्रिया देतं.

म्हणूनच मोठा निर्णय घेण्याची वेळ येते तेव्हा तुमचं मन बाजूला ठेवा आणि आत्म्याचं म्हणणं ऐका.

मन जे ग्रहण करू शकत नाही, पचवू शकत नाही, स्वीकारू शकत नाही, ते आत्म्याला कळतं, त्या गोष्टी आत्मा समजू आणि स्वीकारू शकतो.

'आपल्यासाठी सर्वोत्तम काय' याचा शोध घेण्यात तुम्ही वेळ व्यतीत केलात, तर त्या वेळी तुम्ही सावधपणे निवड कराल, तुम्ही काही निर्णय कायमचे घेऊन टाकाल आणि अपेक्षांच्या अथांग सागरातून तुमच्या प्रवासाला सुरुवात होईल, अपेक्षांच्या अनंत प्रवासाची ती नांदी ठरेल.

या प्रवासात तुम्ही सावध, दक्ष राहिला नाहीत, तर अपेक्षांच्या उसळत्या दर्यात तुम्ही रसातळाला जाल, बुडून जाल.

वा! याला म्हणतात उत्तर! पण देवा, माझ्या आत्म्याचं बोलणं मी कसं ऐकायचं? ते मला कसं ऐकू येईल आणि मी ते ऐकतोय, हे मला कसं कळणार?

भावनांच्या रूपानं आत्मा तुमच्याशी बोलत असतो. तुमच्या भावनांचा कानोसा घ्या. भावनांचा मागोवा घ्या. भावनांचा आदर करा.

पण भावनांचा आदर करायला गेलं की मी नेमकाच अडचणीत सापडतो, मला सांग, माझ्या बाबतीत असं का होतं?

कारण, प्रगती म्हणजे 'त्रास' आणि 'ठेविले अनंते तैसेचि राहावे' असं म्हणून आहे तिथेच स्थिर राहणं म्हणजे 'सुरक्षित' असं तुम्ही शिक्कामोर्तबच केलं आहेत.

पण माझं तर असं म्हणणं आहे की, तुमच्या भावना तुम्हाला कधीच अडचणीत आणत नाहीत. कारण त्या तुमचं 'सत्य' असतात. तुमचं खरं प्रतिबिंब असतात.

आयुष्यात तुम्ही भावनांचा कानोसा घेत नाही. उलट प्रत्येक भावनेला मनाच्या यंत्राची चाळणी लावता आणि मग सरळ पुढे जाता. मन एखाद्या प्रसंगाचं, घटनेचं, परिस्थितीचं विश्लेषण करतं आणि त्या विश्लेषणाच्या आधारे तुम्ही तुमचा निर्णय घेता. म्हणजे मनानं एखाद्या परिस्थितीच्या केलेल्या विश्लेषणानुसार तुमचा निर्णय ठरतो. पण या असल्या निर्णयानं आनंदाची किंवा तो साजरा करण्याची अपेक्षा ठेवू

नका. तो निर्णय तुम्हाला आनंद देईलच असं नाही. 'आपली खरी ओळख' होण्याचा आनंद साजरा करता येईल या आशेने या निर्णयाकडे बघू नका.

लक्षात ठेवा – 'अ-मन', 'न-मन' अवस्था हाच खरा साजरा करण्याचा क्षण. मन रहित अवस्था येणं हाच खरा उत्सव.

तुम्ही तुमच्या आत्म्याचा आवाज ऐकलात की, स्वत:साठी 'सर्वोत्तम' काय आहे हे तुम्हाला कळेल. कारण ते सर्वोत्तमच तुमच्यासाठी सत्य असतं.

जेव्हा तुम्ही या स्व-सत्याला अनुसरून कृती करता, तेव्हा तुमची वाटचाल वेगाने सुरू होते. वर्तमान, तत्कालिक सत्यापेक्षा भूतकालीन, गत सत्यावर आधारित अशी अनुभवांची निर्मिती करता, तेव्हा तुम्ही स्वत:चीच नव-निर्मिती करता.

तुमच्या पसंतीचं सत्यात रूपांतर व्हायला, तुमची पसंती सत्यात उतरायला इतका वेळ का लागतो? त्याचं कारण म्हणजे तुम्ही तुमचं सत्य जगत नसता.

तुम्ही सत्य समजून घ्या आणि सत्य तुम्हाला मुक्त करेल. तुमचं सत्य काय आहे हे एकदा तुम्हाला कळलं की, त्याबद्दल तुमचं मन विचलित होऊ देऊ नका. हे मनच सर्वोत्तम ठरवण्याचा प्रयत्न करत असतं. ते थांबवा. मनाच्या पिंजऱ्यातून बाहेर या. तुमच्या जाणिवांपाशी परत जा.

'तुमच्या जाणिवांपर्यंत परत मागे येणं' ते हेच. तुम्ही कसा विचार करता यापेक्षा तुम्हाला कसं वाटतं हे पाहण्याचा हा परतीचा प्रवास आहे. तुमचे विचार हे फक्त विचार असतात, आणखी काही नाही. मनाची रचना, मनाची निर्मिती. मनानं रचलेले इमले. पण तुमच्या भावना म्हणजे खरे तुम्ही असता.

भावना म्हणजे आत्म्याची भाषा, आत्म्याचे बोल आणि तुमचा आत्मा हे तुमचं सत्य असतं.

मला सांग, हे सगळं तुझ्याही बाबतीत आहे ना?

म्हणजे आमच्या भावना – भले त्या कितीही नकारात्मक असोत की विघातक असोत – आम्ही त्या व्यक्त करायला हव्यात, असा याचा अर्थ आहे का?

तुला सांगतो, भावना कधीही नकारात्मकही नसतात आणि विघातकही. त्या निखळ सत्य असतात. तुम्ही तुमचं हे सत्य अभिव्यक्त कसं करता हे महत्त्वाचं.

जेव्हा तुम्ही प्रेमानं आपलं सत्य व्यक्त करता, तेव्हा नकारात्मक किंवा विघातक प्रतिक्रिया क्वचितच अनुभवास येतात आणि जेव्हा दुसऱ्या व्यक्ती नकारात्मक किंवा विघात्मक पद्धतीनं तुमचं सत्य अनुभवू पाहतात, तेव्हा क्वचित अशा प्रतिक्रियाही येऊ शकतात. अशा वेळी तुमच्या हातात काहीच नसतं. तुम्ही काहीच करू शकत नाही.

स्वत:चं सत्य अभिव्यक्त करता न येणं काही फारसं योग्य नाही हे नक्कीच. तरीही माणसं ते तसं सतत करत असतात. ते नेहमी स्वत:चं सत्य लपवण्याचा प्रयत्न करत असतात. कारण ते सत्य उघडपणे व्यक्त करण्यानं अनेक अप्रिय बाबींना तोंड द्यावं लागण्याची शक्यता असते.

लक्षात ठेवा : संदेश किती चांगल्याप्रकारे प्राप्त झाला आहे, यापेक्षा तो किती चांगल्या प्रकारे पाठवला गेला आहे हे जास्त महत्त्वाचं आहे.

इतर माणसं तुमचं सत्य कसं स्वीकारतात हे तुम्ही ठरवू शकत नाही. त्या गोष्टीची जबाबदारी तुम्ही घेऊ शकत नाही. तुमचं सत्य त्यांच्यापर्यंत नीट संप्रेषित झालंय ना, एवढंच तुम्ही बघू शकता. नीट, चांगल्या पद्धतीनं म्हणजे फक्त 'स्पष्टपणे' पोहोचणं असं नव्हे, तर ते तुम्ही कसं प्रेमाने, समरसतेने, भावनापूर्ण रीतीने, धैर्याने आणि पूर्णपणे त्यांच्यापर्यंत पोहोचवता हे माझ्या दृष्टीनं महत्त्वाचं आहे.

इथे अर्धसत्याला थारा नाही. इथे आहे ते फक्त निव्वळ, कठोर, स्पष्ट, सरळ सत्य. तेच संपूर्ण सत्य, त्यालाच देव साहाय्य करतो.

त्यात देवत्वाचे गुण आपसूक येतात. तुम्ही मला म्हणालात, तर प्रेम आणि करुणा या दैवी गुणांसह संप्रेषणात मी तुम्हाला मदत करेन.

तेव्हा तुम्ही ज्याला सर्वांत जास्त नकारात्मक भावना म्हणता, त्याही व्यक्त करा, पण ती अभिव्यक्ती विघातक नसावी.

नकारात्मक भावना व्यक्त करता आल्या नाहीत, त्या बाहेर दाखवता आल्या नाहीत की त्या तशाच आत राहतात. नकारात्मकता जर अशी आतल्या आत घुसमटून राहिली, तर ती शरीराला हानिकारक ठरते आणि ती आत्म्यावर ओझं बनून राहते. आत्मा त्या ओझ्याखाली दबून जातो.

पण देवा, एखाद्याबद्दल आपल्या मनात असलेली नकारात्मक भावना तू म्हणतोस तशी अगदी प्रेमानं त्याच्यापर्यंत पोहोचवली, तरी त्यामुळे त्या दोघांतल्या नातेसंबंधांवर नक्कीच परिणाम होणार.

'तुम्ही तुमच्या आतल्या नकारात्मक भावना व्यक्त करा, त्या व्यक्त करून मोकळे व्हा' एवढंच मी म्हटलं. त्या कशा किंवा कुणासमोर व्यक्त करायच्या याबद्दल मी बोललेलो नाही.

ज्याच्याविषयी तुमच्या मनात नकारात्मक भावना असतील, त्या त्याच्याशीच बोलून मोकळं व्हायला पाहिजे, असं नाही. पण एखाद्या वेळेस असं न बोलण्यानं एकमेकांत गैरसमज निर्माण होऊ शकतात. असं झालं तर मात्र बोलून टाकणं इष्ट!

तुमच्या मनातली नकारात्मक भावना ही त्या क्षणी, त्या वेळेपुरती योग्य वाटली तरी ती म्हणजे अंतिम सत्य नव्हे.

न सांगण्यानं काही गैरसमज, विचारांचा गोंधळ होणार असेल तर त्याला ते सांगा. तुमच्यालेखी जे सत्य आहे, तेच खरं आहे असं नाही. तुमच्या मनातल्या दुखऱ्या भागातून ती निर्माण होऊ शकते. बोलताना आपण काही वाईट गोष्टी बोलतो तसंच आपल्याला कायम म्हणायचं असतं असं नाही. (पूर्वग्रहदूषित) तुमच्या मनातल्या दबलेल्या भावनांचा तो उद्रेकही असेल! खरं तर ते नेहमीच तसंच असतं.

म्हणून तर नकारात्मक भावनांना वाट करून देणं हे फार महत्त्वाचं ठरतं. समोरासमोर बसून शहानिशा करून घेणं गरजेचं ठरतं. म्हणजे मग आपल्यालाही खरंच नेमकं तसंच म्हणायचं होतं का हेही तपासून बघता येतं.

बोलण्याच्या ओघात, एखाद्या वेळेस आपण काही लागट शेरे मारतो. पण 'आपण हे असं कसं बोललो? आपल्याला तसं म्हणायचं नव्हतं' हेही आपल्याला जाणवतं. आपलं आधीचं 'सत्य' आता 'सत्य' राहत नाही.

तुम्ही भीतीपासून रागापर्यंत सगळ्या भावना व्यक्त करता; पण काहीकाळानं ते चित्र पालटतं.

म्हणजे हे सगळं पूर्वग्रहदूषित दृष्टीमुळे घडतं. भावना ही नेहमीच आत्म्याची वाणी असते, अभिव्यक्ती असते. पण 'आपण आपल्या आत्म्याचा आवाज, त्याचं म्हणणं ऐकतोय ना,' याची तुम्ही नक्कीच खातरी करून घ्यायला हवी. मनानं उगाचच काहीतरी इमले बांधले, उगाच पूर्वग्रह करून घेतला, तर त्याच्यावर विश्वास ठेवणं, त्यावर विसंबून कृती करणं बरोबर नाही.

छान, म्हणजे आता मी माझ्या भावनांवरही विश्वास ठेवायचा नाही की काय? धन्य आहेस! तो सत्याकडे जाण्याचा मार्ग आहे, अशी माझी कल्पना होती. उलट तुला तेच सांगायचंय असंही मला वाटत होतं.

बरोबर, मला तेच सांगायचं होतं. पण एक, तुला आत्ता समजतंय त्यापेक्षा ते जास्त गुंतागुंतीचं आहे. काही भावना अगदी खऱ्या-खऱ्या म्हणजे आत्म्यापासून निर्माण झालेल्या असतात आणि काही भावना वरवरच्या, दिखाऊ, नकली असतात. त्या तुमच्या मनातून निर्माण होतात.

दुसऱ्या शब्दांत सांगायचं तर त्या 'भावना' नसताततच मुळी, ते असतात विचार. विचार म्हणजे भावनांचे मुखवटे – ते त्यांच्यासारखेच नकली असतात.

तुमचे विचार तुमच्या पूर्वानुभवांवर आधारित असतात. इतरांना आलेल्या अनुभवांवरूनही तुमचे विचार ठरतात. असं बघा, एखाद्याला दात काढून टाकताना

खूप त्रास झालेला तुम्ही पाहता. ते पाहून तुम्हालाही तुमचा दात काढताना दुखणारच असं वाटतं. कदाचित तुम्हाला अजिबात कळलेलंही नसतं. पण तुम्ही मात्र 'ते' दुःख उगाचच अनुभवता. 'आई गऽ दात दुखतोय' हे तुमचं विव्हळणं उगाच असतं. प्रत्यक्षात ते दुखणं नसतंच. पण त्याच्याशी तुम्हाला देणं-घेणं नसतं. तुम्ही इतरांच्या अनुभवांवर किंवा तुम्हाला आधी कधीतरी आलेल्या अनुभवांवरून तुम्ही आत्ताचं वास्तव ठरवता.

विचारांचे उगाचच इमले बांधायचं थांबवून आत्ताच्या या क्षणात जगणं हे माणसासाठी फार मोठं आव्हान आहे. आधीच्या अनुभवांवरून विचार करणं थांबवा. (विचार येण्याआधी 'pre-sent' क्षणांचा विचार) आत्ताच्या क्षणात जगा. तुमच्या स्व-अस्तित्वासाठी ती मोठी देणगी असेल. त्या क्षणाच्या गर्भात प्रचंड सत्याचं बीज असतं. तुमच्यासाठी ते 'स्मरणीय' सत्य असतं. दर क्षणी तुम्ही त्या-त्या क्षणाबद्दल विचारांचे मजले उभारायला लागता. त्या क्षणात राहण्याऐवजी तुम्ही नेमके त्या क्षणातून बाजूला जाता आणि त्याचं मूल्यमापन करता. मग प्रतिक्रिया (re-act) देता. तुम्ही आधी जसे वागलेले असता, तशीच ही आत्ताची प्रतिक्रिया असते.

आता हे दोन शब्द बघा – REACTIVE, CREATIVE नीट लक्ष दिलंत तर लक्षात येईल की, हे दोन्ही शब्द सारखे आहेत – फक्त 'C' या अक्षराची अलटापालट केलीय! जेव्हा तुम्ही सगळ्या गोष्टींकडे योग्य दृष्टीनं पाहता – 'C' – तेव्हा तुम्ही रिॲक्टिव्ह (Reactive) होण्यापेक्षा क्रिएटिव्ह (Creative) होता.

वा! हे फारच छान आहे.

अरे, देव असाच असतो.

पण मला जे आवर्जून सांगायचंय ते म्हणजे जेव्हा तुम्ही पूर्वग्रहदूषित दृष्टी न ठेवता प्रत्येक क्षणाला कोऱ्या पाटीनं, स्वच्छपणे सामोरे जाता, तेव्हा तुम्ही जसे असता तसेच व्यक्त होता. त्या वेळी तुम्हाला तुम्ही आधी कोणीतरी होता, ते आठवून नव्यानं तसं वागायची गरज पडत नाही.

आयुष्य म्हणजे निर्मितीची निरंतर, सतत चालू असणारी प्रक्रिया आहे आणि ती पुनर्निर्मितीची, पुनराभिव्यक्तीची प्रक्रिया आहे, असं समजून तुम्ही ती तशीच सुरू ठेवा.

पण मला सांग, एखाद्या प्रसंगात म्हणा किंवा एखाद्या क्षणी कुठलाही सदसद्विवेकी, विचारी माणूस त्या संबंधीच्या आधीच्या अनुभवाकडे दुर्लक्ष कसा करेल? त्या संबंधित विषयाबद्दल आपल्याला आधी असलेली सगळी माहिती जमेस धरूनच त्यातूनच त्याची प्रतिक्रिया उमटणं हे सर्वसाधारणच नाही का?

तू म्हणतोस तसं हे सर्वसामान्य, नॉर्मल असू शकतं; पण स्वाभाविक, नॅचरल नाही. 'सर्वसाधारण, सर्वसामान्य' म्हणजे जे नेहमी सरसकट केलं जातं. जेव्हा तुम्ही असं 'सरसकट' वर्तन करण्याचा प्रयत्न करत नसता, तेव्हा तुम्ही 'स्वाभाविक' वागत असता.

सर्वसाधारण आणि स्वाभाविक (Normal and Natural) या दोन गोष्टी सारख्या नाहीत. तुमच्या समोर येणाऱ्या कुठल्याही प्रसंगात तुम्ही नेहमी जसं करता तसं कराल किंवा जे सहजगत्या होईल ते करता.

तुला सांगतो, प्रेमाइतकी सहज गोष्ट दुसरी कुठली नाही.

जर तुम्ही प्रेमानं वागलात, तर तुम्ही सहजपणे वागत असाल. जर तुमच्या वागण्यात भीती, राग, चीड असेल म्हणजे जर तुम्ही घाबरून, रागावून, चिडून प्रतिक्रिया देत असाल तर ते तुम्ही सहजपणे (Normaly) करत असाल, पण ती तुमची कृती स्वाभाविक (Natural) नसेल. (राग येईल, पण तुमचा स्वभाव चिडखोर नसेल.)

एखादा विशिष्ट क्षण, प्रसंग अतिशय क्लेशकारक ठरण्याची शक्यता आहे, असं माझे सगळे पूर्वानुभव ओरडून-ओरडून सांगत असतील, तर माझ्या कृतीत मी प्रेम कसं आणू शकेन? त्या प्रसंगात मी प्रेमानं कसा वागू शकेन?

तुझ्या सगळ्या पूर्वानुभवांकडे दुर्लक्ष कर आणि थेट त्या क्षणात शिरून त्याचा अनुभव घे. आत्ताच्या क्षणात, वर्तमानात जग. त्या क्षणी काय करणं योग्य ठरेल, जेणे करून तुझ्यात काहीतरी नवनिर्मिती होईल, ते पाहा.

लक्षात ठेव, तू इथे हेच करतो आहेस, 'आपण कोण आहोत' हे जाणून घेण्यासाठी या जगात तू याच मार्गानं, या वेळी या ठिकाणी आला आहेस; 'तू कोण आहेस' हे समजून घेण्यासाठी आणि तुझ्या इच्छेतला तू घडवण्यासाठी, निर्माण करण्यासाठी.

हाच तर साऱ्या आयुष्याचा हेतू आहे. आयुष्य म्हणजे सतत सुरू राहणारी, कधीही न संपणारी अशी पुनर्निर्मितीची प्रक्रिया आहे. स्वतःबद्दलच्या तुझ्या सर्वोच्च कल्पनेपर्यंत पोहोचण्यासाठी स्वतःची पुनर्निर्मिती करत राहा.

हे म्हणजे 'आपल्याला उडता येईल' असं म्हणून सर्वांत उंच इमारतीवरून एखाद्या माणसानं थेट उडी घेण्यासारखं नाही का? त्यानं स्वतःच्या पूर्वानुभवांकडे दुर्लक्ष करावं, इतरांचे अनुभव लक्षात घ्यावेत आणि 'मी देव आहे' असं जाहीर करत थेट उडी घ्यावी हे काही फारसं हुशारीचं लक्षण नाहीये.

पण मी तुला सांगतो, उडण्यापेक्षाही जास्त मोठ्या गोष्टी माणसानं प्राप्त केल्या आहेत. माणसानं व्याधी दूर सारल्या आहेत. मरणासन्न माणसालाही जीवदान दिलंय.

एखाद्याच्या बाबतीत ठीक आहे.

एखाद्यानं या ऐहिक जगावर अशा शक्तीनं मात केलीय असं तुला वाटतंय.

एकाच माणसानं हे करून दाखवलं.

तसं नाही. मला सांग, तांबड्या समुद्राचे दोन भाग कोणी केले?

देवानं.

अगदी बरोबर. पण देवाला तसं करायला कुणी सांगितलं?

मोझेसनं.

बरोब्बर, आणि आजारी माणसाला बरं करायला आणि मरणाच्या दारात असलेल्याला परत आणायला मला कुणी सांगितलं?

जीझसनं.

होय, आता मला सांग, मोझेस आणि जीझस जे करू शकले, ते तू करू शकणार नाहीस असं वाटतं तुला?

पण ते त्या गोष्टी स्वत: करू शकले नाहीत. ते त्यांनी तुला करायला सांगितलं. स्वत: करणं आणि तुला करायला सांगणं यात फरक आहे ना!

ठीक आहे. तात्पुरतं तुझं म्हणणं आपण मान्य करू. पण हे चमत्कार घडवायला त्यांच्यासारखं तू मला सांगू शकत नाहीस, असं तुला वाटतंय का?

मी सांगू शकेन, असं मला वाटतं.

आणि मी तुझं म्हणणं मान्य करेन?

कोणास ठाऊक? मला माहीत नाही.

बघितलंस? मोझेस आणि तू यांच्यात हाच तर फरक आहे. याच कारणानं जीझस तुझ्यापेक्षा वेगळा ठरतो.

जीझसच्या नावानं तुझ्याकडे काही मागितलं, तर तू ती मागणी पूर्ण करतोस, असं बऱ्याच जणांना वाटतं.

खरं आहे. अनेकांना तसं वाटतं. आपल्याजवळ कुठलीच शक्ती नाही, अशी त्यांची खातरी असते. पण जीझसकडे ती शक्ती आहे, हे त्यांनी पाहिलेलं असतं किंवा ज्यांनी ते पाहिलेलं असतं त्यांच्यावर यांचा विश्वास असतो. म्हणून ते जीझसच्या नावाचा आधार घेतात. पण 'तुम्हाला यात एवढं आश्चर्य का वाटतंय? या आणि याहूनही कितीतरी गोष्टी तुम्हीसुद्धा करू शकता' असं साक्षात जीझस म्हणाला, तरी लोक त्याच्यावर विश्वास ठेवू शकत नाहीत. अगदी आजतागायत असंच झालंय.

'आपण म्हणजे अगदीच कुचकामी आहोत, आपल्यात काही अर्थ नाही.' अशी तुम्हा सर्वांची धारणा असते. म्हणून तुम्ही जीझसच्या नावाचा किंवा व्हर्जिन मेरीचा आधार घेता किंवा या ना त्या संताला शरण जाता. सूर्यदेवाची किंवा पश्चिमेच्या देवाची प्रार्थना करता. स्वतःला सोडून तुम्ही जगातल्या दुसऱ्या कोणाच्याही नावाचा आधार घेत असता.

मला हे ठाऊक आहे. तरीही सांगतो, तुम्ही स्वतः प्रश्न विचारा, तुम्हाला उत्तर मिळेल, स्वतः शोध घ्या, तुम्हाला सापडेल. देवाच्या दरवाजावर तुम्ही स्वतः थाप मारा – तो तुमच्यासाठी उघडला जाईल.

म्हणजे इमारतीवरून उडी घ्या – तुम्ही उडायला लागाल – असंच ना?

अनेक जण अलगद अधांतरी उचलले गेले आहेत. विश्वास बसेल याच्यावर?

हं, म्हणजे तसं मी ऐकलंय.

आणि काही जण भिंतीच्या आरपार गेले आहेत, तर काहींनी चक्क त्यांचं शरीर सोडलं आहे.

हो-हो, पण मी तरी असं भिंतीतून जाणाऱ्या कोणाला बघितलेलं नाही आणि कोणी असा प्रयत्न करून बघावा असं मी सुचवणार नाही. उगाच इमारतींवरून उड्या माराव्यात असंही मला वाटत नाही – आरोग्याच्या दृष्टीनं हे काही फारसं चांगलं नाही.

उडता येत नव्हतं म्हणून त्या माणसाचा कपाळमोक्ष झाला असं नव्हे, तर त्याला 'नेमकं कसं असावं' हे कळलं नाही, म्हणून तो जिवाला मुकला. तसं जर झालं नसतं तर तुमच्यापासून स्वतःला वेगळं दाखवून देऊन त्याला देवत्वाचा साक्षात्कार घडवता आला नसता.

हे जरा आणखी स्पष्ट करून सांग ना –

इमारतीवर राहणारा तो माणूस स्वतःच्याच कल्पनाविश्वात जगत होता. त्यात तो तुम्हा बाकीच्यांपेक्षा स्वतःला वेगळं समजत होता. 'मी देव आहे' अशी घोषणा करत त्यानं खोटेपणातूनच त्या प्रात्यक्षिकाला सुरुवात केली. त्याला स्वतःचं वेगळेपण दाखवायचं होतं. स्वतःला 'मोठं' करायचं होतं – जास्त शक्तिमान असल्याचं दाखवायचं होतं.

ती त्याची अहंभावाची कृती होती. अहंभाव-अहंकार हा प्रत्येकाच्या संदर्भात वेगळा असतो, वैयक्तिक असतो, त्याची प्रतिकृती नसते किंवा तो तसाच दुसऱ्याला दाखवता येत नाही. तो एकमेवाद्वितीय असतो.

'मी देव आहे' हे दाखवून देण्याच्या हव्यासातून इमारतीवरच्या त्या माणसानं स्वतःचं वेगळेपण सिद्ध केलं. सर्व प्राणिमात्रांशी आपलं एकरूपत्व त्याला दाखवायचं नव्हतं, तर मी कोणीतरी वेगळा आहे हे दाखवायचं होतं. त्या नादात देवत्वाऐवजी अ-देवत्वाचं प्रदर्शन झालं आणि त्याचा प्रयत्न अपयशी झाला.

याउलट जीझसनं एकात्मतेतून देवत्वाचा प्रत्यय दिला. जीझसनं जेव्हा-जेव्हा आणि ज्यांच्या-ज्यांच्यावर कृपादृष्टी टाकली, तेव्हा एकात्मता आणि समग्रतेचाच अनुभव आला. त्या-त्या वेळी त्याचा आणि माझा विवेक, जाणीव एकच होती आणि त्या अवस्थेत, त्या पवित्र क्षणी त्याला दैवी साक्षात्कार झाला.

अच्छा! म्हणजे 'ख्राईस्ट कॉन्शसनेस'मधून हे सगळे चमत्कार होतात तर! तसं असेल तर सगळ्या गोष्टी सोप्या होतील...

खरंच तसंच होतं. तुला वाटतं त्याहूनही सोप्या! आणि अनेकांनी तसा

कॉन्शस, अंतर्मन प्राप्त केलंय, जीझससारखी जाणीव त्यांनाही झालीय. अनेकजण 'ख्रिस्त' झालेत– आता फक्त नाझरेथचाच जीझस राहिलेला नाही.

तूसुद्धा 'ख्रिस्त' होऊ शकतोस.

कसा?

आपल्या अस्तित्वाचा शोध घेऊन आपल्या 'असण्याचा' पर्याय निवडून. पण ही निवड मात्र दर दिवशी, हरघडी करायला हवी. तीच तुमच्या आयुष्याचं ध्येय बनून जायला हवी.

तुमच्या आयुष्याचं ध्येय तेच आहे, फक्त तुम्हाला ते कळत नाहीये. त्याची तुम्हाला जाणीव नाहीये आणि जरी तुम्हाला ती जाणीव झाली, आपल्या आत्ताच्या अस्तित्वाचं थेट प्रयोजन जरी कळलं, तरी तुम्ही आत्ता जिथे आहात तिथून त्या प्रयोजनापर्यंत कसं पोहोचायचं, आपलं ध्येय कसं गाठायचं हे तुम्हाला कळेलच असं वाटत नाही.

हो ना, तीच तर अडचण आहे. मी आहे तिथून, मला जायचंय तिथे मी कसा जाऊ बरं?

मी तुला पुन्हा सांगतो. तुझा तूच शोध घे – तुझा तुलाच मार्ग सापडेल. दरवाजा ठोठव – तुझ्यासाठी तो उघडेलच.

'शोध घेणं' आणि 'दरवाजा ठोठावणं' हे उद्योग मी गेली पस्तीस वर्षं करतोय. गेली पस्तीस वर्षं मी शोधच घेत आलोय आणि दरवाजा ठोठावतो आहे. माफ कर, पण आता मी कंटाळलो आहे.

तुला जे वाटत होतं, तसं झालं नाही – तुझ्या कल्पना चुकीच्या ठरल्या म्हणून नाराज आहेस – बरोबर? पण खरं तर तुझ्या प्रयत्नांसाठी मी तुला 'अ' दर्जा देईन – पण तू गेली पस्तीस वर्षं शोध घेतोयस आणि दरवाजा ठोठावतो आहेस हे तुझं म्हणणं मला मान्य नाही.

पण चल, गेली पस्तीस वर्षं तू कमी-जास्त प्रमाणात हे करतोयस असं धरून चालू – (बहुधा कमी प्रमाणातच).

पूर्वी तुझ्या ऐन तरुणपणात जेव्हा तू अडचणीत असायचास, जेव्हा तुला कशाची तरी गरज असायची, तुला काहीतरी हवं असायचं – फक्त तेव्हाच तू

माझ्याकडे यायचास. हळूहळू तुझं वय वाढत गेलं आणि तुझे विचार परिपक्व व्हायला लागले, तसं 'देवाबरोबरचं हे नातं बरोबर नाही' असं तुझ्या लक्षात यायला लागलं आणि मग हे नातं आणखी अर्थपूर्ण करण्यासाठी तू धडपडायला लागलास. पण तेव्हासुद्धा मी तुझ्यालेखी कमी-अधिक प्रमाणात एक वस्तूच होतो.

पण नंतर मात्र तुला समजून चुकलं की, देवाशी संवाद साधूनच त्याला मिळवता येतं. हे लक्षात आल्यावर तू असा संवाद साधण्याच्या दृष्टीनं आचार-विचारात बदल करायची सवय लावून घ्यायला लागलास, अर्थात हे सगळं तू मुद्दाम, जाणीवपूर्वक करत होतास असंही नाही, ते घडत होतं.

तू ध्यान करत होतास, रीतिरिवाज पाळत होतास, माझं रूप डोळ्यांसमोर ठेवून प्रार्थना करत होतास, जप करत होतास. तुझ्यात आत्म्याच्या रूपानं माझाच वास आहे, असं मानून तू आत्म्याला जागं करत होतास. हे सगळं तू करायला लागलास, पण केव्हा? जेव्हा तुला ते योग्य वाटलं, जेव्हा तुला ते मनापासून करण्याची इच्छा झाली तेव्हा!

या तुझ्या कृतींमध्ये तुला काही वेळा माझी दिव्य अनुभूती मिळाली, तरीही आज तुझं पंचाण्णव टक्के आयुष्य उलटून गेल्यावरही तू माझ्यापासून वेगळा असल्याच्या भ्रामक कल्पनेत अडकतोयस आणि त्यामुळे तुला अंतिम सत्याची फक्त झलकच कधीमधी अनुभवायला मिळते.

मोटार-दुरुस्ती, नात्यांमधल्या अपेक्षा आणि टेलिफोन बिलं हेच आयुष्य आहे असं अजूनही तुला वाटतं. खरं तर हे खेळ तूच निर्माण केले आहेस – हे खेळ, ही नाटकं निर्माण करणाऱ्याचा तर तू विचारच करत नाहीस.

तू अजूनही या नाटकात का रमलायस, ही नाटकं तू अजूनही का खेळतोयस हे अजून तुला शिकायचं आहे. तुझ्या मताप्रमाणे, समजुतीप्रमाणे तू जगत नाहीस. 'मला देवाशी संपर्क साधण्याचा मार्ग माहीत आहे' असं तू म्हणतोस. पण तो मार्ग तू स्वीकारत नाहीस. तो मार्ग ठाऊक असल्याचा तुझा दावा असतो, पण तू त्यावरून वाटचाल करत नाहीस.

इतकं सगळं घडल्यावर मग तू माझ्याकडे येतोस आाणि म्हणतोस की, तू गेली पस्तीस वर्षं मला शोधतो आहेस – माझा दरवाजा ठोठावतो आहेस.

तुझ्या चुकीच्या कल्पनांबद्दल तुला दोष द्यावा असं मला वाटत नाही, पण...

पण आता मात्र चुकीच्या कल्पनांत गुंतून पडणं थांबवण्याची वेळ आली आहे. तू स्वत: खरंच कोण आहेस हे आता पाहायला सुरुवात केली आहेस.

आता माझं म्हणणं असं आहे की, तुला 'ख्रिस्त' व्हायचं आहे का? तसं असेल तर ख्रिस्तासारखं वाग, दर दिवशी दर क्षणी तसाच वाग. (ते कसं हे तुला माहीत नाही असं नाही. ख्रिस्तानं तो मार्ग दाखवला आहे.) आयुष्यात प्रत्येक प्रसंगी

ख्रिस्तासारखा राहा. (तू तसं राहू शकणार नाहीस असं नाही. त्यानं तो वस्तुपाठ घालून दिलाय.)

गरज वाटली तर तुला मदत मिळाल्याशिवाय राहणार नाही. दररोज हरघडी मी तुला मार्गदर्शन करतो आहे. मी तुझ्या आतला आवाज आहे. कुठला मार्ग स्वीकारायचा, कुठल्या मार्गानं वाटचाल करायची, कुठे कुठलं वळण घ्यायचं, काय उत्तर द्यायचं, प्रत्यक्षात कुठली कृती करायची, कोणते शब्द उच्चारायचे, तुला खरंच मनापासून माझ्या संपर्कात राहून माझ्याशी एकरूप कसं व्हायचं हे सगळं हा आतला आवाज हळुवारपणे तुला सांगत असतो.

फक्त लक्ष देऊन माझा आवाज ऐक.

मला तो कसा ऐकायचा हे माहीत नाही, असं मला वाटतं.

ए, काहीतरी वेड्यासारखं बोलू नकोस. तू अगदी आत्ताही ते करतोयस. तेच फक्त सतत – पूर्ण वेळ कर.

छे! हरघडी हातात असं पॅड आणि पेन घेऊन फिरणं माझ्याच्यानं होणार नाही. तू कधी तशी तल्लख बुद्धीची उत्तरं देतोयस आणि मी ती लिहून घेतोय अशा अपेक्षेनं मी माझी बाकीची कामं थांबवू शकत नाही.

धन्यवाद! माझी उत्तरं तल्लख बुद्धीची आहेत तर! हे घे आणखी एक तसंच उत्तर – होय! तू ते करू शकतोस. तुला ते शक्य आहे.

मला असं म्हणायचं आहे की, या आधी एखाद्यानं जर तुला सांगितलं असतं की 'तुम्ही देवाशी थेट जोडले जाऊ शकता – थेट 'लाइन' टाकू शकता आणि त्यासाठी तुम्ही फक्त एक कागद-पेन सतत हाताशी ठेवायचा म्हणजे झालं – तर तू कधी तसं केलं असतंस का?

हो तर, नक्कीच!

तू आत्ता 'हो' म्हटलंस तरी त्या वेळी तू तसं केलं नसतंस किंवा करू शकला नसतास. तुला काय झालंय? तू काय बोलतोयस? तुझं सत्य तरी काय आहे?

तुझ्यासाठी आता एक चांगली बातमी आहे – तुला आता पॅड आणि पेनची गरज नाही. मी सतत तुझ्याबरोबरच आहे. अरे, मी त्या पेनात नसतो – माझा तर तुझ्यात निवास असतो.

हे बाकी खरं... हो ना? नाही म्हणजे, माझा खरंच या गोष्टीवर विश्वासच बसत नाहीये. मी विश्वास ठेवू ना?

नक्कीच, माझ्या या म्हणण्यावर विश्वास ठेव, हेच तर मी तुला पहिल्यापासून सांगत आलो. तुझ्या जीझससकट सगळे सत्पुरुष – संत हेच सांगत होते. हीच त्यांची खरी मुख्य शिकवण आहे. हेच अंतिम सत्य आहे. मी कायम तुझ्याबरोबर आहे – अगदी अनादी काळापर्यंत. विश्वास ठेवशील याच्यावर?

होय, आता ठेवेन. म्हणजे सर्वांत जास्त, नक्कीच.

शाब्बास! आता माझा उपयोग करून घे. तसं जर झालं तर पेन आणि पॅड (आणि मला वाटतं ते तुला खूपच बरं पडतं) बाहेर काढ – ते नेहमी हाताशी ठेव – रोज – तुला वाटलं तर तासातासालाही –

माझ्याजवळ ये. अगदी जवळ. तुला जे शक्य आहे ते-ते कर – त्यासाठी हवे ते प्रयत्न कर.

एखादी कविता म्हण. दगडाचं चुंबन घे. पूर्वेला वंदन कर. मंत्रपठण कर. लंबकोपचार कर. शक्तीचा वापर कर. किंवा एखादं पुस्तक लिही.

शक्य असतील त्या गोष्टी करून बघ.

तुमच्यातला प्रत्येक जण स्वतंत्र व्यक्तिमत्त्वाचा आहे. तुमच्यातल्या प्रत्येकानं स्वतःच्या कल्पनेतून मला समजून घेतलंय, मला साकार केलंय.

तुमच्यातल्या काही जणांच्या लेखी मी पुरुष आहे, तर काही जणांना मी स्त्रीरूपात भावतो. काही जण मला दोन्ही रूपात भजतात, तर काहींसाठी मी निर्गुण निराकार असतो.

मी म्हणजे निखळ शक्ती आहे असं काही जण म्हणतात, तर काहींना सर्वोच्च प्रेम भावनेत मी दिसतो; तर मी कसा आहे याची काहींना कल्पनाच येत नाही.

मी 'आहे' एवढंच तुम्हाला ठाऊक आहे आणि ते तसंच आहे.

मी आहे.

तुमचे केस भुरूभुरू उडवणारा वारा मी आहे. तुमच्या शरीराला ऊब देणारा सूर्य मी आहे. तुमच्या चेहेऱ्यावर खट्याळपणे नाचणारा पाऊस मी आहे. हवेत पसरणारा फुलांचा सुगंध मी आहे आणि ज्यांचा सुगंध सगळीकडे दरवळतो, ती फुलं मी आहे. फुलांचा सुवास इकडून तिकडे घेऊन जाणारी हवा मी आहे.

तुमच्या पहिल्या विचाराचा 'श्रीगणेशा' मी आहे आणि तुमच्या शेवटच्या विचाराची 'इतिश्री'पण मी आहे. तुमच्या उत्तम कल्पनांनी तुमचं आयुष्य उजळवून

टाकणारी कल्पना मी आहे. त्या कल्पनापूर्तीचा गौरव, तेज मी आहे. तुमच्या आतापर्यंतच्या सर्वांत सुंदर कृतीमागची प्रेरणा, प्रेरक भावना मी आहे. अशीच कृती वारंवार करण्यामागे तुम्हाला उद्युक्त करणारा मी तुमचाच एक घटक आहे.

तुम्ही जे काही करता, भले ते रीतिरिवाज पाळणं असो, समारंभ असोत, प्रात्यक्षिकं असोत, ध्यानधारणा असो, विचार करणं असो, गाणं असो, शब्द असोत किंवा कृती असो – ती तुम्हाला माझ्याशी पुन्हा जोडून देते. करून बघा.

हे सगळं करताना माझं स्मरण करा. मला स्मरून या सगळ्या गोष्टी करा.

३

तेव्हा, देवा, थोडंसं मागे जाऊ या. तू मला आत्तापर्यंत जे सांगितलंस ते थोडक्यात मांडायचा मी प्रयत्न करतो, मला तुझ्या सांगण्यातले हे मुद्दे महत्त्वाचे वाटतात –

- आयुष्य म्हणजे निर्मितीची निरंतर प्रक्रिया आहे.
- कुठलेच संत-महात्मे एखाद्याचं मन बदलण्याचा प्रयत्न करत नाहीत. माणूस एकच गोष्ट सतत निवडत राहतो.
- कुठल्याच प्रश्नाला नकारात्मक उत्तर देऊ नका.
- आपले विचार, भावना आणि शब्द यातून आपणच आपलं भविष्य घडवत असतो.
- आयुष्य ही निर्मितीची प्रक्रिया होऊ शकते किंवा प्रतिक्रियांचीही प्रक्रिया होऊ शकते.
- आत्मा निर्माण करतो, मन प्रतिक्रिया देतं.
- मन जे आत्मसात करू शकत नाही, ते आत्म्याला समजू शकतं.
- स्वत:साठी 'सर्वोत्तम' काय याचा शोध घेण्याचा प्रयत्न (म्हणजे आपण जास्तीतजास्त काय कमवू शकू, कमीतकमी काय गमवू शकू, आपल्याला हवे ते मिळवू शकू) करणं थांबवा आणि 'आपण कोण आहोत' अशा विचारांमध्ये गुंतून जा.
- तुमच्या भावना म्हणजे तुमचं सत्य असतं. जे तुमच्यासाठी सत्य, वास्तव असतं ते तुमच्यासाठी सर्वोत्तम असतं.
- विचार म्हणजे भावना नव्हेत; किंबहुना तुम्हाला कसं वाटावं याच्या त्या कल्पना आहेत. जेव्हा विचार आणि भावना यांच्यात गफलत होते, तेव्हा सत्य झाकोळून जातं, हरवून जातं.
- भावनांबद्दल पुन्हा बोलायचं तर स्वत:च्या मनातून बाहेर पडा आणि तुमच्या सदसद्विवेकाचा आधार घ्या.
- स्वत:चं वास्तव, सत्य समजलं की ते जगा.

- नकारात्मक भावना या मुळातच खऱ्या भावना अजिबात नसतात. उलटपक्षी तुमचे पूर्वानुभव आणि इतरांचे अनुभव यातून निर्माण झालेले तुमचे विचार असतात.
- पूर्वानुभव हे सत्याचे संकेतक नसतात. कारण निखळ सत्य हे आत्ता या क्षणीच निर्माण झालेलं असतं, त्याला पूर्वेतिहास नसतो.
- कुठल्याही गोष्टीबाबत तुमच्या प्रतिसादात बदल करायचा असेल, तर त्यासाठी वर्तमानात जगा (pre-sent), जो क्षण आत्ता तुमच्याकडे पाठवला आहे, ज्याचा तुम्ही क्षणापूर्वी विचार केला होतात... दुसऱ्या शब्दांत सांगायचं, तर वर्तमानात जगा, भूतकाळात किंवा भविष्यकाळात रमू नका.
- भूतकाळ आणि भविष्यकाळ हे फक्त कल्पनेतच अस्तित्वात असू शकतात. आत्ताचा क्षण हेच एकमेव सत्य आहे. वर्तमानात जगा.
- शोधा म्हणजे सापडेल.
- देव, देवता किंवा सत्याशी जोडलेलं राहण्यासाठी आवश्यक ते सर्व काही करा. तुमची नैमित्तिक कर्म, पूजापाठ, प्रार्थना, कुळाचार, ध्यानधारणा, पारायणं, जप लिहिणं, इतर काही लिखाण अशा कुठल्याही गोष्टी त्या सर्वशक्तिमान सर्वात्मकाशी तुमचे भावबंध जोडून देत असतात. आत्तापर्यंतचं हे सगळं तुला कसं वाटतंय?

वा! फारच छान! सगळ्या गोष्टी आता तुझ्या लक्षात आल्या आहेत. आता मला सांग, या सगळ्या तू आचरणात आणू शकशील?

मी आता प्रयत्न करणार आहे.

शाब्बास!

हं, ते जाऊ दे. मघाशी आपण जो विषय अर्धवट सोडला होता, त्याकडे पुन्हा वळू या? 'काळ-वेळ' (time) या संकल्पनेबद्दल मला सांग.

वर्तमानासारखा दुसरा काळ, वेळ नाही. त्याबद्दल याआधी तू नक्कीच ऐकलं असावंस असं मला वाटतं. पण त्या वेळी ते तुझ्या लक्षात आलं नव्हतं, आता ते येतंय.

'वर्तमान' या खेरीज दुसरा काळ नाही. 'आत्ताच्या' क्षणाखेरीज दुसरा क्षण नाही. 'आत्ता-वर्तमान' हाच सर्वव्यापी आहे.

असं असेल तर मग 'काल' आणि 'उद्या'बद्दल काय म्हणशील?

तुझा कल्पनाविलास! तुझ्या मनानं रचलेले इमले! अंतिम सत्याच्या विश्वात अस्तित्वशून्य असलेल्या कल्पना.

घडलेली, घडत असलेली आणि पुढे घडणारी प्रत्येक गोष्ट आत्ता या क्षणी घडत असते.

मला नाही समजलं...

आणि समजणारही नाही. अगदी पूर्णपणे कळणार नाही, पण तुला सुरुवात करता येईल आणि कळून घ्यायला सुरुवात करणं हेच इथे सर्वांत जास्त आवश्यक आहे.

तेव्हा... फक्त ऐक, लक्ष देऊन ऐक.

काळ हा अखंड नसतो. तो सापेक्ष असतो. तो ऊर्ध्वगामी असतो.

काळ म्हणजे डावीकडून उजवीकडे काढली जाणारी रेषा नव्हे. प्रत्येक व्यक्तीच्या जन्मापासून ते मृत्यूपर्यंतचा प्रवास दाखवणारी अशी तथाकथित 'काळरेखा' नव्हे; आणि विश्वाच्या पसाऱ्यात एखाद्या विशिष्ट बिंदूपासून ते दुसऱ्या एखाद्या विशिष्ट बिंदूपर्यंत जाणारी अशी ती दर्शक रेषा नव्हे.

काळ ही वर आणि खाली जाणारी गोष्ट आहे. वर्तमानाच्या चिरंतन क्षणाचं प्रतिनिधित्व करणाऱ्या एखाद्या चक्राची कल्पना करा – तेच काळचक्र!

समजा त्या चक्रावर एकावर एक कागदाचे कपटे ठेवले – ते म्हणजे काळाचे घटक. ते परस्परांना पूरक असले, तरी त्यातला प्रत्येक घटक स्वतंत्र आणि अगदी स्पष्ट, ठळक आहे. त्या प्रत्येकाचं वेगळं अस्तित्व आहे. तरीही ते एकत्र आहेत. एकाच ठिकाणी, जणू काही ते कायमच तिथे एकत्र असणार आहेत, कायमचे तिथे एकत्र होते...

एकच... आत्ताचा क्षण हाच खरा. तोच खरा अस्तित्वाचा असतो, तोच शाश्वत असतो.

प्रत्येक गोष्ट अगदी आत्ता या क्षणीच घडत असते आणि मला याचा आनंद आणि अभिमान आहे. देवाच्या आनंदासाठी वाट पाहावी लागत नाही. मी ही सगळी निर्मिती केली. कारण मला मुळीच धीर निघत नव्हता. माझ्या सत्याच्या प्रत्यक्ष रूपासाठी वाट न पाहता 'मी कोण आहे' – माझं अस्तित्व – या आनंदात मी बुडून गेलो. तेव्हा चला, आनंद साजरा करा, अगदी आत्ता, इथे या क्षणी, हा क्षणच तर महत्त्वाचा आहे.

या गोष्टीला आदि नाही अन् अंतही नाही. प्रत्येक गोष्टीत ते भरून राहिलेलं असतं – ते निखळ अस्तित्व.

त्या अस्तित्वातच – 'असण्या'तच तुमचे अनुभव आणि तुमची सगळ्यात मोठी गुपितं सामावलेली असतात. त्यात तुमच्या आवडीनुसार, तुमच्या पसंतीनं तुम्हाला हवं तेव्हा कुठल्याही स्थळी-काळी डोळसपणानं विहार करू शकता.

म्हणजे आम्ही त्या-त्या काळात प्रवेश करू शकतो असं तुला म्हणायचं आहे का?

अगदी बरोबर! आणि तुमच्यातल्या अनेकांनी असा प्रवास केलेला आहे, खरं तर तुम्ही सगळ्यांनीच – इतकंच नाही तर तुम्ही तो रोजच करत असता. ज्याला तुम्ही स्वप्नं म्हणता, त्या स्वप्नावस्थेत तुम्ही हेच तर करता. तुमच्यातल्या बहुतेकांना त्याची जाणीव नसते. तुम्ही ती जाणीव तशीच कायमही धरून ठेवू शकत नाही. पण त्यातली शक्ती तुम्हाला गोंदासारखी चिकटून राहते आणि काही वेळा तिचं प्रमाण बरंच वाढतं; इतकं की, ती शक्ती झटकन ग्रहण करू शकणारी संवेदनशील माणसं तुमच्या भूतकाळ किंवा भविष्यकाळातल्या घटनांबद्दल सांगू शकतात. तुमच्यातून बाहेर पडणाऱ्या त्या शक्तीच्या लाटा या संवेदनशील माणसांना जाणवतात किंवा ते त्या 'वाचू' शकतात आणि मग तुम्ही त्यांना 'दर्शक' किंवा 'अमानवी शक्ती असणारे' मानता. काही वेळा भावनांच्या शक्तीचा हा प्रवाह इतका जास्त असतो की, तुम्हाला स्वतःलासुद्धा तुमच्या मर्यादित जागृतावस्थेत जाणवतं की, 'अरे, मी या आधीही इथे, या ठिकाणी आलो होतो.' 'मी हे सगळं या आधी केलेलं आहे' या जाणिवेनं तुम्हाला चांगलाच धक्का बसतो.

खरंच?

होय. किंवा कधी-कधी असंही होतं – तुम्ही एखाद्या व्यक्तीला भेटता आणि 'ही तर आपल्या खूप ओळखीची आहे. आपली खूप जुनी ओळख आहे, अगदी अनंतकाळापासूनची, जन्मोजन्मीची–' असं तुम्हाला वाटतं.

ही जाणीव फारच भन्नाट आहे. अद्भुत आहे. ही खूप सुंदर आणि 'खरी' भावना आहे. तुम्ही त्या आत्म्याला कायमच ओळखत असता.

'कायम' म्हणजे अगदी क्षण. याचा अर्थ, तेव्हा तुम्ही काळाच्या चातीवरच्या तुमच्या कागदाच्या कपट्यावरून वर किंवा खाली बघत असता आणि त्या वेळी तुम्हाला बाकीचेही सगळे कपटे दिसलेले असतात आणि तुम्ही स्वतःला त्या ठिकाणी पाहता, कारण त्या प्रत्येक कपट्यावर तुमच्या अस्तित्वाचा अंश असतो.

हे कसं शक्य आहे?

कसं ते सांगतो, तुम्ही नेहमीच होतात, आत्ता आहात आणि नेहमीच असणार आहात. तुमचं अस्तित्व नाही असा काळ कधीच असणार नाही. तुमचं अस्तित्व चिरंतन आहे.

पण थांब! 'पूर्वीच्या' आत्म्यांची संकल्पना काय आहे? काही आत्मे हे इतरांहून जास्त वयाचे असतील ना?

कुणीच कुणापेक्षा असं जास्त वयाचं नसतं. मी सगळ्यांचीच एकदम, एकाच वेळी निर्मिती केली आणि ते सर्वच आत्ता अस्तित्वात आहेत.

तुम्ही ज्याला 'वृद्ध' आणि 'तरुण' म्हणता, ते सगळं त्या-त्या आत्म्याच्या जागृतीच्या पातळीशी संबंधित असतं किंवा 'अस्तित्वा'च्या घटकाशी त्याचा संबंध असतो. तुम्ही सगळे त्या एका अस्तित्वाचे घटक असता – त्या अस्तित्वाचे फक्त भाग, अंश असता. प्रत्येक अंशाला आपल्यात सामावलेल्या संपूर्णत्वाची जाणीव असते. प्रत्येक घटक त्याचंच प्रतिरूप असतं.

जाणीव म्हणजे जागृतीचा अनुभव. त्या सर्वांशाचे आपण एक घटक आहोत ही जाणीव सहजपणे होणं, सर्वांशाचा वैयक्तिक घटक असणं म्हणजे 'स्व'ची ओळख. त्यातूनच अक्षरश: 'स्व'ची जाणीव होते.

पुढे तीच जाणीव विस्तार पावते. तिचा परीघ इतरांपर्यंत जाऊन पोहोचतो आणि नंतर 'आप-पर' भावच नाहीसा होतो आणि माणूस सगळ्यांमध्ये स्वत:ला बघायला लागतो.

त्याही पुढे जाऊन 'जे जे भेटे भूत, त्यासी मानी तो भगवंत' अशी त्याची दिव्य अवस्था होऊन जाते.

मुला, 'तुझ्यासारखा तूच' असं म्हणून तू स्वत:वरच प्रेम करतोस नाही?

तू नाही करत?

हो, हो! तू महान आहेस!

मंजूर! आणि मला वाटतं की, तू महान आहेस. या एकाच बाबतीत आपल्यात मतभेद आहेत. तूसुद्धा स्वत: महान आहेस, असं मुळी तुला वाटतच नाही.

अरे, माझ्यातल्या उणिवा, माझ्या हातून होणाऱ्या चुका, माझी सगळी पापं, वाईट कृती बघता मी स्वत:ला महान समजणं कसं शक्य आहे?

तुला सांगू? जगात वाईट, पाप असं काही नसतंच.

हे खरं असतं, तर किती बरं झालं असतं...

तू परिपूर्ण आहेस – खरंच!

हेही खरं असतं, तर किती बरं झालं असतं...

अरे बाबा, हे खरं आहे. छोट्याशा बीपासून निर्माण होणारं झाड तेवढंच परिपूर्ण असतं. एखाद्या प्रौढ माणसाइतकंच छोटं बाळही परिपूर्ण असतं. ते म्हणजे स्वत:च मूर्तिमंत परिपूर्णता असते. कारण ते स्वत: काहीच करू शकत नसतं. त्याला काहीही कळत नसतं, पण त्यामुळे त्याच्या परिपूर्णतेत उणीव येत नाही.

बाळ चुकत असतं. ते उभं राहतं, तेव्हा डुगडुगत असतं. मग ते पडतं. पुन्हा उभं राहतं, डुगडुगतं. आईच्या पायाला धरून लटकतं. पण म्हणून काय ते अपूर्ण ठरतं? चुकीचं ठरतं?

तुम्हाला सांगतो, हे सगळं फक्त परस्परविरोधी आहे. ते मूल जसं स्वत:च पूर्णतेचं प्रतीक असतं, पूर्णपणे कौतुकाला पात्र असतं, तसेच तुम्हीही आहात!

पण तोवर त्या बाळाच्या हातून काही चुकीचं घडलेलं नसतं. त्यानं जाणूनबुजून मुद्दाम एखाद्यानं सांगितलेलं ऐकलंच नाही, एखाद्याला दुखावलंय, स्वत:चं नुकसान करून घेतलंय, असं झालेलं नसतं.

योग्य काय आणि अयोग्य काय, बरोबर काय आणि चूक काय हे त्याला कळत नसतं.

थोडक्यात –

तुम्हालाही ते कळत नसतं.

नाही, मला कळतं हं. माणसांची हत्या करणं चूक, वाईट आहे आणि

माणसांवर प्रेम करणं चांगलं आहे, योग्य आहे, बरोबर आहे हे मला माहीत आहे. दुसऱ्याला इजा करणं चूक आहे आणि दुसऱ्याला दुखावण्यापेक्षा त्याच्या दुःखावर फुंकर घालणं, काहीतरी चांगला मार्ग काढणं हे योग्य आहे हे मी जाणतो. जी वस्तू माझी नाही, ती बळजबरीने ओढून घेणं, तिचा वापर करणं, उपभोग घेणं तसंच बेईमानी करणं, अप्रामाणिकपणा करणं वाईट, याची मला जाणीव आहे.

'वाईट-चूक' या संदर्भात तू आत्ता जे जे सांगितलंस ते 'योग्य' ठरेल अशी काही उदाहरणं आता मी तुला सांगतो.

तू आता माझी टर उडवतोयस...

मुळीच नाही. अगदी घडणाऱ्या गोष्टी सांगतो.

प्रत्येक नियमाला अपवाद असतोच असं तू म्हणत असशील, तर मग मला मान्य आहे.

अरे, नियमाला जर अपवाद असेल, तर तो कसला नियम?

म्हणजे? हत्या करणं, दुखावणं, दुसऱ्याची वस्तू लाटणं यात काही चूक नाही असं म्हणतोयस की काय तू?

तुम्ही काय करू बघताय यावर ते अवलंबून आहे.

अच्छा, अच्छा, आलं लक्षात. पण त्यामुळे या गोष्टी चांगल्या तर म्हणता येत नाहीत. क्वचित प्रसंगी एखाद्या गोष्टीची परिणती चांगल्या तऱ्हेनं होण्यासाठी वाईट गोष्टही करावी लागते.

त्यामुळे त्या गोष्टींवर 'वाईट' असा शिक्का बसत नाही. हो की नाही? चांगल्या, अंतिम परिणामासाठी त्या फक्त साधन असतात.

म्हणजे परिणामासाठी साधनांचं समर्थन करतोयस?

तुला काय वाटतं?

नाही, मुळीच नाही.

तसंच असायला हवं.

तू इथे काय करतोयस ते तुला कळत नाहीये? तू निभावू शकशील असे आणि एवढेच नियम तू करतोयस.

त्या पलीकडे तुला काही दिसत नाही? तेही ठीकच आहे म्हणा.

तुम्हा लोकांकडून तेच अपेक्षित आहे.

तुमच्या दृष्टीची क्षितिजं जशी विस्ताराल, तसं तुमचं नियमांचं विश्वही पसरत जाईल. तुमच्या स्वतःबद्दलच्या कल्पना जशा विस्तृत होत जातील, तसं त्या कल्पनांना समृद्ध स्पर्श करतील असे नवीन 'डूज' आणि 'डोन्ट्स', 'येस' आणि 'नोज्' निर्माण कराल. आपल्या अवाक्यात न वाटणाऱ्या काही गोष्टी या मर्यादांमध्ये सामावल्या जातात.

तुम्ही स्वतःला बांधून ठेवू शकत नाही. कारण तुम्ही या विश्वासारखेच असीम आहात. अर्थात आपल्या धावेच्या कुंपणाची तुम्ही स्वतःच कल्पना करू शकता. स्वतःची ती मर्यादा तुम्हाला मान्य असावी.

एका अर्थी स्वतःला जाणून घेण्याचा, स्वतःला ओळखण्याचा हा एकमेव मार्ग आहे.

जे असीम, अमर्याद आहे, ते असीम, अमर्यादच आहे. ते फक्त 'कुठेतरी' असू शकत नाही. कारण ते सगळीकडे आहे. जर ते सगळीकडे आहे, तर ते विशिष्ट ठिकाणी असणार नाही.

परमेश्वर सगळीकडे असतो. प्रत्येक ठिकाणी असतो. म्हणून तो एखाद्या विशिष्ट ठिकाणी नसतो. कारण 'कुठेतरी' म्हटलं की, विशिष्ट ठिकाणाचा संकेत मिळतो आणि देवाला तर असं 'कुठेतरी' असून चालणार नाही. ते त्याला शक्यही नाही.

परमेश्वरासाठी एकच गोष्ट 'शक्य नाही' ती म्हणजे 'परमेश्वर नसणं'. परमेश्वर 'नाही' हे शक्य नाही. परमेश्वरासारखा दुसरा परमेश्वर नसतो. 'अपरमेश्वरी असणं' हे त्याच्यासाठी शक्य नसतं.

मी सगळीकडे आहे, सर्वव्याप्त आहे, हेच माझं 'असणं' आहे आणि मी सगळीकडे आहे, म्हणजेच मी 'कुठे'ही नाही आणि मी जर कुठेही नाही, तर मी मग कुठे आहे?

आत्ता इथे आहे.

वा! मला आवडलं हे. तू पहिल्या पुस्तकात हा मुद्दा मांडला होतास. पण मला हे आवडलंय, त्यामुळे तू हे बोलत राहिलास तरी चालेल.

तू 'हो' म्हटल्याबद्दल धन्यवाद! मला सांग, गेल्या वेळेपेक्षा आत्ता या वेळी हे तुला आणखी नीट समजतंय का?

स्वत:बद्दलची व्याख्या करण्यासाठी 'बरोबर' आणि 'चूक', 'योग्य' आणि 'अयोग्य' कशाला म्हणायचं याबाबत तुझ्या स्वत:च्या कल्पना कशा निर्माण केल्या आहेस हे तुझ्या लक्षात आलंय का? स्वत:ला सिद्ध करण्यासाठी तू तुझ्या कल्पनेनुसार गोष्टी चूक-बरोबर, योग्य-अयोग्य कशा ठरवतोस हे तुला कळलंय का?

या मर्यादांखेरीज तुझं अस्तित्व नाही. तू कोणीही नाहीस याची तुला जाणीव आहे का?

आपण स्वत: कोण आहोत, याच्या तुझ्या कल्पना बदलल्या की, त्यानुसार तुझ्या मर्यादाही बदलत जातात, हे तुझ्या लक्षात आलं असेल.

हं, हे बघ, तू काय म्हणतोयस ते येतंय माझ्या लक्षात – पण म्हणजे मी माझ्या वैयक्तिक मर्यादाही बदलल्या आहेत असा याचा अर्थ नाही. माझ्या दृष्टीनं म्हणशील, तर कुणाचीही हत्या करणं हे नेहमीच अयोग्य आहे. चोरी करणं हे नेहमीच पाप आहे. दुसऱ्याला दुखवणं हे नेहमीच चूक आहे. आमच्यावर स्वयं-अंकुश ठेवणाऱ्या या कल्पना आदिकाळापासून चालत आल्या आहेत आणि बहुतेक सगळ्या माणसांना त्या मान्य आहेत.

असं? मग तुमच्यात युद्धं का होतात?

कारण नियमांना अपवाद हा असतोच. प्रत्येकच अढीत नासका, सडका आंबा असणारच!

मी आत्ता आणि याही पुढे काही वेळा तुला जे सांगणार आहे ते काही जणांना समजायला आणि स्वीकारायला खूपच अवघड जाणार आहे. तुमच्या सध्याच्या विचारपद्धतीतल्या 'सत्य' या संकल्पनेला हादरा बसणार आहे. आपल्यातला संवाद तुझ्या भल्यासाठी आहे, त्यामुळे तुला असं चुकीच्या दिशेनं विचार करायला सोडून देणं मला योग्य वाटत नाही. तेव्हा आता या दुसऱ्या पुस्तकात अशा काही संकल्पनांचा आपण प्रामुख्याने विचार करायलाच हवा. कदाचित इथे हा 'धमाका'ही वाटेल. मग आहेस तयार?

हो, म्हणजे मला तसं वाटतंय. तू मला आधी सावध केलंस त्याबद्दल

धन्यवाद! आम्हाला समजायला किंवा स्वीकारायला भयंकर जड जावं, अवघड वाटावं असं इतकं 'नाट्यमय' तू मला काय सांगणार आहेस?

अरे, मला तुला हे सांगायचंय की, तू म्हणतोस तसे 'नासके आंबे' नसतात. काही जणांना तुमची एखादी गोष्ट पटत नसते इतकंच. सगळ्यांनाच असं 'वेगळं विश्व उभारणाऱ्यांचं' म्हणणं पटतंच असं नाही. मला तुला हे सांगायचंय; कोणीही आपापल्या विश्वात चुकीचं वागत नसतो.

म्हणजे त्यांच्या-त्यांच्या 'नमुनेदार-आदर्श' विश्वातच सगळा गोंधळ, अंदाधुंदी आहे. योग्य काय, अयोग्य काय, बरोबर काय, चूक काय हे मला ठाऊक आहे. इतर काहींना ते ठाऊक नसतं, पण त्यानं मला काही फरक पडत नाही. ती माणसंच विचित्र असतात.

खरं म्हणजे मी असं बोलायला नकोय, मला कळतंय; पण बरं का, या अशा वृत्तीमुळेच वादाची, विवादाची वेळ येते.

मान्य आहे. तुझं म्हणणं एकदम मान्य आहे. मी तसं मुद्दामच जाणूनबुजून करत होतो. बाहेर माणसं काय बोलतात ते मी ऐकलं होतं आणि ते पुन्हा सांगत होतो. मी तसल्या माणसांना कसं तोंड द्यायचं? त्यांना काय उत्तर द्यायचं?

तू त्यांना सांगू शकतोस की, माणसाच्या योग्य-अयोग्याबद्दलच्या कल्पना बदलत असतात. त्या बदलत आलेल्या आहेत, नेहमीच. संस्कृतीनुसार, काळानुसार, धर्मानुसार, प्रदेशानुसार इतकंच काय; पण कुटुंबानुसार आणि व्यक्तीनुसारही या कल्पना बदललेल्या दिसतात. तू त्यांच्या हेही निदर्शनाला आणून देऊ शकतोस की, एकेकाळी चेटूक-भानामतीत एखाद्याला जाळणं हे ग्राह्य मानलं जायचं, पण आज मात्र ते निषिद्ध मानलं जातं.

'योग्य' आणि 'अयोग्य' यांची व्याख्या काळच ठरवतो असं नव्हे, तर भौगोलिक परिस्थितीचीही त्यात महत्त्वाची भूमिका असते, असं तू लोकांना सांगू शकतोस. उदाहरणार्थ, तुमच्या ग्रहावर वेश्याव्यवसाय हा एखाद्या प्रदेशात बेकायदा अवैध मानला जातो, पण तिथून काहीच मैलांवर तो वैध मानला जातो. त्यामुळे 'एखाद्या व्यक्तीनं चुकीची कृती केलीय' असं म्हणताना त्याच्या त्या विशिष्ट कृतीपेक्षा ती त्यानं कुठं केली आहे, त्याच्या हातून ती चूक कुठे घडली आहे, यावर त्याचा निवाडा अवलंबून असतो.

बरं का, याआधी पहिल्या पुस्तकात सांगितलेल्या काही गोष्टी मी पुन्हा सांगणार

आहे आणि काहीजणांना त्या समजणं, लक्षात येणं हे खूपच कठीण आहे हे मला ठाऊक आहे.

हिटलर स्वर्गात गेला. हिटलरला स्वर्गप्राप्ती झाली.

या गोष्टीसाठी लोकांची मानसिक तयारी असेल की नाही, अशी मला शंका वाटते.

अरे, माझ्या या पुस्तकाचा आणि आपण तयार करत असलेल्या तीन पुस्तकांच्या मालिकेचा एक उद्देश आहे आणि तो म्हणजे नवी भाषा, नवी समज, विशाल दृष्टिकोन आणि अधिक चांगल्या कल्पना समजून घेण्याची लोकांची तयारी करून घेणं.

ते ठीक आहे. पण अनेकांना मनातून तुला एक प्रश्न विचारायचा आहे. तो म्हणजे 'हिटलरसारखा माणूस स्वर्गात कसा गेला? कारण जगातल्या प्रत्येक धर्मानं, किंबहुना प्रत्येकानंच त्याला गुन्हेगार ठरवलंय आणि त्याची रवानगी नरकात केली आहे.

सगळ्यांत पहिली गोष्ट म्हणजे हिटलर नरकात जाऊ शकत नाही. कारण 'नरक' नावाचं ठिकाण मुळात अस्तित्वातच नाही. त्यामुळे त्याला जायला एकच जागा उरते. पण म्हणूनच तर प्रश्न निर्माण होतो. 'हिटलरची कृत्यं ही चुकीची होती का?' हा खरा मूळ मुद्दा आहे. खरं तर जगात काहीच 'चुकीचं' किंवा 'बरोबर' असं नसतं हे मी वारंवार सांगत आलोय. कुठलीही गोष्ट पूर्णपणे चुकीची किंवा पूर्णपणे बरोबर नसते. ती गोष्ट फक्त 'असते'.

हिटलरनं हजारो-लाखो माणसांना ठार मारण्याचा आदेश दिला, या सत्य घटनेवरून तुमच्यालेखी तो 'राक्षस' ठरतो, होय ना?

होय, प्रश्नच नाही.

पण 'मृत्यू ही कोणाच्याही बाबतीत घडणारी सर्वांत मोठी गोष्ट आहे' असं जर मी तुला सांगितलं तर? मग काय म्हणशील?

हे म्हणणं पचवणं मला जड जाईल.

तुमच्या पृथ्वीवरच्या आयुष्यापेक्षा स्वर्गातलं जीवन जास्त चांगलं आहे, असं

तुम्हाला वाटतं. पण तुला माहितेय? अरे, मृत्यूच्या क्षणी तुम्हाला पूर्ण मुक्तीचा अनुभव मिळेल. आपण पूर्णपणे स्वतंत्र झालोत याची जाणीव तुम्हाला होईल. त्या क्षणी सर्वांत मोठी, प्रगाढ शांतता, सर्वांत मोठा आनंद आणि सर्वांत सुंदर प्रेमाचा साक्षात्कार होईल, याचा अनुभव तुम्हाला आधी कधीच मिळाला नसेल. मग, आता मला सांग –

एक वस्तुस्थिती तू लक्षात घेत नाहीयेस. हे बघ, मृत्यूनंतरचं जीवन भले कितीही सुंदर असो, आमच्या इच्छेविरुद्ध आमचं आयुष्य संपवलं जाता कामा नये. काहीतरी मिळवायला, काहीतरी अनुभव घ्यायला, काहीतरी शिकायला आम्ही इथे आलो आणि एखाद्या माथेफिरूच्या वेडगळ कल्पनेपायी आमची आयुष्यं अर्ध्यावरच संपून जावीत हे काही योग्य नाही.

हे बघ, पहिली गोष्ट म्हणजे तुम्ही इथे काहीही शिकायला आलेले नाही. (यासाठी या आधीचं पहिलं पुस्तक पुन्हा वाचावे.) आयुष्य म्हणजे शाळा नव्हे आणि तुम्ही इथे शिकायला नव्हे, स्मरण करायला आला आहात आणि तुझ्या दृष्टीनं विचार करशील तर वादळ, भूकंप अशा कितीतरी गोष्टींनी तुमच्या आयुष्याला 'कात्री' लागत असते.

ती गोष्ट वेगळी. तू देवाच्या करणीबद्दल बोलतोयस.

प्रत्येक घटना ही देवाची कृती असते. जर माझ्या मनात नसेल, माझी इच्छा नसेल तर एखादी गोष्ट घडू शकेल असं तुला वाटतं का? माझ्या मनात नसेल तर तू तुझं बोटही उचलू शकशील का? माझ्याविरुद्ध जाऊन तू काहीही करू शकत नाहीस.

असो. एवढ्या जणांना एकाच वेळी मृत्यूच्या खाईत लोटणं हे चुकीचं कृत्य आहे – हीच कल्पना जरा विस्तारानं पाहूया – एखाद्या रोगामुळे जर आयुष्य संपलं, तर ते 'चुकीचं आहे' असं म्हणणार का?

इथे 'चूक' हा शब्द लागू पडत नाही. तू म्हणतोयस ती सगळी नैसर्गिक कारणं आहेत. त्यांची तुलना हिटलरसारख्या माणसानं केलेल्या मनुष्यवधाशी करता येणार नाही.

बरं मग अपघातांचं काय? मूर्खपणामुळे होणारे अपघात?–

तेच म्हणेन. अपघात म्हणजे दुर्दैव, दुःखी अंत; पण ती देवाची इच्छा आहे.

आम्ही देवाच्या मनात डोकावू शकत नाही. त्याच्या मनात काय चाललंय ते आम्हाला कळू शकत नाही. तसा आम्ही प्रयत्न करणं बरंही नाही. कारण देवाची इच्छा अनाकलनीय तर असतेच शिवाय ती बदलताही येत नाही. दैवी रहस्यांची उकल करू पाहणं म्हणजे आपल्या बुद्धीच्या पलीकडच्या गोष्टी जाणून घेण्याची अभिलाषा धरणं आहे. ते पाप आहे.

हे तुला कसं माहीत?

कारण आम्हाला हे कळावं असं जर देवाच्या मनात असतं, तर आम्हाला कळलं असतं. वस्तुस्थिती अशी आहे की, तसं होत नाही, होऊ शकत नाही. याचाच अर्थ देवाची तशी इच्छा नाही.

अच्छा! म्हणजे तुला कळत नाही हा देवाच्याच इच्छेचा पुरावा आहे म्हणायचा. खरं तर तसं घडतं हा देवाच्या इच्छेचा पुरावा नाही... हं... असो...

मी फार काही चांगल्या प्रकारे हे सांगू शकत नाहीये असं मला वाटतं. पण माझा कशावर विश्वास आहे हे मी जाणतो.

'देव सर्वशक्तिमान आहे' यावर तुझा विश्वास आहे?

होय.

फक्त हिटलरबाबतचा अपवाद सोडून! पण काय रे, ती देवाची इच्छा नव्हती का?

नाही.

कशी काय?

हिटलरनं देवाची इच्छा धुडकावून लावली.

अरे, पण 'माझी – देवाची इच्छा सगळ्यात प्रबळ आहे' असं तू म्हणतोस, मग तो असं कसं करू शकला?

तू त्याला ती मुभा दिलीस.

मी जर तशी मुभा दिली असेल, तर म्हणजे ती माझी इच्छा होती, मला तसं वाटत होतं.

तसंही असेल, पण तू तसं करण्याचं कारण काय? तुझ्याकडे याचं काही उत्तर आहे? नाही. त्याला निवडीचं स्वातंत्र्य द्यावं अशी तुझी इच्छा होती आणि हिटलरनं जे काही केलं ती त्याची इच्छा, त्याची मर्जी होती.

तू उत्तराच्या अगदी जवळ आला आहेस.

एका अर्थी तुझं म्हणणं बरोबर आहे. हिटलरला आणि तुम्हालाही सगळ्यांना निवडीचं स्वातंत्र्य असावं, अशी माझीच इच्छा आहे. समजा, तुम्ही एखादी विशिष्ट गोष्ट निवडावी असं मला वाटतं, पण तुम्ही ती निवडत नाही; पण म्हणून तुम्हाला सतत काहीतरी भोगावं लागावं, शिक्षा व्हावी, काहीतरी शुक्लकाष्ट तुमच्या मागे लागावं असं मात्र मला वाटत नाही. जर तसं असतं, तर मग मी तुम्हाला किती, काय स्वातंत्र्य दिलं? माझ्या मनाप्रमाणे वागला नाहीत, तर तुम्हाला तोंड दाबून बुक्क्यांचा मार सहन करावा लागणार, याची जर तुम्हाला जाणीव असेल तर तुम्हाला तुमच्या मनाप्रमाणे वागायची, करायची मुभा आहे, असं म्हणता येईल का? हे कसलं स्वातंत्र्य?

शिक्षेचा वगैरे हा प्रश्न नाही. हा साधा सरळ निसर्गाचा नियम आहे. एखाद्या गोष्टीचं फळ, परिणाम, पडसाद काय होतायत हाच फक्त प्रश्न आहे.

हं, म्हणजे मला एखाद्या गोष्टीसाठी जबाबदार न ठरवता तर्कशुद्धपणे 'सूडबुद्धी असलेला देव' अशी माझी प्रतिमा तयार करण्याच्या दृष्टीने तू अगदी तयारीनिशी उभा आहेस असं दिसतंय.

पण मला सांग, हे निसर्गाचे नियम कोण तयार करतं? आणि समज, मीच ते तयार करतो असं घटकाभर धरून चाललो, तरी मग असे नियम करून पुन्हा तुम्ही त्याच्यावर मात करू शकाल, अशी शक्ती मी तुम्हाला कशाला देईन बरं?

माझी सुंदर निर्मिती असलेल्या तुम्हा माणसांना त्या निसर्गनियमांचा त्रास व्हावा, त्यांना तुम्ही बळी पडावं अशी माझी इच्छा नसेल, तर मी तशी शक्यता तरी कशाला निर्माण करेन?

शिवाय रात्रंदिवस तुम्हाला माझ्या नियमांचा भंग करण्याच्या मोहात कशाला पाडेन?

तू कुठे मोहात पाडतोस? ते दानव-राक्षसाचं काम आहे. तो तसं करतो.

बघ, म्हणजे पुन्हा तू मला जबाबदारी घेऊ देत नाहीयेस.

मला शक्तीहीन ठरवण्याचा आणि तुझ्या तत्त्वज्ञानाचं समर्थन करण्याचा हा एकमेव मार्ग आहे, असं नाही तुला वाटत?

देवानं माणूस निर्माण केला, त्या माणसाच्या कृतींवर देवाचाच अंकुश नसावा, अशा देवाची कल्पना तुला बरी वाटते का?

दानवांवर तुझं नियंत्रण नाही, असं मी म्हटलेलं नाही. प्रत्येक गोष्ट तुझ्या ताब्यात आहे. अरे, तू तर 'देव' आहेस! तुला स्वत:ला तसं करायची इच्छा नाही – एवढाच त्याचा अर्थ! तू दुष्ट प्रवृत्तींना आम्हाला मोहात पाडण्याची, आमच्या आत्म्यांवर पकड मिळवण्याची मुभा देतोस.

पण का? मी तसं का करेन? तुम्ही माझ्याकडे परत येऊ नये, असं मला वाटतं म्हणून मी तसं करेन?

कारण आम्ही आमच्या मनानं, मर्जीनं तुझ्याकडे यावं असं तुला वाटतं. आता दुसरा पर्यायच नाही – तुझ्याकडे येण्याशिवाय गत्यंतर नाही म्हणून आम्ही तुला शरण यावं अशी तुझी इच्छा नाही. आमच्या निवडीला वाव राहावा म्हणून तर तू स्वर्ग आणि नरक या दोन गोष्टी निर्माण केल्यास. उगाच आता दुसरं काहीच नाही म्हणून आम्ही सरधोपट मार्गानं मेंढरासारखं जात राहावं, असं तुला वाटत नाही. आम्ही कृती करताना तिची निवड करून मग करावी, म्हणून तर तू निवड ठेवलीस.

तू या विचारापर्यंत कसा आलायस ते मला कळतंय. ही सगळी माझी निर्मिती आहे आणि या सगळ्या गोष्टी मी तुमच्या जगात पेरल्या आहेत, अशी तुझी कल्पना आहे.

तुमच्या वास्तव जगात वाईटाशिवाय चांगल्याचं अस्तित्वच नसतं. वाईट गोष्ट असल्याशिवाय चांगली गोष्ट असू शकत नाही. हाच नियम तुम्ही माझ्या बाबतीतही लागू धरता.

पण हे बघ, जिथे 'मी' आहे, तिथे 'वाईट' असू शकत नाही. जिथे 'मी' आहे, तिथे दुष्ट, पाप नसतं. तिथे प्रत्येक गोष्ट फक्त 'असते'. एकत्व, अद्वैत आणि त्याची जाणीव जागृती.

मी म्हणजे अंतिम सत्य आहे आणि ते सापेक्ष एकमेकांशी संबंधित नाही, तर पूर्णत: स्वतंत्र आहे.

माझ्या राज्यात प्रेम, फक्त प्रेमच आहे.

आणि आमच्या पृथ्वीवरच्या सारखे कुठल्याही वागण्या-बोलण्याचे पडसाद तिथे उमटत नाहीत?

अरे, उमटतात ना! तुझ्या आजूबाजूला पाहा.

नाही, मृत्यूनंतर – असं मला म्हणायचं होतं.

तुला सांगू? 'मृत्यू' नसतोच मुळी. आयुष्य सतत सुरूच असतं. आयुष्य हे 'असतं'च. तुम्ही फक्त स्वरूप बदलता.

ठीक आहे. तुझ्या शब्दात सांगायचं तर आम्ही स्वरूप बदलल्यानंतर...

तुम्ही स्वरूप बदलल्यानंतर परिणाम, पडसाद थांबतात. तिथे फक्त जाणीव उरते.

पडसाद, प्रतिसाद हे परस्पर संबंधांचा, सापेक्षतेचा एक पैलू आहे. अंतिमामध्ये त्यांचं अस्तित्व नसतं. कारण काळ आणि घटनांची मालिका यावर ते अवलंबून असतात आणि या गोष्टी त्या 'अंतिम' क्षेत्रात नसतात.

तिथे नाशवंत काहीच नसतं. असतो फक्त अखंड आनंद, प्रेम आणि शांतता.

त्या संदर्भात तुझ्यासाठी आनंदाची गोष्ट म्हणजे तुझा 'डेव्हिल' सैतान मुळातच अस्तित्वात नसतो. तुम्हाला वाटतं की, तुम्ही कुठल्यातरी उपऱ्या – बाहेरच्या जगातून इथे आला आहात आणि तुम्हाला वेड्यासारखं वागायला लावलं जातंय. त्या बाहेरच्या जगानं तुमचं मूल्यमापन केलंय आणि त्याच आधारानं तुम्ही स्वतःला जोखताय.

आता देवानं तुमची परीक्षा करावी, तुमचं मूल्यमापन करावं असं तुला वाटतंय आणि मी ते करणार नाहीये. माणसाच्या जगाचे नियम देवाला लागू होत नाहीत, देव माणसासारखा वागू शकत नाही, हे जर तुम्ही लक्षात घेतलं नाहीत, तर सगळं व्यर्थ आहे.

तुमच्या धर्मशास्त्राच्या/तत्त्वज्ञानाच्या आडाख्यांनी तुम्ही स्वतःचाच पुन्हा शोध घेऊ शकता.

तुला आमची धर्मशास्त्रं, विचारसरणी, तत्त्वं वेडगळ वाटताहेत, पण मला सांग, 'बक्षीस' आणि 'शिक्षा' अशी पद्धत नसेल, तर जग चालणार कसं?

तुम्हाला आयुष्यात जे मिळवायचं आहे, तुमच्या आयुष्याचे जे ध्येय आहे, ते गाठण्यासाठी तुम्ही किती सातत्यानं पाठपुरावा करताय यावर सगळं ठरतं आणि हाच धर्माचा, तत्त्वज्ञानाचा पाया आहे.

आयुष्य म्हणजे आपली परीक्षा आहे आणि आपण ही परीक्षा पास व्हायला लायक आहोत का यासाठी स्वतः पाहणी करत असाल, तर मग तुमच्या विचारसरणीत, धर्मशास्त्रात तथ्य आहे, असं म्हणावं लागेल.

पण आयुष्य म्हणजे केवळ संधी आहे आणि स्वतःला जोखून बघायची ती फक्त एक प्रक्रिया आहे, असा विचार करत असाल तर बहुतांश वेळा तुमची धर्मशास्त्राची विचारसरणी वेडगळपणाची ठरते.

'देव म्हणजे अहंकाराचा पुतळा आहे – त्याला इतरांनी त्याच्याकडे सारखं लक्ष देण्याची, त्याची स्तुती करण्याची, त्याचं कौतुक करण्याची, त्याच्यावर प्रेम करण्याची अपेक्षा असते आणि काहीही करून तो हे सगळं मिळवतोच, असं जर तुम्हाला वाटत असेल, तर ते ठीकच म्हणायचं –

'देवाला कुठलाही अहंकार नसतो, त्याला कसलीही गरज नसते, तो सगळ्या गोष्टींचा स्रोत असतो आणि तो म्हणजे चातुर्याचं आणि प्रेमाचं निधान असतो, असं जर तुमचं धर्मशास्त्र सांगत असेल, तर तुमच्या कल्पना कोलमडून पडतील.

'देवाला सूडबुद्धी असते, त्याच्या प्रेमाच्या विषयी तो द्वेष बाळगू शकतो, त्याच्यात ईर्ष्या निर्माण होऊ शकते आणि तो संतापूही शकतो' असं तुमच्या धर्मशास्त्रात म्हटलं असेल, तर ते शास्त्र एकदम योग्य आहे.

तुमचं धर्मशास्त्र जर असं सांगत असेल की, देव म्हणजे मूर्तिमंत शांती, साक्षात प्रेमानंद; तर ते फोल आहे.

हे बघ, देवाला प्रसन्न करणं हे आयुष्याचं ध्येय नसावं, नाही 'मी कोण आहे?' हे जाणून घेणं आणि स्वतःची उन्नती करणं – यासाठी माणसाचा जन्म आहे.

हे करताना तुम्ही देवीला प्रसन्न करणार आहातच, शिवाय तिच्याबद्दल भव्यदिव्य कल्पनाही रंगवणार आहात.

'ती देवी' असा उल्लेख तू का करतोयस? तू 'तो' आहेस का 'ती' आहेस?

मी 'तो'ही नाही आणि 'ती'ही नाही. मी प्रसंगोपात माझा 'ती' असा उल्लेख करतो. तुम्हा माणसांच्या देवाबद्दलच्या संकुचित कल्पनांना हादरा देण्यासाठी मी कधी-कधी हे धक्कातंत्र वापरतो.

देव असाच, एका विशिष्ट तऱ्हेचा आहे असं तुम्ही मनाशी ठरवलंत की, देवाचं दुसरं रूप तुमच्या मनाला भावतच नाही आणि ती तुमची मोठी चूक ठरू

शकते.

हिटलर स्वर्गात गेला. त्याची कारणं सांगतो –

'नरक' अस्तित्वातच नाहीये. त्यामुळे त्याला जायला दुसरी जागा नव्हती.

त्याची कृत्यं म्हणजे त्याच्याहातून घडलेल्या चुका होत्या असं तुम्ही म्हणाल. अधम माणसाची ही कृत्यं होती. चुका घडल्या, तर त्याचा नुसता धिक्कार करून शिक्षा देऊन चालणार नाही. उलट त्याला सुधारण्याची संधी द्यायला हवी.

हिटलर ज्या लोकांच्या मरणाला कारणीभूत ठरला, त्यांना हिटलरच्या चुका भोवल्या नाहीत. उलट एखाद्या सुरवंटाचं फुलपाखरू व्हावं असे त्यांचे आत्मे या पृथ्वीवरच्या भौतिक बंधनातून मुक्त झाले.

हिटलरच्या तानाशाहीचे बळी ठरलेल्यांच्या मागे राहिलेल्यांनी दुःख केलं. त्याचं एकमेव कारण म्हणजे त्यांना या मुक्तात्म्यांना काय आनंद प्राप्त झाला त्याची कल्पनाच नव्हती. ज्यांना मरणाचा अनुभव नाही, ते कुणाच्याही मृत्यूचं दुःखच करतात.

जी माणसं मारली गेली; ते 'अकाली'मृत्यूला सामोरे गेले, असं तू म्हणालास आणि ते मृत्यू अकाली घडल्यानं काही प्रमाणात चुकीचे होते, असंही तुझं म्हणणं आहे. म्हणजे जगात 'हे आत्ता घडेल', असं अपेक्षित नसताना – अनपेक्षितपणे जे घडतं ते चुकीचं असतं! पण हे असं नसतं असं मला वाटतं.

या जगात घडणारी प्रत्येक गोष्ट अचूकपणे घडते. बऱ्याच काळापासून देवाच्या हातून चूक घडलेली नाही.

तुम्हाला ज्या गोष्टी पटतात, त्या अगदी बिनचूक आहेत असं तुम्हाला वाटतं. पण (आणि विशेषतः) ज्या गोष्टी तुम्हाला पटत नाहीत, त्यात तुम्ही पारंगत होता.

अरे, मला हे सगळं ठाऊक आहेच. याआधीच्या पहिल्या पुस्तकात आपण यावर चर्चा केलीय. पण ज्यांनी ते पुस्तक वाचलेलं नाही, त्यांची हे पुस्तक समजून घेताना विचारांची बैठक तयार व्हावी म्हणून मी पुन्हा हा महत्त्वाचा मुद्दा उपस्थित करण्यासाठी ही प्रश्नोत्तरं आणली आहेत. पण आपण आणखी पुढे जाण्यापूर्वी मला आम्हा माणसांनी निर्माण केलेले धर्मशास्त्रातल्या काही फारच गुंतागुंतीबद्दल सांगायचं आहे. उदाहरणार्थ, 'मी पापी आहे' असं मला अगदी लहानपणापासून शिकवलं गेलं. सगळीच माणसं पापी असतात, त्याला काही इलाज नसतो – आपला जन्मच मुळी पापातून होतो, अशीच आम्हाला शिकवण दिली जाते.

वा! मोठी मजेशीर कल्पना आहे! पण तुम्ही विश्वास ठेवावा असं काय सांगितलं जातं?

आम्हाला ॲडम आणि इव्हची गोष्ट सांगितली जाते. आम्हाला चौथ्या, पाचव्या आणि सहाव्या इयत्तेच्या धार्मिक प्रश्नोत्तरात शिकवतात की, आम्ही मुलांनी कदाचित पाप केलंही नसेल – कारण लहान मुलं नक्कीच पापी नसतात – पण ॲडम आणि इव्हनं ते पाप केलं आणि त्यांनी आपल्या पुढच्या पिढीला तोच पापाचा वारसा दिला. जन्म झाला की, देवापासून स्वत:ला वेगळं करण्याच्या पापाचा वसा त्यांनी त्यांच्या वारसदारांना दिला. जन्मापासूनच आमच्या आत्म्यावर या मूळ पापाचं ओझं असतं. आमच्यातल्या प्रत्येकाच्या मनात ही अपराधीपणाची भावना असते. मला वाटतं, बहुधा म्हणूनच आम्हाला निवडीचं मुक्त स्वातंत्र्य दिलेलं असतं. एकतर ॲडम आणि इव्हनं केलेलं पाप पुन्हा करायचं आणि देवाची आज्ञा मोडायची, नाहीतर 'वाईट' करण्याच्या आपल्या वंशपरंपरागत, स्वाभाविक वृत्तीवर विजय मिळवायचा आणि योग्य कर्म करायची. या जगातल्या मायामोहाकडे पाठ फिरवायची.

आणि जर तुम्ही वाईट वागलात तर?

तर तू आम्हाला नरकात पाठवतोस.

मी पाठवतो?

हो, आम्हाला पश्चात्ताप झाला नाही, तर तू तसं करतोस.

अस्सं?

माझं चुकलं – माझ्या हातून असं व्हायला नको होतं, असं म्हणून आम्हाला पश्चात्ताप झाल्याचं दिसलं, तर तू आम्हाला नरकवासापासून वाचवतोस – पण त्यामुळे आमच्या सगळ्या यातना सुटत नाहीत. आमची पापं धुवून काढण्यासाठी आम्हाला त्या यातनांतून जावंच लागतं.

किती काळ तुम्हाला यातनांतून जावं लागतं?

ते सापेक्ष आहे. आम्हाला आमची पापं जाळावी लागतात. तुला खरं सांगू? हे काही फारसं बरं वाटणारं नसतं. आमचे पापांचे ढीग जितके मोठे, तितका ते जाळायला जास्त वेळ लागतो, तितकं आम्हाला जास्त काळ ते भोगायला जगावं लागतं, अशीच आम्हाला शिकवण असते.

आलं लक्षात.

पण कायमचं नरकात तरी निदान आम्हाला जावं लागत नाही. पण आम्ही जर अक्षम्य पाप केलं, तर मात्र आम्ही थेट नरकात पोहोचतो.

अक्षम्य पाप म्हणजे?

'क्षम्य पापा'च्या विरुद्ध! क्षम्य पाप करून जर आम्हाला मरण आलं, तर आम्हाला पाप धुवून काढायची संधी मिळते; पण अक्षम्य पाप केलं, तर मात्र आमची रवानगी थेट नरकात होते!

तू आत्ता हे जे पापांचे वेगवेगळे प्रकार सांगतोयस, त्याचं वागनीदाखल उदाहरण सांगू शकशील?

हो, नक्कीच! अक्षम्य पापं ही गंभीर असतात. उदा. गंभीर, मोठे गुन्हे. धर्मक्षेत्रातली गुन्हेगारी इत्यादी, खून-हत्या, बलात्कार, चोरी हे गुन्हे म्हणजे अक्षम्य पापच! क्षम्य पापं ही त्या मानानं कमी गंभीर असतात. धार्मिक किंवा धर्मशास्त्राचा आधार घेऊन होणारी दुष्कृत्यं ही सौम्य पापं असतात. म्हणजे रविवारी चर्चला जाणं हुकणं किंवा पूर्वी शुक्रवारी मांसाहार करणं हे पाप समजलं जायचं.

थांब, एक मिनिट थांब, तुम्ही जर शुक्रवारी मांसाहार केलात, तर देव तुम्हाला प्रायश्चित्त घ्यायला लावायचा?

होय, पण आता गेल्या साठ वर्षांपासून ही परिस्थिती राहिलेली नाही. मात्र त्या आधीच्या काळात जर शुक्रवारी मांसाहार घेतला, तर 'तुमचं वाटोळं होईल' अशी दूषणं, शापवाणी उच्चारली जायची.

खरंच?

अगदी खरं!

बरं, पण मग पुढे हे कृत्य 'पाप' या गटातून बाहेर कसं काय काढलं गेलं?

कारण, 'हे कृत्य पाप नाही' असं पोपनं सांगितलं.

अच्छा, हा तुमचा देव. तो तुम्हाला त्याची भक्ती-पूजा करायची सक्ती करतो? दर रविवारी चर्चमध्ये जायलाच सांगतो? शिक्षेची धमकी देऊन त्या पोटी हे सगळं तो करायला लावतो?

चर्चमधली प्रार्थना चुकणं म्हणजे प्रार्थनेला हजर न राहणं हे पाप आहे.

होय, हे पाप आहे आणि त्याबद्दल कबुली न देता, त्याचं आत्म्यावर ओझं, दडपण घेऊन तुम्ही गेलात, तर तुम्हाला ते पाप धुवून काढण्यासाठी पुन्हा यावं लागतं.

पण मुलांचं काय? 'हे नियम पाळणं देवाला आवडतं' हे त्या मुलांना ठाऊकच नसतं. अशा निष्पाप मुलांचं काय?

बाप्तिस्मा होण्याआधीच जर बालक मरण पावलं तर ते 'लिम्बो'त जातं.

कुठे जातं?

'लिम्बो'मध्ये – ती शिक्षेचीही जागा नाही की स्वर्गातही नाही. लिम्बो... म्हणजे लिम्बो... जिथे तुम्ही देवापाशीही असू शकत नाही. पण तरीही निदान तुम्हाला अगदी सैतानाच्याही हवाली व्हावं लागत नाही.

पण ते सुंदर निरागस बालक देवापाशी, देवाबरोबर का राहू शकत नाही? त्याने तर काहीच चूक केलेली नसते...

खरं आहे, पण त्याचा बाप्तिस्मा झालेला नसतो ना! एखादं बालक किंवा एखादी व्यक्तीसुद्धा किती निरपराध किंवा निष्पाप आहे याच्याशी स्वर्गात जाण्याचा काहीच संबंध नसतो – स्वर्गात जागा मिळण्यासाठी बाप्तिस्मा, धर्मदीक्षा होणं हेच महत्त्वाचं असतं. ते नसेल तर देव त्यांचा स्वीकार करू शकत नाही. म्हणूनच तर मूल जन्माला आलं की, लवकरात लवकर त्याचा बाप्तिस्मा होणं – त्याची धर्मदीक्षा होणं फार महत्त्वाचं असतं.

हे सगळं तुला कुणी सांगितलं?

देवानं – त्याच्या चर्चच्या माध्यमातून त्यानं हे सांगितलंय.

कोणतं चर्च?

अर्थातच, रोमन कॅथॉलिक चर्च – ते देवाचं चर्च आहे. खरंतर समजा तुम्ही रोमन कॅथॉलिक आहात आणि चुकून तुम्ही दुसऱ्याच चर्चमध्ये गेलात, तर तेसुद्धा पाप आहे!

मला वाटलं होतं की, फक्त चर्चमध्ये न जाणं हे पाप मानलं जात असेल.

ते आहेच. पण चुकीच्या चर्चमध्ये जाणं हेही पापच आहे.

चुकीचं चर्च? म्हणजे काय?

चुकीचं चर्च म्हणजे रोमन कॅथॉलिक नसलेलं कुठलंही चर्च. तुम्ही चुकीच्या चर्चमध्ये धर्मदीक्षा घेऊ शकत नाही, तिथे तुम्ही लग्न करू शकत नाही. एवढंच नव्हे तर चुकीच्या चर्चमध्ये तुम्ही पाऊलही टाकू शकत नाही. हे सगळं मी सांगतोय त्यामागे माझा तसा अनुभव आहे. मला एकदा आई-बाबांबरोबर एका मित्राच्या लग्नाला जायचं होतं. म्हणजे मला फक्त भेटायला जायचं होतं; पण 'ते लग्न चुकीच्या चर्चमध्ये आहे. म्हणून तू त्या लग्नाचं निमंत्रण घेऊ नकोस'– असं मला नन्सनं सांगितलं.

तू त्यांचं ऐकलंस?

त्या नन्सचं? नाही. मी फक्त देवाला ओळखतो. त्यामुळे मी गेलो. भोजन समारंभात घालतात ते काळे जाकीट असलेला पोशाख घालून मी तिथे, त्या धर्मस्थळी पोहोचलो आणि मला छान वाटलं.

वा! उत्तम! आता बघ हं – आपल्या इथे स्वर्ग आहे, आपल्याकडे नरक आहे, आपल्या इथे पाप धुवून काढण्याची सोय आहे. आपल्याकडे बाप्तिस्मा न झालेल्या अतृप्त आत्म्यांसाठी 'लिम्बो' निवासस्थान आहे, अक्षम्य; महाभयंकर पापं आहेत, क्षम्य पापं; सौम्य दुष्कृत्य आहेत. अजून काही शिल्लक आहे?

हो, शिक्षेची निश्चिती आहे, शिक्षा कमी करण्याची सोय आहे आणि कबुलीचीही

– इथे पिशाच्चबाधा घालवण्याचे मंत्रतंत्र आहेत, मृत्यूसमयी तेल लावण्याचा विधीही आहे. शिवाय...

थांब, थांब –

शिवाय संरक्षक देवता आहेत आणि ऋण व्यक्त करण्यासाठी पवित्र दिवसही–

– प्रत्येक दिवस पवित्र असतो. प्रत्येक क्षण पवित्र असतो. हा आत्ताचा क्षणही–

हो, बरोबर आहे. पण काही दिवस खरोखरच पवित्र असतात आणि त्या दिवशी देवाचे ऋण व्यक्त करण्यासाठी आम्हालाही चर्चमध्ये जावं लागतं.

बघ, पुन्हा 'जावं'च्या पुढे 'लागतं' जोडतोयस आणि समज जर नाही गेलात तर? तर काय होतं?

ते तर पाप आहे.

आणि मग तुम्ही नरकात जाता –

ऐक, तुम्ही त्या पापाचं ओझं घेऊन मेलात, तर नरकात जाता. म्हणून तर 'कन्फेशन' – कबुली देणं चांगलं! खरं तर तुम्ही ती नेहमीच देता. काहीजण दर आठवड्याला चर्चमध्ये जातात. काहीजण तर रोजच जातात. तसं करून ते आपली पापाची पाटी कोरी करू शकतात – म्हणजे कुठल्याही क्षणी त्यांना मरण आलं तरी...

वा! म्हणजे सतत भीतीच्या छायेतच जगायचं!

होय, हाच तर धर्माचा उद्देश आहे. धर्माला आमच्या मनात देवाबद्दल भीतीच भरायची आहे. त्या भीतीनंच आम्ही नीट वागतो आणि मोहाचा प्रतिकार करतो.

हं, हं! पण मला सांग, एखाद्या पापाची तुला कबुली द्यायचीय – पण नेमकं त्याआधीच तू अपघातात किंवा अचानक कशानंतरी मेलास, तर?

ठीक-ठीक. इतका उतावीळ होऊ नकोस. सांगतो, अगदी मनापासून देवाची

माफी मागून मोकळं व्हायचं –

बरं, बरं.

पण ऐक, हे जगातल्या एका धर्मात होऊ शकतं, तुला इतर धर्मांचा विचार नाही करायचा?

नको, मला साधारण कल्पना आली.

मी लोकांच्या विश्वासाची चेष्टा उडवतोय असं त्यांना वाटू नये. तसं त्यांना वाटणार नाही, अशी मी आशा करतो.

तू कुणाचीच टर उडवत नाहीयेस. तू फक्त वस्तुस्थिती सांगतोयस. तुमचा अमेरिकन राष्ट्राध्यक्ष हॅरी ट्रुमन – असंच सांगतो ना! हॅरी, त्यांना नरकवास दे!– लोक गोंधळ करतात, घोषणा देतात आणि हॅरी म्हणतो, मी त्यांना नरकवास देत नाहीये – मी फक्त संदेश सांगितला आणि तो त्यांना नरकासारखा वाटला!

४

अरे, खरंच आपलं फारच विषयांतर झालं. 'वेळ' (Time) याबद्दल आपण बोलायला सुरुवात केली आणि येऊन थांबलो ते 'संघटित धर्मावर'.

यालाच तर म्हणायचं 'देवाशी गप्पा', 'संवाद परमेश्वराशी' – 'गप्पा' म्हटलं की, विषयांचं बंधन पाळणं अवघडच!

खरं आहे! या आधीच्या तिसऱ्या प्रकरणात तू जे मुद्दे मांडलेस, ते थोडक्यात सांगता येतात का बघतो. ऐक.

- 'काळ' अस्तित्वात नसतो! असतो तो फक्त 'वर्तमान काळ'. 'क्षण' म्हटलंस तरी फक्त आत्ताचा 'हाच क्षण' असतो.
- काळ अखंड नसतो. तो सापेक्ष असतो. क्षण किंवा घटनांच्या चढत्या-उतरत्या भाजणीत तो असतो. क्षण किंवा घटना या एकाच वेळी आणि एकापाठोपाठ घडत असतात.
- झोपेत आपण नेहमी काळ आहे आणि नाही, आहोत आणि नाही आहोत या चक्रात फिरत असतो. ही जाणीव करून देण्याचा 'Dejavu' हा एक मार्ग आहे.
- आपण 'नव्हतो' असं कधीच नव्हतं, नसणार आहे.
- 'वय' ही संकल्पना आत्म्याशी जोडली जाते. 'वय' म्हणजे काळाची लांबी, आयुर्मान नव्हे, तर वयाचा संबंध जागृतीच्या पातळ्यांशी असतो.
- 'सैतान' अस्तित्वात नाही.
- आपण जसे आहोत, तसेच योग्य आहोत.
- 'चूक', 'अयोग्य' ही मनाची संकल्पना आहे. ती सापेक्ष अनुभवांवर आधारित असते. अनुभवांवर ठरते.
- आपल्या आत्ताच्या वास्तवाच्या चौकटीत बसवण्यासाठी काळानुसार

आपण ‘नियम’ बदलत असतो; आणि ते अगदी बरोबर आहे. आपण उन्नत होत जाणारे प्राणी आहोत. त्यामुळे हे असंच व्हावं, व्हायलाच हवं.

- हिटलर स्वर्गात गेला (!)
- घडणारी प्रत्येक गोष्ट ही देवाची इच्छा असते – प्रत्येकच गोष्ट! त्यात प्रचंड वादळ, तुफान आणि भूकंपच फक्त येतात असं नाही, तर त्यात ‘हिटलर’सुद्धा येतो. सगळ्या घटनांमागचा कार्यकारण भाव लक्षात येणं, समजणं म्हणजे ‘जाणीव’.
- मृत्यूनंतर कुठलीही ‘शिक्षा’ नसते. योगायोगाच्या सगळ्या घटना या सापेक्ष अनुभवातून घडतात – ‘अंतिम’ परिक्षेत्रात ते नसतं.
- मानवी धर्मकल्पना म्हणजे अस्तित्वात नसलेल्या खुळचट देवाबद्दलच्या माणसाच्या खुळचट कल्पना आहेत.
- ‘काहीच नाही’ असा ‘शून्य’ देव आपण मानत असू, तर तोच एकमेव अर्थपूर्ण धर्ममार्ग आहे.

मग? कसा? वाटला हा सारांश?

फारच उत्तम!

चला! बरं झालं! कारण आता माझ्या मनात लाखो प्रश्न आहेत. उदा. वरच्या दहाव्या आणि अकराव्या विधानांचं थोडं जास्त स्पष्टीकरण हवंय. हिटलर स्वर्गात का गेला?

(तू त्याचं थोडं स्पष्टीकरण दिलं होतंस, मला माहीत आहे. पण मला जरा आणखी सांग ना!) आणि सगळ्या घटनांचा कार्यकारण भाव काय असतो? आणि हिटलर म्हणा किंवा तसले जुलमी सत्ताधीश यांच्याबाबतीत सूक्ष्मातला मागचा विचार काय होता?

आपण आधी ‘हेतू’बद्दल बोलू.

‘संधी’ निर्माण करणं हा सर्व घटना, अनुभवांमागचा हेतू असतो. घटना, अनुभव हे संधी असतात – फक्त संधी – कमी नाही की जास्त नाही.

त्यांना ‘देवाची करणी’, ‘देवानं दिलेली शिक्षा’, ‘देवाची कृपा’ किंवा तत्सम काहीतरी मानणं चूक ठरू शकतं. त्या फक्त घटना आणि अनुभव असतात – फक्त घडणाऱ्या गोष्टी!

आपण त्यांच्याबद्दल काय विचार करतो, त्या वेळी काय करतो, त्यांना कसा

प्रतिसाद देतो यावर त्या घटना, अनुभवांना अर्थ प्राप्त होतो.

जाणीव-जागृतीतून तुम्ही वैयक्तिकरीत्या किंवा सामुदायिकपणे या घटना आणि अनुभव निर्माण करून स्वत:समोर आणत असता. जाणिवेतून अनुभव जन्माला येतो. तुम्ही स्वत:ची जाणिवेची पातळी उंचावण्याचा प्रयत्न करता. 'मी कोण आहे?' याचा शोध घेण्यासाठी या घटनांचा किंवा अनुभवांचा 'साधन' म्हणून उपयोग करून घेण्याचा तुमचा प्रयत्न असतो. आत्ता तुम्ही जे, जसे दिसताय, त्यापेक्षा 'तुम्ही कोण आहात' ही जाणीव जास्त महत्त्वाची आहे.

'तुम्ही स्वत: कोण आहात?' हे तुम्ही जाणून घ्यावं, त्याचा अनुभव घ्यावा अशी माझी इच्छा आहे आणि त्यासाठीच तर तुम्ही ज्या घटना किंवा अनुभव स्वत:वर ओढवून घेता – ती मुभा मी तुम्हाला देतो.

या वैश्विक खेळात इतरही खेळाडू वेळोवेळी सहभागी होतात. तुमचे शत्रू, विरोधक, तुमच्या क्षेत्रातले सहभागी सहकारी, काही काळापुरते तुमच्याबरोबर काम करणारे, खूप काळ तुमच्याशी संबंधित, नातेवाईक, कुटुंबातली माणसं, प्रियजन किंवा नवरा-बायको जीवनसाथी इत्यादी कुठल्या ना कुठल्या रूपानं ही माणसं तुमच्या आयुष्यात येत असतात.

तुम्हीच हे जीवात्मे तुमच्या आयुष्यात घेऊन येता. हा परस्पर समजुतीतला निर्मितीचा अनुभव असतो. त्यातून तुमची निवड आणि इच्छा दोन्ही व्यक्त होत असतात.

तुमच्या आयुष्यात कोणीही 'अमानधपक्या' – अचानकपणे येत नाही. 'योगायोग' नावाची गोष्टच नसते. कुठलीही गोष्ट उगाचच – एकदम घडत नाही. आयुष्य म्हणजे 'करून पाहू' असा तुक्का लावणं नाही.

कुठलीही घटना – माणसं तुम्हीच तुमच्याकडे तुमच्या वाट्याला ओढून आणत असता. वैश्विक अनुभव, घडामोडी या सामूहिक जागृतीमुळे होतात. एखाद्या गटाच्या, समूहाच्याच इच्छा आणि निवडीचा परिणाम म्हणून त्या तुमच्या समुदायाच्या वाट्याला येतात.

'तुमचा समुदाय, गट?– म्हणजे तुला काय म्हणायचंय?'

सामूहिक जागृतीबद्दल फारशी माहिती नसते. खरं तर ती अत्यंत प्रबळ असते आणि जर तुम्ही सावध नसाल, तर ती वैयक्तिक जागृतीच्या वरचढ ठरू शकते. म्हणून तर तुम्ही जिथे कुठे जाल आणि जे काही कराल, त्यात स्वत:चा असा गट तयार करा. तुम्हाला पृथ्वीतलावर परस्परात प्रेम, मैत्री, सामंजस्याचे संबंध प्रस्थापित करायचे असतील तर हे करणं आवश्यक आहे.

जर समुदायाच्या जाणीव-जागृतीचा तुमच्यावर पुरेसा पगडा नसेल किंवा तुमच्या विचारांनी तुम्ही त्या समुदायात बदल घडवून आणू शकत नसाल, तर तो समुदाय सोडून देणं जास्त श्रेयस्कर! अन्यथा तो समुदाय तुम्हाला आपल्याबरोबर वाहवत नेऊ शकतो. तुमचं मत काय आहे, तुम्हाला कुठे जायचंय हे विचारात न घेता तो समुदाय त्याच्या मनाप्रमाणे त्याला हवं त्या दिशेला तुम्हाला घेऊन जाईल.

तुमच्या जाणिवांशी मिळता-जुळता समुदाय तुम्हाला मिळाला नाही, तर तुम्ही स्वत: असा समुदाय निर्माण करा. मग समविचारी माणसं तुम्हाला येऊन मिळतील.

व्यक्ती आणि छोट्या गटांचा आणखी मोठ्या गटांवर प्रभाव पडला पाहिजे. त्या मोठ्या गटांचा आणखी मोठ्या गटांवर, सरतेशेवटी सगळ्या मानवजातीवर तो प्रभाव पसरायला हवा. त्यामुळे तुमच्या पृथ्वीतलावर कायमचं आणि विशेष परिवर्तन घडून येईल.

तुमचं जग आणि त्याची परिस्थिती हे त्या जगात राहणाऱ्या प्रत्येकाच्या जाणिवांचं एकत्रित प्रतिबिंब आहे.

तुमच्या आजूबाजूला पाहा – काम करायला अजून खूप वाव आहे, असं तुमच्या लक्षात येईल. अजून खूप काही करायचं राहून गेलंय. अर्थात तुम्ही आहे त्या परिस्थितीत समाधानी असाल तर बोलणंच खुंटलं.

आश्चर्य म्हणजे बहुतेकजण 'ठेविले अनंते तैसेचि राहावे' या धोरणाचे असतात. त्यामुळे जग बदलतच नाही. तिथे वेगळे काही बदल होतच नाहीत.

बरेच जण समानतेपेक्षा विषमतेवर समाधानी असतात आणि आपले मतभेद ते युद्धानं सोडवू बघतात.

बऱ्याच जणांना 'जगणं' हा आपला अधिकार वाटतो. त्यासाठी त्यांना स्पर्धा आवश्यक वाटते आणि स्पर्धेत 'जिंकणं' हे सर्वांत उत्तम गोष्ट आहे असं ते मानतात.

समाजाच्या या व्यवस्थेतून 'पराभूत' निर्माण व्हायला लागतील – अर्थात तू त्यांच्यातला एक नसशील!

चुका करणाऱ्यांना पुरतं नेस्तनाबूत केलं जातं, पराभूतांना बेघर करून त्यांची उपासमार केली जाते आणि माणसं जेव्हा खंबीर नसतात, तेव्हा त्यांचं शोषण करून त्यांच्यावर अन्याय केला जातो.

बरेच जण स्वत:पेक्षा वेगळी गोष्ट असली की, ती 'चूक आहे' असं ठरवून मोकळे होतात. विशेषत: धर्माबाबतच्या मतभेदांकडे कानाडोळा केला जात नाही, तसंच बऱ्याच सामाजिक, आर्थिक किंवा सांस्कृतिक तफावतीकडे दुर्लक्ष करून सोडून दिलं जात नाही.

'खालच्या वर्गाची आत्ताची स्थिती पूर्वीपेक्षा खूपच चांगली आहे' असं

आत्मप्रशंसात्मक समर्थन उच्च वर्ग करत असतो. ही मोजपट्टी लावली, तर एखादा माणूस खरंच चांगलं, न्याय्य वागला तर त्याच्यासारखं कसं वागलं पाहिजे याचा वस्तुपाठ ठरेल. त्या वर्गाच्या भयंकर अवस्थेत बदलाचा एखादा आशेचा किरण, बदलाची तिरीप दिसेल.

एखाद्या प्रस्थापित व्यवस्थेत एखाद्यानं कुठलाही बदल सुचवला की, बहुतेक समाज त्याची खिल्ली उडवतो. 'एकमेकांशी सत्तास्पर्धा करणं आणि परस्परांवर मात करणं आणि 'बळी तो कान पिळी' हे दाखवून देणं ही आमची महान संस्कृती आहे' असं समर्थन ही माणसं देतात. असं वागणं हीच सर्वांत स्वाभाविक गोष्ट आहे, असं त्यांचं म्हणणं असतं. याच्याहून वेगळं वागणं म्हणजे माणसाला यशाच्या दिशेनं नेणाऱ्या, प्रेरित करणाऱ्या आतल्या आवाजाला दाबून टाकणं आहे ही त्यांची धारणा असते. (यशाची किंमत काय? हा प्रश्न कोणीच विचारत नाही.)

'खरं ज्ञान प्राप्त होणं अवघड आहे' असं तुमच्या ग्रहावरच्या लोकांना वाटतं, अनेकांचा त्या गोष्टीवर विश्वास आहे. त्यामुळेच सामान्यांच्या समस्या, अल्पसंख्याकांचं शोषण, खालच्या वर्गाचा राग-द्वेष किंवा कुणाच्याही जीवनावश्यक गरजा याबद्दल अनेक जणांना काही फिकीर नसते. ते फक्त त्यांचा आणि त्यांच्या कुटुंबाचाच विचार करतात.

आपण आपल्याच पृथ्वीचा विनाश करतोय हे तुमच्यातल्या बहुतेकांच्या गावीच नसतं. खरं तर ही पृथ्वी तुमची जन्मदात्री आहे; पण बहुतेकांच्या कृती या फक्त त्यांचं जीवनमान सुधारण्याच्या उंचावण्याच्या असतात. त्यांच्यात दूरदृष्टी नसते. आत्ताच्या छोट्याशा फायद्यासाठी केलेल्या कृतीनं उद्या खूप मोठं नुकसान होऊ शकतं – नव्हे, ते तसं होतं असा विचार करण्याची त्यांची कुवत नसते. ही माणसं फक्त स्वतःच्या पायापुरतं बघतात.

सामुदायिक जाणीव जागृतीची बऱ्याचजणांना भीती वाटते. एकसंध जग, सर्वंकष कल्याण किंवा अद्वैत ईश्वर अशी ही संकल्पना आहे.

संघटन आणि तुमच्या पृथ्वीच्या उदात्तीकरणाला छेद देणारी कुठलीही गोष्ट विभाजन, असामंजस्य पसरवते, परस्पर सौहार्दाचं वातावरण बिघडवून टाकते. पण तरीही तुम्ही स्वतःच्या अनुभवातून काही धडा घेत नाही. तसेच पूर्वीसारखेच वागत राहता आणि तुमच्या आयुष्यात तसंच पूर्वीसारखंच घडत राहतं.

दुसऱ्याचं दुःख 'स्वतःचं' म्हणून अनुभवता आलं पाहिजे. पण तुम्ही 'परदुःख शीतल' म्हणता त्यामुळे त्या दुःखांची मालिका तशीच चालू राहते.

तुम्ही स्वतःला वेगळं समजायला लागलात की, तफावत पडायला लागते, खोटी प्रतिष्ठा-बेगडी मोठेपण पणाला लावलं जातं.

फाळणी, फूट नेहमीच विषमता आणि खोटी प्रतिष्ठा, खोटा मोठेपणा पसरवते. याउलट एकजुटीने राहण्यानं परस्पर प्रेम, आदर आणि खऱ्या अर्थानं समता दिसून येते.

तुमच्या पृथ्वीवर गेली तीन हजार वर्षं हेच घडत आलंय. या सगळ्या घटना तुमच्या सामूहिक जाणिवांचं प्रतिबिंब आहेत.

ही जाणीव अगदी प्राथमिक पातळीवरची आहे.

हं, खरं आहे. पण आपण आपल्या मूळ प्रश्नापासून लांब चाललोय असं वाटायला लागलंय.

तसं नाहीये. तू हिटलरबद्दल विचारलंस. हिटलरचा अनुभव म्हणजे सामूहिक जाणिवेचा एकत्रित परिणाम होता. 'हिटलरनं एका विशिष्ट गटाला वेठीला धरलं होतं' असं बऱ्याच जणांचं मत आहे. असं जर गृहीत धरलं, तर मग त्याच्या धूर्त वक्तृत्वाला त्याचे देशबांधव बळी पडले, असं म्हणावं लागेल. पण या सगळ्याचा दोष सोयीस्करपणे हिटलरच्याच माथी मारला जातो आणि लोकांना हेच तर हवंय.

पण लाखो लोकांनी हिटलरला पाठिंबा दिला नसता आणि आपणहून स्वेच्छेनं त्यांनी त्याच्या सगळ्या गोष्टी मान्य केल्या नसत्या, तर तो काहीच करू शकला नसता. स्वतःला जर्मन म्हणवून घेणाऱ्या एका गटाला नृशंस मानव-संहारासाठी जबाबदार धरण्यात आलं. 'जर्मनीतल्या लोकांवरचं हे संकट आहे. आमचा काय संबंध?' अशा वृत्तीनं स्वतःला 'मानवजात' म्हणवणाऱ्या एका मोठ्या समुदायानं या भीषण नरसंहाराकडे एका मर्यादेपर्यंत काणाडोळा केला, पण हा नरसंहार जेव्हा फारच मोठ्या प्रमाणात व्हायला लागला, तेव्हा मात्र अगदी भावनाशून्य थिजलेल्या मनाच्या, पाषाण हृदयाच्या तटस्थ माणसांनाही त्याची दखल घेणं भाग पडलं.

तेव्हा नाझी चळवळ फोफावायला सामूहिक जागृतीनंच खतपाणी घातलं. हिटलरनं ती चळवळ थोपवली, पण ती तो निर्माण करू शकला नाही.

यातून एक महत्त्वाची गोष्ट शिकायला हवी. जेव्हा माणसं एकत्र येऊन सतत विभाजनाची आणि कुरघोडीची भाषा करतात, तेव्हा परस्पर सौहार्द, दया, अनुकंपा या गोष्टी पार रसातळाला जातात आणि अशा वेळी अपरिहार्यपणे जाणिवांचाही नाश होतो. 'विनाशकाले विपरीत बुद्धी'!

समूहाची प्रखर, जाज्वल्य देशप्रेमाची भावना इतरांच्या कुठल्याही आणा-शपथांच्या वरचढ ठरते. ती प्रत्येक गोष्टीसाठी इतरांना जबाबदार धरते आणि बदला घेण्याच्या, सूड घेण्याच्या आणि युद्धाच्या निर्णयांचं समर्थन करते.

'ज्यूं'चा प्रश्न सोडवण्यावर Auschwitz *हा एक 'नाझी' उपाय होता.*

हिटलरनं त्यांच्यावर अनन्वित अत्याचार केले, असं म्हणण्याऐवजी त्यांनी हिटलरला तसे अत्याचार करू दिले, असं म्हणणं जास्त संयुक्तिक ठरेल.

हिटलर वाईट मार्गानं गेला यात काही नवल नाही. आश्चर्य या गोष्टीचं आहे

की, इतरही अनेक त्याच्याच मार्गानं त्याच्यामागे गेले.

हिटलरनं लाखो ज्यूंचे बळी घेतले ही शरमेची बाब नाही, उलट लाखो ज्यूंचे बळी जाण्याआधी त्याला कोणी अटकाव केला नाही, हे लज्जास्पद आहे.

त्याचं कृत्य हे मानवतेलाच मोठा धडा आहे.

सगळ्या इतिहासावर नजर टाकलीत, तर तुम्हाला अशा कितीतरी ठळक घटना आढळतील, ज्या तुम्हाला 'तुम्ही खरंच कोण आहात' याची आठवण करून देतील, तुमचा शिक्षक बनून तुम्हाला शिकवण देतील. माणूस किती वरची पातळी गाठू शकतो आणि किती रसातळाला जाऊ शकतो हेच या घटना-प्रसंगांवरून, अनुभवांवरून सिद्ध होतं.

'माणूस' म्हणजे काय याचे अनेक आश्चर्यकारक, श्वास रोखायला लावणारे प्रसंग इतिहासात सापडतात. तुमच्या सदसद्विवेकाला स्मरून तुम्हीही ते मान्य कराल.

एक गोष्ट लक्षात ठेवा, जाणीव, विवेक हाच सर्वस्व असतो आणि त्यातूनच तुमचे अनुभव निर्माण होतात. जेव्हा एखादी जाणीव-जागृती समुदायात निर्माण होते, तेव्हा एखाद्या वेळेस अतिशय भव्य, सुंदर गोष्टींचा जन्म होतो किंवा एखाद्या वेळेस अतिशय 'भयाण'ही दिसतं. ही सामूहिक जाणीव फारच प्रबळ असते. निवड नेहमीच तुमच्या हातात असते.

आपल्या समाजाची मतं, जाणिवा समाधानकारक वाटत नसतील, तर त्या बदलण्याचा प्रयत्न करा.

स्वत:च उदाहरण घालून देणं हा इतरांमध्ये बदल घडवून आणण्याचा सर्वांत उत्तम मार्ग आहे. इतरांना बदलवायचं असेल, तर स्वत: आदर्श निर्माण करून दाखवा.

तुमच्या एकट्याच्या उदाहरणानं भागत नसेल, तर समविचारी लोकांचा गट तयार करा. तुमच्या जाणिवेपासून स्फूर्ती घेऊन ते त्याचा अनुभव घेतील. तुम्ही करा म्हणजे ते करतील.

तुमच्यापासूनच सुरुवात होणार आहे प्रत्येक गोष्टीची. सर्वच गोष्टींची.

तुम्हाला जग बदलवायचंय? मग आधी तुमच्या जगात बदल घडवा. तुमचं जग बदला.

हिटलरनं तुम्हाला हे करण्याची सुवर्णसंधीच दिलीय. जीझसच्या अनुभवासारखाच हिटलरचा अनुभव वास्तव सांगणारा आहे. तुमचं सत्य तुमच्यापुढे उलगडून दाखवणारा आहे. प्रसंग हिटलरचा असो की बुद्धाचा, चंगीझखानाचा असो की हरे कृष्णाचा, attila the hunचा असो की जीझसचा – तुमच्या त्यांच्याबद्दलच्या सगळ्या आठवणी जाग्या होतात, जिवंत होतात.

म्हणून तर भीषण मानवी संहाराची स्मारकं ज्यूंनी बांधली आणि 'हा नरसंहार नेहमी लक्षात ठेवा, त्याची आठवण पुसू देऊ नका' असा संदेश दिला. कारण तुमच्यातल्या प्रत्येकात हिटलरी वृत्तीचा अंश दडलेला आहे, भले प्रमाण कमी-जास्त असेल.

अच्छा, म्हणजे माणूस नराधम बनून किती संहार करू शकतो, कुठल्या पातळीपर्यंत तो अधोगतीला जाऊ शकतो याचा धडा देण्यासाठी 'हिटलर'चा अवतार झाला, असं म्हणायचंय तुला?

'हिटलर' अवतार नव्हता, त्याला मुद्दाम पृथ्वीवर पाठवलं नव्हतं. तो काही प्रेषित नव्हता. त्याला तुम्हीच निर्माण केलंत. तुमच्याच जाणीव जागृतीतून त्यानं जन्म घेतला. तुमच्याशिवाय तो जन्मालाच आला नसता. हीच तर खरी शिकवण.

विभागणी, विषमता, वर्गभेद, कुरघोडी करणं – 'आम्ही' विरुद्ध 'ते', 'आमचं' विरुद्ध 'त्यांचं' यातूनच तर 'हिटलरी अनुभव' जन्म घेतो – हिटलर जन्म घेतो.

दिव्य बंधुत्वाच्या जाणिवेतून, एकात्मतेच्या भावनेतून 'तुझं-माझं', 'आम्ही-आमचं' यापेक्षा 'आपण-आपलं' हा भाव निर्माण होतो आणि त्यातून 'येशू'ची जाणीव दिसून येते.

जेव्हा 'तुमची' दुःख 'आपली' दुःख होतात, 'माझा आनंद' न राहता तो 'आपला आनंद' होतो, तेव्हा आयुष्य म्हणजे सर्वंकष एकत्रित आनंदानुभव, 'खरा आनंद' आहे, याचा अनुभव येतो– एक सर्वांगीण जीवनानुभव!

हिटलर स्वर्गात का गेला?

कारण हिटलरनं कुठलीच 'चूक' केली नव्हती. त्याच्या हातून काहीही चुकीचं घडलं नव्हतं. त्याला जे वाटलं ते त्यानं थेट केलं. अरे, कित्येक वर्षं लाखो लोकांना तो बरोबरच वाटला होता, हे विसरू नकोस. मग मला सांग, त्याचं तरी काय चुकलं?

समजा तुम्ही एखादी मूर्खासारखी कल्पना पुढे आणलीत आणि दहा दशलक्ष माणसांनी ती मान्य करून उचलून धरली, तर 'आपण काहीतरी मूर्खपणा करतोय' असं तुम्हाला वाटणारच नाही ना!

जगानं अखेर एकदा ठरवलं – हिटलरनं चूक केली. याचा अर्थ एवढाच की, लोकांनी 'आपण कोण आहोत' याचा नव्यानं आढावा घेतला आणि 'हिटलर-अनुभवात' त्यांनी नव्या पर्यायाची निवड केली!

त्यानं एक मानदंड घालून दिला – एक मोजपट्टी समोर ठेवली. आपल्या

स्वत:बद्दलच्या कल्पनांच्या मर्यादांची परिसीमा आखून दिली. त्याच्या बरोबर उलट्या दिशेनं जीझसनंही वेगळा आदर्श मांडला.

जगात आणखीही जीझस आणि आणखीही हिटलर होऊन गेले आणि पुढेही होतील. म्हणून सतत दक्ष, सावध राहा. कारण खूप चांगली आणि खूप वाईट अशी दोन्ही टोकाची माणसं तुमच्या आसपास वावरत असतात. तुम्हीसुद्धा त्यांच्यात वावरत असता. तुम्हाला कोणाबरोबर राहायला, मैत्री करायला आवडेल? त्या दोघांपैकी तुम्ही कोणाची निवड कराल?

देवा, तो हिटलर स्वर्गात कसा गेला याचं कोडं मला काही अजून सुटत नाही. त्याच्या कृत्यांबद्दल त्याला हा 'गौरव', 'सन्मान' कसा काय मिळाला हा प्रश्न उरतोच!

सगळ्यात आधी एक गोष्ट लक्षात घे – मृत्यू हा शेवट नाही, तर ती सुरुवात आहे. मृत्यू ही भीतिदायक, भयंकर घटना नाही, तर मृत्यू हा आनंदाचा प्रसंग आहे. मृत्यू म्हणजे निरोप घेऊन गाशा गुंडाळणं नव्हे, तर मृत्यू म्हणजे नव्यानं सुरुवात करणं आहे.

आयुष्याचा शेवटचा क्षण हाच सर्वोच्च आनंदाचा क्षण असेल.

कारण तो शेवट नसतो. आयुष्य तिथे संपत नाही. उलट तिथूनच त्याची सुंदर नवी सुरुवात होते – त्यात प्रगाढ शांती आणि शहाणपणा, आनंद भरलेला आहे. त्याचं वर्णन करणं अवघड आहे, इतकं की, ते तुमच्या आकलनाच्या पलीकडचं आहे. त्या नव्या आयुष्यात एवढा आनंद आणि शांती, ज्ञान भरलेलं आहे की, तुम्ही त्याची कल्पनाही करू शकणार नाही.

तेव्हा मी आधी तुम्हाला सांगितलेली गोष्ट तुम्ही लक्षात घ्यायला हवी की, हिटलरनं कुणालाही दुखावलेलं नाही. एका अर्थी त्यानं कुणावरही अत्याचार करून दु:ख-वेदना लादलेल्या नाहीत, तर त्यानं माणसांच्या वेदना संपवल्या आहेत.

'माणसाचं आयुष्य म्हणजे वेदना, दु:ख भोगणं असं बुद्धानं म्हटलं होतं – ते खरंच होतं. बरोबर होतं.

ठीक आहे. तुझं हे म्हणणं मला पटलं असं घटकाभर धरून चाललो, तरी 'आपण मोठं सत्कृत्य करतोय' हे हिटलरला कळलं नव्हतं. 'आपण वाईट वागतोय' असंच त्याला वाटत होतं.

नाही-नाही, त्याला असं मुळीच वाटत नव्हतं. आपण आपल्या माणसांना मदतीचा

हात देतोय, असंच खरं तर त्याला वाटत होतं– आणि हेच तुम्हाला कळत नाही.

सगळ्यांचं आपापलं विश्व असतं आणि आपल्या विश्वात कुणीच 'चुकीचं' वागत नाही. हिटलरनं जे काही केलं, ते वेडाच्या भरात किंवा पिसाटलेपणी केलं आणि त्याला या गोष्टीची पूर्ण कल्पना होती असं जर तुमचं म्हणणं असेल, तर मानवी-अनुभवातली गुंतागुंत तुम्हाला कळलीच नाही, असं म्हणावं लागेल.

'आपल्या लोकांचं आपण भलंच करतोय' असं हिटलरला वाटत होतं आणि त्या लोकांनाही तसंच वाटत होतं. हाच खरा त्यातला वेडेपणाचा भाग होता. त्याच्या देशातले बहुतेक रहिवासी त्याच्याशी सहमत होते.

'हिटलर चुकला' यावर तुम्ही शिक्कामोर्तब केलंत त्याचं वागणं चुकीचं होतं, असं तुम्ही जगजाहीरच केलंत, उत्तम! त्याची फूटपट्टी स्वतःला लावून तुम्ही स्वतःबद्दल आणखी काही जाणून घेतलंत. 'मी कोण आहे' असा स्वतःचा शोध घेतलात. पण त्यासाठी त्या हिटलरला दोषी ठरवू नका.

कुणीतरी ते करायलाच हवं होतं.

'गरम' पदार्थ म्हणजे काय हे माहीत नसेल, तर 'गार' म्हणजे काय हे कळणार नाही. 'वर' ही संकल्पना कळण्यासाठी 'खाली'सुद्धा हवंच. 'डावं' असल्याशिवाय 'उजव्या'ची काय मजा? एकाला शाप द्यायचा, दूषणं द्यायची आणि एकाला वरदान द्यायचं, त्याची स्तुती करायची हा कुठला न्याय? असं करणं म्हणजे अज्ञान! तुम्ही असं करत असाल, तर म्हणजे तुम्हाला काहीच कळत नाही असं म्हणावं लागेल.

शतकानुशतकं माणूस ॲडम आणि इव्हचा धिक्कार करत आलाय. त्यांनीच मुळात पाप केलं – ते 'आद्य'पापी आहेत, असाही दोषारोप केला गेलाय. पण तुला सांगतो, ते दोघं मुळातले आद्य प्रेषित होते. त्यांना देवाचा आशीर्वाद लाभला होता. ते दोघं नसते, तर चांगलं-वाईट अशा दोन टोकाच्या शक्यता माणसाला कधी कळल्या नसत्या. ॲडमचं 'तथाकथित' पतन झालं नसतं, तर या दोन ध्रुवटोकाच्या गोष्टी कळल्याच नसत्या. 'वाईट' असं काही अस्तित्वात नव्हतंच. प्रत्येक जण आणि प्रत्येक वस्तू आपल्या कायमच्या बिनचूक अवस्थेत स्थिर होती. तेव्हा अक्षरशः स्वर्गीय स्थिती होती. अर्थात 'यालाच स्वर्ग म्हणतात', 'हाच तो स्वर्ग' याची तुम्हाला कल्पनाच नव्हती. 'बिनचुकपणा', 'पूर्णत्व' हे तुम्हाला ठाऊक नव्हतं कारण तुम्हाला दुसरं काहीच ठाऊक नव्हतं. दुसरी बाजूच तुम्हाला माहीत नव्हती.

मग मला सांग, आता ॲडम आणि इव्हला तू दोष देशील का, त्यांचे आभार मानशील?

आणि मग त्याच पार्श्वभूमीवर मी हिटलरचं काय करायला हवं होतं? त्याच्याशी कसं वागायला हवं होतं?

मी तुला सांगतो – देवाचं प्रेम आणि देवाची करुणा, देवाचं चातुर्य, शहाणपण

आणि देवाची क्षमाशीलता, देवाचा हेतू आणि देवाचं ध्येय यांची सावली इतकी विशाल असते की, सगळ्यात खतरनाक, महाभयंकर गुन्हा आणि तितकाच खतरनाक, महाभयंकर गुन्हेगारही सामावून जातात – त्यांच्यावरही तो आपल्या निरपेक्ष मायेची पाखर घालतो; त्यांच्यावरही कृपाछत्र धरतो.

कदाचित तुला माझं हे म्हणणं पटणार नाही; पण असू दे. त्यानं काही बिघडत नाही. तू इथे काय जाणून घ्यायला आला आहेस, हे तुला आत्ताच तर कळतंय– नुकताच तर तू हा धडा घेतलायस!

५

देवा, पहिल्या पुस्तकात तू मला एक वचन दिलं होतंस. काळ आणि अंतराळ, प्रेम आणि युद्ध, संघर्ष, चांगलं आणि वाईट यांसारख्या अनेक व्यापक गोष्टी तसंच या पृथ्वीवरची सर्वांत मोठी भू-राजकीय गोष्ट यावर तू मला सांगणार होतास. शिवाय शारीरिक संबंधांबाबत माणसाच्या अनुभवाबद्दल थोडं जास्त सविस्तर सांगायचंही तू कबूल केलं होतंस.

हो, मी हे सगळं कबूल केलं होतं.

पहिल्या पुस्तकात वैयक्तिक अनुभवांबद्दल, उत्सुकतेबद्दल, कुतूहलाबद्दल आपण चर्चा केली. दुसऱ्या पुस्तकात तुमच्या ग्रहावरच्या सामुदायिक जीवनाबद्दल बोलतोय. तिसऱ्या पुस्तकात तीन महान सत्य आढळतील – विश्वाची उत्पत्ती, संपूर्ण विश्वाची छबी, आत्म्याचा प्रवास. तुमच्या विश्वाला जाणून घेण्यासाठी सज्ज व्हा, असा माझा सल्ला आहे.

तू 'काळा'बद्दल सांगणार आहेस, असं म्हणाला आहेस.

तुला जे माहीत असायला हवं, ते सगळं मी सांगितलंय. 'काळ' नसतो, 'काळ' नावाची गोष्ट नाही. सर्व गोष्टी एकाच वेळी अस्तित्वात असतात. सगळ्या घटना एकाच वेळी घडतात.

हे पुस्तक लिहिलं गेलंय आणि ते लिहिलं गेलंय याचा अर्थ ते आधीच लिहून झालंय. ते आधीच अस्तित्वात आलेलं आहे. खरं तर त्याच पुस्तकातून तू ही सगळी माहिती मिळवतोयस. अशा पुस्तकातून जे या आधीच लिहून झालंय, लिहिलेलंच आहे. तू फक्त ते या विशिष्ट आकारात आणतोयस इतकंच! याचा अर्थ असा की, 'तू काही विचारण्याआधीच, मी त्याचं उत्तरही दिलेलं आहे.'

काळाबद्दलची ही सगळी माहिती म्हणजे... अच्छा, गमतीशीर आहे. पण

त्याहीपेक्षा फारच थोड्या माणसांना हे कळेल. या गोष्टींचा प्रत्यक्ष आयुष्याशी काही संबंध आहे का? या गोष्टी रोजच्या जीवनात लागू होतात का?

काळाची संकल्पना समजून घेतलीत की, तुम्ही जास्त शांतपणे जगू शकता. ही आंतरिक शांतता आहे. काळ हा सापेक्ष आहे. तो 'क्षण'ही असू शकतो. तो अनंताचा प्रवाह नाही.

तुम्ही बदलत असता, हालचाल करत असता; काळ नव्हे. काळाला परिर्वतन नसतं. काळ म्हणजे फक्त एक क्षण.

एका ठराविक मर्यादेपर्यंत तुम्हाला हे नीट कळतं. म्हणून तर जेव्हा तुमच्या आयुष्यात खूप चांगली किंवा एखादी ठळक घटना घडते तेव्हा 'काळ थांबलाय' असं तुम्हाला वाटतं.

तसंच होतं. तुम्हीही अशा आयुष्य घडवणाऱ्या क्षणांचा अनुभव घेत असता.

तुझ्या बोलण्यावर विश्वास ठेवणं अवघड आहे. मला सांग, हे असं कसं शक्य आहे?

तुमच्या विज्ञानानं गणितीय पद्धतीनं हे आधीच सिद्ध केलेलं आहे. गणिती सूत्रांनी हे दाखवून दिलंय. त्यात सूत्रं दिली आहेत. त्यावरून असं दाखवलं जातं की, तुम्ही अवकाश यानात बसलात आणि पुरेशा वेगानं, पुरेशा उंचीपर्यंत उड्डाण केलंत तर तुम्ही परत फिरून पृथ्वीच्या दिशेनं येता आणि स्वत:ला अवकाशात झेप घेताना बघू शकता.

यावरून असं सिद्ध होतं की, 'काळ' म्हणजे 'क्षण' नाही, तर तुमच्या हालचालींसाठी लागणारं क्षेत्र आहे. आधीच्या उदाहरणात बघाल तर पृथ्वी!

तीनशे पासष्ट दिवसांचं एक वर्ष होतं असं तुम्ही म्हणता. मला सांगा, 'दिवस' म्हणजे काय? पृथ्वीच्या कक्षीय गतीवरून तुम्ही हे ठरवलंत – मी त्यात थोडी भर घालून असं म्हणेन – 'तुमच्या अवकाशयानाला त्याच्या अक्षाभोवती एक प्रदक्षिणा पूर्ण करायला लागणारा वेळ, अवधी म्हणजे एक 'दिवस'

ही अशी प्रदक्षिणा घातली जाते, हे तुम्हाला कसं कळतं? (तुम्हाला असं फिरण्याची जाणीव होत नाही.) तुम्ही अवकाशातलं एक संदर्भ-ठिकाण निवडलं आहे 'सूर्य!' सूर्याकडे तोंड करून उभ्या असलेल्या यानाला पुन्हा सूर्याकडे तोंड असलेल्या स्थितीत यायला जो अवधी लागतो त्याला तुम्ही पूर्ण दिवस म्हणता.

हा पूर्ण दिवस तुम्ही चोवीस तासांत विभागलात. एका पूर्ण दिवसाचे तुम्ही चोवीस तासांचे भाग करताना पुन्हा कक्षीय गतीचा विचार केलात. नाहीतर तुम्ही

सहज दहा किंवा त्र्याहत्तर भाग असंही म्हणू शकला असतात!

मग तुम्ही प्रत्येक तास 'मिनिटात' विभागलात. प्रत्येक तास साठ मिनिटांचा असतो असं तुम्ही म्हटलंत; नंतर तुम्ही प्रत्येक मिनिटाचेही आणखी साठ छोटे भाग केलेत – त्याला 'सेकंद' असं नाव दिलंत.

एके दिवशी तुमच्या असं लक्षात आलं की, पृथ्वी ही नुसती स्वतःभोवतीच फिरते असं नाही, तर ती उडतेसुद्धा! ती अवकाशात सूर्याभोवतीसुद्धा फिरते हे तुम्हाला दिसलं.

तुम्ही बारकाईने मोजमाप करून आकडेवारी काढलीत. पृथ्वी स्वतःभोवती ३६५ फेऱ्या पूर्ण करताना सूर्याभोवती तिची एक प्रदक्षिणा पूर्ण होते. पृथ्वीच्या या परिभ्रमण संख्येला तुम्ही 'एक वर्ष' अशी संज्ञा दिलीत.

थोडासा गोंधळ कुठे झाला? तर जेव्हा तुम्ही वर्षापेक्षा लहान, पण दिवसापेक्षा मोठ्या एककात वर्षाची विभागणी करायला गेलात तेव्हा गडबड झाली.

तुम्ही 'आठवडा' आणि 'महिना' निर्माण केलात आणि प्रत्येक वर्षात तुम्ही एकसारखेच, एकसारख्याच दिवसांचे महिने मिळवायचा प्रयत्न करायला लागलात. पण प्रत्येक महिन्यात एकसारखे दिवस मिळाले नाहीत.

३६५ या विषम संख्येतल्या दिवसांची 'सम'संख्येच्या बारा महिन्यांत विभागणी करता येईना, तेव्हा तुम्ही काही महिन्यांचे दिवस इतर महिन्यांहून वाढवलेत!

एका वर्षाची विभागणी बारा भागांतच करायला हवी, अशी तुमची धारणा होती. कारण तो सौरचक्राचा, सौरगतीचा अंक होता. एका वर्षभरात तुमच्या चंद्राच्या भ्रमणाचा तो अवधी होता. पृथ्वीची सूर्याभोवती प्रदक्षिणा, पृथ्वीची स्वतःच्या अक्षाभोवती प्रदक्षिणा आणि चंद्राचं परिभ्रमण या तीन खगोलीय गोष्टींचा पुनर्विचार करून तुम्ही प्रत्येक महिन्यातल्या दिवसांची संख्या कमी-जास्त केलीत.

पण या उपायानंही सगळे प्रश्न सुटले नाहीत. कारण काळ भरून काढणाऱ्याच्या तुमच्या या आधीच्या शोधांचा इथे कसा उपयोग करून घ्यायचा हे तुम्हाला कळेना. म्हणून ठराविक काळानं वर्षात एक पूर्ण दिवस जास्त असायला हवा, असं तुम्ही ठरवलंत. त्याला तुम्ही 'लीप इयर' असं नाव दिलं. ही खरं काळाची चेष्टाच होती. काळाशी खेळ करणं होतं आणि तरीही तुम्ही 'देवाचा काळ अतर्क्य आहे – अविश्वसनीय आहे' असं म्हणता!

पृथ्वीच्या कक्षीय गतीनं तुम्ही 'दशकं' आणि 'शतकं' निर्माण केलीत. (गंमत म्हणजे ही 'दहा'वर आधारित आहेत. दहाच्या पटीत आहेत, बाराच्या नव्हेत). दशकं, शतकं यातून तुम्ही काही काळाचा पट्टा दाखवलात. पण काळगणनेतली ही तुमची फक्त चलाखी होती. यावरून आपल्या लक्षात येईल की, जो मागे पडत उलटत जातो, तो 'काळ' नसतो, तर वस्तू-गोष्टी पुढे जात असतात आणि ज्याला

तुम्ही अवकाश म्हणता, त्या स्थिर क्षेत्रात त्या फिरत राहतात. 'काळ' म्हणजे तुमचं फक्त क्षण, घटका मोजणं.

शास्त्रज्ञांना यासंबंधीचं सखोल ज्ञान असतं आणि म्हणूनच 'अखंड अवकाशकाळ चक्र' असं ते म्हणतात.

'काळ' ही मानसिक अवधारणा, सापेक्ष संकल्पना आहे असं तुमच्या डॉ. आईनस्टाईन आणि इतर शास्त्रज्ञांच्या लक्षात आलं. काळ हा दोन गोष्टींच्या दरम्यानच्या अंतरालाशी, अवकाशाशी निगडित असतो. (विश्वाचा जर विस्तार होत असेल – तसा तो होतोय – त्यामुळे काही लाख वर्षांपूर्वी पृथ्वीला सूर्याभोवती प्रदक्षिणा करायला जेवढा वेळ लागत होता, त्यापेक्षा आता तो अवधी लांबला आहे. व्यापण्याजोगं अजून जास्त क्षेत्र आहे.)

अशा तऱ्हेनं या सगळ्या चक्राकार गतींना १४९२मध्ये जेवढी मिनिटं, तास, दिवस, आठवडे, महिने, वर्षं, दशकं आणि शतकं लागली असतील, त्यापेक्षा जास्त मिनिटं, तास, दिवस, आठवडे, महिने, वर्षं, दशकं आणि शतकं आत्ता लागली असतील. (जेव्हा 'दिवस' दिवस नसेल?, जेव्हा 'वर्ष' वर्ष नसेल?)

तुमची नवी, अत्याधुनिक, अद्ययावत कालमापक यंत्रं आता कालगणनेतल्या या फरकाची नोंद करतात आणि दर वर्षी जगभरातली घड्याळं त्यानुसार लावली जातात, ती काही 'शांत' बसत नाहीत. हीच ग्रीनिच प्रमाण वेळ, कारण ती विश्वाच्या मध्यातून, विषुववृत्तातून जाते.

आईनस्टाईननं एक सिद्धांत मांडला – काळ कधीच हलत नाही. तो स्थिर असतो. पण आपणच ठराविक गतीनं अंतराळात फिरत असतो. पण काळ जर बदलायचा असेल, तर दोन वस्तूंमधलं अंतर बदलायला हवं – नाहीतर एकाकडून दुसऱ्या वस्तूकडे जाताना किमान वेग तरी कमी करायला हवा.

हा झाला आईनस्टाईनचा 'सामान्य सापेक्षतेचा सिद्धांत'. तो तुमच्या आधुनिक काळातल्या 'काळ आणि वेळ अवकाश' यांच्या परस्पर संबंधांबाबत विस्तृत माहिती देतो.

आता बहुधा तुमच्या लक्षात येईल की, अवकाशातून तुम्ही दीर्घ प्रवास करून परतलात की, तुमचं वय कदाचित दहाच वर्षांनी वाढलं असेल – पण इथल्या पृथ्वीवरचे तुमचे मित्र तीस वर्षांनी मोठे झोले असतील. तुम्ही जसे पुढे जाल, तसा तुम्ही काळ आणखी गुंडाळायला लागाल आणि पृथ्वीवर तुमच्या वेळची 'सजीव' सृष्टी फारच कमी उरलीय असं तुमच्या लक्षात येईल.

कधी काळी पृथ्वीवरच्या शास्त्रज्ञांनी माणसं स्वत: गतिमान होतील असा 'भविष्यकाळ' विकसित केला, तर ते जगाला 'फसवू' शकतील आणि वास्तव काळात राहतील. परत पृथ्वीवर आले की, स्पेसशिपमध्ये, अंतराळयानात जेवढा

काळ घालवला, तेवढाच काळ या पृथ्वीवर गेलाय असं त्यांच्या लक्षात येईल.

उघड आहे की, जर एखाद्याला आणखी बळ मिळालं, प्रेरणा मिळाली, तर तो पृथ्वीवरचे इतर पळायला सुरुवात करण्याआधीच अंतराळातून फिरून परत आलेला असेल. म्हणजेच अंतराळातल्या काळाच्या गतीपेक्षा पृथ्वीवरचा काळ जास्त कमी गतीनं जात असणार. तुम्ही अंतराळातून तुमची 'दहा वर्षांची' रपेट मारून याल, तेव्हा पृथ्वी फक्त चार वर्षांनी मोठी झाली असेल! वेग वाढवा, गती वाढवा इतकी की, अंतराळातली दहा वर्षं म्हणजे पृथ्वीवरची दहा मिनिटंच असतील.

आता अंतराळातल्या स्तराचा – पदरांचा विचार करू. (आइनस्टाइन व इतरांचा या गोष्टीवर विश्वास होता आणि ते योग्य होतं.)

आता तुमच्या मनात काळाची जी संकल्पना आहे, तसा तो नसतो हे लक्षात येणं फारसं अवघड नाही. आत्तापर्यंत घडून गेलेली प्रत्येक गोष्ट आणि जी घडणार आहे अशी गोष्ट 'आत्ता' घडतेय, 'अंतराळातल्या स्थानाकडे बघण्याच्या तुमच्या दृष्टिकोनावर हे अवलंबून आहे.

तुम्ही माझ्याजागी असता, तर हे सगळं तुम्ही आत्ता पाहू शकला असता!

आलं लक्षात? समजलं?

हो, तात्त्विकदृष्ट्या मला समजायला लागलंय.

उत्तम. मी एखाद्या लहान मुलालाही सहज समजेल इतकं सोपं करून सांगितलंय. कदाचित ते शास्त्रीयदृष्ट्या उत्तम नसेल, पण तुला नक्कीच नीट कळलं असेल.

आत्ता वेगाच्या, गतीच्या दृष्टीनं पाहिलं, तर स्थूल गोष्टींना मर्यादा आहे. पण सूक्ष्म गोष्टी म्हणजे माझे विचार... माझा आत्मा... ते कल्पनाही करता येणार नाही इतक्या अफाट वेगानं पळत असतात.

अगदी बरोबर. हेच तर स्वप्नात घडत असतं – इतर शरीरबाह्य आणि मानसिक अनुभवांबाबतही हेच म्हणता येईल.

'या गोष्टी तर घडून गेल्यात, होऊन गेल्यात' असं आता कळेल. कदाचित या आधी त्या वेळी तुम्ही तिथे असालही!

पण... तू म्हणतोस तसं जर प्रत्येक गोष्ट आधीच घडून गेलेली असेल, तर मग माझं भविष्य बदलायला मी असमर्थ आहे असंच होईल ना! हे सगळं पूर्वनिश्चित असतं का?

नाही, तसा अर्थ घेऊ नकोस. ते खरं नाही. वास्तविक पाहता या व्यवस्थेनं तुला मदत व्हायला पाहिजे. 'आता काहीच अर्थ नाही' असं वाटून घेऊ नकोस.

तुझ्यासाठी मुक्त इच्छा आणि पूर्ण निवडीचं स्वातंत्र्य आहेच. भविष्याचा विचार करणं (किंवा इतरांनी तो तुझ्यासाठी करणं) या गोष्टीनं तुझ्या मनाप्रमाणे आपलं आयुष्य जगायची क्षमता तुझ्यात येते; आयुष्य मुक्त होतं, सीमित नाही.

कसं? मला नीट समजावून सांग.

जर भविष्यातला एखादा प्रसंग किंवा एखादा अनुभव तुला आवडला नाही, तर तू तो निवडू नकोस. पुन्हा एकदा निवड कर. दुसरा पर्याय निवड.

तुला नको वाटत असलेला, अनपेक्षित परिणाम टाळायचा असेल, तर तुझं वागणं बदल, वागण्याच्या पद्धतीत बदल कर.

पण जी गोष्ट आधीच घडून गेली आहे, ती मी कशी टाळू शकणार?

ती तुझ्याबाबतीत अजून झालेली नाही. अवकाशाच्या कालचक्रात तू आत्ता अशा ठिकाणी आहेस की, जिथे तुला अस्तित्वाचं जाणीवपूर्वक भान नाही. गोष्ट 'घडलेली' आहे, हे तुला ठाऊक नाही. तुला तुझं भविष्य 'आठवलेलं' नाही.

(विस्मृती म्हणजे सगळ्या काळातलं वरदान आहे. त्यामुळेच तर हा आयुष्याचा सारीपाट मांडून तुम्ही आयुष्याची खेळी पुन्हा खेळू शकता. त्याबद्दल नंतर सविस्तर सांगेन.)

तुम्हाला हे माहीत नाही – असं नसतं. जोवर तुम्हाला स्वतःलाच स्वतःचं भविष्य 'आठवत' नाही, तोवर त्याचा अर्थ एवढाच की, ती गोष्ट तुमच्या बाबत घडलेली नाही, अजूनतरी! एखादी गोष्ट जेव्हा अनुभवली जाते, एखाद्या गोष्टीचा अनुभव घेतो, त्या क्षणी तेव्हाच ती घडते. तुम्हाला एखादी गोष्ट माहीत असते, तेव्हाच तिचा अनुभव येतो.

देवाच्या कृपेनं आता तुम्हाला आपल्या भविष्याची क्षणार्धाची एक झलक 'कळू' शकेल असं म्हणूया. जे घडलं ते तुमचा 'आत्मा' – त्याच्याशी संबंधित होतं – तुमच्या अ-शरीरी भागाशी निगडित होतं – ते फक्त काळाच्या विस्तारात गेलं आणि पुन्हा काहीतरी उर्वरित शक्तीमुळे ते पुन्हा तुमच्यापर्यंत आलं – त्यात काही आकृत्या किंवा त्या क्षणाचे, प्रसंगाचे ठसे असतील. आठवणी असतील, प्रतिमा असतील.

या गोष्टी तुम्हाला जाणवू शकतात किंवा तुमच्यात वादळ निर्माण करणाऱ्या

या प्रतिमा बघण्याची, ती एनर्जी ती शक्ती जाणवण्याची दिव्य सूक्ष्म शक्तीची दैवी देणगी लाभलेल्यांना ती शक्ती स्वत:त विकसित केलेल्यांना या गोष्टी दिसू शकतात – जाणवू शकतात.

भविष्याबद्दलचा एखादा संकेत तुम्हाला आवडला नाही, तर त्यातून सरळ बाहेर पडा! अगदी सोडून द्या! तुम्ही तुमच्या अनुभवात, जाणिवेत बदल केलात की, तत्क्षणी तुम्हाला हलकं-हलकं वाटायला लागेल, 'हुश्श!' होईल.

थांब, थांब. एक मिनिट – वा... वा...!

आता एक गोष्ट तुला कळायलाच हवी. अनंत, अवकाशकालाच्या प्रत्येक पातळीत तुम्ही आलटून पालटून असताच. अवकाशकालाच्या या ना त्या पातळीत तुम्ही अस्तित्वात असताच.

म्हणजेच तुमचा आत्मा नेहमी होता, सदैव आहे आणि कायमच असणार आहे– हे जग अनंत आहे – त्याला शेवट नाही – ओम् तत्सद्!

म्हणजे मी एकापेक्षा जास्त जागी असतो?

अगदी बरोबर! तू प्रत्येक ठिकाणी आणि कायम असतोस.

पण एक 'मी' भविष्यात आहे आणि एक 'मी' भूतकाळात?

तुला सांगू? 'भविष्यकाळ आणि भूतकाळ'– नसतोच. कारण या फक्त जाणिवांच्या कळा आहेत. पण तू ज्या अर्थानं हे शब्द वापरतोयस, त्या अर्थानं याचं उत्तर आहे 'हो'.

मी एकापेक्षा आणखी जास्त आहे?

नाही, तुझ्यासारखा, तुझ्याएवढा तूच. पण तुझी स्वत:बद्दलची जी कल्पना आहे, त्यापेक्षा तू कितीतरी विशाल आहेस.

मग आता मला सांग, आत्ताचा अस्तित्वात असलेला 'मी' – त्यानं त्याच्या भविष्यातली त्याला न आवडणारी गोष्ट बदलली – तर मग भविष्यातल्या 'मी'ला याची जाणीव राहील का?

नक्कीच. सगळं विश्वच बदलतं. पण प्रत्येक जण आपण आपला घेतलेला अनुभव कधीच विसरत नाही – मागे टाकत नाही. पण त्यातून तुम्हाला जावं लागलं नाही याचा त्याला आनंद आणि दिलासा मिळतो.

पण भूतकाळातल्या 'मी'ला तो अनुभव अजून यायचा असतो – म्हणून तो सरळ त्या दिशेने जातो?

एका अर्थी हो. पण 'तू' नक्कीच 'त्याला' मदत करू शकतोस.

मी करू शकेन?

नक्कीच. पहिली गोष्ट – आत्ता तुमच्या समोरच्या, पुढच्या 'तू'नं जो बदल अनुभवला, तो तुमच्या आधीच्या 'तू'नं कधीच अनुभवला नव्हता. आत्म्याच्या उन्नतीचं हे एक साधन आहे.

हे जसं आहे, तसंच तुमच्यातल्या भावी 'तू'ला स्वतःच्याच भावी 'तू'कडून मदत मिळाली, अशा तऱ्हेनं तो जे टाळू शकला नाही, ते टाळायला तुम्हाला मदत मिळाली. तुझ्या लक्षात आलं का?

होय, हे फारच गमतीशीर आहे. पण आता मला आणखी एक प्रश्न विचारायचा आहे – पूर्वजन्मांबद्दल काय? म्हणजे जर मी नेहमीच 'मी' भूतकाळात आहे आणि भविष्यातही. तर मी गेल्या जन्मी आणखी वेगळीच कुणीतरी व्यक्ती कशी होतो?

तू एक दैवी जीव आहेस. एकाच 'वेळी' एकापेक्षा जास्त अनुभव घेण्याची क्षमता तुझ्यात आहे आणि तू तुझ्या एका अस्तित्वातून एका 'तू'मधून अनेक अस्तित्व – अनेक 'तू'मध्ये विभाजित करू शकतोस – तुझ्या आवडीप्रमाणे!

मी तुला आधी सांगितलं त्याप्रमाणे – तू एकच – तेच आयुष्य वेगवेगळ्या पद्धतीने पुन्हा आणि पुनःपुन्हा जगू शकतोस. एवढंच नव्हे, तर तुम्ही वेगवेगळ्या काळात वेगवेगळी आयुष्यंही जगू शकता.

म्हणजे तुम्ही नेहमीच 'तुम्ही' असता – इथे आता तुम्ही आहात आणि होतातही – वेगळ्या काळात आणि वेगळ्या ठिकाणी तुम्ही 'वेगळे' कुणीतरी होतात.

छे, बुवा! सगळं फार गुंतागुंतीचं होतंय!

होय, आपण हे सगळं जरा अतीच ताणलंय! ते जाऊ , एवढंच समजून घे, तू त्या असीम दिव्य परमेश्वराचा अंश आहेस. आत्ताच्या तुझ्या व्यक्तिमत्त्वाचा अनुभव घेण्यासाठी, जाणून घेण्यासाठी तू ही निवड केली आहेस. पण हा तुझ्या अस्तित्वाचा तसा शेवट नाही, पण तू तसाच विचार करायला हवा.

का?

तू तसा विचार केला नाहीस, तर आयुष्यात तू जे ठरवलं आहेस ते करू शकणार नाहीस.

म्हणजे? तू आधी सांगितलं आहेस, पण 'इथे' आणि 'आत्ता' परत सांग.

हाच नव्हे तर अनेक जन्म 'आपण खरंच कोण आहोत' हे ठरवण्यात, तसा पर्याय निवडण्यात, तो प्रत्यक्षात आणण्यात, स्वतःबद्दलच्या सध्याच्या कल्पना वास्तवात आणण्यात घालवलेत.

स्व-निर्मितीच्या अलौकिक क्षणात तुम्ही आहात आणि स्वानुभवाच्या प्रक्रियेतून 'स्व'ची परिपूर्ती करणार आहात.

त्या दृष्टीनं आयुष्यात तुम्ही 'साधन' म्हणून माणसं, प्रसंग, घटना आणि परिस्थिती खेचून आणली आहे. त्यातून तुम्हाला स्वतःबद्दलच्या भव्य कल्पना आणि दिव्यदृष्टी प्राप्त होणार आहे.

ही निर्मितीची, पुनर्निर्मितीची प्रक्रिया सतत चालू राहणारी आहे. कधीही न संपणारी, बहुस्तरीय, अनेक पातळ्यांवर चालणारी ही प्रक्रिया आहे, तिला शेवट नाही.

तुमच्या पातळीवरच्या वास्तवात तुम्ही भूत, वर्तमान आणि भविष्यातला एक म्हणून अनुभवाकडे पाहता. आपल्याला एक जन्म आहे किंवा कदाचित अनेक जन्म – पण एकावेळी एकच हे मात्र नक्की. पण जर काळच नसता तर? तसं असतं तर तुमचे सगळे जन्म एकाच वेळी झाले असते.

तुम्ही आहात!

तुम्ही आत्ता हे आयुष्य जगताय – हा जन्म तुम्हाला समजलाय, तुमच्या भूत-वर्तमान-भविष्यातल्या जन्माबद्दल एकदमच कळलंय!

तुम्हाला कधी भविष्याचे विचित्र सूचक संदेश मिळाले आहेत? अगदी त्यापासून लांब पळून जावं असं वाटावं इतके ठळकपणे?

तुमच्या भाषेत तुम्ही याला 'पाल चुकचुकणं' किंवा 'काहीतरी वाईट घडणार

याची अंतर्यामी जाणीव होणं' असं म्हणता. माझ्या दृष्टीनं हे म्हणजे तुम्ही तुमच्या भविष्यातल्या त्या गोष्टीचा चटकन घेतलेला अनुभव असतो.

'भविष्यातला तू' सांगतो आहे, 'ही गंमत नाही बरं का. हसण्यावारी नेऊ नकोस. ही गोष्ट करू नकोस.'

तुम्ही ज्याला पूर्वजन्म म्हणता, तेही तुम्ही आत्ता जगत असता – तुमच्या भूतकाळातले अनुभव म्हणून (जर तुम्ही कधी अनुभवत असाल तर) आणि हेच तर चालू आहे. काय घडतंय याची पूर्ण स्पष्ट जाणीव असेल, तर तुम्हाला जीवनाचा हा सुंदर खेळ खेळणं अवघड होऊन बसेल. इथे केलेलं हे वर्णनही ती तुम्हाला देऊ शकत नाही. ती जाणीव झाली तर हा खेळच संपेल. आत्ता या परिस्थितीत सगळ्या जाणिवा लोप पावणं यावर ही प्रक्रिया पूर्ण होणं अवलंबून आहे.

तेव्हा या प्रक्रियेचा आदर करा आणि त्या दयाळू निर्मात्याची मोठी कृपा म्हणून तिचा स्वीकार करा. त्या प्रक्रियेतून शांतपणे, आनंदानं आणि शहाणपणानं, चतुराईनं जा.

तुमच्या पवित्र्य आत्म्याच्या परिपूर्तीचा सार्वकालिक दिव्य अनुभव घेण्यासाठी तुम्ही या प्रक्रियेचा साधन म्हणून उपयोग करून घ्या.

तो कसा? मी तो चांगल्या प्रकारे कसा करून घेऊ?

हे बघ, जीवनाची रहस्यं उलगडण्याच्या मागे लागण्यापेक्षा तुझ्या आत्ताच्या आयुष्यातले अनमोल क्षण वाया घालवू नकोस.

ती रहस्यं, ती गुपितं मुद्दाम विशिष्ट कारणासाठी 'गुपितं' आहेत. देवाला जरा संशयाचा फायदा दे की! 'तू खरंच कोण आहेस, तुझं सत्य रूप काय आहे' हे दाखवून देणं हा तुझा सर्वांत महत्त्वाचा, सर्वोच्च हेतू असायला हवा आणि त्यासाठीच तुझ्या वर्तमान क्षणांचा तू सदुपयोग करायला हवास.

तू कोण आहेस – तुला कोण व्हायचंय हे ठरव आणि मग सर्वशक्तीनिशी त्यासाठी प्रयत्न कर.

तुझ्या समजुतीच्या चौकटीत मी सांगितलेल्या काळाच्या चौकटीचा विचार कर आणि तुझ्या सर्वोत्तम कल्पना त्यात वापर.

'भविष्या'बद्दल तुझ्या मनात काही चित्रं उमटली, तर त्यांचा आदर कर. भूतकाळातला काही विचार मनात आला, तर लगेच त्याच्याकडे दुर्लक्ष करून तो झटकून टाकू नकोस, आत्ता तुला त्याचा काही उपयोग आहे का तेही पाहा. तुझ्यातल्या दैवी अंशाची निर्मिती, अभिव्यक्ती आणि अनुभव घेण्याची संधी जर तुला आत्ता, इथे मिळत असेल, तर नक्की तिचा फायदा करून घे. त्या मार्गानं जा.

आणि तो मार्ग तुला माहीत करून दिला जाईल. कारण तू तो विचारला आहेस. या पुस्तकाची निर्मिती हे त्याचंच लक्षण आहे. कारण तसं नसतं तर तुझ्या या प्रत्यक्ष दोन डोळ्यांसमोर हे घडलं नसतं. तुझं मोकळं मन, उदार हृदय आणि आत्मा हे जाणून घ्यायला उत्सुक आहे, म्हणून तर हे घडू शकलं.

आत्ता हे वाचणारे, त्या वाचकांच्या बाबतीतही हेच लागू आहे. कारण त्यांच्यातही हाच भाव आहे. अन्यथा त्यांना हा अनुभव कसा कळला असता?

प्रत्येक जण प्रत्येक गोष्ट निर्माण करत असतो. प्रत्येक जीव हे करत असतो. मी निर्माण केलेल्या प्रत्येक गोष्टीची जाणीव होतेय, कारण मीच प्रत्येक जण आहे.

तुला इथे साम्य लक्षात येतंय का? तंतोतंतपणा बघतो आहेस ना?

या सगळ्याचं सार एकाच सत्यात आहे –

आपण अद्वैत आहोत.

आपण एकरूप आहोत.

आपण एकच आहोत.

६

मला अंतर, अंतराळाबद्दल सांग. अवकाशाबद्दल सांग.

अंतर, अंतराळ, अवकाश म्हणजे काळ... प्रत्यक्षातला.

खरं तर अंतराळ, अगदी काहीही नसलेलं – पूर्ण रिकामं अवकाश अशी गोष्टच नाही. प्रत्येक गोष्ट 'काहीतरी' आहे. अगदी सर्वांत रिकामं अवकाश, अंतराळसुद्धा वाफेनं, बाष्पानं भरलेलं आहे. पण ती वाफ इतकी पसरलेली आहे, इतक्या अनंत क्षेत्रापर्यंत पसरलेली आहे की, त्यामुळे तिचा अगदी पातळ थर झाला आहे. त्यामुळे ती असूनही नसल्यासारखी वाटते.

बाष्प नाहीसं झालं की, ऊर्जा होते. शुद्ध ऊर्जा शक्ती. ती लहरींच्या रूपात प्रकट होते. लहरी, कंपनं सगळ्या गोष्टी विशिष्ट गतीनं कंपन पावत असतात.

अदृश्य ऊर्जा, शक्ती म्हणजे अंतराळ. त्यात स्थूल गोष्टी आहेत. तुमच्या थरावरचा वेळ आपण प्रमाण मानू. सगळ्या विश्वातल्या गोष्टी एका छोट्याशा कणात घट्ट सामावल्या आहेत असं समजा. तुम्हाला त्याच्या घनतेची कल्पना करता येणार नाही; कारण प्रत्येक वस्तूला घनता असते, त्यामुळेच ती अस्तित्वात असते असं तुम्हाला वाटतं.

प्रत्यक्षात तुम्ही आत्ता ज्याला मॅटर, वस्तू म्हणता, ती बहुतेकदा अवकाश असते. सर्व घन वस्तू दोन टक्के 'घन' आणि ९८ टक्के 'वायू' असतो. सगळ्या घन वस्तूंतल्या छोट्या-छोट्या कणांमधलं अंतर प्रचंड असतं. म्हणजे तुमच्या रात्रीच्या आकाशात दिसणाऱ्या ताऱ्यांत आणि तुमच्यात जेवढं अंतर असतं तेवढं! तरीही तुम्ही त्यांना 'घन' समजता.

एकावेळी सगळं विश्वच खरं तर 'घन' होतं. त्याच्या कणांमध्ये अजिबात अंतर नव्हतं. सगळे कण एकमेकांना घट्ट चिकटलेले होते. भले ती गोष्ट सुईच्या अग्राएवढी का असेना.

एक काळ असा होता जेव्हा घनता नव्हती. सगळीकडे फक्त स्पंदनऊर्जेचा सर्वोच्च शुद्ध वावर होता. त्याला तुम्ही 'अ-घन' म्हणू शकता.

तुम्हाला ज्ञात असलेल्या स्थूल जगताच्या अस्तित्वाच्या आधीचा तो काळ होता. 'स्थूल' असं काहीच अस्तित्वात नव्हतं. यालाच काहीजण 'स्वर्ग', 'देवलोक' असं म्हणतात. कारण तिथे 'स्थुलाचं अस्तित्व नव्हतं. (आजकाल तुम्ही म्हणता ना – What's the matter? *त्याचं मूळ त्यातच आहे.)*

आरंभीच्या काळात शुद्ध शक्ती – मी – स्पंदन पावलो, माझ्यातून लहरी उमटल्या, स्पंदनं निर्माण झाली, ती इतकी गतिमान होती की, त्यातून शेवटी स्थूल जगत निर्माण झालं.

तुम्हीही हे करून पाहू शकता. खरं तर तुम्ही रोज हे करत असताच. तुमचे विचार म्हणजे स्पंदनं असतात आणि ते स्थूल गोष्टी निर्माण करू शकतात, करतात. तुमच्यातल्या बऱ्याच जणांचा विचार एकसारखा तोच असेल, तर तुम्ही त्याचा प्रभाव टाकू शकता आणि तुमच्या स्थूल जगताच्या काही भागाची निर्मिती करू शकता. याबद्दल मी पहिल्या पुस्तकात सविस्तर सांगितलंय.

या विश्वाचा आता विस्तार होतोय का?

होय, तुम्ही कल्पनाही करू शकणार नाही, एवढ्या गतीनं!

ते कायमच असं होणार?

नाही, विश्वाचा विस्तार करणाऱ्या शक्ती उधळवून लावल्या जातील आणि त्यांची जागा वस्तू एकत्र धरून ठेवणाऱ्या शक्ती घेतील. त्या पुन्हा सगळ्या गोष्टी मागे टाकतील.

म्हणजे विश्व आकुंचन पावेल असं म्हणायचंय तुला?

होय, प्रत्येक गोष्ट अक्षरश: आपली जागा सोडेल आणि पुन्हा तुम्हाला स्वर्ग गिळेल. स्थूल गोष्ट नाहीच. फक्त शुद्ध ऊर्जाशक्ती.

दुसऱ्या शब्दांत सांगायचं तर 'मी' –

अखेर सगळं माझ्याकडेच येणार आहे. तुम्ही म्हणता ना – 'सगळं काही देवाला पावलं' – ते त्यामुळेच.

म्हणजे आमचं अस्तित्व फार काळ टिकणार नाही असा याचा अर्थ!

स्थूल रूपात नाही, पण तुमचं अस्तित्व कायम असणारच आहे. तुमचं

अस्तित्व नाही असं असू शकत नाही. तुम्ही चिरंतन आहात.

या विश्वाचा लय झाला की मग काय होईल?

मग काय, पुन्हा ती प्रक्रिया सुरू होईल. पुन्हा तथाकथित 'बिग-बँग' होईल आणि नवं विश्व निर्माण होईल.

ते विस्तार पावेल आणि नष्ट होईल – मग पुन्हा तेच तसंच होत राहील. पुनःपुन्हा. सतत, कायम, अनंत विश्व! त्या विश्वाला शेवट नाही. विश्वाची निर्मिती आणि लय म्हणजे परमेश्वराचं श्वास आत घेणं आणि श्वास बाहेर सोडणं आहे.

ते ठीक आहे. हे सगळं पुनःपुन्हा घडत राहणं, गंमत आहे – पण माझ्या रोजच्या आयुष्याशी याचा काहीच संबंध नाही.

विश्वाची रहस्यं उलगडत बसण्यात तुझ्या आयुष्यातला वेळ वाया घालवू नकोस, असं मी तुला आधीच म्हटलंय. पण तरीही या सगळ्या प्रक्रियेबद्दल सामान्य माणसाच्या कल्पना आणि वर्णनं ऐकण्यानं फायदाही होतो.

तो कसा?

असं बघ, म्हणजे सगळ्या गोष्टी चक्राकार गतीनं फिरत असतात, अगदी आयुष्यसुद्धा! हे लक्षात येतं. बाह्य जगाबद्दल जाणून घेतलंत की, त्याच्या मदतीनं तुम्ही तुमच्या आतल्या विश्वाला समजून घेऊ शकाल. बाहेरच्या जगातल्या घडामोडी कळायला लागल्या की, आतल्या विश्वातल्याही घडामोडी कळतील.

आयुष्यही चक्राकार फिरतं. प्रत्येक गोष्ट तशीच चक्राकार आहे. अगदी प्रत्येक गोष्ट. एकदा तुम्ही हे समजून घेतलंत की, आयुष्याची प्रक्रिया उगाच मुकाटपणे स्वीकारण्याऐवजी तुम्ही त्याची मजा घेऊ शकाल.

सगळ्या गोष्टी गोलाकार, रहाटगाडग्यासारख्या फिरतात. आयुष्याला निसर्गाचा ताल, निसर्गाची लय असते आणि प्रत्येक गोष्ट त्याच लयीत पुढे जात असते. मार्गक्रमण करत असते. म्हणून तर म्हटलंय, 'प्रत्येक गोष्टीची वेळ यावी लागते. प्रत्येकाचा ठरलेला मोसम असतो. या आकाशाच्या छताखाली प्रत्येक हेतू पूर्ण व्हायला वेळच यावी लागते. प्रत्येक गोष्ट तिच्या ठरलेल्या वेळीच होत असते.'

जो हे समजून घेतो, ज्याला या गोष्टीची जाणीव असते तो शहाणा आणि जो हे प्रत्यक्षात उतरवतो, तो चतुर!

फारच थोड्या माणसांना आयुष्याचा हा ताल, लय कळते. बायका मात्र आयुष्याची लय पकडून जगतात. त्यांचं आयुष्यच मुळी लयबद्ध असतं.

पुरुषांपेक्षा बायकांकडे 'प्रवाहाबरोबर जाण्याची' क्षमता जास्त असते. पुरुष प्रवाहाला ढकलू पाहतात, ओढू बघतात, विरोध करायचं धाडस करू पाहतात, प्रवाहाला दिशाही द्यायला बघतात; पण बायका मात्र त्या प्रवाहाला सामावून घेतात. सामंजस्यानं पुढे जाण्यासाठी स्वत:ला त्यात झोकून देतात. त्या प्रवाहासारख्याच होऊन जातात.

बाई वाऱ्यावर डुलणाऱ्या फुलांचं गाणं ऐकते. अदृश्य गोष्टींतलं सौंदर्य ती बघते. आयुष्यातले खाचखळगे, चढ-उतारांची तिला जाणीव असते. आयुष्यात कधी धावायचं आणि कधी थांबायचं, कधी रडायचं, दु:ख करायचं, कधी हसायचं, आनंद साजरा करायचा, कधी ताणायचं आणि कधी सैल सोडायचं हे बाईला बरोबर ठाऊक असतं.

बहुतेक स्त्रिया अतिशय धीरोदात्तपणे देह ठेवतात. बहुतेक पुरुष शेवटच्या क्षणीही झुंजतात. बायका जिवंतपणीही आपल्या शरीराला खूप छान सांभाळतात. पुरुष मात्र शरीराची हेळसांड करतात. आयुष्यातही ते तसंच करतात. आयुष्याचीही तमा बाळगत नाहीत. अर्थात प्रत्येक नियमाला अपवाद असतोच. मी आपलं हे सरसकट बोलतोय. आत्तापर्यंत जगाची रीत काय आहे ते सांगतोय. मी हे अगदी ढोबळमानानं म्हणतोय. पण तुम्ही जर आयुष्याबद्दल विचार कराल, तुम्ही कसं वागताय हे स्वत:शी कबूल कराल आणि हे काय आहे ते पाहाल, तर माझ्या या 'सरसकटपणा'त तथ्य आहे, असं तुम्हाला दिसेल.

मला फार वाईट वाटतंय. म्हणजे काही का असेना, बायका पुरुषांपेक्षा थोड्या वरचढ आहेत, त्यांच्यात पुरुषांपेक्षा 'जगायला योग्य मसाला' आहे, असं आता वाटायला लागलंय.

आयुष्याचा ताल यांग आणि यिनच्या समतोलानं साधला जातो. कुणीच एखादा दुसऱ्यापेक्षा वरचढ, जास्त योग्य नसतो. दोघंही – स्त्री आणि पुरुष समानच आहेत, रथाची दोन चाकं आहेत!

पुरुषातला मोठेपणा दिसून येतो, पण बायकांचं तसं नसतं.

तरीही असं म्हणतात की, पुरुषाचा जन्म ही तुमची परीक्षा असते किंवा तुमचा प्रशिक्षण काळ असतो म्हणजे बराच काळ तुम्ही पुरुष आहात, स्वत:च्या मूर्खपणामुळे तुम्ही बराच काळ बरंच काही सहन केलं आहेत, स्वत:च स्वत:च्या पायावर धोंडे पाडून घेतले आहेत, तुम्ही आयुष्यात स्वत:च्या वागणुकीनं अनेकांना दुखावलं

आहेत, भांडणांचं समर्थन देत बसला आहात, तिरस्कार केला आहात – सतत जिंकण्यासाठीच खेळला आहात, तर मग तुम्ही स्त्री होऊ शकता.

जेव्हा 'शक्ती' म्हणजेच 'श्रेष्ठ' नाही हे तुम्ही शिकता, 'बळी तो कान पिळी' हे योग्य नाही – सत्ता गाजवण्यापेक्षा ती असणं महत्त्वाचं, शक्तिमान माणूस कधीच कशाची अपेक्षा ठेवत नाही – या गोष्टी जेव्हा तुम्हाला समजतात, तेव्हा मग तुम्ही स्त्रीदेह धारण करायला योग्य ठरू शकाल – म्हणजे निदान तिचं सार तरी तुम्ही जाणू शकाल.

म्हणजे स्त्री ही पुरुषापेक्षा 'बरी' म्हणायची!

नाही, 'बरी' नव्हे, 'वेगळी' म्हण. तू हे ठरवतो आहेस, निरपेक्ष सत्यात 'बरं-वाईट' असं काही नसतं. तिथे फक्त निखळ सत्य असतं – काय 'आहे' आणि काय 'हवं आहे'.

गरम हे गारपेक्षा बरं आहे असं नाही, वर हे खालीपेक्षा ठीक आहे असा अर्थ नाही. मी आधी हा मुद्दा मांडला होता. तसंच स्त्री ही पुरुषापेक्षा 'बरी' असं नाही. स्त्री ही फक्त स्त्री आहे. म्हणजे जसं 'तू' हा फक्त 'तू' आहेस.

तुमच्यातलं कुणीच सीमित, चौकटीत बांधलेलं नाही. तुम्हाला जे व्हायचंय ते तुम्ही होऊ शकता. तुमच्या अनुभवाची निवड तुम्ही करू शकता. तुम्हाला आत्ताच्या आयुष्यात तो अनुभव घ्यायचाय का पुढच्या – का त्याच्या पुढच्या, ते तुम्ही ठरवायचं. आधीच्या जन्मातही तुम्ही हेच केलंत. प्रत्येक वेळी निवड तुम्ही केली आहेत. तुमच्यातल्या प्रत्येक पुरुषात स्त्रीचा अंश आहे आणि प्रत्येक स्त्रीमध्ये पुरुषाचा, त्यातल्या ज्या अंशाला जो अनुभव आणि अभिव्यक्ती आवडेल तशी ती त्या पद्धतीनं अनुभवा, व्यक्त करा. तुमच्यातल्या प्रत्येकाला या गोष्टींची मुभा आहे, हे लक्षात घ्या.

मला इतर मुद्द्यांकडे जात उगाच भरकटायचं नाहीये. मला 'स्त्री-पुरुष' हाच विषय अजून पुढे सुरू ठेवायचाय. स्त्री-पुरुषांच्या शरीर संबंधांबाबत तू आणखी सविस्तर चर्चा करशील, असं आधीच्या पुस्तकाच्या समारोपात कबूल केलं होतंस बघ.

होय, त्या वेळी आपण शरीर संबंधांबद्दल बोललो होतो. आता पुन्हा ती वेळ आलीय असं मला वाटतं.

७

देवा, तू स्त्री-पुरुष असा लिंगभेद का निर्माण केलास? आम्हाला पुनरुत्पत्ती करता यावी, यासाठी हा एकमेव 'आकारात्मक' मार्ग होता का? कामपूर्तीचा अवर्णनीय अनुभव आम्ही कसा घ्यावा?

शरम वाटून नाही, हे नक्की. तो अनुभव घेताना मनात अपराधीपणाची भावना ठेवू नका आणि भीती बाळगून कामपूर्ती करू नका.

कारण शरमणं हा गुण नाही, अपराधीपणा म्हणजे चांगुलपणा नाही आणि घाबरणं ही फार अभिमानाची गोष्ट नाही.

लक्षात घ्या – वासना भागवण्यासाठी कामपूर्ती करू नका. कारण वासनेत प्रेम, ओढ नसते. कामपूर्तीत स्वैराचार नसावा. कारण स्वैराचार म्हणजे स्वातंत्र्य नव्हे. तसंच त्यात आक्रमकता नसावी. कारण आक्रमकता म्हणजे उत्सुकता नव्हे.

आणि कामपूर्तीच्या मागे दुसऱ्याला ताब्यात ठेवण्याचा, शक्तीप्रदर्शनाचा किंवा अधिकार गाजवण्याचा, 'बघ, मी किती वरचढ आहे' असं दाखवून देण्याचा भाव नसावा, हेही उघड आहे. कारण प्रेमात यातल्या कुठल्याच गोष्टी नसतात.

पण... म्हणजे कामपूर्ती फक्त स्वतःला आनंद, समाधान मिळावं म्हणून करावी? गंमत म्हणजे याचं उत्तर आहे 'हो!' कारण 'स्व-आनंद' याचंच दुसरं नाव आहे 'आत्मप्रेम'. गेल्या अनेक वर्षांपासून 'आत्मानंद', स्वतःचा आनंद, आत्मसुख, स्वानंद या शब्दांचा काहीसा वाईट अर्थी उपयोग केला गेला आहे. कामपूर्तीशी अपराधीपणाचा भाव जोडला जाण्यामागे हे एक मुख्य कारण आहे.

जी गोष्ट आत्यंतिक वैयक्तिक सुख देणारी आहे, तिचा त्यादृष्टीने उपयोगच करायचा नाही असं तुम्हाला सांगितलं, शिकवलं जातं. हा उघड-उघड विरोधाभास तुमच्यासमोर आहे. पण त्याबाबत नक्की काय म्हणायचं, निर्णय काय घ्यायचा, कुणाला विचारायचं हे तुम्हाला माहीत नाही. त्यामुळे कामपूर्ती होताना आणि त्यानंतर आपल्याला किती छान वाटतंय याबद्दल अपराधी वाटलं म्हणजे सगळं काही 'आलबेल' आहे असं समजायचं, असं तुम्ही ठरवून टाकता.

हे म्हणजे त्या प्रसिद्ध गायिकेसारखं झालं. इथे मी तिचं नाव सांगत नाही. पण गाणी गाऊन तिने लाखो डॉलर्स कमावले आहेत. तिच्या या अलौकिक यशाबद्दल आणि अमाप पैसा मिळवून देणाऱ्या तिच्या गाण्याबद्दल तिला विचारलं की, ती म्हणते, मला हे थोडं अपराध्यासारखं वाटतं. कारण मला गायला खूप-खूप आवडतं.

आपण एखादा गुन्हा केलाय असंच तिचं सरळ-सरळ म्हणणं आहे. जर तुम्ही तुम्हाला आवडणारी एखादी गोष्ट करताय, करू शकताय, वर त्यात तुम्हाला पैसाही मिळतोय, असं व्हायला नकोय. बहुतेक जण त्यांना न आवडणारी कामं करून पैसे मिळवतात किंवा निदान ज्यात आनंद नाही, तर खूप कष्ट आहेत अशी कामं करतात.

तेव्हा जागतिक संदेश असा आहे : 'एखाद्या गोष्टीबद्दल तुमच्या मनात नकारात्मक भाव असेल, तर तुम्ही त्या गोष्टीचा आनंद घेऊ शकता!'

ज्या गोष्टीनं तुम्हाला बरं वाटतं, त्या गोष्टीबद्दल अपराधी वाटायला लागलं की, तुम्हाला त्या गोष्टीनं वाईट वाटतं आणि मग तुम्ही स्वतःचा देवाशी संबंध जोडता, 'देवालाच मला कुठला आनंद मिळू द्यायचा नाहीये' असं म्हणून मोकळे होता.

विशेषतः शरीराशी संबंधित आनंदाबाबत तुम्हाला फारसं 'बरं' वाटत नाही आणि शरीरसुख, सेक्सबाबत तर मुळीच नाही. (तुमची आजी याबद्दल मोठ्यांदा बोलतही नसे, नुसती कुजबुजे.)

असो, सर्वांत आनंदाची बातमी म्हणजे शरीरसुख आवडणं हे अगदी योग्य आहे. शरीरसुख आवडणं हे मुळीच चुकीचं नाही.

तेव्हा शरीरसुख आवडणं योग्य आहे.

स्वतःवर प्रेम करणं हेसुद्धा योग्य आहे.

खरं तर ते बंधनकारक आहे.

पण शरीरसुखाची (किंवा कुठल्याच गोष्टीची) चटक लागणं हे मात्र हिताचं नाही; पण त्याची 'आवड असणं' ठीक आहे.

रोज दहादा हे घोका –

मला शरीरसुख आवडतं.

रोज दहादा हे म्हणा –

मला पैसा आवडतो.

आता तुम्हाला याहून अवघड गोष्ट म्हणायला आवडेल?

तर मग दहा वेळा हे म्हणायची सवय करा –

मला स्वतःला मी आवडते/आवडतो.
मी स्वतःवर प्रेम करते/करतो.

तुम्हाला आवडू नयेत असं वाटणाऱ्या काही गोष्टी आता सांगतो, त्या आवडायची, त्यांच्यावर प्रेम करायची सवय लावून घ्या –

शक्ती/सत्ता
वैभव
प्रसिद्धी
यश
जिंकणं

अजून काही हवंय? हे म्हणून बघा – तुम्हाला या गोष्टी आवडत असतील, तर तुम्हाला खरंच अपराध्यासारखं वाटायला हवं –

दुसऱ्याची हांजी-हांजी करणं, खुशामत करणं.

इतरांहून जरा बरं असणं.

इतरांहून जास्त काही मिळवणं.

'कसं?' ही उत्सुकता असणं.

'का?' हे जाणून घ्यावंसं वाटणं.

एवढं पुरे? थांबा. आता सर्वोच्च अपराधीपणाबद्दल सांगतो. तुम्हाला सर्वोच्च अपराधीपणा वाटला पाहिजे जर –

'मला देव ठाऊक आहे.' असं तुम्हाला वाटत असेल तर!

गंमतशीर आहे ना? जन्मभर तुम्हाला या एका गोष्टीसाठी मन खात राहतं –

तुम्हाला ज्या गोष्टी सर्वांत जास्त हव्याशा वाटतात!

तरीही मला एक गोष्ट सांगायचीय – ज्या गोष्टी तुम्हाला हव्या आहेत, त्यांच्यावर प्रेम करा, प्रेम करा, प्रेम करा – कारण हे तुमचं प्रेमच त्या गोष्टी तुमच्याकडे खेचून आणेल.

त्या गोष्टी जीवनात रंग भरतात. जीवनाचा आधार असतात. तुम्ही जेव्हा त्यांच्यावर प्रेम करता, तेव्हा तुम्ही आयुष्यावर प्रेम करायला लागता. त्या गोष्टींची इच्छा व्यक्त करता. म्हणजेच आयुष्यातल्या सगळ्या चांगल्या गोष्टींची निवड करता.

तेव्हा कामवासनेची निवड करा. जेवढी मिळवता येईल तेवढी जी शक्ती तुम्हाला वापरता येईल, अशी शक्ती निवडा आणि तुम्हाला मिळवता येईल अशी प्रसिद्धी, नाव निवडा. तुम्हाला अनुभव घेता येईल असा विजय निवडा.

मात्र प्रेमाच्या ऐवजी कामवासना निवडू नका – प्रेम साजरं करायला म्हणून निवड करा. तुमच्यातल्या शक्तीनं वरचढ ठरायला बघू नका. एकमेकांसमवेत राहा. मिळालेलं यश सर्वोच्च, शेवटचं मानू नका, उलट मिळालेल्या यशाच्या आधारानं पुढचं क्षितिज गाठायचा प्रयत्न करा. इतरांची किंमत मोजून यश मिळवू नका.

आपल्या यशाचा उपयोग इतरांच्या मदतीसाठी करा. विजय मिळवण्यासाठी वाट्टेल त्या गोष्टी पणाला लावू नका. इतरांचं काहीही नुकसान न करता सगळं मिळवा. उलट त्यांचाही त्यात फायदा होऊ द्या. स्वार्थाबरोबरच परमार्थही साधा.

आयुष्यात पुढे जा – स्वतःचं कौतुक करून घ्या आणि हातचं न राखता इतरांचीही भरपूर स्तुती करा.

आयुष्यात 'आणखी चांगले' होण्यासाठी प्रगती करा, पण हे 'चांगले' इतरांपेक्षा नव्हे, तर तुम्ही स्वतः आधी होतात, त्याहून अधिक चांगले होण्यासाठी प्रयत्न करा. स्पर्धा नेहमी स्वतःशीच करा, इतरांशी करू नका.

आयुष्यात आणखी काही मिळवण्यासाठी पुढे जा. पण आणखी जास्त एवढ्यासाठीच मिळवा की, जेणेकरून तुम्ही दुसऱ्यांना जास्त देऊ शकाल.

आयुष्यात 'का' आणि 'कसं' हे नक्कीच जाणून घ्या म्हणजे तुम्हाला ते इतरांनाही सांगता येईल.

आणि हो, अर्थातच 'देव जाणून घ्या' खरं तर हेच तुमच्या आयुष्याचं पहिलं ध्येय असू द्या. त्याचाच ध्यास घेऊन वाटचाल सुरू करा, इतर तुमच्या मागे येतील.

'घेण्यापेक्षा देणं चांगलं' असं तुम्हाला कायम शिकवलं जातं. पण मुळात काही देण्यासाठी ते तुमच्याजवळ असावं तर लागतंच. जे तुमच्याजवळच नाही, ते तुम्ही इतरांना देऊच शकत नाही.

म्हणूनच 'स्व-आनंद'– स्वतः आनंद मिळवणं हे फार महत्त्वाचं आहे. पण दुर्दैवानं हीच गोष्ट निषिद्ध ठरवली जाते.

अर्थात इतरांच्या आनंदाच्या मोबदल्यात स्व-आनंद मिळवणं असा याचा अर्थ मुळीच नाही. आपण इथे अशा आनंदाबद्दल बोलत नाही आहोत. दुसऱ्यांच्या गरजा भागवू नका, त्यांच्याकडे दुर्लक्ष करा असं नाही, असं विधान करताना तुम्ही स्वतःच्याही गरजांकडे काणाडोळा करा असं मुळीच नाही. आयुष्यात कायमच फक्त इतरांचा विचार करा, स्वतःचा करू नका, असं पण नाहीये.

तुम्ही स्वतःला प्रचंड आनंद मिळवून द्या, म्हणजे इतरांना देण्यासाठी तुमच्याजवळ खूप आनंद असेल.

'टॅन्ट्रिक सेक्स'मधल्या जाणकारांना हे ठाऊक आहे. म्हणूनच तर ते हस्तमैथुनाला प्रोत्साहन देतात. काहीजण मात्र हस्तमैथुन हे पाप आहे, असं मानतात.

काय? हस्तमैथुन? आता मात्र तुझी हद्द झाली हं – या असल्या गोष्टी तू इथे इतक्या उघडपणे कशा काय बोलू शकतोस? अरे, तू साक्षात 'देव' आमच्याशी बोलत असताना हे असले विषय चव्हाट्यावर मांडणं कसं वाटतं?

अच्छा, म्हणजे हस्तमैथुन या विषयावर तुझी स्वत:ची काही मतं आहेत तर!

नाही, म्हणजे माझी नाहीत; पण बऱ्याच वाचकांची असू शकतात आणि हे पुस्तक आपण वाचकांसाठी तयार करतोय, असं मला वाटलं होतं.

बरोबर आहे, आपण तसंच करतोय.

तर मग आपण मुद्दाम त्यांच्या विरुद्धचं असं का लिहितोय?

नाही, मी कुणालाही मुद्दाम आडवं लावत नाहीये. लोकांनी यातून त्यांना हवा तसा अर्थ काढावा. मला सांग, मानवी लैंगिक संबंधांबाबत अत्यंत स्पष्टपणे आणि आडपडदा न ठेवता शिवाय कुणालाही न दुखावता आपण बोलू शकू असं तुला वाटतं का?

नाही, पण हे जरा जास्तच विषयांतर होतंय. हस्तमैथुनाबद्दल प्रत्यक्ष देवाच्या तोंडून काही ऐकण्याची बऱ्याच लोकांच्या मनाची तयारी असेल असं मला वाटत नाही.

जर हे पुस्तक 'बऱ्याच लोकां'पुरतंच मर्यादित असेल, तर ते अगदी छोटं होईल. देव काय बोलतोय हे ऐकायची बऱ्याच जणांची कधीच तयारी नसते. त्यासाठी ते साधारणपणे दोन हजार वर्षं वाट पाहतात.

ठीक आहे, पुढे बोल. आम्ही आगचे सगळे प्राथमिक धक्के पचवले आहेत. त्या धक्क्यातून आता आम्ही सावरलो आहोत.

उत्तम! मी जीवनातल्या या अनुभवाबद्दल सहज बोलत होतो. (जो तुम्ही सगळ्यांनी कधी ना कधी तो घेतला आहे – पण कुणालाही त्याबद्दल बोलायला नको असतं) त्याचा आधार घेऊन मला आणखी पुढचा मुद्दा विशद करायचाय.

स्वत: खूप आनंद घ्या म्हणजे इतरांना देण्यासाठी तुमच्याजवळ खूप आनंद असेल.

'टॅन्ट्रिक सेक्स' हा शरीरसुखाचा एक उत्तम प्रकार आहे. त्यातले जाणकार असं सांगतात की, तुम्ही फक्त शरीराची भूक भागवण्यासाठी म्हणून शरीरसंबंध केलात तर तुमच्या जोडीदाराला समाधान देण्याची आणि दीर्घकाळ लैंगिक सुखाचा

आनंद घेण्याची, दोन शरीरं आणि आत्मा एकरूप होण्याची, तो सर्वोच्च आनंद मिळवण्याची मोठी क्षमता तुम्ही गमावून बसता.

टॅन्ट्रिक प्रेमी म्हणूनच नेहमी परस्परांना समाधान देण्याआधी स्वत:चं समाधान करून घेतात. एकमेकांच्या उपस्थितीत आणि एकमेकांच्या उत्तेजनानं, मदतीनं आणि प्रेमार्द्र मार्गदर्शनानं, एकमेकांना सूचना देत-घेत ते हे सुख मिळवतात. तेव्हा शरीरसुखाचा पहिला बहर कमी होतो आणि दोघांची आणखी पुढचं सुख घेण्याची, दीर्घकाळ संगतीत राहून तो अनुभव घेण्याची इच्छा होते, तेव्हा त्यांना स्वर्गीय सुख मिळू शकतं.

शरीरसुख परस्पर संमतीनं, सामंजस्यानं, आनंदानं, क्रीडा करत-करत घेतलं तर परिपूर्ण आनंद मिळतो. परस्पर संमती, सामंजस्य हा त्याचा एक भाग आहे. संभोग म्हणजे दोन-दोन तास प्रणयक्रीडा केल्यानंतर त्याची होणारी सर्वोच्च परिणती असू शकेल किंवा कदाचित नसूही शकेल. कारण तुमच्यापैकी बरेच जण अवघ्या वीस मिनिटांतही त्या सर्वोच्च परिणतीपर्यंत पोहोचता – वीस मिनिटंसुद्धा – तुम्ही लकी असाल तर!

आपलं बोलणं म्हणजे सेक्सचं माहितीपत्रक होईल, याची कल्पनाच नव्हती.

तसं नाहीये. पण अगदी असेलच तरी फारसं काही बिघडलं नाही. अनेकांना शारीरिक सुखाबाबत बऱ्याच गोष्टी शिकायच्या आहेत; कारण तो अतिशय सुंदर, आनंददायी अनुभव आहे.

अजून एक मोठी गोष्ट मला तुमच्यासमोर मांडायची आहे. तुम्ही स्वत: जास्त आनंद लुटा म्हणजे दुसऱ्यालाही तुम्ही जास्त सुख देऊ शकाल. म्हणजे असं की, तुम्हाला स्वत:ला सत्तेचा आनंद मिळत असेल, तर तुम्ही इतरांनाही आपल्या सत्तेत वाटेकरी करून त्यांनाही सत्तेच्या आनंदाची ओळख करून देऊ शकता. कीर्ती, पैसा, संपत्ती, वैभव, यश किंवा तुम्हाला आनंददायी असणाऱ्या कुठल्याही गोष्टीबाबत तुम्ही हेच म्हणू शकता.

एखादी गोष्ट 'चांगली आहे' असं किंवा या-यामुळे मला छान वाटतंय, असा भाव का निर्माण होतो याचाही आपण जाता-जाता विचार करायला हवा.

ठीक आहे. हरलो. का?

'छान वाटतंय' असं आत्मा म्हणत असतो. 'छान वाटणारा तोच मी' असं तो ओरडून सांगत असतो.

तुमचे शाळेतले दिवस आठवा. वर्गात शिक्षक हजेरी घेत असत. प्रत्येक विद्यार्थ्यांचा नाव आणि रोल नंबर पुकारत. तुमचं नाव पुकारल्यावर तुम्ही कसं म्हणायचात – 'हजर!'

होय, आठवतंय ना!

तुमच्या आत्म्याचं 'मला छान वाटतंय' असं म्हणणं म्हणजे तुमच्या 'हजर' सारखंच आहे.

'आपल्याला जे करताना छान वाटतं, ते करायचं,' या कल्पनेची बहुतेकजण चेष्टा करतात. 'असं करणं म्हणजे नरकाच्या वाटेनं जाणं' असं त्यांना वाटतं. पण हीच स्वर्गाची वाट आहे, असं माझं म्हणणं आहे.

अर्थात तुम्ही कशाला 'छान वाटतं' म्हणता यावर बरंच काही अवलंबून असतं. दुसऱ्या शब्दांत सांगायचं तर कोणत्या अनुभवांनी तुम्हाला 'छान वाटतं?' हे महत्त्वाचं आहे. कारण कोणत्याही प्रकारच्या नकारातून – नकारात्मकतेतून तुमची उन्नती होऊ शकत नाही. तुम्हाला ज्या गोष्टींमुळे 'छान वाटतं' त्यांना शिताफीनं यशस्वीरीत्या नाकारणं हे तुमची उन्नती होण्याचं कारण असू शकत नाही. उलट तुम्ही त्या गोष्टींचा आनंद घेतलात आणि आणखी चांगला अनुभव आला, तर त्यामुळे तुमची उन्नती होणार आहे. 'कमी चांगलं' कळल्याशिवाय 'जास्त' चांगल्याची चव तुम्हाला कशी मिळणार? कमी-जास्त अशी तुलना करण्यासाठी ते दोन्ही अनुभव असायला हवेत.

धर्मानं हे करायला हवं – पण शेवटी ते यात अयशस्वी होतात.

आध्यात्मिक मार्ग यादृष्टीने नेहमीच यशस्वी ठरतो.

'इतरांच्या अनुभवावरून शिका' असं धर्म तुम्हाला सांगतो; पण आध्यात्मिकतेत – अध्यात्मात स्वानुभवच महत्त्वाचे मानले जातात. 'स्वतः अनुभव घ्या', स्वानुभवातून शिका, असं अध्यात्मात सांगितलं जातं. धर्म अध्यात्मासमोर टिकाव धरू शकणार नाही. तो त्याची शिकवण पाळू शकणार नाही. एखाद्या विशिष्ट धर्मापेक्षा अध्यात्म तुम्हाला वेगळ्याच निर्णयाप्रत घेऊन जाईल आणि कुठलाच प्रथितयश धर्म हे सहन करू शकणार नाही.

'इतरांचे विचार, अनुभव ऐका, पाहा आणि ते तुमचेच असल्यासारखे आत्मसात करा' असं धर्म सांगतो. इतरांच्या अनुभवावरूनच स्वतः धडा घ्यायला धर्म उद्युक्त करतो; पण अध्यात्म इतरांच्या अनुभवांचं ओझं झुगारून द्यायला आणि स्वानुभवातून शिकायला सांगतो. इतरांच्या अनुभवातून पुढे जाऊ नका, स्वतः अनुभव घ्या अशी अध्यात्मात शिकवण असते.

'मला छान वाटतंय' यातून तुम्ही स्वत:ला एक गोष्ट सांगत असता – माझा आत्ताचा विचार सत्य होता. मी आत्ता जे बोललो त्यात विचारीपणा होता आणि माझ्या हातून नुकतीच घडलेली कृती ही प्रेमाची होती.

तुम्हाला स्वत:ची प्रगती किती झालीय हे बघायचं असेल, तुम्ही किती उंची गाठलीय याचा अंदाज घ्यायचा असेल तर सोपा उपाय आहे – तुम्हाला कुठल्या गोष्टीनं 'छान वाटतंय' हे बघा.

मात्र ओढून-ताणून आपली प्रगती झालीय, नक्कीच आपण एक पाऊल पुढे गेलो आहोत, असं समजण्यासाठी तुम्हाला ज्या कशानं 'छान वाटतंय' ते नाकारू नका किंवा त्यापासून लांब पळू नका, पाठ फिरवू नका.

स्वत:ला नाकारणं म्हणजे स्वत:चा विनाश!

आणखी एक गोष्ट जाणून घ्या – स्व-संयम, स्वयं-नियमन म्हणजे स्वत:ला नाकारणं नाही. आपण कोण आहोत हे लक्षात घेऊन एखादी गोष्ट करावी की नाही हे ठरवणं म्हणजे नियमन. तुम्ही जर असं सांगत असाल की, मी इतरांच्या हक्कांचा आदर करतो, तर मग चोरी किंवा अपरिग्रह, आस्तेय न करणं, कुठल्याही गोष्टीची सक्ती न करणं, बलात्कार न करणं, भ्रष्टाचार, फसवाफसवी न करणं याबाबतचे तुमचे निर्णय 'स्व-नकार' या सदरात मोडणार नाहीत, त्यांना 'स्वयंघोषित' असं म्हणता येईल म्हणून तर तुम्हाला कशानं 'छान वाटलं', 'छान वाटतं' ही तुमच्या प्रगत होण्याची, उन्नत होण्याची मोजपट्टी मानली जाते.

जर तुम्ही बेजबाबदारपणे वागत असाल, प्रतिक्रिया व्यक्त करत असाल, आपल्या वागण्या-बोलण्यानं इतर माणसं दुखावली जातील, अडचणीत येतील, त्यांचं नुकसान होईल, अशा गोष्टींनी जर तुम्हाला 'छान वाटत' असेल, तर मग तुमची काहीच प्रगती झाली नाही, असं म्हणावं लागेल.

सजग, जागृत, दक्ष असणं फार महत्त्वाची कळ आहे. तुमच्या कुटुंबातल्या आणि समाजातल्या वडीलधाऱ्यांनी युवापिढीत ही जागृती निर्माण करायला हवी. नव्हे, ते तर त्यांचं कर्तव्य आहे. सगळ्या माणसांमध्ये जागृती निर्माण करणं हे जणू देवदूताचं काम असल्यासारखं आहे. म्हणजे माणूस सगळ्यांसाठी, सगळ्यांबाबत काय करतो हे त्यांना कळेल. कारण, आपण सगळे 'एक' आहोत.

'आपण सगळे एक आहोत' ही भावना तुमच्या मनात रुजते तेव्हा दुसऱ्याला दुखावण्यात 'छान वाटणं' हे अक्षरश: अशक्य असतं. अशी व्यक्ती इतरांना दुखावूच शकत नाही. तथाकथित बेजबाबदार वागणं संपून जातं. या सगळ्या गोष्टी महत्त्वाच्या ठरतात. प्रगत, उन्नत होणाऱ्या माणसांना आयुष्याचा अनुभव घेण्याच्या दृष्टीनंही त्यांचं महत्त्व वेगळं आहे. म्हणून तर आयुष्याचा जेवढा घेता येईल तेवढा अनुभव घ्या – आयुष्यातला प्रत्येक क्षण अगदी मनापासून अनुभवा– तुम्हाला

सांगतो असं केलंत, तर तुमच्या कल्पनेपेक्षाही तुमचं आयुष्य वेगवेगळ्या अनुभवांनी समृद्ध होऊन जाईल.

तुमचे अनुभव हीच तुमची ओळख असते. तुम्ही जे व्यक्त करता, त्याचा अनुभव घेता. तुम्हाला जे व्यक्त करायचं असतं ते तुम्ही करता. तुम्ही स्वत:ला जे देऊ करता, तेच तुमच्यात प्रतिबिंबित होतं.

मला हे खूप आवडलं; पण मी काय म्हणतो, आपण आपल्या मूळ प्रश्नाकडे वळूया का?

नक्कीच. तर मी स्त्री-पुरुष का निर्माण केले? जगात प्रत्येक गोष्टीत ज्या कारणासाठी मी 'यिन' आणि 'यांग' निर्माण केले, त्याच कारणासाठी मी स्त्री-पुरुष निर्माण केले. त्या यिन-यांगचेच हे स्त्री-पुरुष एक रूप आहेत. तुमच्या जगातलं यिन-यांगचं हे सर्वांत उच्च प्रकटीकरण आहे.

स्त्री-पुरुष हे यिन-यांगचं साकार रूप आहे – एकाच प्रकारची विविध शारीरिक रूपं. एकाच प्रकारचे विविध आकार! यिन आणि यांग – इथे आणि तिथे, हे आणि ते, वर आणि खाली, गरम आणि गार, मोठं आणि लहान, गतिमान आणि संथ, भौतिक आणि अभौतिक...

स्वानुभवातून आयुष्य जाणून घेणं तुमच्या दृष्टीनं अतिशय आवश्यक आहे आणि महत्त्वाचंही.

शारीरिक सुखाकर्षण व्यक्त करण्याचा सर्वोत्तम मार्ग कुठला? लैंगिक सुख सगळ्यात चांगल्या प्रकारे कसं व्यक्त करावं?

प्रेमानं, उघडपणे, मोकळेपणानं.
हसतखेळत, खेळकरपणे, आनंदानं.
मन:पूत – संयमानं – पावित्र्य राखून – प्रेमानं.
समरसून – उत्कटपणे – हळुवारपणे – नावीन्य ठेवून,
अधिकार न गाजवता, मनापासून, आसक्ती धरून.
आणि अर्थातच – वरचेवर – नेहमी!

शारीरिक संबंधांमागे फक्त पुनरुत्पत्ती, मुलं जन्माला घालणं एवढाच उद्देश असतो – म्हणजे केवळ मुलं जन्माला घालायला म्हणूनच स्त्री-पुरुष शारीरिकदृष्ट्या जवळ येतात, असंसुद्धा काहीजण म्हणतात.

शुद्ध मूर्खपणा आहे हा! बहुधा बऱ्याच माणसांच्या बाबतीत मूल होणं हे शरीरसुखाचं, आनंददायी फळ असतं – तात्त्विक पूर्वविचार करून केलेली कृती नसतं. शरीरसुख फक्त मुलं होण्यासाठी घ्यायचं ही भाबडी कल्पना आहे आणि त्यामुळे 'हवी तेवढी मुलं झाली की, शरीरसुख घेणं थांबवायचं' हे ओघानंच आलं, हा विचार त्याहूनही भाबडा आहे. माणसाचा स्वभाव त्यामुळेच उसळून येतो आणि तोच मी तुम्हाला दिलाय.

शरीरसुख हा आंतरिक आकर्षण प्रक्रियेचा न टाळता येणारा, स्वाभाविक परिणाम आहे. स्त्री-पुरुषांमधल्या स्वाभाविक आकर्षणाची ती सहज निष्पत्ती आहे. त्या सुखामुळे माणसाला जी ऊर्जा मिळते, ती त्याला आयुष्यभर पुरते, त्याला उत्फुल्ल ठेवते.

तुमच्या सगळ्या विश्वात खेळवली जाईल अशी आणि इतकी ऊर्जा प्रत्येक गोष्टीत मी भरून ठेवली आहे. विश्वातल्या प्रत्येक गोष्टीकडून, मग ती एखादी व्यक्ती असो, प्राणी, झाडं, डोंगर, दऱ्या-पर्वत, कुठलीही साकार गोष्ट असो, तिच्याकडून एखाद्या रेडिओ प्रक्षेपकासारखी तुमच्याकडे ऊर्जा, शक्ती पाठवली जात असते.

तुम्ही शक्ती पाठवत असता, शक्ती बाहेर प्रक्षेपित करत असता, अगदी आत्ता या क्षणीसुद्धा तुम्ही तुमच्या अस्तित्वाच्या सर्व दिशांच्या केंद्रस्थानापासून ही ऊर्जा उत्सर्जित करताय. ही ऊर्जा लहरींच्या स्वरूपात सभोवताली फिरत असते. ती तुमच्यातून बाहेर पडते. भिंतींमधून आरपार जाते, पर्वतशिखरांवरून उंच जाते, चंद्रवला पार करते आणि तशीच जात राहते – ती कधीच थांबत नाही. तिचा प्रवाह, गती तशीच अखंड असते.

तुमच्या मनात येणाऱ्या प्रत्येक विचाराचा त्या शक्तीवर रंग चढतो. (समजा, तुम्ही एखाद्या व्यक्तीचा विचार करत असाल आणि जर तीही व्यक्ती तेवढी संवेदनशील असेल, तर तिला तुमची भावना कळेल – थेट तिच्यापर्यंत जाऊन पोहोचेल. तुम्हाला तिची आठवण झाली आहे हे तिलाही जाणवेल.) तुमचा आजवर उच्चारला गेलेला प्रत्येक शब्द साकार होत असतो. आजवर तुम्ही केलेली प्रत्येक कृती त्या लहरींवर परिणाम करत असते. तुमचे विचार, मन:स्थिती, मूड, भावना, शब्द आणि कृती यांच्याप्रमाणे ती स्पंदनं, त्यांचा वेग, मनोवेग जुळणं, तुमच्या भावनांचा आवेग, त्यांचं येणं-जाणं सतत बदलत असतं, पालटत असतं.

'चांगली स्पंदनं आपल्यातून प्रक्षेपित होणं' हे तुम्ही ऐकलं असेल आणि ते खरंही आहे. अगदी शंभर टक्के सत्य आहे.

आता पाहा – एका आड एक माणूस स्वाभाविकपणे सारख्या गोष्टी, कृती करत असतो आणि म्हणून त्या दोघांतलं वातावरण, हवेचं आवरण स्पंदनांनी

भारलेलं असतं – अशी माणसं परस्परात समान स्पंदन धाग्यांनी बांधली जातात आणि आपल्याला कल्पनाही येणार नाही अशा नात्यांची वीण गुंफली जाऊन ती परस्परांशी एखाद्या विणलेल्या वस्त्रासारखी घट्ट जोडली जातात.

ही वीण म्हणजेच एकत्रितरीत्या, सर्वंकष ऊर्जाक्षेत्र, शक्तीचं वलय असतं. त्यात तुम्ही राहता. हे वलय अतिशय शक्तिमान असतं आणि तुमच्यासकट प्रत्येक गोष्टीवर ते परिणाम करणारं असतं.

ही स्पंदनं तुमच्यावर प्रभाव टाकतात आणि तुम्ही ती नवी स्पंदनं सहक्षेपित करता. तुमच्या प्रभावक्षेत्रातल्या प्रत्येकावर त्याचा परिणाम होतो. त्यांचा त्यांच्या वलयातल्या प्रत्येकावर प्रभाव पडतो – आणि हे चक्र असंच चालू राहतं.

'हे सगळे भास असतील का? सगळं कल्पनेचं जग असेल का?' असं तुम्हाला वाटेल. पण मला सांगा, सुरीनं तुकडा पाडता येईल अशा घनीभूत हवेनं गच्च भरलेल्या बंदिस्त खोलीत तुम्ही कधी प्रवेश केला आहे का?

किंवा पृथ्वीच्या दोन ध्रुवांवर दोन शास्त्रज्ञ एकाच वेळी एकाच गोष्टीवर प्रयोग करतायत – पण त्या दोघांनाही याची कल्पना नाहीये आणि अचानकपणे एकाच वेळी ते स्वतंत्रपणे एकाच निष्कर्षावर आले आहेत, असं कधी तुमच्या ऐकिवात आहे का?

सहज घडणारे असे हे प्रसंग आहेत आणि ठराविक साच्यातल्या गोष्टींचं, मॅट्रिक्सचं उघडपणे दिसणारं रूप आहे.

एखाद्या विशिष्ट निकषांच्या चौकटीत बसणारं मॅट्रिक्स म्हणजे सद्यः ऊर्जाक्षेत्र असतं आणि त्याची स्पंदनं अतिशय सशक्त असतात. त्याच्या थेट प्रभाव आणि परिणामामुळे प्रत्यक्ष घटना आणि काही गोष्टी निर्माण होऊ शकतात.

(जेव्हा-जेव्हा माझ्या नावाशी दोन किंवा आणखी काही गोष्टी जोडल्या जातात...)

तुमच्या लोकप्रिय मानसशास्त्रात यालाच 'सामूहिक जाणीव-जागृती' असं म्हणतात. तुमच्या ग्रहावरच्या प्रत्येक गोष्टीवर त्याचा प्रभाव पडू शकतो आणि तसा तो पडतोही. म्हणजे उदाहरणार्थ, युद्धाची संभाव्यता आणि शांतता प्रस्थापित होण्याची शक्यता, भू-वैज्ञानिक क्रांती उलथापालथ किंवा ग्रहगती थांबणं, व्यापक प्रमाणात पसरणारे साथीचे रोग किंवा जगभरातलं स्वास्थ्य – आरोग्य! हे सगळे त्या जाणीव-जागृतीचे परिणाम आहे. तुमच्या वैयक्तिक आयुष्यातल्या विशिष्ट घटना आणि परिस्थितीवरही त्याचा परिणाम होत असतो.

हे सगळं छान आहे; पण या गोष्टींचा शरीरसुखाशी काय संबंध?

धीर धर. मी त्याच मुद्द्याकडे येतोय.

सगळं जग सतत ऊर्जेची देवाण-घेवाण करत असतं. तुमच्यातली ऊर्जा बाहेर पडते आणि प्रत्येक गोष्टीला स्पर्श करते. तसंच बाहेरची प्रत्येक गोष्ट आणि प्रत्येक व्यक्ती तुम्हाला स्पर्श करत असते; पण इथेच सगळी गंमत आहे. यात कुठल्यातरी मधल्या बिंदूत तुमची आणि दुसऱ्याची ऊर्जा परस्परांना भेटतात.

तुला एक उदाहरण देतो, म्हणजे तुला माझं म्हणणं आणखी नीट स्पष्टपणे कळेल. समज, एका खोलीत दोन माणसं आहेत. खोलीच्या एका टोकाला एक जण आहे, तर दुसरा दुसऱ्या टोकाला आहे. आपण त्यांना टॉम आणि मेरी म्हणू.

आता बघ हं – आसपासच्या भोवतालच्या जगात टॉमची वैयक्तिक ऊर्जा सिग्नल प्रक्षेपित करतेय – त्यातल्या काही सिग्नलच्या लहरी मेरीच्या ऊर्जेवर आदळतात.

दरम्यान मेरीसुद्धा तिची स्वत:ची ऊर्जा बाहेर टाकतेय, त्यातली काही ऊर्जा टॉमवर जाऊन आदळते.

पण तुम्ही कल्पनाही करणार नाही अशा पद्धतीनं या दोघांच्या ऊर्जा परस्परांना भेटतात. टॉम आणि मेरीच्या दरम्यानच्या मध्यमार्गावर त्यांची भेट होते.

इथे ही ऊर्जा एकत्र होते, (लक्षात ठेवा – या ऊर्जा म्हणजे आकाराची संकल्पना आहे, त्या मोजता येतील, त्यांची जाणीव होऊ शकेल) आणि त्यातून एक नवीनच संयुक्त ऊर्जा प्रकार तयार होतो – त्याला म्हणूया – 'टॉमेरी'. ही टॉम आणि मेरीची संयुक्त ऊर्जा आहे.

'आमच्या दरम्यानची ही ऊर्जा आकृती आहे – ऊर्जेची शारीर धारणा आहे,' असं टॉम आणि मेरी म्हणू शकतात. कारण ती तशीच आहे – ऊर्जेचं साकार रूप – ज्याच्याशी ती दोघं जोडली गेली आहेत – ज्याच्याकडे ती दोघं सतत ऊर्जेचा ओघ पाठवताहेत. मॅट्रिक्समध्ये नेहमीच एक बंध, मार्ग अस्तित्वात असतो, त्या माध्यमातून ही ऊर्जा पुन्हा त्या दोघा निर्मात्यांकडे पाठवली जाते.

'टॉमेरी'चा हा अनुभव म्हणजे टॉम आणि मेरीचं वास्तव आहे. त्यांच्यात एक पवित्र संबंध निर्माण झालाय. कारण त्यांना दोन शरीरांच्या दरम्यान असलेला एकत्वाचा – पवित्र संयोगाचा अनुभव त्यांना जाणवतोय.

टॉम आणि मेरी एकमेकांपासून लांब उभे आहेत. शरीरानं सभोवतालचा अंदाज त्यांना येऊ शकतोय. दोघंही त्या अनुभवाच्या दिशेनं त्वरेनं ओढले जातायत. त्यांना एकमेकांच्या दिशेनं पुढे यायचंय! एकदम – एकाच वेळेस!

इथे त्यांना मिळालेली शिकवण आड येतेय. आपल्या भावनांवर विश्वास ठेवायचा नाही, त्या खऱ्या मानायच्या नाहीत, अत्यंत सावकाश, विचारपूर्वक पाऊल टाकायचं आणि 'दुखावलं जाऊ नये' म्हणून आधीच एक पाऊल मागे घ्यायचं अशी जगाची रीत आहे, असं त्यांना शिकवलं गेलंय.

पण त्यांचा आत्मा... त्याला 'टॉमेरी' म्हणजे काय हे जाणून घ्यायचंय, आत्ता!

नशिबानं त्यांना साथ दिली, तर ते दोघं आपल्या मनातली भीती, संकोच बाजूला सारू शकतील आणि आत्ता त्यांच्या मनात असलेल्या प्रेमावर ते विश्वास ठेवतील.

आता त्या दोघांच्यात शारीरिक आकर्षण निर्माण झालंय हे नक्की. 'टॉमेरी'चा तात्त्विकदृष्ट्या अनुभव आधीच घेऊन झालाय आणि आता टॉम आणि मेरीला शरीरानं तो अनुभव घ्यावासा वाटेल, त्यामुळे ते दोघं एकमेकांच्या आणखी जवळ येतील. म्हणजे तसं ते मुद्दाम करतील असं नाही – हे अगदी सहज घडतंय असं पाहणाऱ्याला वाटेल. पण त्यांचा प्रयत्न असेल – 'टॉमेरी' होण्याचा. परस्परांमध्ये आधीच असलेल्या दैवी एकतेचा अत्युच्च अनुभव घेण्याचा त्यांचा प्रयत्न आहे. 'आपण एक आहोत' हे त्यांना ठाऊक आहे आणि 'एक' असणं म्हणजे काय याचीही त्यांना कल्पना आहे.

आपल्या या भावनेच्या दिशेनं ते पावलं टाकायला लागले की, त्यांच्यातलं अंतर, दुरावा कमी होऊ लागतो. 'टॉमेरी'च्या दिशेनं ते एकमेकांकडे ऊर्जा पाठवायला लागतात. त्यांच्यातलं अंतर कमी-कमी होतं आणि ते आणखीनच जवळ येतात; त्यांच्यातले बंध गहिरे होत जातात.

ते आता आणखी जवळ येतात. अंतर कमी – जवळीक जास्त. ते आणखी जवळ येतात. जवळीक पुन्हा एकदा आणखी वाढते, घट्ट होते.

आता ते एकमेकांपासून काहीच फूट अंतरावर उभे आहेत. त्यांच्या दोघांमधलं वातावरण गरम होतं. अतिशय वेगानं स्पंदन पावतं. 'टॉमेरी'तली दोन्ही दिशांची जोडणी आणि सघन, विस्तृत, स्वच्छ आणि अलौकिक ऊर्जेनं चमकायला लागते. त्या ऊर्जेत 'स्वेच्छेनं विरघळून, वितळून जायला' ते तयार आहेत.

ते आणखी जवळ येतात.

आता ते स्पर्श करतात.

भावनावेग आता आवरणं कठीण आहे. परस्परांच्या स्पर्शातच त्यांना जाणवतं की, आता 'एक' होण्याची – 'टॉमेरी'ची ऊर्जा आणखी संपृक्त झाली आहे.

स्वतःच्या भावना जर मोकळेपणाने व्यक्त केल्यात, तर अतिशय उदात्त, सूक्ष्म ऊर्जा तुमच्या नसानसात झंकारून जाईल. एखाद्या स्पर्शानं तुमचं शरीर शहारून जाईल, एखाद्या स्पर्शातली ऊब तुमच्या शरीरभर पसरेल. पण तुमच्या अधोचक्रात किंवा ऊर्जाकेंद्रात तिची जास्त जाणीव होईल.

आता ते दोघं एकमेकांना घट्ट मिठी मारतात आणि दोघांतलं एवढंसं अंतरही संपवून टाकतात. टॉम, मेरी आणि टॉमेरी या तीन्ही भावना एकसारख्याच आहेत. त्यांच्यातलंच 'टॉमेरी'चं नातं टॉम आणि जेरी यांना जाणवतं आणि आपण आणखी घट्ट बिलगावं असं त्यांना वाटतं. 'टॉमेरी'चा शारीर अनुभव घ्यावा अशी त्यांना इच्छा होते.

स्त्री आणि पुरुष दोघांना हे करता यावं अशीच मी त्यांच्या शरीराची रचना केलीय. आत्ता या क्षणी टॉम आणि मेरी यांची शरीरं ती कृती करायला सिद्ध झालीत. टॉमचं शरीर मेरीच्या शरीरात अक्षरशः शिरायला, प्रवेश करायला, घुसायला तयार – सिद्ध आहे. टॉमचं शरीर स्वतःत अक्षरशः घुसवून घ्यायला मेरीचं शरीरही सिद्ध आहे.

आता त्यांची तापलेली शरीरं जवळीकीच्याही पलीकडे गेलीत. अविभाज्य – दोन शरीरं जोडली गेलीत. टॉम, मेरी आणि टॉमेरी एक झालेत – शरीरानं – स्थूलात.

आत्तासुद्धा त्यांच्या दरम्यान ऊर्जेचा प्रवाह वाहतोय. तत्काळ – भावनोत्कटतेनं.

त्यांचे ऊर धपापतात. आपण आहोत त्याहून आणखीन जवळ येऊ बघतात. आणखी जवळ-जवळ येण्यासाठी धडपडतात. जवळ, आणखी आणखी जवळ.

त्यांच्या भावनांचा उद्रेक होतो. त्यांची शरीरं गदगदून येतात. उचंबळून येतात. त्यांच्या उत्तेजित भावना अगदी नसानसात, बोटांच्या अग्रापर्यंत जाऊन भिडतात. त्यांच्या या 'एक' होण्याच्या उद्रेकात त्यांना देव भेटतो. देव म्हणजे काय हे त्यांना कळतं आणि अल्फा आणि ओमेग – सर्व असणं आणि काहीच नसणं – जीवनाचा अर्थ – जीवन सार्थकी लागणं – या सगळ्याची त्यांना अनुभूती येते.

दोन शरीरांतलं परस्पर सामंजस्यही महत्त्वाचं असतं. ते 'दोघं' 'एक' झाले; त्यातून 'तिसरं' अस्तित्व निर्माण होणार, शरीराच्या रूपात.

अशा तऱ्हेनं 'टॉमेरी' म्हणजे काय हे तुझ्यासमोर मांडलं. त्यांच्या रक्ता-मांसातून त्यांनी अक्षरशः 'जीव' निर्माण केला. म्हणून तर मी त्यांना 'देव' नाही का म्हणालो?

माणसाच्या संभोगाची, शरीरसुखाची जी वर्णनं मी आत्तापर्यंत ऐकली, त्यातलं हे सर्वोत्तम वर्णन आहे.

सौंदर्य तुमच्या नजरेत असतं. मग तुम्हाला हवं तिथे ते दिसतं. पण ते बघायचं नसेल, तर सगळं कुरूप, वाईटच दिसणार.

अरे, तुला आश्चर्य वाटेल, पण आत्ता मी जे हे वर्णन केलं, त्याला अनेक जण घाणेरडं म्हणतील. नावं ठेवतील.

नाही, मला नाही वाटत. संभोगाच्या भोवती जगात लोकांनी किती भीती आणि किळसवाणेपणाचं वर्तुळ आखून ठेवलंय हे मला ठाऊक आहे. पण आता माझ्या मनात अनेक प्रश्न उभे राहिलेत.

मी त्या सगळ्यांची उत्तरं देईन, पण तुझी सरबत्ती सुरू होण्याआधी मला माझं म्हणणं आधी पुरं करू दे.

हो, हो, कर ना!

हे... प्रणयक्रीडेचं ऊर्जेच्या 'लेन-देन'चं आत्ता मी वर्णन केलं – या सगळ्या गोष्टी सतत प्रत्येक गोष्टीत आणि प्रत्येकाबाबत घडत असतात.

तुमच्यातली ऊर्जा एखाद्या सोनेरी किरण-शलाकेसारखी बाहेर पडत असते. तिची संपर्कात येणाऱ्या प्रत्येक गोष्टीशी आणि प्रत्येक व्यक्तीशी सतत देवाण-घेवाण चालू असते. तुम्ही तिच्या जितके जवळ असाल, तितकी ती ऊर्जा जास्त प्रमाणात आणि जवळून मिळेल. तिच्यापासून थोडे दूर असाल, तर ती थोडी सौम्य होईल. मात्र तुम्ही कशापासूनही कधीच पूर्ण वेगळे होत नसता. तुमचा प्रत्येक गोष्टीशी असलेला संबंध कधीच तुटत नाही.

तुम्ही आणि अस्तित्वात असलेली प्रत्येक इतर व्यक्ती, ठिकाण किंवा वस्तू यांच्या दरम्यान एक विशिष्ट बिंदू असतो. त्या बिंदूपाशी दोन्ही ऊर्जा – शक्ती परस्परांना भेटतात – तिसऱ्याला.

तुमच्या ग्रहावरची आणि या विश्वातली प्रत्येक गोष्ट आणि प्रत्येक व्यक्ती प्रत्येक दिशेनं ऊर्जा प्रक्षेपित करत असते. ती विश्वातल्या इतर ऊर्जांबरोबर मिसळत असते – त्यांना छेदून जात असते – त्यामुळे इतक्या संमिश्र आणि गुंतागुंतीच्या गोष्टी साकार होतात, की तुमचा 'सर्वशक्तिमान' संगणकदेखील त्या पकडू शकत नाही – मांडू शकत नाही; त्यांचं विश्लेषण करू शकत नाही.

या वातावरणाबद्दल मॅट्रिक्सबद्दलच मी बोललो आहे. त्यातून तुम्ही एकमेकांकडे संकेत, संदेश पाठवता.

मी आधी म्हटल्याप्रमाणे अशा अगणित शक्ती एकमेकांकडे आकर्षित होतात. याला आकर्षणाचा नियम म्हणतात. त्यानुसार सजातीय, समान गोष्टी एकमेकांकडे आकर्षित होतात.

जेव्हा समविचारी परस्परांकडे ओढले जातात आणि त्यामुळे त्यांच्या समानशक्ती एकत्रित होतात तेव्हा त्यांची स्पंदनं आणखीनच वजनदार होतात. मग ती थोडी मंद होतात आणि त्यातली काही स्थूलरूपात येतात.

विचार नक्कीच साकार रूप घेतात आणि जेव्हा अशी अनेक समविचारी माणसं समानच विचार करत असतात, तेव्हा हे समानत्व शिखर गाठतं आणि मग ते विचार सत्यात, प्रत्यक्षात उतरताना दिसतात.

(म्हणून तर 'आम्ही तुझ्यासाठी प्रार्थना करू' असं म्हणतात, तेव्हा त्या

विधानात खूप ताकद असते. अशा सामूहिक प्रार्थना फळाला आल्याची उदाहरणं द्यायची झाली, तर एक पुस्तकच लिहावं लागेल.)

प्रार्थनेइतकीच शापवाणीसुद्धा परिणाम करते, हेही खरं आहे. म्हणजे असं पाहा – समजा भीती किंवा राग किंवा टंचाई, दुष्काळ किंवा कुठलंही अपुरेपणाची जाणीव जगभरात पसरलेली दिसते. ती जगाच्या पाठीवर किंवा ज्या विशिष्ट भागात फारच प्रबळ असते, तिथे तिचा वेगळा प्रत्यय येतो.

उदाहरणार्थ, ज्याला तुम्ही अमेरिका म्हणता – त्या देशाचासुद्धा एक 'राष्ट्र' म्हणून प्रदीर्घ विचार त्यामागे आहे. सर्वांना समान न्याय आणि स्वातंत्र्य असणारं 'देव'राष्ट्र – 'अवघ्या पृथ्वीवर सर्वांत भरभराटीचा देश' म्हणून या देशाकडे बघितलं जातं हा निव्वळ योगायोग नव्हे आणि त्यासाठी या देशानं जे कष्ट केले, जी धडपड केली, ती हळूहळू कमी होत चालली आहे यातही काही नवल नाही. कारण, या देशानं आपली दृष्टीच गमावली आहे.

'देवाच्या कृपाछायेत, अखंड' हा शब्दप्रयोग करण्यामागे एवढाच अर्थ आहे की, यातून एकतेच्या सत्यतेचं वैश्विक सत्य, ही अखंड वैश्विक साधना संपुष्टात आणणं, तिचा विनाश करवणं खरोखरच खूप अवघड आहे, पण मूळ साधनाच कुचकामी ठरत आहे. इतर धर्मांबद्दल सहिष्णुता न बाळगण्याइतपत धार्मिक 'सदाचार' धार्मिक स्वातंत्र्याच्या नावाखाली खपवला जातोय. माणूस आपल्या स्वतःच्या जबाबदाऱ्या पाळणं दुर्मीळ होत चाललंय, त्यामुळे माणसाचं स्वातंत्र्यही नजरेआड झालं आहे. 'वैयक्तिक जबाबदारी' याचा अर्थ 'प्रत्येकाचा स्वार्थ' असा संकुचित झाला आहे. आयुष्याचं हे नवं तत्त्वज्ञान प्राचीन अमेरिकन स्वातंत्र्याच्या परंपरेची पुनरावृत्ती असावी असं वाटतं.

पण त्यांच्या 'बंधुभाव' या सर्वोच्च मूळ संकल्पनेवरच अमेरिकन दृष्टिकोन आणि स्वप्नं, आशा आधारलेल्या होत्या.

प्रत्येक अमेरिकन माणसानं सगळ्यांच्या अस्तित्वासाठी आपापला वाटा उचलला, धडपड केली म्हणूनच तर अमेरिका एवढी मोठी झाली – एक 'मोठं राष्ट्र' ठरली!

अमेरिका भुकेल्या जीवांकडे कधीच पाठ फिरवणार नाही, गरजू माणसाला विन्मुख पाठवणार नाही. दमल्याभागल्या श्रांत जीवांना आणि बेघरांना ती नक्कीच आश्रय देईल आणि तिच्याकडे जे काही आहे, ते जगात ती सगळ्यांना देईल.

पण जसजशी अमेरिका 'बडं राष्ट्र' व्हायला लागली, तसतसे अमेरिकन लालची व्हायला लागले. त्यांना हाव सुटली. म्हणजे अगदी सगळ्यांनाच असं नव्हे, पण बऱ्याच जणांना! आणि जसा काळ पुढे सरकायला लागला, ते प्रमाण वाढतच गेलं.

एखादी गोष्ट मिळवणं शक्य असणं किती चांगलं आहे, हे एकदा अमेरिकनांना

कळल्यावर ते आणखी चांगल्यासाठी प्रयत्न करायला लागले. अर्थात आणखी, आणखी थोडं, आणखी थोडं जास्त मिळवण्याचा फक्त एकच मार्ग होता. तो म्हणजे दुसऱ्या कोणाला तरी थोडं कमी, आणखी थोडं कमी, थोडं जास्त कमी मिळणं भाग होतं.

पुढे 'आणखी हवं'ची जागा मोठेपणानं घेतल्यावर अमेरिकन लोकांमध्ये समाजातल्या 'नाही रे' वर्गासाठीची सहवेदना, सहानुभूती कमी व्हायला लागली. 'हे तुमच्याच कर्माचं फळ – नशिबाचा भोग आहे' असं त्यांना सांगितलं गेलं. 'आमच्यापेक्षा तुम्हाला 'कमी' आहे, हा तुमच्याच दैवाचा दोष आहे' असा त्यांच्यावरच ठपका ठेवला गेला. सरतेशेवटी अमेरिका म्हणजे 'संधीची भूमी' होती – होय ना? पण अमेरिकेत संधी मर्यादित होत्या, हे 'नाही रे' वर्ग सोडता इतर 'आहे रे' वर्गातल्यांना मान्यच नव्हतं. हा वर्ग आधीच आतल्या 'आहे रे' वर्गातला होता. 'नाही रे' वर्गात बऱ्याच अल्पसंख्याकांचा त्यात समावेश नव्हता. उदा. विशिष्ट वर्णाची (रंगाची) माणसं किंवा विशिष्ट वंशाची माणसं.

साऱ्या जगात अमेरिकन्स अत्यंत उद्धट, उर्मट, उद्दाम गणले जाऊ लागले. पृथ्वीवर अनेक ठिकाणी लाखो लोक भुकेनं व्याकूळ असताना अमेरिकन्स मात्र अन्नाची अतोनात नासाडी करत होते. इतकं अन्न वाया घालवत होते की, तेवढ्या अन्नात अनेकांची पोटं भरली गेली असती. काही राष्ट्रांबद्दल अमेरिकेचं धोरण उदार होतं, पण तिच्या बहुतांश राजकीय विचारसरणीमागे, राजकीय खेळीमागे काहीतरी गुप्त 'खल' विचार असे. अमेरिका इतरांना मदत करत असे – पण तीही स्वार्थापोटी. 'तुम्ही आमची सेवा करा, मग आम्ही तुम्हाला मदत करू' – या धोरणानं ही मदत असे. (म्हणजे जेव्हा ही 'गरजू' राष्ट्रं अमेरिकेच्या सत्ताधीशांसाठी काम करतील; अति श्रीमंत, अति उच्चवर्गातल्या अमेरिकनांसाठी किंवा त्यांचं, त्यांच्या संपत्तीचं संरक्षण करणाऱ्या सैनिकी यंत्रणेसाठी काम करतील तेव्हा.)

अमेरिकेची मूळ 'बंधुत्वा'ची आदर्श कल्पना डळमळीत झाली. आता बंधुभावाबद्दलचं कोणतंही भाष्य, चर्चा नव्या 'अमेरिकनत्वा'शी जोडली जायला लागली. 'नाही रे' वर्गातल्या एखाद्यानं त्यांची दुःखं कमी करण्यासाठी स्वतःचा योग्य वाटा मागण्याचं धाडस दाखवण्याची तीव्र मानसिकता त्यात आढळू लागली.

प्रत्येकानंच आपापली जबाबदारी स्वीकारायला हवी हे निर्विवाद सत्य आहे; पण जेव्हा प्रत्येक व्यक्ती सर्व समाजाची मिळून जबाबदारी घ्यायची तयारी दाखवेल, तेव्हा अमेरिका आणि तुमचं जग खऱ्या अर्थानं काम करू शकेल.

म्हणजे, सामाजिक जाणीव जागृती एकत्रित परिणाम दाखवते.

अगदी बरोबर! तुमचा इतिहास पाहिला, तर वेळोवेळी ही गोष्ट सिद्ध होत आलेली दिसेल. (तुमच्या इतिहासावरून वेळोवेळी हेच दिसून येतं.)

मॅट्रिक्समधलं समरूपाचं तत्त्व म्हणजेच ज्याला तुमचे शास्त्रज्ञ 'कृष्णविवर' म्हणतात तेच. त्यात समान ऊर्जा परस्परांकडे ओढल्या जातात – आकर्षित होतात – अगदी प्रत्यक्ष अस्तित्वात असणाऱ्या गोष्टीसुद्धा त्यात येतात.

या वस्तूंनी एकमेकांपासून नंतर दूर जायला हवं, अन्यथा त्या कायमच्या एकमेकांत मिसळून जातील आणि मग त्यांचं आत्ताचं असलेलं रूप, आकार नष्ट होईल आणि एक नवीनच आकार तयार होईल.

सगळ्यांना या गोष्टीची जाणीव असते. म्हणूनच सर्वांशी असलेले संबंध टिकवून ठेवण्यासाठी ते कायमस्वरूपी एकरूप होणं टाळतात. तसं केलं नाही, तर ते सगळेच एकरूप होऊन कायमचे 'एक-जीव' होतील.

आपण या अवस्थेपासून आलो आहोत. या अवस्थेपासून दूर गेल्यानंच आपण सतत त्याकडे वारंवार ओढले जात असतो.

ही आकर्षण, अपकर्षणाची, जाण्या-येण्याची जी क्रिया आहे, तीच या विश्वाचा मूळ ताल आहे – विश्वातल्या प्रत्येक गोष्टीत हीच लय दिसून येते – हाच SEX. सेक्स – Synergistic Energy Exchange.

तुम्ही सतत दुसऱ्या व्यक्तीकडे आकर्षित होत असता, अपरिहार्यपणे दोघं 'एकरूप' होता, मग 'त्या' क्षणी काहीतरी जाणीव होते आणि तुम्ही दूर व्हायला बघता. म्हणजे तुम्हाला त्यापासून थोडं अलिप्त – स्वतंत्र होऊन तो 'अनुभव' घ्यावासा वाटतो. एकदा तुम्ही एकरूप झालात आणि त्यात मिसळून गेलात की, तुम्हाला एकरूपत्वही जाणवत नाही आणि त्यापासून वेगळेपणही कळत नाही.

दुसऱ्या शब्दांत सांगायचं, तर देवाला हे नक्कीच माहीत असायला हवं की, तो सगळ्यांमध्ये आहे आणि असला तरी नाहीये. तुम्ही आणि ज्यांच्यात ऊर्जा आहे अशा विश्वातल्या प्रत्येक कणात आपण आहोत, हे सगळे आपलेच अंश आहेत हे देवाला ठाऊक असतं आणि म्हणूनच तो स्वानुभवाच्या आधारावर या गोष्टीची जाणीव शक्य करून देतो.

'मी काय नाही' असा विचार केला की, त्यावरून मग 'मी काय आहे' हे कळतं. तरीही मी जो आहे तो मी नाही म्हणून तुम्हाला दैवी द्वैत दिसतं. म्हणून 'मी आहे, जो मी आहे.'

भरती आणि ओहोटी ही नैसर्गिक लय आहे, तीच संपूर्ण आयुष्यातही लागू पडते – अगदी आत्ताच्या या निर्मितीच्या क्षणांनासुद्धा!

तुम्ही एकमेकांकडे अपरिहार्यपणे ओढले जाता – जणू काही एखादी तात्कालिक शक्ती तुम्हाला एकमेकांकडे ओढते आणि दूर सारते. तुम्हाला ओढणं आणि दूर

ढकलणं एवढंच तिचं काम! एकदा दूर ढकलायचं आणि पुन्हा उतावीळपणे, भावावेगानं पूर्णपणे एकरूप होण्यासाठी जवळ आणायचं!

जवळ-दूर, जवळ-दूर, जवळ-दूर अशी तुमची शरीरं हलत असतात. एका क्षणी ते इतकं अंत:प्रेरणेतून घडतं की, आपण हे जाणून-बुजून करतोय याची पुसटशीही जाणीव तुम्हाला होत नाही. एका विशिष्ट क्षणी तुमच्या कृती यांत्रिकपणे व्हायला लागतात. मग 'असं करा' असं तुमच्या शरीराला कुणी सांगावं लागत नाही. शरीर आपोआप तसं करायला लागतं – आयुष्यभर!

हेच तर आयुष्य आहे – यातूनच ते व्यक्त होतं. त्याच्या अनुभवातूनच नवीन आयुष्य निर्माण होत असतं.

आयुष्यभर निसर्गातली ही लयच उपयोगी पडत असते, तीच काम करत असते – सगळं आयुष्यच 'लयबद्ध' होतं.

देवाची ही लय सगळं आयुष्य भरून, भारून टाकते. यालाच तुम्ही जीवनचक्र म्हणता.

पिकंही अशा निसर्गचक्रातूनच निर्माण होतात, वाढतात. ऋतू येतात आणि जातात. ग्रह परिवलन आणि परिभ्रमण करतात. सूर्य उगवतात आणि मावळतात आणि पुन्हा उगवतात. अनेक ब्रह्मांडं श्वासोच्छ्वास करतात. श्वास आत घेतात आणि बाहेर सोडतात. या सगळ्या गोष्टी घडतात – त्यांच्या-त्यांच्या चक्रानुसार, एका लयीत, देव-देवतांच्या स्पंदन लहरींच्या गतीशी जुळवून घेत-घेत!

कारण देव 'सगळं' आहे आणि देवता 'प्रत्येक गोष्ट' आहे आणि त्याखेरीज कुठलंही अस्तित्व नाही – हेच कायम होतं, आता आहे आणि यापुढेही राहील – हेच तर तुमचं जग आहे – अनादि, अनंत, असीम!

आमेन!

आगामी विचार

(प्रकरण ८ ते १५)

चला, अशा तऱ्हेनं या पुस्तकाच्या एक तृतीयांश भागाच्या शेवटी काहीतरी चांगलं प्रकरण आलं, नाही का? त्यात सर्वांत मूलगामी आणि आध्यात्मिक दृष्टीनं मानवी लैंगिक आकर्षण आणि लैंगिक संबंधांच्या अनुभवाबद्दल चर्चा झाली, ती फारच दुर्मीळ होती. याआधी मी असं काही ऐकलं नव्हतं आणि... लैंगिक संबंधांबाबतची चर्चा अजून संपलेली नाही.

समलिंगी शरीरसंबंध योग्य आहेत का? अनैसर्गिक शरीरसंबंध योग्य आहेत का? प्रेम नसताना शरीरसुख घेणं योग्य आहे का? आणि बालक आणि लैंगिकता याबद्दल काय सांगता येईल? 'जीवनातील अनुभव' या दृष्टीनं लहान मुलांना शरीर संबंधांबाबत कधी ओळख करून द्यावी? शरीरसंबंधांची कधी माहिती द्यावी?

हे आणि आणखी काही प्रश्न पुढच्याच प्रकरणात चर्चेला घेतले जाणार आहेत.

त्यातून चर्चा आणखीनच रंगणार आहे, असं मला वाटतं...

मानवी अनुभवांशी संबंधित असे सर्वांत स्फोटक विषय आता हाताळले जाणार आहेत. योग्य/बरोबर आणि अयोग्य/चूक म्हणजे काय? योग्य आणि अयोग्य कशाला म्हणावं? आपण कोणाबद्दल सर्वोच्च निष्ठा बाळगावी? आपण कोणाशी एकनिष्ठ असावं? एखाद्यानं इतरांच्या पुढे जावं हे योग्य आहे का?

या पुस्तकाच्या सुरुवातीच्या भागात जशी प्रथमच काही मर्मभेदी, मार्मिक विधानं आहेत, तशीच ती या मधल्या तिसऱ्या भागातही आहेत. हे उदाहरण पाहा –

'स्वत:ला प्रथम क्रमांकावर, सर्वांच्या पुढे – अग्रेसर – ठेवणं म्हणजे ज्याला तुम्ही 'स्वार्थ' म्हणता, तसं नाही. स्वत:ला अग्रेसर ठेवणं म्हणजे आत्मभान असणं.

हे म्हणजे अगदी पूर्णच वेगळ्या दृष्टीनं मांडणी करणं आहे, नाही का?

आणि अर्थातच या संपूर्ण पुस्तकाचा हेतूच हा आहे. या पुस्तकाचाच नव्हे, तर 'संवाद परमेश्वराशी' या नऊ पुस्तकांच्या मालिकेचाही हेतू हाच आहे.

यात पूर्व नव्या संस्कृतीची नव्या संदर्भातली चर्चा आहे. 'माणूस' म्हणजे

काय? 'माणूस' कशाला म्हणायचं याचा अनुभव यातून मिळतो.

शरीर, मन आणि आत्मा या तिन्हीच्या संयोगातून काय निर्माण होतं? त्याचा अर्थ काय? हे आपण पाहणार आहोत. मी आधी म्हटल्याप्रमाणे, मानवी लैंगिकतेबद्दल आपण आणखी विस्तृत चर्चा करणार आहोत. पण तीन पुस्तकांतल्या या मधल्या, दुसऱ्या पुस्तकात एक सर्वांत महत्त्वाची गोष्ट आहे. ती म्हणजे नऊ भागांच्या 'संवाद परमेश्वराशी' या मालिकेत नवव्या भागात सर्वांत मोठं स्वगत आहे. व्याख्यानं, पुस्तक प्रकाशनं अशा कुठल्याही प्रसंगी मला अनेक जण भेटतात आणि त्या वेळी 'संवाद परमेश्वराशी'च्या इतर कुठल्याही भागातल्या मजकुरापेक्षा या प्रकरणातली विधानं आणि कल्पना याबद्दलच जास्त चर्चा करतात.

'संवाद परमेश्वराशी'च्या (सी.डब्ल्यू.जी. – कॉन्व्हर्सेशन विथ गॉड) मालिकेतल्या इतर पुस्तकांपेक्षा या पुस्तकातलं हे नववं प्रकरण थोडं मोठं आहे. त्यात 'शिक्षणाबद्दल खूप गोष्टी आहेत. म्हणजे सध्याची प्रचलित शिक्षणपद्धती, त्यात सुधारणा करून मुलांना अधिक चांगल्या प्रकारे शिक्षण कसं देता येईल, याबद्दल उपयुक्त सूचना दिल्या आहेत. तसंच आत्ताच्या 'शालेय' पद्धतीऐवजी पूर्णपणे नवीन शैक्षणिक वातावरण कसं निर्माण करता येईल हे यात सांगितलंय. शिवाय संपूर्ण शिक्षण कार्यक्रमावर आधारित विशिष्ट पाठ्यक्रमही सुचवला आहे. एकूणच आपल्या पुढच्या पिढीसाठी अध्यापनाचा नवा दृष्टिकोन द्यायचा प्रयत्न केला आहे.

ज्या पालकांनी सी.डब्ल्यू.जी. मालिकेतला हा भाग वाचला आहे, त्यांना तो अतिशय उत्साहवर्धक आणि प्रेरणादायी वाटला आहे. या एकाच प्रकरणाचा परिपाक म्हणजे 'ना नफा, ना तोटा' तत्त्वावर 'द स्कूल ऑफ द न्यू स्पिरिच्युॲलिटी'ची स्थापना.

यानंतर या प्रकरणात संवादाच्या ओघात आणखी काही वादग्रस्त मुद्द्यांवर चर्चा आहे. उदा. राजकारण आणि शासनव्यवस्था. यातले मुद्दे उळक आणि थेट नाकाला झोंबणारे वाटतील. अकराव्या प्रकरणात तर आणखी वादग्रस्त विधानं आढळतील. त्यांचा आपल्या जगाच्या चाकोरीशी संबंध असेल; तसंच जाणीव जागृती आणि तिची विश्वनिर्मितीमधली आपल्याला माहीत असलेली भूमिका याबाबत अतिशय बारकाईनं आणि गांभीर्यानं चर्चाही असेल.

तीन पुस्तकांमधलं हे मधलं, दुसरं पुस्तक म्हणजे एका अर्थी सामाजिक व्यवस्थेवरचं भाष्य आहे.

हे 'ॲक्शन-पॅक्ड' प्रकरण जरा 'जास्तच' पॅक्ड आहे, असं ते पुन्हा वाचल्यावर मला जाणवलं. झटकन काहीतरी जाणवलं! माझ्याकडून पहिल्यांदा हे पुस्तक आलं, तेव्हा मी किती उत्साहात, उत्तेजित होतो ते मला आठवलं. पण त्याहीपेक्षा मला लागून राहिलेली गोष्ट म्हणजे माझं लिखाण पूर्ण होईपर्यंत अगदी नगण्य बदल

घडलेले दिसतात. अजून खूप काम करायचं बाकी आहे. मानवता आणि बालक यांच्या दृष्टीनं आगामी काळात संयुक्त अनुभवाच्या माध्यमातून कितीतरी गोष्टी करण्याजोग्या आहेत.

मलाही प्रेरणा मिळाली. खूपच. देवानं मला जे काही दिलं त्यातून हे दुसरं पुस्तक राजकीय आणि सामाजिक दृष्टीनं फारच प्रेरक ठरतंय असा मला अनुभव आला. या जगातल्या प्रत्येक कॉलेजमधल्या वाचनालयात आणि सगळ्या विद्यापीठांतल्या समाजशास्त्र तसंच राज्यशास्त्राचा अभ्यास करणाऱ्या प्रत्येक विद्यार्थ्याच्या हातात हे पुस्तक असावं, असं मला वाटतं. म्हणजे या पुस्तकात तुमच्या सगळ्या प्रश्नांची उत्तरं आहेत म्हणूनच नव्हे, तर मला वाटतं की, त्यात विचारलेले सगळे प्रश्नही बरोबर आहेत, म्हणून–

आणि हे पुस्तक फारच प्रेरणादायी आहे, असं मी म्हटलंच आहे.

आता तेरावं प्रकरण घ्या. आध्यात्मिक दृष्टिकोनातून राजकीय आणि सामाजिक भाष्य करणारं हे प्रकरण अतिशय प्रेरणादायी आहे. ते जाणून घ्यायला मला आवडेल.

अर्थात मी बढाया मारतोय असं समजू नका. मी ते शब्द 'लिहिलेले' नाहीत. थेट परमेश्वराकडून मानव जातीकडे ते 'आलेले' आहेत, असा माझा स्वतःचा अनुभव आहे. या विशेष पुस्तकात देवच स्वतः आपल्याला हेच सांगतोय की, या पृथ्वीतलावर तुम्ही, मी आणि आपण नव्या जाणिवांचे स्रोत असू शकतो. तुम्ही, मी आणि आपण या जगासाठी एक प्रेरणा ठरू शकतो.

'हे कसं?' असं मी विचारलं आणि तेराव्या प्रकरणात देवानं मला थेट उत्तरं दिली.

ते प्रकरण मी जेव्हा परत वाचलं तेव्हाच्या माझ्या 'मौन'रूदनात मला ते नव्यानं सापडलं. माझा मलाच नव्यानं शोध लागला. 'हा खरा मी आहे' असं मी मलाच सांगितलं, 'मला हेच तर व्हायचंय.'

मला तर वाटतंय की, हे प्रकरण वाचणाऱ्या बऱ्याच जणांना असंच म्हणायचं असणार. प्रश्न असा आहे की, 'आपण या सगळ्या जाणीव-जागृतीतून काय करणार आहोत? काहीही न करता, निर्मितीशून्य, कृतीशून्य राहून, कुठलेही बदल न करता आपण नुसते 'आहोत' म्हणून ढिम्म बसून राहणार आहोत? अगदी स्वतःचाही अनुभव घेणार नाही आहोत?

माझं माझ्यापुरतं एक निरीक्षण आहे – हे जग बदलावं म्हणून मी फारसं काही केलेलं नाही; याही पुढे जाऊन एक गोष्ट माझ्या लक्षात आलीय की, मी स्वतःत बदल करण्यासाठीही काही फारसं केलेलं नाही. माझं आयुष्य आपलं आहे तसं चालू आहे. तसं माझं वागणं थोडं सुधारलंय म्हणा. पिणं पूर्ण बंद झालं नसलं तरी

बऱ्यापैकी कमी झालं आहे. पण हे एवढंच अपेक्षित आहे का? परमेश्वराशी संवाद साधून रोजच्या आयुष्यात, व्यवहारात उपयोगी पडतील अशा आणि एवढ्याच गोष्टी पुरेशा ठरतील?

वा! – मला संघर्षाचा अवाकाच येतोय – काय करावं लागेल हे दिसतंय. मुस्लीम ज्याला 'जिहाद' म्हणतात, तोच हा आंतरिक संघर्ष! आपलं आत्मिक जग आणि भौतिक जग यामधला संघर्ष! संपूर्ण गीतेत अर्जुनानं भगवान श्रीकृष्णाला याबद्दलच तर प्रश्न विचारले आहेत. आपले झोपलेले शिष्य पाहून बागेतून प्रार्थनेहून परतणारे जीझस याबद्दलच बोलत होते. ते म्हणाले होते, 'आत्म्याची इच्छा आहे – आत्मा इच्छुक आहे, पण स्थूल देह (मांसल शरीर) अशक्त आहे.'

हा देह कसा सशक्त करायचा? या जिहादची पुनर्रचना कशी करायची? अर्जुनाची लढाई आपली स्वत:चीही आहे, ती कशी जिंकायची? त्याचा विजय टिकवायचा कसा?

मला असं वाटतं की, त्यासाठी आपण स्वत:ला अंतर्दृष्टीनं सुसज्ज करायला हवं. तशी स्वत:ची तयारी करून घ्यायला हवी. म्हणजे आपल्याला भूतकाळातल्या चुकांकडे आणि उज्ज्वल भविष्याकडे साक्षीभावानं पाहता येईल. 'संवाद परमेश्वराशी'सारख्या पुस्तकात याबद्दलच चर्चा असते. या विषयाबद्दल तुम्हाला कुठल्याच वाचनालयात यापेक्षा चांगलं पुस्तक आढळणार नाही.

अर्थात याला विरोध करण्यासाठी आपण काय करणार? आपला दृष्टिकोन काय असेल? आपण कशाचा आधार घेणार? आपली 'शस्त्रं', 'आयुधं' कुठली असतील?

'शब्द' माझ्या मते कल्पना. जुन्या विचारांची जागा घेणारे नवे विचार. मानवतेच्या कल्पनेचा पुन्हा प्रभाव टाकणारा नवा दृष्टिकोन. आर. बकमिन्स्टर फुलर यांचं निरीक्षण इथे तंतोतंत लागू पडतं :

'वर्तमानातल्या वास्तवाशी झगडून, संघर्ष करून तुम्ही परिस्थिती – गोष्टी कधीच बदलू शकत नाही. जर काही बदलायचं असेल, तर जुन्या गोष्टीऐवजी नवीन सर्वोत्तम अंतिम पर्याय पुढे मांडा.'

विरोधाची ही 'मवाळ'– हळुवार पद्धत आहे. म्हणजे कशालाच विरोध न करता विरोध करणे. 'हॅपिअर दॅन गॉड' (Happier than God) या अतिशय सुंदर पुस्तकात ही कल्पना अशी मांडलीय.

'ज्याला तुम्ही विरोध करता, ते तितक्याच चिकाटीनं तुमच्या बरोबर येतं. कारण तुम्ही त्या गोष्टीकडे नकारात्मकपणे सतत लक्ष देत असता. नकारात्मकपणे तुमचं त्या गोष्टीकडे सतत लक्ष असतं. त्यामुळे ती कुठेतरी दिसून येते. जी गोष्ट मुळातच नसते, तिला तुम्ही विरोध करू शकत नाही. जेव्हा तुम्ही एखाद्या गोष्टीला

विरोध करता, तेव्हा तुम्ही तिथे तिचं अस्तित्व निर्माण करता. त्या गोष्टीकडे रागानं किंवा निराशेच्या भावनेनं, नकारात्मक शक्तीनं बघता आणि त्या गोष्टीला खरं तर आणखी सजीव करता – तिला जीवदान देता.

म्हणून तर 'पापाशी, दुष्टांशी संघर्ष करू नका' असं महान संत सांगतात. तुमच्या अपेक्षेविरुद्ध जे असेल किंवा 'तुम्हाला जसं घडावं असं वाटतंय' त्याच्या नेमकं उलट घडत असेल, तर त्याच्या विरोधात दंड थोपटून भांडू नका – उलट ती परिस्थिती शांतपणे हाताळा.

'हे काय भलतंच', 'विचित्रच आहे' असं तुम्हाला वाटेलही कदाचित – मला कल्पना आहे. पण असं केल्यानं फायदा होतो, असं मी खातरीनं सांगतो. एखाद्या गोष्टीबद्दल आडमुठेपणानं ताठर भूमिका घेऊ नका आणि त्याचा ताणही घेऊ नका, संघर्षासाठी तयार राहा. जे तुम्हाला विरोध करतं, त्याच्या विरोधात कधीच जाऊ नका. तोडू नका, जोडा, फोडू नका, जुळवून घ्या. विरोध करू नका, शांत राहा.

तुमच्या लक्षात आलं? हा छोटासा साधा नियम नेहमी लक्षात ठेवा – (Do not oppose, compose) तोडू नका, जोडा – शांत राहा.

आपलं आयुष्य कसं उभं राहायला हवंय, याबद्दल स्वत:च्या कल्पना असू द्या आणि आपण त्यात कुठपर्यंत यशस्वी झालोय – आपण कुठल्या पायरीवर आहोत हे पाहा. अगदी ठरवल्याप्रमाणे आयुष्याची गाडी योग्य रूळावरून चाललेय या विचारानं निश्चिंत राहण्याच्या स्थितीला या. पण निश्चिंतपणा आणि स्वीकृती यात गल्लत करू नका.

'वाईट गोष्टींना विरोध करू नका' म्हणजे तुम्हाला जे करावंसं वाटत नाही, ते बदलण्याचा प्रयत्न करू नका असं मुळीच नाही. एखादी गोष्ट बदलायची – एखादा बदल घडवायचा म्हणजे विरोधच करायचा असा त्याचा अर्थ नाही. बदलणं म्हणजे पुन्हा निवडणं. बदल म्हणजे विरोध नव्हे. बदल म्हणजे सुधारित रूपांतर. सुधारणा करणं म्हणजे विरोध नव्हे, उलट ती वैयक्तिक निर्मितीची निरंतर प्रक्रिया आहे – व्यक्तीची अखंड निर्मिती!

सुधारणा म्हणजे निर्मिती. विरोध हा निर्मितीचा शेवट आहे. विरोधात निर्मिती संपते. विरोधामुळे गोष्टी आहेत तिथेच थांबतात.

तुमच्या लक्षात आलंय?

आयुष्यात प्रत्येक अडचणीच्या आणि आव्हानात्मक क्षणी तुमच्या समोर दोन पर्याय असतात – तोडणं आणि जोडणं. (opposition or composition) पुन्हा सांगतो, तुमच्यावर आलेल्या प्रसंगाला, परिस्थितीला तुम्ही विरोध करू शकता किंवा तुमच्या निवडीशी जुळवून घेऊ शकता.

तुमच्या निवडीशी जुळवून घ्या.

(हॅपिअर दॅन गॉड, लेखक : नील डोनाल्ड वॉल्श, प्रकाशन – मार्च २००८, प्रकाशक – एमिन बुक्स, वितरक : हॅम्पटन रोड्स पब्लिशिंग कंपनी.)

तेव्हा मी आता एकदम तयार आहे संघर्ष करायला. पण मी त्याच्याकडे 'संघर्ष' म्हणून मुळीच बघणार नाहीये. उलट मी आधी म्हटलं तसं त्याच्याकडे मी एक 'खेळ' म्हणून बघणार आहे.

आता मी तुम्हाला अगदी प्रामाणिकपणे काहीतरी सांगणार आहे – संघर्षाकडे 'खेळ' म्हणून पाहायला लागल्यावर काही वर्षांनी मला एक गोष्ट कळली. ती अशी की, आत्ता वर जे उद्धरण दिलं आहे ते लिहिणारे आर. बकमिन्स्टर फूलर आपल्या सर्वंकष वास्तवाबद्दल आणि अडचणींबद्दल मानवतेचा दृष्टिकोन स्पष्ट करताना हाच शब्दप्रयोग करतात.

फूलर यांच्या समवेत वर्ल्ड गेम इन्स्टिट्यूट स्थापन करणारे प्रसिद्ध लेखक आणि वक्ते मेदार्द गॅबेल त्यांच्या संकेतस्थळावर 'कॉपीराइट' असलेल्या लेखात म्हणतात –

१९६०मध्ये बकमिन्स्टर फूलर यांनी ग्रेट लॉजिस्टिक्स गेम आणि वर्ल्ड पीस गेम (नंतर याला नुसतं वर्ल्ड गेम म्हणू लागले.) चा प्रस्ताव मांडला. 'जगातल्या अडचणींकडे बघण्याचा शास्त्रीय, समंजस, आशावादी दृष्टिकोन देण्यासाठी उपयुक्त साधन असं त्याचं स्वरूप अपेक्षित होतं.

फूलर यांच्या कल्पनेतलं 'द वर्ल्ड गेम' एक वेगळंच स्थान होतं. माणूस वैयक्तिकरीत्या किंवा गटानं, समूहानं येऊन स्पर्धेतून किंवा एकमेकांना सहकार्य करून शक्य तितक्या जास्तीतजास्त कमी कालावधीत जगाला शंभर टक्के मानवतावादी करेल. त्यासाठी त्यांच्यात उत्स्फूर्त सहकार्य असेल आणि परिस्थितीला विरोध न करता किंवा कुणाचाही अनाठायी फायदा घेतला जाणार नाही असं त्यांना अपेक्षित होतं.

शीर्षकामध्ये 'गेम' हा शब्दप्रयोग करणं हे जास्त सूचक आहे, असं मेदार्द यांनी म्हटलं. व्यवस्थापन आणि सामाजिक प्रश्न सोडवण्याबाबत फूलर यांच्या दृष्टिकोनाबद्दल हे शीर्षक खूप काही सांगून जातं. हे अतिशय गंभीर साधन आहे, असं म्हणून फूलर यांनी स्वत:च्या कल्पनेला 'गेम' असं म्हटलं. कारण ते सगळ्यांना सहज उपलब्ध असावं, अशी त्यांची इच्छा होती. समाजातल्या दबावगटाला 'आपणच जग चालवतोय' असं वाटू नये, उलट ते सगळ्यांसाठी खुलं असावं असं त्यांना म्हणायचंय.

मेदार्द गॅबेल हे वर्ल्ड गेम इन्स्टिट्यूट या बिगर शैक्षणिक क्षेत्रात काम करणाऱ्या संस्थेचे माजी उपनिदेशक होते. फूलर यांच्या समवेत त्यांनी बारा वर्षे काम केलं. त्या काळात त्यांनी संपूर्ण व्यवस्थेची विचार आणि अधिकारपद्धती, वैश्विक

दृष्टिकोन आणि उत्तम विनोदबुद्धी आत्मसात केली. गॅबेल १९७० सालापासून प्रायोगिक शिक्षणाबाबतचे वेगवेगळे कार्यक्रम तयार करणे, ते विकसित करून सादर करणे हे कार्य करत आहेत. सध्या ते 'बिग पिक्चर स्मॉल वर्ल्ड' आणि 'बिग पिक्चर कन्सल्टिंग'चे मुख्य कार्यकारी अधिकारी आहेत. ऊर्जेबाबत जागतिक समस्या, स्रोत, धोरण तसंच जागतिक ऊर्जास्थिती, जगातील अन्नधान्य स्थिती, अमेरिकन खाद्यान्न पद्धत, धोरणाची आखणी आणि बहुराष्ट्रीय सहकारी संस्था इत्यादी विषयांवर त्यांची सहा पुस्तके प्रकाशित झाली आहेत.

Big Picture Small World चा पत्ता : 281, बिशप हॉलॉ रोड, मेडिया PA19063, 1.866.820.8133 (अमेरिकेत टोल फ्री) 1.610.566.0156 fax - 1.610.566.7890

अथवा email – http://www.bigpicturesmallworld.com/mg.shtml या वेबसाईटवर संपर्क साधा.

चला, आत्ताच संपर्क साधूया. निदान काळाच्या पुढे धावणाऱ्या कल्पना असणाऱ्या पुस्तकांबद्दल चर्चा करूया. आता तुमच्या हातात असणारे पुस्तक त्यातलेच एक आहे.

तुम्हाला आणखी माहिती घेऊन या गटात सहभागी व्हायचं असेल, तर तुम्ही खालील संकेतस्थळांना भेट देऊ शकता.

www.HumanityTeam.com

www.barbaramarxhubbard.com

www.jeanhouston.org

www.anhglobal.org

www.nealedonaldwalsch.com

८

देवा, तुझ्याशी बोलण्यातून तू उत्तरांपेक्षा जास्त प्रश्नच माझ्यासमोर निर्माण करतोस, हीच खरी गंमत आहे. आता तुला सांगू? सेक्स इतकेच राजकारणाबद्दलही माझ्या मनात खूप शंका, प्रश्न आहेत.

या दोन्ही गोष्टींत काही फरक नाही. दोन्ही सारख्याच आहेत असं काहींचं म्हणणं आहे. ते म्हणतात, राजकारणात तुम्ही सगळे असेच...

जरा थांब. तू बीभत्स काही बोलणार नाहीस ना?

खरं तर हो, म्हटलं तुला जरा धक्का द्यावा...

थांब, थांब. देवानं अशी भाषा वापरणं अपेक्षित नाही हं.

मग तुम्ही तरी का वापरता?

आमच्यातले बरेचजण असं बोलत नाहीत.

खोटं बोलू नकोस.

निदान जे 'देवभिरू' आहेत, ते तरी असं बोलत नाहीत.

अच्छा, म्हणजे देव दुखावला जाईल अशी तुम्हाला भीती वाटते. पण अशा एखाद्या 'शब्दानं' मी दुखावला जातो, असं तुम्हाला कोणी सांगितलं? आणि खरं तर सेक्सबद्दलचा अतिउत्कटपणा दाखवण्यासाठी तुमच्यातले

काहीजण हा शब्द वापरतात. पण तो तुम्हीही अपमानास्पद मानता? शरीरसंबंधांबद्दल – सेक्सबद्दल तुमच्या मनातलंच काहीतरी हा शब्द सांगत नाही का?

मला वाटतं तुझा काहीतरी गोंधळ होतोय. उदात्त, खऱ्या हळुवार प्रेमाच्या क्षणांचं वर्णन करताना हा शब्दप्रयोग केला जातो, असं मला वाटत नाही.

ओह! खरंच? तू कधी अपरात्री कुठल्या बेडरूममध्ये गेला आहेस?

नाही. तू?

मी सगळ्याच बेडरूममध्ये गेलोय, नेहमीच.

वा, हे ऐकून आम्हाला बरं वाटलं.

काय? म्हणजे देवासमोर करता येणार नाहीत अशा काही गोष्टी तुम्ही तुमच्या बेडरूममध्ये करता, असं तुला म्हणायचं आहे का?

बहुतेकांना 'कुणीतरी बघतंय' अशा स्थितीत मोकळेपणानं वावरता येत नाही. मग तो देव बघत असला तरी...

तरीही काही संस्कृतीत प्राचीन जमातींमध्ये, देवतांमध्ये जरा जास्तच मोकळेपणानं, उघडपणे प्रेमालाप करण्याची प्रथा आहे.

अर्थात, पण बहुतेक माणसं स्वातंत्र्याच्या त्या पायरीपर्यंत अजून पोहोचलेली नाहीत. खरं तर अशा तऱ्हेनं वागणं हे त्यांना अतिआदिम अवस्थेच्या काळातलं, उथळ वाटतं.

तुम्ही ज्यांना 'आदिमानव' म्हणताय ना, त्यांना जीवनाबद्दल अतिशय आदर होता. त्यांना बलात्कार ठाऊक नव्हता, त्यांच्या समाजात अक्षरश: खून, बलात्कार यांचं अस्तित्व नव्हतं. तुमच्या समाजात सेक्स, शरीरसंबंध अतिशय नैसर्गिक, स्वाभाविक मानवी कृती मानले जातात – मात्र चार भिंतींच्या आड. पण ते जर उघड्यावर आले तर ती बीभत्सता, अश्लीलता ठरते.

शरीरसंबंध, सेक्स तुम्ही इतकं घाणेरडं, लज्जास्पद, अनैतिक करून ठेवलेत

की, त्याबद्दल शरमच वाटावी.

काहीतरीच तुझं. बहुतेकांना वेगळी – त्यांच्या मते फारच उदात्त वाटते 'शरीरसंबंधांबाबतची स्वामित्व-भावना' – त्यांना ती वैयक्तिक साद-प्रतिसादाची कृती वाटते, तर काहींना नातेसंबंधांतली ती अतिशय खासगी बाब वाटते.

पण खासगी नसणं म्हणजे पवित्र नाही, असं नाही. माणसांचे बहुतेक पवित्र संस्कार सार्वजनिक पद्धतीनं, लोकांसमक्षच केले जातात.

खासगी आणि पवित्र या दोन गोष्टींची गल्लत करू नकोस. तुमच्या बहुतेक सगळ्या वाईट कृती खासगीत केल्या जातात आणि बाहेर लोकांमध्ये दाखवण्यासाठी तुम्ही चांगल्या गोष्टी करायचं राखून ठेवता.

सार्वजनिक पद्धतीनं – चारचौघांत शरीरसंबंध, सेक्सचं हे समर्थन करतोय असं नाही. मला फक्त इतकंच म्हणायचं आहे की खासगी गोष्ट ही पवित्र असणं अत्यावश्यक नाही किंवा एखादी गोष्ट जाहीरपणे करण्यानं तुमची नाचक्की होईल असंही नाही.

'तो' शब्द अगदी 'खासगी मालमत्ता' असल्यासारखा आहे. खरं म्हणजे त्या शब्दातून स्त्री-पुरुषांच्या सर्वोच्च आनंदाची कल्पना येते. त्याच्याइतका विधायक आनंद दुसरा नाही. पण देव मात्र शिक्षा देतो – हा आनंद संपवतो.

म्हणजे 'खासगी मालमत्ता' यावर तुझा विश्वास नाही, हे तर दिसूनच येतंय.

कुणीतरी 'खासगीपणा'चे मापदंड ठरवायला हवेत, ही यातली अडचण आहे म्हणजे अर्थातच तुमचं वागणं मर्यादित असतं, दुसऱ्या कुणीतरी 'तसं वाग' असं तुम्हाला सांगितलेलं असतं, तुम्हाला आनंद देणाऱ्या गोष्टींबद्दल तिसऱ्याच कुणीतरी कल्पना केलेल्या असतात.

आता शरीरसंबंधांबाबत बोलायचं तर, इतर गोष्टींप्रमाणेच ते जर मर्यादेबाहेर गेले – त्याची मर्यादा पाळली गेली नाही, तर ते विनाशक ठरू शकतात.

स्त्री आणि पुरुषाला समजा एखादा अनुभव घ्यावासा वाटला, तो जर या खासगीपणाच्या मापदंडात – फूटपट्टीत बसणारा नसेल, तर तो त्यांना घेता येत नाही. त्या विलक्षण अनुभवाचं त्यांचं स्वप्न तसंच दाबलं जातं. याच्याइतकं दुःख देणारं दुसरं काही नाही, असं मला वाटतं.

म्हणजे त्यांनी तसं काही करू नये असं नाही, पण त्यामुळे 'खासगी मालमत्ते'च्या कल्पनेला धक्का बसतो हे खरं.

हे फक्त शरीरसंबंधांच्या बाबतीतच आहे असं नव्हे, तर आयुष्यात कायमच हे

बंधन पाळावं लागतं. दुसऱ्याच्या गोष्टींवर घाला घालता येत नाही.

माझ्या गाडीच्या बंपरवर लिहिलंय VIOLATE PROPRIETY

या असल्या सूचना प्रत्येक बेडरूममध्ये लावल्या पाहिजेत.

पण आपल्या 'चूक-बरोबर' या संकल्पनांमुळे समाज एकसंध राहतो. आपल्याला त्या गोष्टी पटल्याच नाहीत, तर आपण त्या कशा बोलून दाखवणार?

तुमच्या 'बरोबर' आणि 'चूक' या सापेक्ष मूल्यांशी 'खासगी' गोष्टींना काही देणं-घेणं नसतं. एखाद्याचा खून करणं तुम्हाला चुकीचं वाटत असेल, पण रस्त्यानं पावसात नागव्यानं पळणं तुम्हाला चुकीचं वाटेल का? शेजाऱ्याची बायको पळवणं चुकीचं आहे हे तुम्ही कदाचित मान्य कराल, पण स्वतःच्या बायकोला घेऊन जाणं किंवा तुमच्या बायकोनं तुम्हाला रसिकतेनं पळवणं याला तुम्ही चूक म्हणाल?

'खासगी' मालकीचा कायदेशीर नियमांशी क्वचितच संबंध येतो, पण 'योग्य' असण्याशी मात्र त्याचा संबंध असतो.

'योग्य' वागणं हे दरवेळेस तुमच्या सर्वांत आवडीचं वागणं असेलच असं नाही. त्या तथाकथित 'योग्य' वागण्यानं तुम्हाला क्वचितच सर्वांत जास्त आनंद-परमानंद मिळत असेल.

आपण पुन्हा शरीरसंबंधाच्या चर्चेकडे वळू या. तू मघाशी असं म्हणत होतास की, जर माणूस त्या कृतीत अडकला असेल, त्या गोष्टीचा त्याच्यावर परिणाम होत असेल, तर त्याचं आतापर्यंतचं वर्तन स्वीकारार्ह ठरतं.

सगळ्यांच्या आयुष्यात हे खरंच घडायला हवं, असं तुला नाही वाटत?

पण त्याचा कुणावर आणि कसा परिणाम होईल, हेच काही वेळा कळत नाही.

तुम्ही त्याबाबत तेवढे हळवे असायला हवे, तेवढं डोळस असायला हवं आणि ज्या ठिकाणी तुम्हाला नेमकं माहीत नसतं किंवा कल्पना करता येत नाही, तेव्हा तुम्ही प्रेमाच्या विरोधात जाताय हे नक्की.

कुठल्याही निर्णयाच्या वेळचा मुख्य प्रश्न असतो – 'आता प्रेमानं काय करावं?'

स्वतःबद्दल प्रेम आणि इतर ज्यांच्यावर त्याचा परिणाम होणार आहे किंवा जे त्यात गुंतले आहेत, अशांबद्दल प्रेम.

जर तुम्ही दुसऱ्या प्रकारचं प्रेम करत असाल, तर तुम्ही दुसरी व्यक्ती दुखावली

जाईल असं काहीही करणार नाही. जर तुमच्या मनात काही शंका असेल, तर तिचं पूर्ण निरसन होईपर्यंत तुम्ही थांबाल.

म्हणजे दुसऱ्यानं तुम्हाला 'ओलीस' ठेवावं असाच याचा अर्थ होतो. 'या आणि अशा गोष्टींनी आम्ही दुखावले जाऊ' असं त्यांनी सांगायचं आणि तुमचे हात जणू बांधून टाकायचे असं होणार!

ते तुमच्याच हातात आहे. ज्या कृतीमुळे तुमची आवडती माणसं दुखावली जातील अशा कृती आपल्या हातून घडूच नयेत, असं तुम्हाला वाटणारच ना?

पण काहीही न करताही कोणी दुखावलं गेलं तर?

तर मग तुम्ही तुमच्या प्रियजनांना खरं काय ते सगळं सांगून टाकायला हवं. एखादी गोष्ट न करता आल्यानं तुम्ही दुखावले गेले आहात, काहीसे निराश झाला आहात हे त्यांना सांगायला हवं. शिवाय ती गोष्ट तुम्हाला करण्याची इच्छा आहे, त्यामुळे प्रियजनांनीही तुम्हाला ती मोकळीक द्यायला हवी, असंही त्यांच्याशी बोलायला हवं.

असा समझोता करण्यासाठी तुम्ही प्रयत्न करायला हवेत. प्रत्येकालाच जिंकल्याचं समाधान वाटेल, मनाप्रमाणे घडल्यासारखं वाटेल असा काहीतरी मध्यम मार्ग शोधायला हवा.

आणि रामजा, तसा तो नाही मिळाला तर?

तर काय? मी आधी म्हटलं आहे, तेच पुन्हा सांगतो–
आपलं खरं स्वरूप (नकळत) प्रकट करा,
दुसऱ्याचा विश्वासघात न करण्यासाठी तसं करणं
म्हणजे सर्वांत मोठा विश्वासघात आहे.
हीच गोष्ट तुमच्या शेक्सपिअरच्या शब्दांत सांगायची तर–
'To thine own self be true,
and it must follow, as the night the day,
Thou canst not then be false to any man.'

पण जो नेहमी स्वत:ला पाहिजे तसंच करतो, त्याला स्वार्थी म्हणतात. अशा

माणसांची तू वकिली करतोस यावर माझा विश्वासच बसत नाहीये.

ज्याला 'स्वार्थी निवड' म्हणता येईल, असंच माणूस नेहमी करेल, असं तू गृहीत धरून चालतोयस. मला विचारशील, तर माणसात सर्वोत्तम निवड करण्याची क्षमता असते.

पण माझं हे म्हणणंसुद्धा ऐक – सर्वोत्तम निवड ही नेहमीच दुसऱ्यांच्या उपयोगी असतेच असं नाही.

याचा अर्थ काही वेळा आपण आपलंच घोडं पुढे दामटलं पाहिजे. काही वेळा स्वत:चाच फायदा पाहायला हवा.

तर, तुम्ही नेहमीच आधी स्वत:चा विचार करायला हवा! त्यानंतर तुम्ही काय निवडाल हे तुम्हाला काय करायचं आहे किंवा तुम्हाला कुठला अनुभव घ्यावासा वाटतोय यावर अवलंबून असतं.

तुमचा हेतू – आयुष्याचं ध्येय जर उत्तुंग असेल, तर तुमची निवडही तशीच होईल.

स्वत:चा आधी विचार करणं म्हणजे तू म्हणतोस तसा स्वार्थीपणा नाही. तो स्वार्थ नव्हे, तर स्व-जागृती आहे. स्वत:बद्दल दक्ष राहणं आहे.

मानवी वर्तनाबद्दल तू फारच विस्तृत बैठक तयार केली आहेस.

माणसानं जो विकास स्वातंत्र्याच्या बळावर केला आहे किंवा करू शकला आहे, त्याच्या सरावातून, अभ्यासातून हे तयार झालंय.

जर तुम्ही सगळेच दुसऱ्या कुणीतरी आखलेल्या नियमांना धरून तसेच त्याच पठडीत वागत राहिलात, मळलेल्याच पाऊलवाटेनं चालत राहिलात, तर त्याचा अर्थ तुम्ही प्रगती केली नाहीत. तुमचा विकासच झाला नाही. तुम्ही नेता नव्हे, फक्त कार्यकर्ता झालात. फक्त अनुगामी, 'होयबा' झालात.

याउलट आयुष्यात उभं राहण्यासाठी असला आज्ञाधारकपणा मला तुमच्याकडून अपेक्षित नाही. आज्ञाधारकपणा, आज्ञापालन म्हणजे विकास नव्हे. 'मला तुमचा विकास पाहिजे आहे. तुमची प्रगती व्हावी, अशी माझी इच्छा आहे.

आणि तुझ्या म्हणण्याप्रमाणे आम्ही 'विकसित' झालो नाही, तर तू आम्हाला नरकात ढकलणार– हो ना?

मुळीच नाही. पण मी पहिल्या पुस्तकात या सगळ्याबद्दल बोललो आहे आणि आपण तिसऱ्या पुस्तकात आणखी सविस्तर बोलणार आहोत.

ठीक आहे. म्हणजे तू अशी 'सविस्तर' फूटपट्टी तयार केलीयस तर! असो, आत्ता आपण बोलबोलता 'सेक्स' हा विषय अर्धवट सोडला, पण त्याच विषयाबद्दल शेवटचे काही प्रश्न विचारायचे आहेत. विचारू?

चल, विचार.

माणसाच्या आयुष्यात सेक्स – शरीरसुख हा इतका अतिशय सुंदर अनुभव आहे, तर मग अनेक आध्यात्मिक गुरू त्या सुखापासून लांब राहण्याची शिकवण का देतात? आणि अनेक गुरू कडक ब्रह्मचारी का होते?

तशाच पद्धतीनं साधं राहण्याची त्यांना शिकवण दिली गेली. ज्यांच्या जाणिवेची पातळी उंचावते, ते शारीरिक गरजा, इच्छांचा आणि मन आणि आत्मा यांचा उत्तम समतोल साधतात.

तुमचं अस्तित्व तीन पातळ्यांवरचं असतं आणि बहुतेक सगळे जण स्वतःला फक्त शरीररूपातच अनुभवतात. त्यांना फक्त शरीराची जाणीव असते. एवढंच नव्हे, तर वयाच्या तिशीनंतर माणसाला मनाचाही विसर पडतो. नंतर कुणी वाचनही करत नाही. मनाचा विसर पडून त्याची मशागतही करत नाहीत. मन मोठं करत नाहीत. मन नवीन विचार स्वीकारत नाही. अगदी अत्यावश्यक तेवढाच त्याचा वापर होतो. त्याला खाद्य दिलं जात नाही. ते जागंही नसतं. ते सुस्त, मंद असतं. ते अगदी रिकामं, मोकळं राहील म्हणून सर्वतोपरी प्रयत्न होतात. टीव्ही, सिनेमे जे काही तुम्ही करता, विचार करू नका – विचार करू नका – विचार करू नका.

तेव्हा बहुतेक माणसं शरीराच्या पातळीवर जगतात. शरीरालाच खाऊ-पिऊ घालतात. कपड्यानं ते झाकतात – शरीराला खाद्य पुरवतात, धष्टपुष्ट करतात. बहुतेकांनी एखादंही चांगलं पुस्तक वाचलेलं नाही. चांगलं म्हणजे काहीतरी शिकवणारं, सांगणारं पुस्तक. अनेक वर्षं झाली तरी त्याबद्दल माणसांना सांगता येत नाही. पण दूरदर्शनवरचे आठवडाभराचे कार्यक्रम त्यांना अगदी तोंडपाठ! हे तर जास्तच क्लेषकारक आहे.

सत्य हे आहे की, बहुतेकांना विचार करण्याची इच्छाच नसते. ते नेते निवडतात, ते सरकारला पाठिंबा देतात, कुठलाही स्वतंत्र विचार न करता – स्वतंत्र विचार करण्याची गरज नाही, असाच धर्म ते स्वीकारतात.

'काय करायचं ते मला सांगा, म्हणजे मला सगळं सोपं जाईल.'

बहुतेकांना हे असंच हवं असतं. मी कुठे बसावं, मी कधी उभा राहू, मी सॅल्युट कसा ठोकू, मी पैसे कधी भरू, मी काय करावं असं तुम्हाला वाटतं?

नियम कोणते आहेत? काय आहेत? माझ्या मर्यादा कोणत्या? मला सांगा – सांगा – सांगा मला सांगा की मी तसं करेन, कुणीतरी मला फक्त सांगा, बस!

मग ते निराश झाले. त्यांच्यासमोर कुठलंही चित्र नव्हतं. ते सर्व नियम पाळत, त्यांना जसं सांगितलं जाईल तसं ते करत. मग बिनसलं तरी कुठे? या सगळ्या दुधात मिठाचा खडा पडला तरी कधी? गोष्टी बदलल्या कधी?

जेव्हा तुम्ही तुमच्या मनाला मोकळं सोडलंत, मुक्त केलंत – मुक्त, स्वतंत्र केलंत – तेव्हा त्या क्षणी सगळं बदललं. हेच नवनिर्मितीचं फार मोठं साधन ठरलं.

आता पुन्हा स्वत:च्या मनाशी मैत्री करण्याची वेळ आली आहे. मनाचे मित्र बना. मन फार एकाकी झालं होतं, त्याला सोबत करा. मनाची मशागत करा. इतके दिवस ते उपाशी होतं, त्याची क्षुधा शांत करा.

आपल्याला शरीर आणि त्याबरोबर एक मनही आहे याची जाणीव तुमच्यातल्या थोड्यांना, फारच थोड्याजणांना झाली आहे. तुम्ही तुमच्या मनाला फार छान शिकवून, पढवून ठेवलं आहेत. तरीसुद्धा मनाचा मान ठेवून त्याच्यासारखं करणाऱ्यांपैकीसुद्धा फारच थोडे जण मनाच्या क्षमतेचा उपयोग करतात. तोसुद्धा मनाच्या एकूण क्षमतेच्या एक दशांश भाग! तुम्हाला जर मनाच्या खऱ्या क्षमतेची कल्पना आली, तर त्याच्या अफाट शक्तीचं तुम्हाला नवल वाटणार नाही.

शरीर आणि मन यांचा समतोल राखणारी माणसं फार थोडी असतात. ते स्वत:चं अस्तित्व तीन प्रकारे पाहतात – शरीर, मन आणि आत्मा हा अगदी सूक्ष्म भाग.

तुमचं अस्तित्व असं 'त्रै-राशी'तलं असलं तरी तुम्ही शरीरापेक्षा आणखी काहीतरी असता आणि शरीर, त्यातलं मन याहीपेक्षा जास्त काहीतरी असता.

तुम्ही तुमच्या आत्म्याचं पोषण करताय का? तुमचं त्याच्याकडे निदान लक्ष तरी आहे का? तुम्ही त्याच्या जखमांवर हळुवार फुंकर घालताय की, त्याच्यावरच्या खपल्या काढून त्याला दुखवताय? तुमची प्रगती होतेय की अधोगती? तुम्ही विकसित होताय की संकोच पावताय?

तुमच्या मनासारखाच तुमचा आत्मा एकाकी आहे का? मनापेक्षाही तो जास्त दुर्लक्षित आहे का? तुमचा आत्मा शेवटचा केव्हा व्यक्त झाला होता? तुमच्या डोळ्यांत आनंदाश्रू शेवटचे कधी आले होते? तुम्ही कविता कधी केली होती? गाणं कधी म्हटलं होतं? पावसात कधी नाचला होता? शेवटची पेस्ट्री कधी केली होती? एखादं चित्र कधी काढलं होतं? एखादी तुटलेली वस्तू कधी जोडली होती?

बाळाचा पापा कधी घेतला होता? मांजराला प्रेमानं कधी जवळ घेतलं होतं? टेकडी कधी चढला होता? सगळे कपडे काढून नागव्यानं कधी पोहला होता? सूर्योदयाच्या वेळी कधी फिरायला गेला होता? पेटीवर सूर कधी आळवले होते? पहाटेपर्यंत कधी गप्पा मारल्या होत्या? तासन् तास प्रेम केलं होतं? समुद्रकिनाऱ्यावर किंवा रानावनात जाऊन तासन् तास कधी प्रेमालाप केला होता? निसर्गाशी कधी संवाद साधला होता? देवाचा कधी शोध घेतला होता?

स्वतःच्या अस्तित्वाचा सखोल शोध घेताना तुम्ही एकांतात शांतपणे शेवटचे कधी बसला होता – आठवतंय? तुम्ही स्वतःच्या आत्म्याशी शेवटचा संवाद साधल्याला किती दिवस झाले?

जेव्हा तुम्ही मुखवटा धारण न करता जगता, तेव्हा शरीराच्या अनेक अडचणींच्या जाळ्यात अडकता – पैसा, शरीरसुख, सत्ता, अधिकार, शारीरिक आकर्षणं, उद्दीपनं आणि समाधान, सुरक्षितता, प्रसिद्धी, आर्थिक सुबत्ता.

जेव्हा तुम्ही मुखवटा लावून दुहेरी, दुटप्पीपणानं वागू, बोलू लागता, तेव्हा तुमच्या मनाची क्षितिजं विस्तारतात. मैत्री, साहचर्य, निर्मिती, नवविचारांची घुसळण, नवीन कल्पना, नवीन ध्येयांची आखणी, मांडणी, नवी आव्हानं, वैयक्तिक प्रगती इत्यादी.

जेव्हा तुम्ही 'त्रिभाज्य' व्यक्ती म्हणून जगता, तेव्हा तुम्ही अखेर स्वतःपुरते तरी 'समतोल' होता. तुम्ही आत्म्याशी संबंधित गोष्टींचा विचार करायला लागता – उदा. आध्यात्मिक ओळख, आयुष्याचं ध्येय, देवाशी नातं, आत्मोन्नतीचा मार्ग, आध्यात्मिक विकास, अंतिम ध्येय इत्यादी.

जसजशी तुमची जाणिवेची पातळी उंचावत जाते, तसतसं तुमच्या अस्तित्वाचा हर एक पैलू तुमच्या लक्षात यायला लागतो. आपण इथे का आलो आहोत हे स्पष्टपणे कळायला लागतं.

अर्थात प्रगती म्हणजे इतरांसाठी स्वतःच्या काही गोष्टी सोडून देणं नव्हे. आपल्या जाणिवांचं क्षितिज विस्तारणं एखाद्याच गोष्टीत अती गुंतून न पडता आपलं लक्ष दुसरीकडे वळवून सर्वांबद्दलचं खरं प्रेम आणि कौतुक, आपलेपणा निर्माण होईल असं बघणं. प्रेमाची भावना संकुचित न ठेवता तिचा विस्तार केला पाहिजे. प्रेम एकाबद्दल नाही, तर सर्वांबद्दल सर्वभूती वाटलं पाहिजे.

असं आहे, तर मग अनेक गुरू शरीरसुखापासून पूर्ण अलिप्त राहा, ब्रह्मचर्य पाळा असं का सांगतात?

कारण माणूस आयुष्यात समतोल साधू शकेल, असं त्यांना वाटत नाही. शरीरसुखातली ताकद आणि एकूणच आजूबाजूच्या भौतिक अनुभवातल्या आकर्षणाची

ओढ इतकी जबरदस्त असते की, समतोल राखणं अवघड होऊन जातं हे त्यांना ठाऊक असतं. म्हणूनच ब्रह्मचर्य पाळणं हाच आध्यात्मिक उन्नतीचा एकमेव मार्ग आहे असं त्यांचं ठाम मत आहे. किंबहुना तो त्याचं एक दृश्य फलित आहे.

पण मला सांग, आध्यात्मिकदृष्ट्या वरच्या पातळीवर असलेल्या काही जणांनी शरीरसुखाकडे पाठ फिरवली, हे खरं आहे ना?

तू ज्या अर्थाने म्हणतोयस अगदी त्या शब्दशः अर्थानं नाही. इच्छा असूनही जबरदस्तीनं तिच्यापासून लांब राहावं लागतं, म्हणून नव्हे; तर ती इच्छा बाळगणं चांगलं नाही हे त्यांना माहीत असतं म्हणून. ते ती गोष्ट अगदी सहज सोडून देऊ शकतात.

जेव्हा तुम्ही शरीरसुखातून माघार घेता, मन काढून घेता, तेव्हा कदाचित तुम्हाला ते करावंसं वाटेल. पुन्हा नकोसं वाटेल. 'आता पुरे' असं तुम्हाला कदाचित ठरवताच येणार नाही. अजून हवंसं वाटत राहील. तुमच्या अस्तित्वाच्या इतर अनुभवांसारखाच तो अनुभव घ्यावासा वाटेल.

ते ठीकच आहे. असो. शरीरसुख न घेणाऱ्यांपेक्षा शरीरसुख घेणारे आध्यात्मिक प्रगतीत मागे असतात, असं नव्हे.

मात्र शरीरसुखाची अतीव लालसा असणं, सतत तेच हवंसं वाटणं या गोष्टी मात्र आध्यात्मिक प्रगतीच्या आड येऊ शकतात.

तसंच पैसा, सत्ता, यश, सुरक्षितता आणि असेच इतर शारीरिक अनुभवही राहणार नाहीत. त्यांच्याबद्दल तुम्हाला किमान रसही असणं योग्य ठरणार नाही. एकूणच आयुष्याबद्दल प्रेम वाटणं म्हणजे मी निर्माण केलेल्या प्रक्रियेचा आदर राखण्यासारखं आहे. आयुष्याचा तिटकारा करणं किंवा त्यातल्या कुठल्याही अगदी प्राथमिक शारीरिक सुखाला तुच्छ मानणं म्हणजे या निर्मात्याचा, माझाही तिटकारा, अपमान करण्यासारखं आहे.

जर माझी निर्मिती तुम्ही अपवित्र आहे असं म्हणत असाल, तर मग मला काय म्हणाल? पण तुम्हाला माझी निर्मिती पवित्र वाटते, तिचा अनुभव तुम्हाला समाधान देऊन जातो आणि मलासुद्धा!

तुम्हाला सांगतो, मी कुठलीही हीन गोष्ट निर्माण केलेली नाही आणि तुमचा शेक्सपिअर म्हणतो, तसं वाईट काहीच नसतं, तुमचा विचार एखाद्या गोष्टीला वाईट ठरवत असतो.

याच अनुषंगानं मी आता वेगळा, शेवटचा प्रश्न विचारतो – प्रौढ व्यक्तींनी परस्पर संमतीनं कुठल्याही प्रकारचं शरीरसुख घेणं योग्य आहे का?

होय.

नाही म्हणजे मला असं म्हणायचंय की, अगदी विचित्र अनैसर्गिक शरीरसंबंध? प्रेम नसताना ठेवलेला शरीरसंबंध? अगदी समलिंगी शरीरसंबंधसुद्धा योग्य आहे?

सर्वांत आधी एक गोष्ट स्पष्ट करतो – देवाला कुठलीच गोष्ट नापसंत नसते. देवाला आवडत नाही, चालत नाही असं काहीही नसतं.

'ही गोष्ट चांगली आणि ती गोष्ट वाईट' असा निवाडा करायला मी इथे बसलेलो नाही.

(पहिल्या पुस्तकात मी याबद्दल पुरेशी चर्चा केलीय, हे तुला ठाऊक आहे.)

स्वतःच्या प्रगतीच्या, उन्नतीच्या दृष्टीनं काय उपयोगी आहे आणि काय उपयोगी नाही, हे तुमचं तुम्हीच ठरवू शकता.

याबद्दल अनेक उन्नत आत्म्यांनी मान्य केलेली अशी एक ढोबळ मार्गदर्शक रेषा आहे.

'दुसऱ्याला हानिकारक ठरणारी कुठलीही कृती उन्नतीकडे नेणारी नसते.'

याच्यात आणखी एक मार्गदर्शन करणारी गोष्ट आहे –'दुसऱ्याशी संबंधित कुठलीही कृती त्याच्या संमती आणि परवानगीशिवाय करणं योग्य नाही.' अशी कृती उन्नतीकडे नेत नाही. तू आत्ता विचारलेल्या प्रश्नांचा आता या मार्गदर्शक तत्त्वांच्या चौकटीतून आपण विचार करू.

'विचित्र, अनैसर्गिक शरीरसंबंधांबाबत बोलायचं झालं, तर तसा संबंध ठेवण्यानं कुणालाही त्रास होत नसेल आणि प्रत्येकाच्या संमतीनं ती गोष्ट घडत असेल तर 'हे चूक आहे' असं कुणी का म्हणावं? इतरांनी ते चुकीचं का ठरवावं?

प्रेम नसताना शरीरसुख घेणं – 'शरीरसुखासाठी शरीरसंबंध' याबद्दल आदिम काळापासून मतभेद आहेत. फक्त शरीरसुख मिळवण्यासाठीच शारीरिक संबंध ठेवणं याबद्दल अगदी पहिल्यापासूनच वाद आहे. जेव्हा-जेव्हा हा प्रश्न उपस्थित केला जातो, तेव्हा-तेव्हा मला वाटतं की, एखाद्या दिवशी अशा माणसांच्या खोलीत जाऊन म्हणावं, या खोलीत असलेल्यांपैकी ज्यानं या आधी प्रेम आणि विश्वासाचं बंधन असलेला नातेसंबंध असूनही 'बाहेरख्यालीपणा' केलेला नसेल, त्यानं हात वर करावा.

तुला सांगतो, प्रेमाशिवाय केलेली कोणतीही कृती तुम्हाला देवी-देवतांपर्यंत पोहोचण्याचा 'द्रुतगती मार्ग' नाही.

प्रेमाशिवाय केलेला शरीरसंबंध असो – प्रेम नसताना घेतलेलं शरीरसुख असो किंवा मनापासून न केलेला कुठलाही पदार्थ असो – तुम्ही मारे मेजवानी द्या किंवा

मेजवानी झोडा – जर त्यात प्रेम नसेल, तर एका फार मोठ्या अद्वितीय अनुभवाला तुम्ही मुकता हे लक्षात ठेवा.

हे असं मुकणं चूक आहे का? इथे पुन्हा 'चूक' हा शब्द रूढार्थाने घेऊ नका. 'गैरफायदेशीर' असं म्हणणं आणखी बरोबर ठरावं – आध्यात्मिक दृष्टीनं आणखी वरची पायरी शक्य तितकी लवकर गाठावी असं तुम्हाला वाटत असतं.

समलिंगी शरीरसंबंधांबाबत तू विचारलं होतंस – मी अशा संबंधांच्या विरोधी आहे असं अनेकांना म्हणायचं असतं किंवा तसं दाखवायचं असतं. पण तुमच्या निवडीबद्दल 'बरोबर' किंवा 'चूक' असं कुठलंच मत मी व्यक्त करत नाही.

प्रत्येक गोष्टीबाबत, प्रत्येक मूल्याबाबत काहीतरी शिक्कामोर्तब करायची माणसाची इच्छा असते. पण मी मात्र त्यातला नाही. मी त्यांच्या या 'न्यायनिवाड्यात' सामील होऊ शकत नाही. विशेषत: ज्यांना मी 'निर्माण' केलंय असं म्हणतो, त्यांच्या बाबतीत.

एक गोष्ट मी पाहून ठेवलीय, कोणे एकेकाळी जातीबाहेर लग्न करणं हे अयोग्यच नव्हे, तर देवाच्या नियमांच्याही विरुद्ध असल्याचं मानलं जायचं. (गंमत म्हणजे काहीजणांचं अजूनही तसंच मत आहे.) त्यासाठी ते बायबलचा दाखला द्यायचे. अगदी समलिंगी संबंधांबाबतही ते हेच आपले दाखले द्यायचे.

म्हणजे आंतरजातीय विवाह करून लोकांनी एकत्र यावं, असं तुला म्हणायचं आहे?

तुझा प्रश्न हास्यास्पद, असमंजसपणाचा आहे, पण बरेच जणांचं या प्रश्नाला असलेलं 'नाही' हे उत्तर जास्त असमंजसपणाचं आहे.

समलिंगी संबंधांबाबतचे प्रश्नसुद्धा असेच मूर्खपणाचे आहेत की काय?

ते तू ठरव. मी या किंवा कुठल्याच बाबतीत निर्णय देऊ शकत नाही. मी तसं करावं असं तुला वाटतं हे मला माहीत आहे. त्यानं तुमचं आयुष्य आणखी सोपं होणार आहे. निर्णयच घ्यायला नकोत. कुठल्याच अडचणी यायला नकोत. प्रत्येक गोष्ट तुमच्यासाठी ठरवलेली. तुम्हाला बाकी काहीच करायचं नाही. फक्त ठरलंय तसं वागायचं – आज्ञा पाळायच्या. अर्थात तुमच्या आयुष्यात काहीच घडणार नाही. तुमच्यात आत्मबळ येणार नाही. तुम्ही काही नवीन निर्माण करू शकणार नाही... पण जाऊ दे. त्यामुळे काय बिघडणार आहे? निदान ताणतणाव तर नाहीत...

मुलं आणि सेक्स – शरीरसंबंध याबद्दल मला तुला काही प्रश्न विचारायचे

आहेत. 'जीवनातला एक अनुभव' म्हणून शरीरसंबंधांबाबत मुलांना कधी सांगणं योग्य ठरेल? तो अनुभव घ्यायला मुलांचं योग्य वय काय?

एक मनुष्यप्राणी म्हणून मुलांना स्वत:ला या गोष्टीची जाणीव असतेच. शरीररचनेतून त्यांना हे कळत असतं. पण त्यांनी हे पाहू नये, त्यांना हे कळू नये, असे प्रयत्न सध्या तुमच्या ग्रहावरची पालक मंडळी करत आहेत. शरीराच्या 'चुकीच्या ठिकाणी' बाळाचा हात गेला की, तुम्ही तो लगेच बाजूला करता. लहान मूल स्वत:च्या शरीराच्या छोट्या-छोट्या हालचालींतून निरागस आनंद मिळवत असेल, तर तुम्हाला ते अगदी भयंकर वाटतं आणि तोच भीतीचा, भयंकर काहीतरी केल्याचा भाव तुम्ही तुमच्या प्रतिक्रियांतून त्या मुलापर्यंत पोहोचवता आणि त्याला आश्चर्य वाटतं – 'अरेच्या! मी असं काय मोठं केलं? आई वेडीच आहे. मी कुठं काय केलं?' असं त्याला वाटतं.

माणसाच्या जातीत आपल्या मुलाला शरीरसुखाची, सेक्सची ओळख कधी करून द्यायची हा प्रश्न नाहीये, तर त्यांनी स्त्री आणि पुरुष म्हणून स्वत:ची ओळख नाकारण्याचा तुमचा अट्टाहास कधी थांबणार आहे हा प्रश्न आहे. मुलं साधारणपणे बारा ते सतरा वर्षांची झाली की, तुम्ही तुमचा हा अट्टाहास सोडून देता आणि म्हणता (नाईलाजानं, सहजपणे नाही – कारण तुम्ही या गोष्टींबद्दल उघडपणे बोलतच नाही) ठीक आहे, आता तू तसा मोठा आहेस. तुला लैंगिक अवयव असल्याचं लक्षात आलं तर हरकत नाही. तू लैंगिक कृती करू शकतोस.'

पण तोवर जे व्हायचं ते नुकसान झालेलं असतं. यापुढेही दहा वर्षं किंवा आणखी जास्त काळ त्या मुलांना स्वत:च्या लैंगिक अवयवांची लाज वाटत राहते. काही जणांना तर त्या अवयवांची नेमकी नावंही सांगितली जात नाहीत. 'तुझं ते' किंवा 'खालचा भाग' असले शब्द वापरले जातात. 'शिश्न' किंवा 'योनी' हे साधे शब्द वापरायचं टाळलं जातं.

हे असेच संस्कार झाल्यानं मुलांनाही असंच वाटतं – शरीराच्या या गुप्त अवयवांनी केल्या जाणाऱ्या गोष्टीही लपवल्याच पाहिजेत, त्यांच्याबद्दल उघडपणे बोलता कामा नये, ते नाकारलंच पाहिजे आणि मग त्या अडनिड्या वयात, पौगंडावस्थेत त्यांच्या भावना बाहेर पडू पाहतात. पण आपल्याला हे असं काय होतंय हे त्यांना कळत नाही. त्यांची त्यासाठी तयारीच झालेली नसते. अर्थातच त्यामुळे त्यांचं वागणं विचित्र, अवघडल्यासारखं होतं. त्यांच्या या अगदी नवीन आणि तत्काळ गरजांना त्यांची प्रतिक्रिया अयोग्य रीतीने नाही, तरी अवघडल्यासारखी असते.

हे असं होता कामा नये. त्यानं तुमच्या मुलांचं भलं होणार नाहीये. एवढंच नव्हे, तर काही मुलं शरीरसुखाबाबतच्या कल्पना, भावना मोठेपणीसुद्धा दाबून

टाकतात.

आता सुशिक्षित समाजात परिस्थिती बदलली आहे. तिथे मुलांना याबाबतीत गप्प केलं जात नाही, मुलांना स्वत:च्या अस्तित्वाची कल्पना यायला सुरुवात झाली की, त्यांना उगाच सारखं 'शहाणपण' शिकवलं जात नाही. स्त्री-पुरुष म्हणून पालकांची ओळख मुद्दाम लपवली किंवा टाळली जात नाही. नग्न शरीर – मग ते मुलांच्या पालकांचं असो की धाकट्या भावंडांचं, ते ही मुलं मोकळेपणानं बघू, हाताळू शकतात. अगदी सहजपणे. या गोष्टी लपवायच्या आहेत, लाज वाटण्याजोग्या आहेत, हा भाव तिथे मुळीच नसतो.

लैंगिक कृतीसुद्धा ते पाहतात – त्या गोष्टीही अगदी स्वाभाविकपणे घडतात, पूर्णपणे सहज!

काही समाजात आई-वडील आपल्या मुलांना या गोष्टींची पूर्ण कल्पना देतात. लैंगिक सुख हे प्रेमाची सुंदर अभिव्यक्ती असते – हे सुख मिळवण्यात काहीच गैर नाही, हे सुख अतिशय सुंदर असतं असाच भाव त्यामुळे निर्माण होतो. 'बरोबर' काय आणि 'चूक' काय याचा वस्तुपाठच आई-वडील आपल्या वागण्यातून सतत घालून देत असतात. त्यांच्या विचारांतून, वागण्या-बोलण्यातून मुलं कळत-नकळत प्रत्येक गोष्ट शिकत असतात.

आधी म्हटलं तसं असे समाज 'प्राथमिक' आदिम अवस्थेतले म्हटले, तरी त्यांच्यातल्या काही गोष्टी मुद्दाम नोंद घेण्यासारख्या आहेत. त्यांच्यात बलात्कार, लैंगिक अत्याचार, विनयभंग असले प्रकार अस्तित्वातच नाहीत. वेश्या व्यवसाय मूर्खपणाचा मानला जातो. शरीरसुखाची ऊर्मी दाबून टाकणं किंवा त्याबाबत गैरवर्तन या गोष्टी ऐकायलाही येत नाहीत.

सध्याच्या तुमच्या समाजात असा मोकळेपणा असावा असं म्हणता येत नाही. (कारण हा सांस्कृतिक कलंक म्हटला जाईल.) तुमच्या ग्रहावरच्या तथाकथित आधुनिक समाजातून काही गोष्टी हद्दपार करण्याची वेळ आली आहे. शरीरसुखाचा अनुभव आणि अभिव्यक्तीच्या संदर्भात भावना दडपणं, सेक्सबद्दल अपराधी वाटणं, शरम वाटणं अशा गोष्टी सगळीकडे सर्रास दिसतात. त्या जायला हव्यात.

तुझ्या काही सूचना? कल्पना?

'शरीराच्या नैसर्गिक कृती, हालचाली करणं लाजिरवाणं आणि चुकीचं आहे', असं मुलांना शिकवणं थांबवा. लैंगिक गोष्टी लपवायच्या असतात, त्या उघडपणे करण्याच्या कृती नाहीत असं आपल्या वागण्यातून मुलांना दाखवून देऊ नका. 'प्रेम करणारे आई-बाबा' मुलांना दिसू देत. तुम्ही एकमेकांना प्रेमानं जवळ घेताय, मिठी

मारताय, स्पर्श करताय, हळुवारपणे कुरवाळताय हे त्यांना बघू द्या. आपले आई-बाबा एकमेकांवर प्रेम करतात आणि ते प्रेम अशा शारीरिक कृतीतून व्यक्त होणं हे अतिशय स्वाभाविक आणि सुंदर आहे हे त्यांना जाणवू दे.

(तुम्हाला नवल वाटेल, पण हा साधा सरळ धडा फारच थोड्या कुटुंबांत दिला जातो.)

लैंगिक भावना, उत्सुकता आणि इच्छांशी हळूहळू मुलांची ओळख होऊ लागते आणि त्या नव्या आणि वेगळ्या, मोठ्या अनुभवाशी ती जोडली जातात. अपराधीपणा आणि शरम न वाटता त्या अनुभवातला आनंद त्यांना साजरा करता आला पाहिजे.

आणि कृपा करून तुमच्या मुलांपासून स्वतःचं शरीर झाकायचं सोडून द्या. कॅम्पला, सहलीला गेल्यावर किंवा घराच्या मागच्या अंगणातल्या तलावात सगळे कपडे काढून तुम्ही पोहत असताना मुलांनी बघितलं तर बघू दे. न्हाणीघरातून तुमच्या खोलीत जाताना मुलांनी तुम्हाला पंचा न गुंडाळलेल्या अवस्थेत कधी पाहिलं तर नंतर ओशाळल्यासारखे वावरू नका. झाकून घेण्याची वृथा गडबड करू नका. एक स्त्री किंवा पुरुष म्हणून तुमच्या मुलांसमोर तुमची ओळख व्हायची वेळ आली, तर ती मुद्दाम टाळू नका. आपले आई-बाबा वेगळे आहेत, असं मुलांना वाटण्याजोगं वागू नका. कारण पुढे मुलं पालकांचंच अनुकरण करतात. (समुपदेशक तुम्हाला त्यांचा अनुभव सांगतील की, आजमितीलासुद्धा काही मुलांना आपले आई-बाबा 'ते' करतात ही कल्पना करणंही अवघड जातं. आत्ता समुपदेशकाच्या समोर पेशंट म्हणून बसलेल्या मुलांमध्ये 'त्या' कृतीबद्दल घृणा किंवा अपराधी भावना नाही तर ओशाळलेपणा असतो. कारण नैसर्गिकपणे त्यांना 'ते' करावंसं वाटतं आणि आपल्याला ते का जमत नाही, हेच त्यांना कळत नाही.)

म्हणून सेक्सबद्दल मुलांशी गप्पा मारा, हसा, त्यांना या गोष्टी शिकवा आणि ते सुख आनंदानं कसं घ्यायचं हे त्यांना अनुभवातून समजून घ्यायची मुभा द्या. तुमच्या मुलांसाठी तुम्ही हे तर करू शकता आणि याची सुरुवात मुलाच्या जन्मापासूनच करू शकता. त्याचा पहिला पापा घेताना, त्याला पहिल्यांदा कुशीत घेताना, तुमच्या पहिल्या स्पर्शात त्याला प्रेम जाणवू द्या – तेच प्रेम त्याला तुम्हा दोघांत जाणवू दे.

धन्यवाद! मनापासून धन्यवाद! हा विषय तू इतक्या समजूतदारपणे मांडशील असं मला वाटलंच होतं. पण आणखी एक शेवटचाच प्रश्न – मुलांना शरीरसंबंधांची ओळख करून देणं किंवा त्याबाबत त्यांच्याशी चर्चा करणं किंवा त्यांना सविस्तर माहिती देणं यासाठी योग्य वेळ कोणती?

तुमची मुलंच तुम्हाला ते सांगतील. तुमचं मुलाकडे खरंच लक्ष असेल, तुम्ही

त्याचं ऐकून घेत असाल, तर प्रत्येक मूल नक्कीच तसं सांगेल. खरं तर ते टप्प्याटप्प्यानं उलगडत जातं आणि ही माहिती देण्यासाठी वयाचा योग्य टप्पा कोणता ते तुम्हाला स्पष्ट दिसतं. या विषयातल्या सगळ्या गोष्टी करून झाल्या असतील, तर तुमच्या नक्कीच लक्षात येईल.

आम्ही तिथवर कसे पोहोचणार? त्यासाठी आम्ही काय करू?

त्यासाठी आवश्यक ते सगळं करा. चर्चासत्रात नाव घाला. समुपदेशकाकडे जा. एखाद्या गटाचे सदस्य व्हा. पुस्तक वाचा. त्यावर विचार करा. परस्परांचा नव्याने शोध घ्या. तुमचे लैंगिक संबंध पुन्हा नव्याने सुरू करा. त्यातला आनंद पुन्हा घ्यायला लागा. त्यात रस घ्या. आपलेपणाने ते सुख पुन्हा मिळवा.

तुम्ही तुमचा तो आनंद पुन्हा मिळवलात की, मगच तुमच्या मुलांना त्या आनंदासाठी प्रोत्साहन, परवानगी देऊ शकाल.

देवा, पुन्हा एकदा धन्यवाद! मुलांच्या विषयातून बाजूला होऊ आणि एकूणच व्यापक मानवी शरीरसंबंधाच्या विषयाकडे वळू. मला तुला एक प्रश्न विचारायचा आहे. कदाचित तुला तो अप्रस्तुत आणि अगोचरपणाचा वाटेल, पण तो विचारल्याशिवाय मी आपल्या संवादाला पूर्णविराम देऊच शकत नाही.

एवढं घोळत बसू नकोस – थेट विचार.

ठीक आहे. 'अति-आत्यंतिक शरीरसुख' अशी काही गोष्ट असते का?

नाही. अर्थातच नाही. पण 'शरीरसुखाची आत्यंतिक गरज' असं मात्र असू शकतं. त्यासाठी मी म्हणेन –

प्रत्येक गोष्टीतला आनंद घ्या, पण 'गरज' कशाचीच असू देऊ नका.

माणसांचीसुद्धा?

हो, माणसांचीसुद्धा. एखाद्याची गरज भासणं हा नातं संपवण्याचा 'द्रुतगती मार्ग' आहे. गरज निर्माण झाली की, नातं संपतं.

पण आपली कुणाला तरी गरज आहे, ही भावनाच किती सुखावह आहे!

मग ते थांबवलं पाहिजे. त्यापेक्षा 'आपली गरज नाही' ही अवस्था म्हणजे तुम्ही

एखाद्या व्यक्तीला दिलेली सर्वांत मोठी भेट आहे. त्यातून त्या व्यक्तीला तुमची गरज भासणार नाही एवढी शक्ती आणि बळ देत असता. त्यामुळे कुठल्याच गोष्टीसाठी त्या व्यक्तीला तुमची गरज उरणार नाही. ती व्यक्ती स्वत:च्या बळावर उभी राहील.

९

चला, आता आपण दुसऱ्या विषयाकडे वळू. पृथ्वीवरच्या आयुष्याच्या आणखी काही व्यापक पैलूंबाबत बोलण्याचं तू वचन दिलं आहेस आणि अमेरिकेतल्या जीवनाबद्दल तुझी मतं खरं तर जाणून घ्यायची आहेत. तुझ्या प्रतिक्रियांबद्दल बोलायचं आहे.

उत्तम! तुमच्या ग्रहाला भेडसावणाऱ्या आणखी काही मोठ्या विषयांबद्दल, प्रश्नांबद्दल मला या दुसऱ्या पुस्तकात सांगायचं आहे आणि तुमच्या मुलांचं – 'पुढच्या पिढीचं शिक्षण' यापेक्षा आणखी मोठा विषय असूच शकत नाही.

त्यात फारसं बरं काही करत नाही आहोत आम्ही... पण तुला सांगू? तूच हे निर्माण केलंस, वाढवलंस –

ठीक आहे. प्रत्येक गोष्ट सापेक्ष असते. तुम्ही प्रयत्न करताय, काहीतरी करू बघताय – असं तू म्हणतोयस पण नाही – तुम्ही मनापासून काही करत नाही आहात.

आपल्या या चर्चेत मी आधी आतापर्यंत जे बोललोय, ते जर 'दस्तावेज' करणार असशील, तर त्यातल्या प्रत्येक गोष्टीला संदर्भ द्यायलाच हवा. मी काही 'चूक' किंवा 'बरोबर', 'चांगुलपणा' किंवा 'वाईटपणा' याबद्दल निर्णयात्मक विधानं करत नाहीये. तुम्ही जे करायचा प्रयत्न करताय, असं तू म्हणतोस– त्यासंदर्भात किती परिणाम झालाय याबाबत मी फक्त निरीक्षण करतोय.

मला त्याची कल्पना आहे.

तू असं म्हणणार हे मला माहीत आहे; पण वेळ आली की, कदाचित आपला हा संवाद संपण्यापूर्वीच कदाचित तू मला याचा निवाडा केल्याबद्दल दोषही देशील.

नाही, त्यासाठी मी कधीच तुला दोष देणार नाही. मला तेवढं कळतं.

'मला तेवढं कळतं' असं तुम्ही म्हणता – पण प्राचीनकाळी मला 'न्यायी देव', 'निवाडा करणारा देव' असं म्हणत आलाय.

मी नाही म्हणणार.

ते कळेलच.

बरं, तू शिक्षणाबद्दल बोलणार होतास ना?

हो तर! एक गोष्ट माझ्या लक्षात आलीय की, तुमच्यातल्या बहुतेक जणांनी 'शिक्षणं म्हणजे काय, त्याचा हेतू काय आणि त्याचं कार्य काय' याचा चुकीचा अर्थ घेतला आहे. शिक्षणाचा अर्थ, हेतू आणि कार्य याबद्दल त्यांचा गैरसमज आहे. शिक्षण म्हणजे काय हे समजून घेण्याच्या प्रक्रियेबद्दल ते बोलतच नाहीत.

हे जरा धाडसी विधान झालं. आणखी थोडंसं बोल.

आपल्याजवळ असलेली माहिती दुसऱ्याला देणं म्हणजे शिक्षण आणि हाच शिक्षणाचा हेतू आहे, असं तुमच्यातल्या बहुतेकांनी ठामपणे ठरवून टाकलंय. एखादं घराणं, जात-जमात, समाज, राष्ट्र आणि जग याबद्दल गोळा केलेली माहिती दुसऱ्याला देणं म्हणजे शिक्षण देणं असं त्यांना वाटतं.
खरं तर ज्ञान, माहिती याचा शिक्षणाशी फारसा संबंध नाही.

अरे! तू माझी चेष्टा चालवली आहेस.

अगदी –

मग शिक्षणाचा संबंध आहे तरी कशाशी?

शहाणपाशी – चतुरपणाशी!

शहाणपणा?

होय.

ठीक आहे. तुझं म्हणणं मान्य करतो; पण त्यात फरक काय?

माहिती, ज्ञानाचा योग्य वापर म्हणजे शहाणपण.

अच्छा, म्हणजे आम्ही मुलांना माहिती, ज्ञान नव्हे, तर शहाणपण देणं अपेक्षित आहे तर!

पहिली गोष्ट म्हणजे काहीही करण्याचा 'प्रयत्न' करू नका. ती गोष्ट करा. दुसरं म्हणजे शहाणपणाच्या नादात माहिती, ज्ञानाकडे दुर्लक्ष करू नका. तसं करणं फार घातक ठरेल. तसंच ज्ञानाच्या लालसेनं शहाणपणाला कमी लेखू नका. तेही घातक ठरेल; शिक्षण संपून जाईल. तुमच्या पृथ्वीवर ज्ञान शहाणपणाचा नाशच करतंय.

म्हणजे? ज्ञानाला झुकतं माप देऊन शहाणपणाकडे आम्ही कानाडोळा करतोय?

बहुतांशी होय!

हे कसं घडतंय?

तुम्ही मुलांना 'कसा' विचार करायचा हे शिकवायच्या ऐवजी काय विचार करायचा हे शिकवता.

जरा उलगडून सांग ना.

अवश्य. जेव्हा तुम्ही मुलांना ज्ञान देता, तेव्हा 'काय विचार करायचा' हे तुम्ही त्यांना सांगत असता. म्हणजेच त्यांना काय माहीत हवं असं तुम्हाला वाटतं हे तुम्ही त्यांना सांगता. तुम्हाला अपेक्षित गोष्टीच त्यांनी समजून घ्याव्यात – त्याच खऱ्या असंही तुमच्या मनात असतं.

जेव्हा तुम्ही मुलांना 'शहाणपण' द्याल, तेव्हा त्यांना काय माहीत हवं किंवा सत्य काय आहेल हे सांगू नका – उलट त्यांची सत्य त्यांना शोधू दे.

पण ज्ञानाशिवाय 'शहाणपण' कसं असेल? ज्ञान नाही तिथे शहाणपण नाही.

मान्य, शहाणपणाचं पारडं तोलताना ज्ञानाला हलकं मानू नका. एका पिढीकडून दुसऱ्या पिढीकडे जाताना ठराविक माहितीही संक्रमित व्हायलाच हवी, सरळ आहे. पण कमीतकमी ज्ञान. ते जेवढं कमी, तेवढं चांगलं.

मुलाला स्वत: शोध घेऊ दे. लक्षात घ्या, मिळालेलं ज्ञान विसरू शकतं; पण शहाणपण कधीच विसरलं जात नाही.

म्हणजे आमच्या शाळेत कमीतकमी शिकवलं पाहिजे?

तुमच्या शाळांनी आपण कशावर भर देतोय हे पाहिलं पाहिजे. आपली दिशा बदलली पाहिजे. सध्या तरी त्यांचा सर्वांत जास्त भर माहिती, ज्ञानावर आहे आणि अत्यंत मौल्यवान अशा चातुर्यावर – शहाणपणाकडे फारच थोडं लक्ष दिलं जातं. अत्यंत गुंतागुंतीचा विचार, प्रश्न सोडवणं आणि तर्कबुद्धी वापरणं शिकवण्याबद्दल पालकांच्या मनात भीती असते – हे असलं पाठ्यक्रमात असूच नये असं त्यांना वाटतं. त्यांच्या 'कोषातल्या' आयुष्याच्या दृष्टीनं ते तसं करत असतील. आयुष्य सरळ एका रेषेत सुरक्षितपणे चालत राहावं, आयुष्याची घडी विसकटू नये, असा त्यांचा विचार असावा. कारण ज्या मुलांना स्वत:च्या पद्धतीनं एखाद्या प्रश्नावर – अडचणीवर तोडगा काढण्याची मुभा दिली जाते, ती मुलं आपल्या पालकांची मूल्यं, मापदंड, समाजातलं स्थान आणि एकूणच जीवनशैली धुडकावून, उधळून लावण्याची शक्यता असते.

स्वत:च्या आयुष्याभोवती संरक्षक तटबंदी उभारण्यासाठी तुम्ही अशी शिक्षणपद्धती निर्माण केली आहे, जी मुलाच्या स्मरणशक्तीचा विकास करते, त्याच्या क्षमतांचा नाही. तुमच्या शिक्षण पद्धतीत मुलांना घटना आणि सत्य पाठ करण्याचं, लक्षात ठेवण्याचं शिकवलं जातं. प्रत्येक समाजाच्या स्वत:च्या अशा धारणा, सत्य असतात – तेच मुलांना पाठांतराने लक्षात ठेवायला सांगितलं जातं– मुलांना स्वत:च्या मनानं सत्यांचा शोध घ्यायला, सत्य निर्माण करायला शिकवलं जात नाही.

*मुलाला काय शिकवण्याची गरज आहे याची काही जणांना कल्पना असते. ते मुलांच्या स्मरणशक्ती*पेक्षा त्यांच्या क्षमता आणि कौशल्यांचा विकास होईल असे कार्यक्रम तयार करतात. तथापि, तुमच्या जगात मुलांना अज्ञानाची वाट दाखवून तिथून पुढे नेलं जातं – त्यापासून त्यांना दूर केलं जात नाही.

आमच्या शाळा त्यांना रंजक, कपोलकल्पित कथा शिकवत नाहीत – त्यांना शाळेत सत्याचे धडे दिले जातात.

तुम्ही जसे तुमच्या मुलांशी खोटं बोलता, अगदी तसंच तू आत्ता स्वतःशी खोटं बोलतोयस.

आम्ही आमच्या मुलांशी खोटं बोलतो?

हो, बोलताच खोटं. इतिहासाचं कुठलंही पुस्तक काढा आणि बघा. आपल्या मुलांनी जगाकडे विशिष्ट दृष्टीनंच बघावं अशा तऱ्हेनंच तुमचा इतिहास लिहिला जातो. ऐतिहासिक घटनांकडे जरा वेगळ्या व्यापक दृष्टीनं पाहणं अगदी क्षुल्लक, तुच्छ समजलं जातं. त्याला नुसतं पुनरावृत्तीवादी म्हटलं जातं. तुम्ही स्वतःच्या भूतकाळाबद्दल मुलांना काहीच सांगत नाही. निदान तुम्ही खरे कसे आहात हे तरी निदान त्यांना कळू दे.

तुमच्या समाजातल्या गोऱ्या अँग्लो सॅक्सन प्रोटेस्टंट पुरुषांचा विशिष्ट कालखंडाबाबतच्या दृष्टिकोनातूनच बहुतेक इतिहास लिहिला गेला आहे. जेव्हा स्त्रिया किंवा कृष्णवर्णीय किंवा इतर अल्पसंख्याक म्हणतात – 'अहो, जरा थांबा, तुम्ही सांगताय तसं घडलेलं नाहीये. तुम्ही खूप गोष्टी वगळल्या आहेत.' तुम्ही स्वाभिमान सोडता, हुजुरेगिरी करता आणि तुमची पाठ्यपुस्तक बदलण्याचे प्रयत्न पुनरावृत्तीवादी लोकांनी सोडून द्यावेत अशी मागणी करता. नेमकं खरं काय घडलं होतं हे आपल्या मुलांना कळावं अशी तुमची इच्छा नसते. जे घडलं, त्याचं तुमच्या दृष्टिकोनातून तुम्ही कसं समर्थन केलंत, ते तुमच्या मुलांना समजावं असं तुम्हाला वाटतं. तुला उदाहरण देऊ?

ठीक आहे, दे!

तुमच्या अमेरिकेनं जपानमधल्या दोन शहरांवर अणुबाँब टाकण्याचा निर्णय घेणं, त्यामुळे लाखो लोक मृत्युमुखी पडणं, कायमचे जायबंदी होणं याबद्दल तुम्ही मुलांना काही शिकवत नाही. उलटपक्षी मुलांनी घडलेल्या घटनांकडे तुमच्याच दृष्टिकोनातून पाहावं अशा पद्धतीनंच तुम्ही त्यांच्यासमोर सगळ्या गोष्टी मांडता.

एखाद्या घटनेबाबतच्या दोन दृष्टिकोनांचा समतोल साधायचा म्हटलं – अगदी हे जपानचंच उदाहरण घ्या – तुम्ही आरडा-ओरडा केलात, अगदी तारस्वरात किंचाळून, ओरडून थयथयाट केलात, तर या प्रकारासारख्या अत्यंत महत्त्वाच्या गोष्टींचा ऐतिहासिक आढावा घेण्याचा साधा विचारही शाळांमध्ये केला जात नाही. याचाच अर्थ तुम्ही सर्वार्थाने खरा इतिहास शिकवत नाही. राजकारण शिकवता.

इतिहास अचूक असायला हवा. घडलेल्या सत्य घटनांचा लेखाजोखा म्हणजे

इतिहास. राजकारण या विषयात मात्र सत्य घटनांची माहिती नसते. त्यात नेहमीच घडलेल्या घटनेकडे पाहण्याचा 'अ'चा दृष्टिकोन सांगितला जातो. म्हणजे राजकारण नेहमी एककल्ली असतं.

इतिहास एखादी घटना उलगडून सांगतो, राजकारण घटनेचं समर्थन देतं. इतिहास रहस्याची उकल करतं. राजकारण घटनेवर आवरण टाकतं, लपवतं, इतिहास घटनेचा सर्व बाजूंनी विचार करतो, राजकारणात एकाच बाजूवर प्रकाश टाकला जातो.

'सत्यलेखना'साठी राजकारण इतिहासाला कमी लेखतं आणि इतिहास सत्यकथन करत असल्यानं राजकारण्यांबद्दल फारसं बरं बोलत नाही.

तुमच्या मुलांना तुमच्या बाजूनंच बघता यावं म्हणून तुम्ही ही राजेपणाची नवी झूल पांघरलीत. पण मुलांना चिकित्सकपणे विचार करायला शिवकलं, तर ते तुमचा इतिहास पाहून म्हणतील – 'बापरे! माझ्या पालकांनी आणि इतर वडील माणसांनी स्वत:ची केवढी घोर फसवणूक करून घेतली आहे!' आणि हे तुम्हाला सहन होणार नाही, म्हणून तुम्ही त्या गोष्टी मुलांपासून लपवून ठेवता, मुलांना त्यापासून दूर ठेवता. मुलांना मुळात खरं काय ते कळू द्यायची तुमची इच्छाच नसते. खऱ्या सत्यापेक्षा 'तुम्हाला' वाटलेली सत्यच त्यांच्यापर्यंत पोहोचावीत असं तुम्हाला वाटत असतं.

देवा, ही जरा अतिशयोक्तीच झाली. म्हणजे अगदी सुतावरून स्वर्ग गाठणंच म्हण ना!

हो? अरे, आपल्या मुलांना आयुष्यातली मूळ तथ्य कळावीत अशीसुद्धा तुमच्या समाजातल्या बऱ्याच जणांची इच्छा नसते. माणसाचं शरीर कसं कार्य करतं हे शाळेत थेट शिकवतात आणि तुम्ही त्यांना तिसरंच काहीतरी सांगता; पण आत्ता मुलांना 'एड्स' कसा पसरतो, संक्रमित होतो किंवा तो संक्रमित होऊ नये, यासाठी प्रतिबंधात्मक उपाय कोणते हे तुम्ही सांगावं असं अपेक्षित नाही. त्यासाठी आधी 'एड्स' टाळावा कसा हे तुम्ही त्यांना सांगायला हवं. मग संक्रमणाबद्दल सांगणं ठीक आहे. तरीही त्यांच्यापुढे वास्तव, खऱ्या गोष्टी, तथ्य मांडा आणि निर्णय त्यांच्यावर सोपवा. तुमच्यावरून त्यांना काही सांगू नका. स्वानुभवातून त्यांना शिकू द्या.

याबाबतीत मुलं त्यांची ती शिकायला तयार नसतात. त्यांना योग्य मार्गदर्शन मिळायला हवं.

तू मागे वळून पाहिलं आहेस?

कशाबद्दल बोलतो आहेस?

मागे तुम्ही तुमच्या मुलांना कसं शिकवलं आहे ते पाहा.

छे, शिकवलं नाही, मार्ग दाखवला नाही. उलट त्यांचा मार्ग चुकवला. चुकीच्या मार्गावर नेलं. आज जग हे असं विसकटलेलं दिसतंय, पण आम्ही मुलांना जुनी मूल्यं शिकवायचा प्रयत्न केला म्हणून नव्हे, तर आम्ही त्यांना हवं तसं वागण्याची मुभा दिली, तसं त्यांना शिकू दिलं – इथेच घोटाळा झाला.

तुझा विश्वास आहे यावर – हो ना?

अगदी बरोबर – माझी खरंच खातरी आहे. या तर्कशुद्ध विचारांचा कचरा आम्ही त्यांच्या डोक्यात भरवला नसता आणि त्यांना '३ R' सांगितले असते, तर आजच्यापेक्षा वेगळंच चित्र दिसलं असतं. आम्ही तथाकथित लैंगिक शिक्षण मुलांना वर्गात न देता त्यांच्या घरात मिळेल असं पाहिलं असतं, तर आई-बाप झालेली पौगंडावस्थेतली मुलं बघावी लागली नसती. लहान वयातल्या, अगदी सतराव्या वर्षी आई झालेल्या एकेकट्या पालक सरकारी मदतीची याचना करताना दिसल्या नसत्या, जग असं माथेफिरू झालं नसतं. आम्ही आमच्या मुलांना त्यांची तत्त्वं निर्माण करू न देता आमच्याच मूल्यांप्रमाणे जगण्याचा आग्रह धरला असता, तर आमचा हा शक्तिमान, सळसळता देश आधीसारखा पुन्हा दीनवाणा झाला नसता.

अस्सं!

आणखी एक गोष्ट – तिथे नुसता उभा राहू नकोस बाबा. हिरोशिमा आणि नागासाकी प्रकरणात आमचं नेमकं काय चुकलं याचा आम्ही कसा विचार करू ते सांग. देवदयेनं आम्ही युद्ध थांबवलं. हजारोंचे प्राण वाचवले. दोन्ही पक्षांतल्या हजारोंचे. तीच त्या युद्धाची किंमत होती. कुणालाच युद्धबंदीचा निर्णय आवडला नव्हता. पण तो घ्यावा लागला.

बरं.

तू त्या एल् पिंको लिबरल कौमीजसारखा आहेस. आम्ही इतिहासाचं पुनरावलोकन करावं असं तुला वाटतं – ठीक आहे. आम्ही स्वत:च्या वागण्याबद्दल पुनर्विचार

करायला हवा असं तू म्हणतोस. मग तुम्ही तुमचे अवनत समाज तयार करा. संपत्तीचं पुन्हा वाटप करा. माणसांच्या हाती सत्ता दिली; पण त्यामुळे काहीच घडलं नाही. खरी गरज आहे ती भूतकाळाकडे परत जाण्याची, आमच्या वाडवडिलांची मूल्यं पुन्हा अंगीकारण्याची! आम्ही हेच करायला हवंय.

झालं सगळं बोलून?

हो, झालं. कसं बोललो मी?

वा! छान! खरंच फारच छान!

तू असा रेडिओसारखा गेली काही वर्षं माझ्या सोबत आहेस – माझ्याशी गप्पा मारतोयस ना – म्हणून ते इतक्या सहजपणे येतंय.

तुमच्या ग्रहावरच्या लोकांना असंच वाटतं – हो ना?

हो तर! आणि फक्त अमेरिकेचीच ही स्थिती आहे, असं नाही बरं का. म्हणजे भले तू दुसऱ्या देशाचं नाव घे, युद्धाचं नाव बदल, इतिहासात प्रसिद्ध असलेल्या कुठल्याही आक्रमक देशाच्या सैन्याचं नाव तिथे घाल. त्यानं काही फरक पडणार नाही. आपण बरोबरच आहोत, असं प्रत्येकालाच वाटतं. समोरचाच चुकलाय, चुकतोय अशीच सगळ्यांची खातरी असते. 'हिरोशिमा' विसर. त्याच्या जागी बर्लिन किंवा बोस्निया ही नावं घाल.

प्राचीन मूल्यच जास्त परिणाम करतात, उपयुक्त हे जग विनाशाकडे चाललंय हे सगळ्यांनाच कळतंय. फक्त अमेरिकेत असं नव्हे, सगळ्या जगभरात. या पृथ्वीवर प्रत्येक ठिकाणी राष्ट्रीयता, देश प्रेग आणि प्राचीन मूल्यं परत यावीत हीच प्रार्थना, आर्त पुकार आणि एकच भावना पसरलेली आहे.

मला त्याची कल्पना आहे.

हीच भावना, हाच विस्तार स्पष्टपणे मांडण्याचा मी प्रयत्न केला.

चांगलं केलंस. म्हणजे मला तरी बव्हंशी पटलं तुझं!

अच्छा? पण जे खरंच प्रत्यक्षात असा विचार करतात, त्यांच्याबद्दल तू काय म्हणशील?

मला सांग, तीस-चाळीस-पन्नास वर्षांपूर्वी परिस्थिती आजच्या पेक्षा बरी होती, असं तुला खरंच वाटतं का? म्हणजे आठवणींची नजर जरा अंधुक असते. कारण फक्त चांगलं तेवढंच आठवतं आणि वाईट गोष्टी विसरल्या जातात. हे अगदी सहज, स्वाभाविक आहे; पण म्हणून फसू नका. विवेकबुद्धीने चिकित्सक विचार करा – इतरांना वाटतं म्हणून आंधळेपणानं तेच विचार करू नका.

आपण पुन्हा आपल्या मूळ उदाहरणाकडे येऊ या – हिरोशिमावर बॉम्ब टाकणं खरंच आवश्यक होतं, असं तुला मनापासून वाटतं? या प्रकरणाबाबतचे अनेकविध चौकशी अहवालांबाबत तुमचे अमेरिकन इतिहासतज्ज्ञ काय म्हणतात? बॉम्ब हल्ला होण्यापूर्वी जपाननं युद्धबंदीसाठी खासगीत अमेरिकेकडे इच्छा व्यक्त केली होती, असं या अहवालात म्हटलं आहे असं सांगतात – त्याबद्दल तुमच्या इतिहासकारांचं काय म्हणणं आहे? या बॉम्बहल्ल्यात पर्ल हार्बर प्रकरणाचा हिस्सा किती? आणि समजा, हिरोशिमावर बॉम्ब टाकणं आवश्यक होतं असं तुम्ही मानलंत, तरी पुन्हा दुसरा बॉम्ब टाकणं गरजेचं होतं का?

अर्थात तुमच्या बाजूनं तुम्हाला हे सगळं बरोबरच वाटणार. अमेरिकनांच्या दृष्टीनं हे सगळं असंच घडलं असणार; पण आपल्या चर्चेचा हा मुद्दा नाही. मुद्दा हा आहे की, या विषयांवर चिकित्सकपणे, विवेकानं विचार करायला तुमची शिक्षणपद्धती शिकवत नाही. या एकाच नव्हे अशा अनेक विषयांबाबत हेच दिसतं.

कल्पना कर, समाजशास्त्रे किंवा इतिहासाच्या एखाद्या शिक्षकानं आपल्या वर्गात हाच प्रश्न मुलांना विचारला आणि त्याबद्दल मुलांना छानबीन करून आणखी खोलात शिरून, माहिती मिळवून स्वतःची मतं तयार करायला सांगितली, तर काय होईल?

मूळ मुद्दा हाच आहे! आपल्या तरुणपिढीनं स्वतंत्र विचार करून निर्णय घ्यावेत असं तुम्हाला वाटतंच नाही. त्यांनी आपल्यासारखेच निर्णय घ्यावेत, असं तुम्हाला वाटतं. एखादा निर्णय घेताना तुमच्या हातून ज्या चुका झाल्या, त्यांचीच पुनरावृत्ती मुलांकडून होण्याजोगी परिस्थिती तुम्ही निर्माण करता.

आधीच्या पिढ्यांची मूल्यं आणि सध्याचा एकमेकांपासून दुरावत चाललेला समाज याबाबत बरेच जण अशी जी विधानं करतात, त्याबद्दल काय म्हणशील? कुमारी मातांचं वाढतं प्रमाण किंवा सरकारी मदतीवर जगणाऱ्या पौगंडावस्थेतल्या माता किंवा असं वेड्यासारखं बेलगामपणे धावत सुटलेलं आमचं जग – त्याचं काय?

तुमचं जग बेभानपणे धावत सुटलंय हे तुझं म्हणणं मला मान्य आहे. पण त्यासाठी तुमच्या शाळेतून दिलं जाणारं शिक्षण कारणीभूत आहे, असं मात्र नाही. उलट त्यांना जे शिकवू दिलं जात नाहीये, त्यामुळे असं होतंय.

तुमच्या शाळांमध्ये तुम्ही प्रेमाबद्दल शिकवू देत नाही – शाळांना निरपेक्ष प्रेमाबद्दल बोलू देत नाही.

अरे, आम्ही आमच्या धर्मांनाही त्याबद्दल तोंड उघडू देत नाही.

बरोबर आहे आणि तुम्ही तुमच्या मुलांना स्वत:चा आणि शरीराचा आनंद साजरा करण्याची, त्यांच्या 'माणूस' असण्याची, आणि अद्भुत शरीरसुख मिळवण्याची मोकळीक द्यायला राजी होणार नाही. एवढंच नाही तर 'आपण सर्वांत आधी आत्मा आहोत – आत्मा शरीरात आहे' हे तुम्ही मुलांना कळू देत नाही. 'शरीरात वास करणारा आत्मा' म्हणून तुम्ही तुमच्या मुलांना कधीच वागणूक देत नाही.

ज्या समाजात शरीरसुखाबद्दल उघडपणे बोललं जातं, मोकळेपणाने चर्चा केली जाते, आनंदानं त्याचं वर्णन करून अनुभव घेतला जातो, त्या समाजात खरोखर लैंगिक गुन्हे घडत नाहीत, नको असलेली संतती जन्माला येण्याचं प्रमाण खूपच कमी असतं किंवा अवैध संततीचंही प्रमाण नगण्य असतं. अशा उन्नत समाजात जन्माला येणारे सगळे जीव हवेसे वाटणारे असतील, सर्व माता आणि मुलांचं कल्याण पाहिलं जाईल. खरंच, त्या समाजात असंच असेल.

ज्या समाजात सत्ता आणि बळापुढे इतिहास मान तुकवत नाही, भूतकाळातल्या चुका उघडपणे मान्य केल्या जातात आणि त्या पुन्हा होऊ नयेत याची काळजी घेतली जाते आणि आत्मघातकी कृत्यांपासून धडा घेतला जातो.

ज्या समाजात तर्कशुद्ध विचार करणं, चांगलं जीवन जगण्यासाठी अडचणी दूर करून विशेष जीवनकौशल्यं शिकवली जातात, सत्याच्या नावाखाली भूतकाळातल्या उगाचच कुठल्या कृतीचं समर्थन सुरक्षिततेच्या दृष्टीनं दिले जात नाही. वर-वर दिसण्यावरून कुठलीही गोष्ट स्वीकारली जात नाही.

त्याचा काय उपयोग होणार? दुसऱ्या जागतिक महायुद्धातलंच एक उदाहरण घेऊ. हिरोशिमाच्या ऐतिहासिक घटनेकडे बघताना फक्त निखळ सत्य – वास्तव म्हणून पाहण्यापेक्षा शाळेत एक जीवनकौशल्य म्हणून ते शिकवणं कसं वाटेल?

त्या वेळी नेमकं खरं काय घडलं हे तुमच्या शिक्षकांनी सांगावं. त्याचं वर्णन करावं. त्या घटनेमागची सगळी सत्यं, अगदी सगळ्या खऱ्या गोष्टी त्यांनी सांगाव्यात.

त्या घटनेच्या दोन्ही बाजू मांडणाऱ्या इतिहासकारांच्या मतांचा त्यांनी अभ्यास करावा. कारण प्रत्येक गोष्टीला दोन बाजू असतात. त्यामुळे अशा दोन्ही दृष्टिकोनांचा त्यांनी विचार करावा. शिक्षकांनी विद्यार्थ्यांकडून या प्रसंगातल्या घटनांची नुसती जंत्री घोकून घेऊ नये. उलट त्यांनी वर्गाला आवाहन करावं– 'मुलांनो, आता या घटनेबद्दल तुम्ही सर्व माहिती मिळवलीत. त्या घटनेआधी आणि नंतर काय-काय घडलं हे तुम्हाला कळलं. आम्ही आमच्या परीनं, आमच्यापर्यंत आलेलं ज्ञान तुम्हाला दिलंय. आता या ज्ञानातून तुम्ही काय शिकणार? कोणता धडा घेणार? त्यावेळच्या लोकांनी तो प्रश्न बॉम्ब टाकून संपवण्याचा मार्ग पत्करला, पण तुम्ही त्या प्रश्नातून कसा मार्ग काढला असता? तुम्हाला काही वेगळा चांगला मार्ग सुचला असता?

अरे, नक्कीच! सोप्पं आहे. आपल्या काय चुका ते पाहून अशा सिंहावलोकनाचा फायदा घेऊन कुणीही तोडगा सांगू शकेल. कुणीही मान वर करून म्हणू शकतं – 'मी ही गोष्ट नक्कीच वेगळ्या पद्धतीनं हाताळली असती.'

मग तू का नाही?

म्हणजे? मी नाही समजलो.

मग तू का नाही असं म्हणालास, असं मला म्हणायचंय. तू का मागे वळून पाहिलं नाहीस? भूतकाळाकडून काही गोष्टी शिकून तू त्या वेगळ्या रीतीनं का केल्या नाहीस? मी तुला त्याचं कारण सांगतो – तुझ्या मुलांना तू तुझ्या भूतकाळाचं विश्लेषण करू दिलंस – खरं आहे – पण तू हे केलंस, ते त्यांच्या शिक्षणाचा एक भाग म्हणून. भूतकाळातल्या गोष्टींबद्दल मुलांनी तुझ्यावर ठपका ठेवू नये म्हणून!

अर्थात तसंही त्यांना तुझं पटणार नाहीच. तुमच्या वर्गामधून त्यांना हे जास्त वेगळं वागता येणार नाही. म्हणून त्यांना वर्गाबाहेरच हे शिकावं लागणार. ते सगळ्या खुणा पुसून टाकणार. सगळे फळे फाडून टाकणार. झेंडे जाळून टाकणार. त्यांच्याकडे तुमचं लक्ष जावं म्हणून ते वाट्टेल तसं वागणार. तुम्हाला दोष देत ते मोठ्यांदा म्हणणार – 'एखादा बरा मार्ग नक्कीच असणार!' तुमच्या कानावर ते पडणार नाही. तुम्हाला ते ऐकायचंच नाहीये आणि तुम्ही जे सांगताय त्यावर त्यांनी तर्कशुद्ध विचार करावा, यासाठी तुमच्याकडून त्यांना नक्कीच प्रोत्साहन मिळणार नाही.

तुम्ही त्यांच्याशी नुसतं बोलता. 'आमच्या हातून काहीही चुकलं नाही, आम्ही

केलं तेच योग्य होतं.' असं सांगता. असं तुम्ही मुलांना शिकवता आणि यालाच तुम्ही शिक्षण म्हणता.

पण या तरुण पिढीनं आपल्या मूर्खासारख्या, अति विचित्र, मुक्त कल्पनांनी या देशाला आणि सगळ्या जगाला रसातळाला नेलंय – अगदी नरकात ढकललं आहे, असं काहीजण म्हणतात. विनाशाच्या गर्तेत लोटलंय, आपल्या मूल्यांना महत्त्व देणाऱ्या संस्कृतीचा नाश केलाय आणि त्याऐवजी तुम्हाला जे – जसं चांगलं वाटेल तसं करण्याची अवाजवी मोकळीक देणारी जीवनशैली स्वीकारून आमच्या संस्कृतीला आणि जीवनशैलीला धक्का दिलाय, असं त्यांचं मत आहे.

तरुण पिढीनं तुमची जीवनशैली संपुष्टात आणलीय असं तुम्हाला वाटतं, विनाशकारी वाटतेय. तरुण पिढीनं नेहमीच हे केलं आहे. त्या पिढीला मागे न ओढता त्यांना प्रोत्साहन देणं हे तुमचं काम आहे.

तुमची तरुण पिढी पर्जन्यवनं उद्‌ध्वस्त करत नाहीये. उलट त्या वनांचा विनाश थांबवा, असं ती तुम्हाला सांगतेय. तुमच्या ओझोनचा थर दूषित करणारी तुमची नवी पिढी नाहीये, उलट ती हे प्रदूषण थांबवायला सांगतेय. जगभरातल्या गरीब कामगारांचं शोषण करा असं तरुण पिढी सांगत नाहीये, तर ती त्याला आळा घालायला सांगतेय. तुम्हाला मरणाच्या खाईत लोटून तुमचा पैसा युद्ध आणि युद्ध सामग्रीवर खर्च करणारी तुमची नवी पिढी नाही, ती तर तुम्हाला हे सगळं थांबवा असं सांगतेय. आज पृथ्वीवर हजारो गरीब आणि शोषित जन उपासमारीला तोंड देत आहेत, पण त्याकडे तुमचे जे दुर्लक्ष होत आहे, ते थांबवा असे सांगणारी तुमची तरुण पिढीच आहे.

भ्रष्टाचारी आणि लबाडीच्या राजकारणात गुंतलेली तुमची तरुण पिढी नाहीये. असलं राजकारण करू नका, असाच त्यांचा आग्रह आहे. तुमची तरुण पिढी वासना दडपून टाकणारी, स्वतःच्याच शरीराची शरम वाटणारी आणि हे सगळं पुढच्या पिढीतही उतरवणारी नाही, उलट हे करू नका, असं ती म्हणतेय. 'बळी तो कानपिळी' या तत्त्वावर हिंसेने सगळे प्रश्न सोडवू बघणारी तुमची तरुण पिढी नाही. उलट हे थांबवा, असंच ती तुम्हाला सांगतेय.

नाही, ही पिढी तुम्हाला सांगत नाहीये, विनंती करतेय.

तरीही हिंसक असलेली तरुण पिढीच आहे! हे तरुण टोळ्यांमध्ये सामील होतात आणि एकमेकांच्या जिवावर उठतात. कायदा म्हटलं की, ते नाकावर बोट ठेवतात आणि कुठल्याही नियमाप्रमाणे जगतात. हे तरुणच आम्हाला बहकवतात.

हे जग बदलवण्यासाठी तरुण वर्ग तुम्हाला आवाहन करतो, विनंत्या करतो. पण कुणीही त्यांच्याकडे लक्ष देत नाही आणि त्यांचं म्हणणं काळजीपूर्वक ऐकूनही घेत नाही. त्यांना त्यांच्याप्रमाणे काही करता येणार नाही हे लक्षात येतं. ते तेवढे समंजस असल्यानं ते एक उत्तम गोष्ट करतील – तुमच्यावर मात करता आली नाही, तर ते तुम्ही म्हणाल तसं करतील. तुमच्या मार्गानं तुमच्या मागे येतील.

तरुण पिढी तुमच्यासारखंच वागायला लागली आहे. ते जर हिंसक असतील, तर त्याला कारणीभूत तुम्ही आहात – तुम्हीही तसेच आहात. ते जर भौतिकवादी असतील, तर तेसुद्धा तुमच्याच अनुकरणामुळे. ते मूर्खासारखं वागत असतील, तर त्याला तुम्हीच जबाबदार आहात. कारण तुमचं वागणं मूर्खासारखं, बेताल आहे. शरीरसुखाबाबत ते जर जबरदस्ती करत असतील, बेजबाबदारपणे वागत असतील, त्या सुखासाठी लाजिरवाणे व्यवहार, लज्जास्पद कृती करत असतील, तर तेसुद्धा तुमच्याचमुळे, तुमचाच 'आदर्श' ठेवल्यामुळे! नव्या आणि जुन्या पिढीत एकच फरक आहे. तो म्हणजे नवी पिढी आपल्याला हवं तसं 'उघडपणे' वागते.

जुनी पिढी लपून छपून कृती करते. इतरांना दिसणार नाही याची काळजी घेते. 'तरुणांना काहीही दिसत नाही, कळत नाही' असं त्यांना वाटतं. पण नव्या पिढीला सगळं दिसतं. कुठलीच गोष्ट त्यांच्यापासून लपून राहत नाही. जुन्या पिढीतल्या मोठ्यांचा दांभिकपणा त्यांना दिसतो. ते बदलण्याचा त्यांचा आटोकाट प्रयत्न असतो; पण दुर्दैवाने त्या प्रयत्नांना यश आलं नाही तर त्यांचं अनुकरण करण्यावाचून दुसरा पर्याय उरत नाही. अशा परिस्थितीत ते चुकतात. कारण त्यांना कधीच वेगळा विचार करण्याची शिकवण दिलेली नसते. मोठ्या माणसांचं वागणं, करणं, तावून सुलाखून बघावं, तर्काच्या कसोटीवर तपासून बघावं अशी मुभा त्यांना दिली जात नाही. त्यांना फक्त आठवायला सांगितलं जातं. तुम्ही काय करता? – 'लकीर के फकीर' म्हणून जगता.

मग आमच्या तरुण पिढीला आम्ही कसं शिकवावं असं तुला वाटतं?

ते 'आत्मा' आहेत, हे जाणून त्यांच्याशी वर्तन ठेवा. ते पार्थिव शरीरात प्रवेश करणारे आत्मे आहेत. एखाद्या आत्म्याच्या दृष्टीनं हे करणं, त्याची सवय होणं सोपं नाही. त्याच्या दृष्टीनं हे फारच बंधनात टाकणारं, जखडून टाकणारं आहे. या जाणिवेनंच बाळ एकदम टाहो फोडतं. त्याचा हा टाहो ऐका. समजून घ्या आणि त्यांना 'अमर्यादपणा', 'असीम' म्हणजे काय याचा यथाशक्य अनुभव द्यायचा प्रयत्न करा.

यानंतर तुम्ही प्रेमानं आणि आपलेपणानं निर्माण केलेल्या जगाशी त्यांची

ओळख करून द्या – काळजीपूर्वक. म्हणजे तुम्ही त्यांच्या आठवणीत कोणत्या गोष्टी साठवणार आहात त्याचा नीट विचार करा – ती काळजी घ्या. मुलं जे बघतात, जो अनुभव घेतात ते सगळं – त्यातली प्रत्येक गोष्ट ते लक्षात ठेवतात. मूल आईच्या पोटातून बाहेर येताक्षणीच तुम्ही त्याच्या कुल्ल्यावर चापट्या का मारता? त्याची सगळी ज्ञानेंद्रिये कामाला लागावीत म्हणून? बाळ आत्तापर्यंत आईच्या पोटात एकदम सुरक्षित असतं – आयुष्याबद्दल त्यांना तसंच वाटत असताना तुम्ही त्यांची आईशी बांधलेली नाळ कापून त्यांचं नातंच तोडून का टाकता? त्या बाळानं आईच्या पोटात सुरक्षिततेचा आणि मोकळेपणानं वावरण्याचा अनुभव घेतलेला असतो. त्याला त्याच्या त्या जगातून या जगातली मोजमापं लगेच कशाला लावू पाहता? जन्माला आल्याबरोबर तुम्ही मुलांना हिंसक चित्रं कशाला दाखवता? तुमच्या मुलांसाठी ते चांगलं आहे, असं तुम्हाला कुणी सांगितलंय? आणि प्रेमाची प्रतीकं मुलांपासून लपवून का ठेवता?

तुम्ही मुलांपासून तुमची शरीरं झाकून त्यांना त्यांच्या शरीराची लाज वाटेल असं का शिकवता? मुलांना स्वत:च्या ज्या अवयवांच्या स्पर्शानं आनंद होईल, त्या अवयवांना स्पर्श करू नका असं तुम्ही का सांगता? त्यातून त्या आनंदाबाबत कुठला संदेश त्यांच्यापर्यंत पोहोचतो, याचा तुम्ही कधी विचार केलाय का? शरीराबद्दल त्यांना त्यातून काय शिकवण मिळते हे बघितलंय का?

मुलांना तुम्ही अशा शाळांमध्ये का घालता, जिथे स्पर्धेला वाव आणि प्रोत्साहन दिलं जातं, जिथे 'सर्वोत्तम' असणं आणि जास्तीतजास्त शिकणं यासाठी पुरस्कार दिला जातो, जिथे मुलांच्या सादरीकरणाला गुण दिले जातात आणि मुलांनी आपापल्या गतीनं पुढे जाण्याकडे दुर्लक्ष केलं जातं? तुमच्या मुलांना यापासून काय मिळतं? काय समजतं? ते काय धडा घेतात?

तुम्ही मुलांना संगीत आणि कलांचा आनंद का शिकवत नाही? बहारदार परीकथांतून त्यांना जीवनाचा अद्भुत अनुभव का देत नाही? आपल्या मुलामध्ये मुळात जे आहे तेच शोधून त्या गोष्टीसाठी त्याला प्रोत्साहन न देता जे करणं त्याच्या स्वभावात नाही, मुळातच जे करणं त्याला शक्य नाही, तेच त्याला करायला लावण्याच्या का मागे लागता?

मुलांना त्यांच्या अंतरात्म्याचा आवाज आणि त्यांची आतली समज यावरून त्यांना तर्क बांधून विवेकानं विचार करून एखादी अडचण सोडवणं आणि नव-निर्मिती करणं यासाठी मुभा का देत नाही? उलट तुमच्या समाजाचे कुचकामी नियम आणि घिसापिट्या रूढी-परंपरांचं जोखड स्वत:बरोबरच मुलांच्या मानेवर ठेवता का?

सारांश काय, मुलांना विषय शिकवण्यापेक्षा त्यातल्या मूळ संकल्पना समजावून सांगा.

त्यासाठी नवीन अभ्यासक्रम तयार करा. त्यात या तीन मूळ संकल्पनांचा आधार घ्या – जागृती, सचोटी, जबाबदारी.

अगदी लहानपणापासूनच मुलांना या तीन गोष्टी शिकवा. शेवटपर्यंत सगळ्या अभ्यासक्रमातून या तीन गोष्टी पुढे येऊ देत. तुमच्या संपूर्ण शिक्षण पद्धतीची चौकट यावरच तयार करा. सगळ्या सूचना, धडे त्यावरच आधारित असू देत.

पण मला एक कळत नाहीये – त्यानं काय होणार?

तुम्ही ज्या-ज्या गोष्टी शिकवणार त्यातली प्रत्येक गोष्ट याच संकल्पनांमधून येणार, असा याचा अर्थ.

हे जरा स्पष्ट करून सांगतोस का? या तीन गोष्टी आम्ही कशा शिकवायच्या?

तुमच्या अगदी किरकोळ शिक्षित लोकांपासून ते उच्चविद्याविभूषित, उच्चवर्गीय वाचकांपर्यंत सर्वांसाठी सगळ्या कथा-कादंबऱ्या आणि विशिष्ट विषयांवरचं लेखन – सगळं काही या तीन मूळ संकल्पनांभोवतीच फिरणारं असावं. म्हणजे गोष्टी, कथासुद्धा जागृती करणाऱ्या, सचोटीचं, प्रामाणिकपणाचं महत्त्व सांगणाऱ्या, जबाबदारीचं भान देणाऱ्या असाव्यात. साहित्यातून मुलांना या गोष्टींची ओळख व्हावी, त्या त्यांच्यात भिनाव्यात, त्या गोष्टींशी त्यांनी एकरूप व्हावं.

मुलं जेव्हा स्वत:चे विचार मांडायला शिकायला लागतील त्या वेळी त्यांना याच विषयांवर किंवा त्यांच्याच अनुषंगिक विषयांवर लिहितं करायला हवं.

इतकंच नव्हे तर गणिती आकडेमोडीचं कौशल्य शिकवतानाही त्याच चौकटीत ते बसवायला हवं. अंकगणित आणि गणितशास्त्र आपल्या आयुष्यातले अडथळे नव्हेत, तर ती जगात जगण्यासाठी अत्यंत उपयुक्त आधारभूत साधनं आहेत. गणिती कौशल्याचा संबंध एकूणच जीवनानुभवाशी जोडून दाखवायला हवा. या मूळ संकल्पना आणि त्यांच्या विविध पैलूंकडे त्यांचं लक्ष वेधायला हवं.

हे विविध पैलू कोणते?

तुमच्या प्रसारमाध्यमांचा सध्याचा लोकप्रिय शब्दप्रयोग आहे– spin-off. *संपूर्ण शैक्षणिक आराखडाच या* spin-off *च्या आधारे तयार करता येईल. तुमच्या आत्ताच्या अभ्यासक्रमातल्या विषयांच्या जागी मुळातच सत्य, वास्तव सांगणारे विषय समाविष्ट करता येतील.*

उदाहरणार्थ?

आपणच कल्पना करू... तुमच्या आयुष्यातल्या महत्त्वाच्या अशा काही संकल्पना कोणत्या? सांग बरं...

अं... हं... सांगतो – तू म्हणालास तसं – सचोटी किंवा प्रामाणिकपणा, ईमानदारी.

बरोबर, आणखी काही सांग – ती तर मूळच संकल्पना आहे.

आणखी? अं... समतोल – निपक्षपातीपणा... माझ्या दृष्टीनं ही महत्त्वाची संकल्पना आहे.

उत्तम, आणखी काही?

इतरांशी चांगलं वागणं ही एक आहे. पण ती संकल्पना म्हणून कशी मांडायची ते मला समजत नाहीये.

सांगत राहा – तू नुसता बोलत जा.

दुसऱ्याला समजून घेणं, सहनशील असणं, इतरांना न दुखावणं, समानतेनं वागणं या सगळ्या गोष्टी मला माझ्या मुलांना शिकवाव्याशा वाटतील.

शाबास... उत्तम, पुढे सांग.

अं... तुझ्यावर विश्वास ठेवणं, देव मानणं ही एक चांगली गोष्ट आहे आणि अं... थांब, थांब. आणखी एक सुचतेय. हं, आठवलं, मानानं जगणं... पण हे नीट शब्दांत कसं मांडायचं ते कळत नाहीये... पण ही एखाद्याच्या जगण्याची पद्धत असायला हवी – स्वत:बरोबरच तो इतरांचाही मान कसा ठेवतो आणि इतर कोणता मार्ग अनुसरतात...

वा! हे सगळे फारच चांगले विचार आहेत. आता तुझ्या लक्षात येतंय. मुलांना प्रगती करायची असेल आणि सर्वगुणसंपन्न, परिपूर्ण माणूस म्हणून स्वत:ची उन्नती

करायची असेल, तर त्यांनी गंभीरपणे खोलवर विचार करावा, अशा अनेक संकल्पना आहेत. पण तुम्ही तुमच्या शाळांमध्ये अशा गोष्टी शिकवत नाही. आत्ता आपण बोलतोय त्या गोष्टी आयुष्यातल्या सर्वांत महत्त्वाच्या गोष्टी आहेत. पण तुम्ही या गोष्टी मुलांना शाळेत शिकवतच नाही. सचोटी, प्रामाणिकपणा म्हणजे काय, जबाबदारीनं वागणं कशाला म्हणतात, इतरांच्या भावना कशा जाणाव्यात, इतरांच्या विचारांचा, मार्गांचा आदर कसा ठेवावा हे काहीच तुम्ही मुलांना शिकवत नाही.

'हे सगळं तुम्ही शिकवा' असं तुम्ही पालकांना सांगून त्यांच्यावर हे काम सोपवून मोकळे होता. पालक काय, त्यांना त्यांच्या पालकांनी जे सांगितलं, शिकवलं तेच आपल्या मुलांना सांगतात आणि मग वडिलांची पापं, त्यांच्या चुका मुलांमध्येही उतरतात. तुमच्या आई-वडिलांनी त्यांच्या घरात जे शिकवलं तेच तुम्ही तुमच्या घरात तुमच्या मुलांना शिकवता, झालं!

मग? त्यात काय चूक आहे?

मी पुन:पुन्हा तेच सांगतोय, जगाकडे उघड्या डोळ्यांनी पाहा. तू पुन:पुन्हा त्याच मुद्द्यावर येतो आहेस. पण हा सर्वस्वी आमचा दोष नाही. बाकीचं जग जसं आहे ते तसं आहे यात आम्हाला दोषी धरता येणार नाही.

अरे, मुद्दा दोष देण्याचा नाही, पर्याय निवडण्याचा आहे आणि मानवजातीकडून जे पर्याय निवडले जातात, तीच निवड पुढेही केली जाते त्याला तुम्ही नाही, तर कोण जबाबदार आहे?

हे बघ, याला सर्वस्वी आम्ही जबाबदार आहोत, असं म्हणता येणार नाही.

माझं म्हणणं असं आहे की, जोवर तुम्ही सगळी जबाबदारी घ्यायला तयार होत नाही, तोवर त्यातलं काहीच तुम्ही बदलू शकत नाही.

'त्यांनी केलं, ते करतायत' असं तुम्ही म्हणू शकत नाही.

वॉल्ट केलीच्या कार्टुनपैकी पोगोची एक फार सुंदर ओळ आहे – ती नेहमी लक्षात ठेव, कधीही विसरू नकोस –

'आम्हाला आमचा शत्रू सापडलाय आणि तो 'आम्हीच' आहोत.'

शेकडो वर्षांपूर्वीपासून आम्ही तीच ती चूक करत आलोय नाही?...

शेकडो नाही रे, हजारो वर्षं म्हण माझ्या बाळा. तुम्ही त्याच त्या चुका हजारो

वर्षं करत आला आहात. गुहेमध्ये राहणाऱ्या आदिमानवाहून कुठल्याच मूळ गोष्टींबाबतही आजचा माणूस उन्नत झालेला नाही. त्याचा मूळ स्वभाव तसाच राहिलाय. बदलण्याच्या प्रत्येक कृतीमागे तुच्छतेची भावना होती. तुमच्या मूल्यांना दिलेलं प्रत्येक आव्हान, भले ते मूल्यांच्या पुनर्रचनेसाठी असो, ते आधी भीतीपोटी आणि नंतर रागानं स्वीकारलं गेलं. शाळांमध्ये प्रत्यक्ष आणखी उच्च मूल्यं शिकवण्याच्या काही युक्त्या मला सुचतायत. बरं का रे, आता आपण अगदी सूक्ष्म सीमारेषेवर उभे आहोत.

तरीही, अतिशय प्रगत समाजात हेच तर घडतंय.

पण सगळ्यांचं त्यांच्या म्हणण्याप्रमाणे या संकल्पनांवर एकमत होत नाही ही अडचण आहे. त्यामुळेच आम्ही आमच्या शाळांमध्ये त्या शिकवू शकत नाही. अभ्यासक्रमात या गोष्टी घालायच्या म्हटलं की, पालक त्याला विरोध करतात, 'तुम्ही मुलांना मूल्यं शिकवताय आणि शाळेत असल्या सूचनांना, या गोष्टींना वाव असता कामा नये' असं त्यांचं म्हणणं असतं.

त्यांचं म्हणणं चूक आहे. पालक चुकतायत. तुमच्या या स्पर्धेच्या पायावर नवीन चांगलं जग उभारता येईल, असं त्यांना वाटतंय ते अगदी चूक आहे. अशा सूचनांसाठी शाळा हीच योग्य जागा आहे. कारण पालकांच्या पूर्वग्रहांशी शाळांचा काहीही संबंध नसतो. कारण पालकांच्या मनातल्या धारणांपासून शाळा पूर्ण वेगळ्या, स्वतंत्र असतात. आई-वडिलांकडून मुलांना कसल्या मूल्यांचा वारसा मिळतोय आणि त्याचे काय परिणाम दिसतायत हे तर तुम्हाला माहीत आहेच. तुमचा ग्रह म्हणजे रागळा गुंता आहे.

सभ्य समाजाच्या मूळ संकल्पना तुमच्या लक्षात येत नाहीत.

हिंसाचाराशिवाय समस्या कशा सोडवायच्या हे तुम्हाला ठाऊक नाही.

भीती न बाळगता, निर्भयपणे कसं जगायचं हे तुम्हाला माहीत नाही.

स्वार्थाशिवाय अर्थात नि:स्वार्थीपणाने कसं वागावं हे तुम्हाला माहीत नाही.

बिनशर्त प्रेम कसं करावं, निरपेक्ष प्रेम म्हणजे काय याची तुम्हाला कल्पनाच नाही.

या प्राथमिक, अगदी प्राथमिक गोष्टी आहेत आणि तुम्ही त्यांचा सर्वंकष विचार करायला सुरुवातही केलेली नाही. आचरणात तर फारच थोडं आणलं आहेत... तेही हजारो-हजारो वर्षांनंतर.

या गोंधळातून बाहेर पडण्याचा काही मार्ग आहे का?

आहे ना! तुमच्या शाळा! तुमच्या मुलांच्या शिक्षणातून हा मार्ग मिळेल. पुढच्या आणि त्याच्याही पुढच्या पिढीवर तुमच्या आशा आहेत. त्यांच्यावरच तुमची मदार आहे. पण तुम्ही त्यांना भूतकाळात गुंगवून टाकणं थांबवायला हवं. या उपायांचा काही उपयोग नाही. तुम्हाला पाहिजे तिथे ते नेणारे नाहीत. तुम्ही जर काळजी घेतली नाहीत, सावध राहिला नाहीत, तर तुम्ही मेंढरासारखे हाकले जाणार आहात.

तेव्हा थांबा, वळा, शांतपणे एकत्र बसा आणि विचारविनिमय करा. माणूस म्हणून स्वत:तून सर्वोत्तम निर्मिती करा. अतिशय महान माणूस म्हणून स्वत:ला तयार करा. या महानतेत लपलेली सगळी चांगली मूल्यं आणि संकल्पना एकत्र करा आणि तुमच्या शाळेत शिकवा. स्वत: तुम्ही आदर्श माणूस व्हा. आदर्श कशाला म्हणायचं, ती मूल्यं आणि संकल्पनांचे धडे तुमच्या शाळेत द्या.

तो अभ्यासक्रम असा असावा – नाही का?

** शक्तीची जाणीव*
** शांततामय समस्या निवारण*
** प्रेमळ नातेसंबंध*
** स्वकर्तृत्वावर, स्वबळावर उभं राहणं*
** शरीर, मन आणि आत्मा : त्यांची कार्यपद्धती*
** सतत निर्मितीक्षम असणं*
** स्वत:चा आदर, इतरांचा मान ठेवणं*
** आनंदी लैंगिक जीवन*
** न्यायबुद्धी – समतोल*
** सहनशक्ती*
** वैविध्य आणि साम्य*
** अर्थव्यवस्थेतील नैतिकता/नैतिक अर्थव्यवस्था*
** नवनिर्मितीक्षम जाणीव आणि मनोबल*
** जागृती आणि दक्षता, सजगता*
** सचोटी आणि जबाबदारी*
** दूरदृष्टी आणि पारदर्शकता*
** विज्ञान आणि आध्यात्मिकता*

यातलं बरचसं आत्ता या क्षणी शिकवलं गेलं आहे. आपण त्याला समाजशास्त्र म्हणतो.

मी दोन दिवसांच्या चर्चासत्रातल्या कोर्सबद्दल बोलत नाहीये. यातल्या प्रत्येक

विषयाच्या स्वतंत्र अभ्यासक्रमाबद्दल मी बोलतोय. तुमच्या शाळांच्या अभ्यासक्रमांच्या एकूणच उजळणीबद्दल, पुनर्रचनेबद्दल मी बोलतोय. मूल्याधिष्ठित अभ्यासक्रमाबद्दल मी बोलतोय. तुमचा आत्ताचा अभ्यासक्रम ढोबळमानानं सत्याधिष्ठित आहे.

मला असं म्हणायचं आहे की, मुळातच संकल्पना समजून घेण्यावर तुम्ही तुमच्या मुलांचं लक्ष केंद्रित करायला हवं. त्यांच्या मूल्य-पद्धतीचा तात्त्विक आधार, ती चौकट त्यांना सांगायला हवी. तुम्ही सत्य, तारखा – संख्याशास्त्राचा उपयोग करून सध्या तसंच करताय.

तुमच्या आकाशगंगेतल्या आणि तुमच्या विश्वातल्या अत्यंत प्रगत अशा समाजात (या समाजांबद्दल आपण तिसऱ्या पुस्तकात विशेषत्वानं बोलणार आहोत.) मुलांना फारच लवकर, अगदी लहान वयात जीवनमूल्यं शिकवली जातात. ज्याला तुम्ही 'सत्य' म्हणता, त्याला या समाजात कमी-जास्त प्रमाणात महत्त्व दिलं जातं, ती सत्यं या समाजातल्या मुलांना थोडी नंतर, कळत्या वयात शिकवली जातात.

तुमच्या ग्रहावर तुम्ही असा समाज निर्माण केला आहे, ज्या समाजात छोटा जॉनी बालवाडीच्या वर्गात जाण्याआधीच वाचायला शिकतो, पण आपल्या भावाला चावू नये हे काही तो अजून शिकलेला नाही. फ्लॅश कार्ड्स आणि नुसत्या घोकंपट्टीनं सुझीचा पाढ्यांचा तक्ता अगदी पक्का झाला आहे. पण आपल्या स्वतःच्या शरीरात लज्जास्पद किंवा घृणा वाटेल असं काहीही नाही, हे काही ती अजून शिकलेली नाही.

आता सुरुवातीला मुलांना 'उत्तरं पुरवणं' एवढंच काम तुमच्या शाळा करताहेत – तेवढ्यासाठीच त्या आहेत. 'प्रश्न विचारणं' एवढंच त्यांचं प्राथमिक काम असतं, तर ही गोष्ट त्यांच्या उपयोगी ठरली असती. सचोटीनं वागणं म्हणजे काय, प्रामाणिकपणा कशाला म्हणतात, जबाबदारी म्हणजे काय, न्यायानं वागणं म्हणजे काय? अभ्यासातल्या गोष्टींचा वापर प्रत्यक्षात कसा करायचा? समजा २+२=४ आहे, पण त्याचा प्रत्यक्षात उपयोग कसा करायचा? अतिशय प्रगत समाज सगळ्या मुलांना प्रश्नांची उत्तरं शोधून काढायला, स्वतःची स्वतः ती उत्तरं तयार करायला प्रोत्साहन दिलं जातं.

पण... पण कदाचित त्यामुळे गोंधळही होईल!

पण त्याच्या विरोधी परिस्थिती निर्माण करून तुमचं आत्ताचं आयुष्य...

ठीक, ठीक. म्हणजे यापुढे आणखी गोंधळ नसेल.

या गोष्टींबद्दल तुम्ही जे शिकला आहात किंवा त्याबद्दल तुम्ही जे ठरवलं आहे, ते तुमच्या मुलांना शाळेत कधीच शिकवलं जात नाही असं मला म्हणायचं नाहीये. उलट याच्या अगदी विरुद्ध आहे. पूर्वी मोठी माणसं जे काही शिकली आहेत, त्यांनी जे संशोधन केलंय आणि पर्याय निवडले आहेत, ते शाळांमध्ये तरुण मुलांना सांगितले जातात. मग विद्यार्थी कदाचित 'हे कसं घडलं' याचं निरीक्षण करतील. तुमच्या शाळेत, तुम्ही हीच गोळा केलेली माहिती पुढे मांडता – विद्यार्थ्यांना वाटतं, 'हेच खरं आहे.'

भूतकाळातल्या सत्याचा पाया वर्तमानातलं सत्य असू शकत नाही. आधीच्या काळातली संग्रहित माहिती किंवा अनुभव हाच नव्या प्रश्नांचा आधार असतो. माहितीचा खजिना नेहमी प्रश्नात असला पाहिजे, उत्तरात नाही.

आणि प्रश्न नेहमी सारखेच असतात – 'आम्ही तुम्हाला याआधीची जी माहिती दिली, दाखवली ती तुम्हाला मान्य आहे की नाही? तुम्हाला त्याबद्दल काय वाटतं? नेहमी हेच कळीचे प्रश्न असतात. नेहमी यावरच भर असतो. तुम्हाला काय वाटतं? तुमचे काय मत आहे? तुम्ही याबद्दल काय म्हणाल?

आता मुलं आपल्या पालकांच्या मतांप्रमाणे, मूल्यांप्रमाणेच या प्रश्नाचं उत्तर देणार ना! मुलांमध्ये मूल्यांची जाणीव निर्माण करण्याच्या दृष्टीने पालकांची भूमिका नेहमीच अतिशय महत्त्वाची असते. मुलांच्या अगदी लहान वयापासून ते औपचारिक शालेय शिक्षण संपेपर्यंत, मुलांना मूल्य शिक्षण, मूल्यांचा प्रत्यक्ष वापर, त्यांचा उपयोग आणि हो, त्यांच्याबाबत शंका, प्रश्न उपस्थित करणं – यासाठी उत्तेजन देणं, मुलांना प्रोत्साहन देणं हा शाळांचा उद्देश आणि हेतू असायला हवा. आपल्या मूल्यांबाबत मुलांनी प्रश्न विचारणं, जाब विचारणं हे ज्या पालकांना आवडत नाही, त्या पालकांचं मुलांवर प्रेमच नाही असं मी म्हणेन, उलट असे पालक मुलांकडून स्वतःवरच प्रेम करत असतात.

देवा, खरंच खरंच. तू वर्णन केलंस, तशा शाळा असायला हव्यात, असं मला वाटतं.

काही शाळा या नमुन्याच्या शोधात आहेत.

खरंच?

होय, रुडॉल्फ स्टेनरचं लिखाण वाच. त्यानं 'वॉल्ड्रॉफ स्कूल'पद्धती विकसित केली आहे.

अरे हो, मला माहीत आहे. ती व्यावसायिक आहे का?

हे तुझं निरीक्षण आहे.

कारण मला वॉल्ड्रॉफ स्कूल्सची माहिती आहे, हे तुला माहितेय.

अर्थातच! मला ठाऊक होतं. तुमच्या आयुष्यातली प्रत्येक गोष्ट तुम्हाला उपयोगी ठरलीय. त्यामुळेच तुम्ही इथवर येऊन पोहोचला आहात. मी फक्त या पुस्तकाच्या सुरुवातीपासून तुझ्याशी बोलायला लागलोय, असं समजू नकोस. गेल्या कित्येक वर्षांपासून मी तुझ्याशी संबंधित प्रत्येक गोष्टीतून आणि अनुभवातून तुझ्यासोबत बोलत आलोय, तुझ्याशी संवाद साधत आलोय.

बरं, 'वॉल्ड्रॉफ स्कूल' सर्वोत्तम आहे, असं म्हणायचं आहे तुला?

नाही, मला तसं म्हणायचं नाहीये. तो नमुना म्हणून नक्कीच विचारात घेता येईल. त्याचा उपयोग होईल. एक माणूस म्हणून तुम्हाला जिथे जायचंय, जे करायचंय ते त्यात दिलेलं आहे. उदाहरण देऊन सांगतो म्हणजे नीट कळेल. तुमच्या ग्रहावर आणि तुमच्या समाजात 'शिक्षण म्हणजे केवळ 'ज्ञान' नव्हे, तर शिक्षणाला शहाणपणाची, चातुर्याची जोड असणं अत्यावश्यक' असं मानणारे लोक अतिशय विरळा आहेत. तुमच्या समाजातल्या फारच थोड्यांना शिक्षण म्हणजे केवळ ज्ञानाचा साठा वाटत नाही, तर त्यांना शिक्षणानं शहाणपण येणं अपेक्षित आहे.

चल, हा अगदी आदर्श नमुना आहे – हे मानलं, मान्य केलं. वॉल्ड्रॉफ स्कूल आणि इतर शाळांमध्ये अनेक गोष्टींत अंतर आहे. वॉल्ड्रॉफमध्ये इतर शाळांपेक्षा अनेक वेगळ्या गोष्टी आहेत. तुला उदाहरण देतो, मुद्दा तसा अगदी साधा सरळ असतो; पण ते फारच नाट्यमय पद्धतीनं तो मांडतात.

वॉल्ड्रॉफ स्कूलमध्ये प्राथमिक आणि माध्यमिक वर्गात सगळ्या पातळींवर शिक्षक मुलांना शैक्षणिक अनुभवातून शिकवतात. तिथे मुलांना सगळी वर्षं एकच शिक्षक असतात. दरवर्षी शिक्षक न बदलता त्या-त्या वर्गाचे शिक्षकही पुढे-पुढे त्यांच्याच बरोबर असतात. त्यामुळे त्यांच्यात जो भावबंध निर्माण होतो, त्याची कल्पना करता येईल? त्याचे महत्त्व, मूल्य तुमच्या लक्षात येतंय का?

विद्यार्थी म्हणून वर्गात दाखल होणारे प्रत्येक बालक हे जणू त्या शिक्षकाचं

स्वत:चंच मूल होऊन जातं आणि मग प्रेम आणि विश्वासाची नवी दालनं मुलापुढे खुली होत जातात. सामान्य शाळांमध्ये हे कधी स्वप्नातही होणं शक्य नाही. एक वर्ग शेवटच्या वर्गापर्यंत जाऊन त्याचं शाळेतलं शिक्षण संपलं की, त्या वर्गाचे शिक्षक पुन्हा नव्या विद्यार्थ्यांच्या स्वागताला पहिल्या वर्गात जातात. त्यामुळे वॉल्ड्रॉफमधील निष्ठावंत शिक्षक आपल्या संपूर्ण नोकरीच्या काळात विद्यार्थ्यांच्या फक्त चार ते पाचच गटांना शिकवू शकतात. पण त्या शिक्षक किंवा शिक्षिकेचं विद्यार्थ्यांच्या दृष्टीनं खूप महत्त्वाचं वेगळं स्थान असतं. विद्यार्थ्यांना त्या शिक्षकांबद्दल जो आदर, आपलेपणा वाटतो, तो पारंपरिक शाळांतल्या शिक्षकांबद्दल वाटण्याची शक्यता कमी आहे.

या शैक्षणिक पद्धतीतून मानवी नातेसंबंध, परस्पर भावबंध आणि प्रेम हेच दिसून येतं. मुलं मोठी होऊन शाळेपासून, त्या शिक्षकांपासून कितीही दूर गेली तरी त्यांच्यातले प्रेमाच्या नात्याचे बंध तसेच कायम राहतात. हे म्हणजे जणू घराच्या बाहेर घरातल्यासारखं शिकवणं झालं.

वा, हे एक खरंच चांगलं आहे.

म्हणजे? अजून काही चांगली उदाहरणं आहेत?

हो तर! तुमच्या ग्रहावर शिक्षणाच्या क्षेत्रात तुम्ही प्रगती केली आहेत, पण ती फारच संथ आहे. लक्ष्य केंद्रित, कौशल्य विकासावर भर देणाऱ्या अभ्यासक्रमाला पब्लिक स्कूल्समध्ये फारच विरोधाला तोंड द्यावं लागलंय. लोकांना तो जरा भयंकर आहे किंवा परिणामकारक नाही असं वाटतं. त्यांना मुलांनी सत्य शिकावं असं वाटतं. अर्थात काही ठिकाणी तशी सुरुवात झालीय, पण अजून त्यात करण्याजोगं खूप काही आहे.

आणि या एकाच क्षेत्रात माणसाचे अनुभव तावून सुलाखून बघता येतात, आपल्याला जे 'आदर्श' वाटतं, ते माणसाचं रूप निर्माण करायची संधी इथेच मिळते.

खरं आहे, राजकीय क्षेत्रातही काही बदल अपेक्षित आहेत.

हो, आश्वासनं खरी वाटावीत असा विश्वास येण्यासाठी!

१०

देवा, मी याच गोष्टीची वाट पाहत होतो. आमच्या ग्रहावरच्या विविध गोष्टींवर तू वैश्विक पातळीवर दुसऱ्या पुस्तकामध्ये बोलशील, असं मला तू आश्वासन दिलं होतंस; पण आज त्याहीपेक्षा खूप काही तू देत आहेस. तेव्हा आता मानव-राजकारणाबद्दल आपण बोलायला सुरुवात करू या? माझे प्रश्न कदाचित तुला फारच बाळबोध किंवा प्राथमिक स्वरूपाचे वाटतील.

नाही, प्रश्न नेहमी अयोग्य किंवा अवाजवी असू शकतात. प्रश्न हे माणसांसारखे असतात.

अरे वा! छान! तर मग मी विचारतो. तुमच्या स्वत:च्या देशाच्या अवैध हितसंबंधांवर आधारित परकीय धोरणं स्वीकारणं चूक आहे का?

नाही, पहिली गोष्ट म्हणजे – माझ्या दृष्टीनं कुठलीच गोष्ट 'चूक' नसते. पण तुम्ही हा शब्द कशा अर्थी वापरताय, ते माझ्या लक्षात आलंय. त्यामुळे मी तुमच्याच संदर्भाचा आधार घेऊन बोलणार आहे. तुम्ही ज्यांना आणि जे निवडलंत, त्याचा तुम्हाला उपयोग होत नाहीये, म्हणून ते 'चूक' या अर्थानं मी विचार करतोय. तुमच्या संदर्भात मी याच अर्थानं 'बरोबर' आणि 'चूक' असं नसतं हे सत्य आहे.

तेव्हा या संदर्भात विचार करायचा झाला तर माझं उत्तर आहे 'नाही'. अवैध किंवा अवाजवी हितसंबंधांच्या आधारे परदेशी धोरण आखणं हे चूक नाही. मात्र तुम्ही असं करत नाही आहात, असा देखावा करणं मात्र चूक आहे.

अर्थात बहुतेक देश असंच करतात म्हणा. ते कृती करतात किंवा कृती करण्यामध्ये अपयश येतं – त्यामागे काही विशिष्ट कारणं असतात; पण ते काहीतरी समर्थनीय कारणं देतात.

का? देश असं का करतात?

कारण बहुतेकदा परकीय धोरणांमागची खरी कारणं कळली, तर जनता आपल्याला पाठिंबा देणार नाही, असं सरकारांना वाटतं.

सगळ्याच ठिकाणच्या सरकारांबाबत हे खरं आहे. जनतेची जाणूनबुजून दिशाभूल न करणारं सरकार फारच विरळा आहे. फसवणूक, देखावा हा तर सरकारचा एक भागच आहे; कारण फारच थोड्या जणांना आत्ताच्या सरकारची कार्यपद्धती आवडते, फारच काही जणांना आपल्यावर हे सरकार असावं असं वाटतं. मात्र 'हे निर्णय जनतेच्या कल्याणासाठीच घेतले जात आहेत' असं सरकारला जनतेला पटवून मात्र द्यावं लागतं.

हे असं पटवणं फार अवघड आहे. कारण बहुतेक जणांना सरकारचा मूर्खपणा सरळ-सरळ दिसत असतो. त्यामुळे लोकांशी प्रामाणिकपणा टिकवून ठेवण्यासाठी का होईना सरकारला खोटं बोलणं भाग आहे. असं म्हणतात की, तुम्ही खूप काळ, खूप मोठं खोटं बोलत राहिलात की, ते खोटंच 'खरं' होऊन जातं. सरकार याचं अगदी चालतं-बोलतं उदाहरण आहे.

आपण सत्तेवर कसे आलो, हे सत्ताधाऱ्यांनी सामान्य माणसांना कधी सांगू नये. सत्तेसाठी आपण आजवर जे-जे केलं आणि सत्तेत राहण्यासाठी यापुढेही जे काही करणार आहोत, याचा जनतेला पत्ता लागू देऊ नये.

सत्य आणि राजकारण एकमेकांशी कधीच हातमिळवणी करू शकत नाही, जे फक्त बोलायला हवं, ते बोलण्याची कला म्हणजे राजकारण. एखादी गोष्ट योग्य पद्धतीनं बोलून अखेर आपल्याला हवं तसंच मिळवणं म्हणजे राजकारण.

राजकारणात सगळंच आणि सगळेच वाईट असतात असं नव्हे. उलट राजकारण म्हणजे व्यवहाराची कला. ती अनेक जणांचं मानसशास्त्र जाणते. बहुतेक सगळे जण स्वार्थापोटीच काम करतात ही गोष्ट या कलेच्या लक्षात आलीय. त्यामुळेच तर सत्ताधाऱ्यांना जे करायचं असतं, ते जनतेच्याच हिताचं आहे, सत्ताधारी ती गोष्ट स्वार्थासाठी, स्व-हितासाठी नव्हे, तर जन-हितासाठी करतात असं लोकांनाच पटवून देतात.

सरकारला स्व-हित कळतं. म्हणून तर ते लोकांसाठी खूप चांगले कार्यक्रम आखू शकतात.

मुळात सरकारला फारच मर्यादित काम असतं. 'जतन आणि संरक्षण' हाच त्यांचा हेतू होता. मग पुढे कुणीतरी या दोन गोष्टींत 'पुरवठा'सुद्धा जोडून दिला. त्यामुळे सरकार जनतेच्या 'रक्षका'बरोबरच 'पुरवठादार'ही बनले आणि पुढे समाज जतन करण्यापेक्षा सरकार 'स्वतःचा समाज' निर्माण करायला लागले.

पण लोकांना हवे आहे तेच सरकार करत नाहीये का? सरकार जनतेला हव्या

असलेल्या सामाजिक यंत्रणा उभारत नाही का? म्हणजे बघ, आमच्या इथे अमेरिकेत उच्च जीवनस्तर किंवा उत्तम जीवनशैली, वैयक्तिक स्वातंत्र्य, संधीचं महत्त्व, बालकांचं पावित्र्य या गोष्टींना अतिशय महत्त्व दिलं जातं. त्यामुळे आम्ही त्यानुसार कायदे केले आहेत. आमच्या इथल्या ज्येष्ठ नागरिकांना त्यांच्या मिळवत्या दिवसांसारखंच जगता यावं यासाठी त्यांची आर्थिक तरतूद होईल असे कार्यक्रम, अशा योजना तयार करायला आम्ही सरकारला सांगतो. सरकारने सर्वांना रोजगाराच्या आणि निवाऱ्याच्या समान संधी द्याव्यात, ही आमची अपेक्षा आहे. भले काही माणसं आमच्यापेक्षा वेगळी असतील किंवा ज्यांची जीवनशैली आम्हाला मानवणारी नसेल, तरी आम्ही हेच म्हणतो. बालकामगार विरोधी कायद्यातून आम्हाला हेच दाखवून द्यायचं आहे की, आमच्या देशातले बालक देशाचे गुलाम नाहीत आणि मुलंबाळं असणारं कुठलंही कुटुंब अन्न, वस्त्र, निवारा या मूलभूत गरजा पूर्ण झाल्याखेरीज राहणार नाही.

अशा कायद्यांचं प्रतिबिंब तुमच्या समाजात दिसतं. पण तरीही लोकांच्या गरजा पूर्ण करताना त्यांच्या प्रतिष्ठेला धक्का लागणार नाही याची काळजी घ्यायला हवी. एखाद्याची वैयक्तिक क्षमता, नवनिर्मिती आणि चातुर्य, कला-कौशल्य असेल, तर तो स्वतःपुरतं कमवून जगू शकतो. ही अगदी नाजूक, तारेवरची कसरत आहे. तुम्हा लोकांना कुठलंतरी एक टोक गाठायची सवय असते. 'सगळं काही सरकारनंच करावं' असं म्हणून तुम्ही मोकळे होता, नाहीतर सरकारचे सगळे नियम, सगळ्या योजना पार धुळीला मिळवता. सरकारी कायदा अगदी बासनात गुंडाळून ठेवता.

खरं आहे, पण एक अडचण आहे – पात्रता असूनही समाजातल्या काही जणांना नेहमीप्रमाणे जगण्याची चांगली संधी मिळत नाही. मोठ्या कुटुंबांना घरमालक भाडेकरू म्हणून ठेवून घेत नाहीत, मोठ्या कंपन्यांमध्ये महिलांना प्रोत्साहन दिलं जात नाही. मानाच्या जागा दिल्या जात नाहीत. पुरेसं उत्पन्न असूनही आरोग्याच्या प्रतिबंधक योजना ठराविक मर्यादेपर्यंतच मिळतात. या आणि अशा अनेक विषमता दाखवणाऱ्या गोष्टी मोठ्या प्रमाणात दिसतात.

याचा अर्थ सरकारनं समाजाच्या जाणिवांमध्ये बदल घडवायला हवा?

नाही, सरकार म्हणजे जनतेच्या विवेकाची, जाणिवांची अभिव्यक्ती. सरकार समाजातील सगळ्या वाईट गोष्टींचा नाश करून समाजात सुधारणा करेल, अशी जनतेची सरकारवर मदार असते – नव्हे तशी त्यांची आशा आणि खातरीच असते!

हे अगदी छान बोललास. पण तरीही एक गोष्ट पुन्हा सांगावीशी वाटते. जे कायदे लोकांना सुखाचा श्वास घेऊ देण्याची खातरी देतात, त्या कायद्यांखाली स्वतःचा श्वास कोंडून घेऊ नका.

कायदे करून तुम्ही नीतिमत्ता आणू शकत नाही. समानतेची सक्ती करू शकत नाही.

तुम्ही लोकांच्या विवेकापेक्षा त्यांचं सर्वंकष भान, जागृती बदलण्याची गरज आहे.

माणसाच्या अस्तित्वातूनच, त्यालाच मध्यवर्ती ठेवून तुमचं वर्तन (आणि सर्व कायदे आणि सर्व सरकारी योजना) असावं, असलं पाहिजे – तुम्ही कोण आहात याचं ते खरं प्रतिबिंब असलं पाहिजे.

आमच्या समाजाचा कायदा नक्कीच आम्ही कोण आहोत याचा आरसा असतो. 'हे पाहा, अमेरिकेत हे असं असतं. अमेरिकन हे असे असतात.' असं ते सगळ्यांना सांगतात.

बऱ्याचदा, कदाचित! पण बरेचदा तसं नसतंही. बरेचदा असं घडतं की, तुम्ही जसे असायला हवं असं तुमच्या सत्ताधाऱ्यांना वाटतं, तसं ते आपल्या कायद्यातून सांगतात; पण तुम्ही प्रत्यक्षात तसे नसता.

'शहाणे' असणारे थोडेजण 'अज्ञानी' असणाऱ्या अनेकांवर कायद्यानं सत्ता गाजवतात.

थोडक्यात असंच!

मग त्यात चूक काय? जर आमच्यातले काही जण अत्यंत बुद्धिमान आणि सर्वोत्तम असतील आणि आमच्या समाजाचे, जगाचे प्रश्न सोडवण्याची त्यांची इच्छा असेल, तर त्यांचा अनेकांना उपयोगच होणार नाही का?

हे 'त्या' काही जणांच्या उद्देशावर अवलंबून आहे! त्यांच्या उद्देशाच्या स्पष्टतेवर ते ठरेल. सामान्यतः त्यांनी त्यांच्यावर राज्य करू देणं हीच मोठी सेवा, हाच मोठा उपयोग ठरतो.

ही तर बेबंदशाही झाली. त्याचा काही फायदा नाही.

जोवर सरकारच तुम्ही काय करायचं हे सतत सांगत असतं, तोवर तुमची प्रगती होणार नाही, तुमचा विकास होणार नाही, तुम्ही मोठे, महान होणार नाही.

यावर असं म्हणता येईल की, सरकार म्हणजे ज्यांना कायद्यानं आमच्यावर राज्य करण्यासाठी निवडलं जातं, ते सरकार समाजाच्या महानतेचं (किंवा त्याच्या कमतरतेचं) प्रतिबिंब असतं – महान समाज महान कायदे करतात.

आणि त्यातलेही फार थोडे; कारण महान समाजात फारच थोड्या कायद्यांची गरज असते.

तरीही कायदे नसलेले समाज खरंच प्राथमिक अवस्थेतले अप्रगत समाज म्हणावे लागतील. तिथे 'बळी तो कानपिळी' हेच तत्त्व असेल. आपली कार्यक्षेत्रं निश्चित करणं, जे खरं असतं तेच सर्वांत वरचढ ठरतं – सत्यापुढे बळ किंवा दुर्बलता टिकू शकत नाही – हे दाखवण्यासाठीच कायदे असतात. वागण्याचे काही नियम घालून घेतल्याशिवाय सहजीवन कसं शक्य आहे?

जगात वागण्याचे नियम नसावेत, सहमती नसावी असं मला सुचवायचं नाहीये. या गोष्टी आणखी चांगल्या प्रकारे स्व-कल्याणाच्या असाव्यात असं मला म्हणायचं आहे.

तुमच्यातली सर्वांत ताकदवाली माणसं स्वत:चे अवैध हितसंबंध, गैरफायदे करून घेण्यासाठी जे बोलतात, त्यांचं जे म्हणणं असतं तेच तुमचे कायदे बनतात. तुमचे कायदे फक्त अशांचेच हितसंबंध जपत राहतात.

एकच उदाहरण घ्या – धूम्रपान.

आता पाहा, कायद्यानं तागाची किंवा अंबाडीसारख्या तंतू वनस्पतींची लागवड करण्यावर बंदी आहे. कारण ते तुमच्यासाठी हिताचं नाही, असं सरकार सांगतं.

पण तेच सरकार तशाच प्रकारच्या दुसऱ्या वनस्पतीची – तंबाखूची लागवड करायला परवानगी देतं. अर्थात ते तुमच्यासाठी चांगलं आहे म्हणून नव्हे. (वास्तविक सरकार स्वत:च ते वाईट आहे असं सांगतं.) तर बहुधा तुम्ही ती लागवड केलेलीच आहे असं गृहीत धरतं.

याचं खरं कारण म्हणजे पहिली तंतू वनस्पती कायद्यात बसत नाही आणि दुसरं म्हणजे तिचा आरोग्याशी काही संबंध नाही. त्यात फक्त आर्थिक गणित आहे. म्हणजेच सत्ता, शक्ती!

तुमच्या कायद्यांमध्ये समाजाचे स्वत:बद्दलचे विचार दिसत नाहीत. त्यात फक्त सत्तेचं प्रतिबिंब दिसतं.

हे योग्य नाही. विरोधाभास असलेल्या प्रसंगांबद्दलच तू बोलतोयस. पण बरेचदा परिस्थिती तशी नसते.

उलट आहे. बरेचदा असते.

मग त्यावर उपाय काय?

कायदे शक्य तितके कमी, मर्यादित हवेत.

पहिली तंतुधाग्याची वनस्पती लावू नये असं आरोग्यासाठी ठरवलं गेलं, हे झालं वरकरणी कारण. खरी गोष्ट वेगळीच आहे – बिडीसाठीची ही वनस्पती, ती तशी खरं व्यसन लागावी अशी नाही. दारू किंवा सिगारेटचं जसं व्यसन लागतं, माणूसच त्यांचा गुलाम होतो – या दोन्हींना कायद्याचं संरक्षण आहे. मग त्यांना परवानगी का नाही? कारण जर त्यांचं उत्पादन वाढलं, तर जगातले निम्मे अधिक कापूस उत्पादक, नायलॉन आणि रेऑनचे निर्माते आणि लाकडी वस्तू निर्माण करणारे, त्यांचे उद्योगधंदे बसतील.

ताग, तंतू वनस्पती या तुमच्या ग्रहावरची अत्यंत उपयोगी, बळकट, चिवट, दीर्घकाळ टिकणारी गोष्ट आहे. तुम्ही कापडासाठी त्याहून जास्त उत्तम धागे कशापासूनही मिळवू शकत नाही, दोरखंड तयार करण्यासाठी या वाखाशिवाय दुसरी बळकट वनस्पती नाही. कागदाचा लगदा तयार करण्यासाठी वाखापेक्षा जास्त जलद वाढणारी मोसमी वनस्पती दुसरी नाही. जगात जंगलतोड झाल्यानं किती भीषण समस्या उभ्या राहिल्या आहेत हे तुम्हाला 'संडे टाईम्स'मधून कळतं. गंमत म्हणजे 'संडे टाईम्स' हे वर्तमानपत्र छापायला कागदासाठी वृक्षतोडच केली जातेय. खरंच, सगळ्या स्रोतांना एक दशांश किमतीत त्यासाठीचे पर्याय मिळू शकतात.

ही विशिष्ट तंतू वनस्पती अत्यंत औषधी गुणधर्म असणारी आहे आणि नशिबानं तिची लागवड करायला परवानगीही आहे. पण त्यात तोटा होण्याची शक्यता आहे आणि म्हणूनच 'मारिजुआना'ची लागवड तुमच्या देशात अवैध आहे.

इलेक्ट्रिक गाड्या, सामान्यांना परवडेल अशी आरोग्य सेवा किंवा प्रत्येक घरात सौरऊर्जा पुरवायला तुम्हाला म्हणूनच तर इतका काळ घालवावा लागला. गेली बरीच वर्षं तुमच्याकडे या सगळ्या गोष्टींसाठी लागणारा पैसा आणि तंत्रज्ञान होतं. असं असताना तुम्ही ते का करू शकला नाहीत? यात तोटा कुणाचा झाला असता याचा विचार केलात की उत्तर सापडेल.

तुम्हाला ज्याचा एवढा अभिमान वाटतो, तोच हा महान समाज. 'सगळ्यांचं कल्याण' हा तुमचा 'ग्रेट' समाजाचा नारा असतो. जेव्हा कधी सामान्यांचं, सामुदायिक

हिताचा, कल्याणाचा विषय येतो, तेव्हा प्रत्येकाला कम्युनिझमची, साम्यवादाची आठवण येते. तुमच्या समाजात जर अनेकांचा फायदा देणाऱ्या गोष्टींत इतरांना फायदा नसेल, तर त्याकडे दुर्लक्ष होत नाही.

हे फक्त तुमच्याच देशात नव्हे, तर साऱ्या जगभरात असंच दिसतं. त्यामुळे अखिल मानवजातीसमोरचा मूळ प्रश्न हा आहे की, 'स्वत:च्या आनंदाला इतरांचं सुख हा पर्याय होऊ शकतो का?' जर 'हो' उत्तर असेल तर कसं?

अमेरिकेत तुम्ही कायद्याद्वारे सगळ्यांना सगळं चांगलं कसं मिळेल हे पाहिलं आहे; पण दुर्दैवाने त्यात अपयश आलं. तुमचा देश जगातला, या पृथ्वीवरचा सर्वांत श्रीमंत, सर्वांत मोठी महासत्ता आहे आणि सर्वांत जास्त बालमृत्यूचं प्रमाणही तिथेच आहे. का? कारण, गरीब माणसांना गरोदरपणात आणि बाळंतपणानंतरची गुणवत्तापूर्ण काळजी घेणं परवडत नाही आणि तुमचा समाज 'किफायतखोर' आहे. तुमचं अपयश सांगणारं एक उदाहरण वानगीदाखल देतो. जगातल्या इतर कुठल्याही औद्योगिक राष्ट्राच्या तुलनेत तुमच्या देशाचा बालमृत्यू-दर जास्त आहे; ही तुमच्या दृष्टीने चिंतेची बाब आहे. पण तुम्हाला तसं वाटत नाही. तुम्ही समाज म्हणून कुठल्या गोष्टीला प्राधान्य देता, हेच यावरून कळतं. इतर देश आजारी आणि गरजूंना, वृद्धांना आणि बालकांना मदत करतात, तर तुम्ही धनिक आणि पैसेवाल्यांना, उच्च पदस्थांना, सत्ताधीशांना मदत करता. अमेरिकेतले ८५ टक्के निवृत्त लोक गरिबीत जगतात. यातल्या अनेक वृद्ध अमेरिकनांचं उत्पन्न खूप कमी आहे. आपले 'फॅमिली डॉक्टर' म्हणून ते स्थानिक रुग्णालयांत आधार घेतात – तेसुद्धा अगदीच वाईट परिस्थिती येऊन गरज पडली तरच. तिथे त्यांना रोगप्रतिबंधात्मक कुठलीही सेवा मिळत नाही.

त्याचं असं आहे – या असल्या लोकांजवळ खर्च करायला पैसा नाही, मग त्यांच्या सेवेसाठी खर्च करण्यात काय फायदा?... ही माणसं टाकाऊ आहेत – निरुपयोगी आहेत.

आणि असा आहे तुमचा 'महान' समाज!

तू जरा जास्तच वाईट चित्र रंगवतोयस हं! तू असं म्हणतोयस, पण गरिबांसाठी आणि दुर्दैवी जनांसाठी अमेरिकेनं देशात आणि देशाबाहेरही जे काही केलं आहे, तसं जगात कुणीही केलेलं नाही.

अमेरिकेनं खूप काही केलंय हे तर अगदी उघड सत्य आहे; पण आपल्या एकूण उत्पादनाच्या तुलनेत अमेरिका इतर लहान राष्ट्रांपेक्षाही कमी प्रमाणात परदेशांना मदत करते, हे तुला माहीत आहे का? मुद्दा असा आहे की, 'अहो रूपम,

अहो ध्वनि' असं म्हणत स्वतःचीच प्रशंसा करण्याआधी तुम्ही सभोवतालचं जग बघा एकदा. म्हणजे 'नाही रे' लोकांसाठी आणखी चांगलं काय आणि कसं करता येईल ते तुमच्या लक्षात येईल.

वाया घालवणाऱ्या, घसरण लागलेल्या समाजात तुम्ही जगताय. तुमच्या मते, तुमची शहरं तुमच्या इंजिनिअर्सनी योजना आखून तयार केलीत. तुमच्या गाड्या तिप्पट महाग आहेत आणि टिकतात मात्र एकतृतीयांश काळ. कपडा दहादा घालून झाला की तो विरून जातो. तुमच्या खाण्याच्या पदार्थांत तुम्ही रसायनं टाकून ते जास्त टिकाऊ होतील असं बघता; जणू काही तुमचं आयुष्य त्या पदार्थांपेक्षा कमीच असेल! खेळाडूंनी लाजिरवाणा खेळ केला तरी तुम्ही त्यांना अति पाठिंबा देता, प्रोत्साहन देता आणि बड्या पगाराच्या नोकऱ्यासुद्धा! आणि दुसरीकडे जीवघेण्या रोगांवर संशोधन करणारे जे शास्त्रज्ञ, शिक्षक, मंत्री तुमचा जीव वाचावा म्हणून झटत असतात – ते मात्र पैशाला मोताद असतात. तुमच्या देशातल्या सुपरमार्केट्समधली हॉटेलं आणि घरांमध्ये रोज तुम्ही जेवढं अन्न वाया घालवता, त्या अन्नाने तर निम्म्या जगाचं पोट भरेल. अरे, निम्म्या जगाला पुरेल एवढं अन्न रोज तुम्ही फेकून देता!

अर्थात हा आरोप नाही, केवळ निरीक्षण आहे आणि तेसुद्धा एकट्या अमेरिकेचं नाही. अशी दूषित, घातक प्रवृत्ती म्हणजे जगाला लागलेलं ग्रहण आहे. जगभरातच हे संकट दिसतंय.

सगळीकडेच हे चित्र दिसतं की, गरिबांना फक्त जिवंत राहण्यासाठीसुद्धा लाचार व्हावं लागतं आणि तुटपुंज्या मिळकतीत कसंबसं आयुष्य कंठावं लागतं. याउलट रेशमी गाद्यागिरद्यांवर लोळणाऱ्या, पैशाची ददात नसल्यानं रोजच आपल्या स्नानगृहातल्या सोन्याच्या नळ जोडण्या-बदलणाऱ्या धनिकांसाठी मूठभर सत्ताधारी हात जोडून उभं राहून त्यांचं हरप्रकारे रक्षण करतात. हाडांच्या सापळ्यावर कातडी लटकणारी बाळं त्यांच्या रडणाऱ्या आयांच्या कुशीत प्राण सोडतात आणि त्यांच्या देशाचे 'नेते' राजकीय भ्रष्टाचारात गुंग असतात – गरिबांच्या तोंडापर्यंत ते घास पोहोचूच देत नाहीत – गरिबांसाठी कुणी अन्नदान केलं, तरी हे तथाकथित नेते आधी आपली पोटं आणि तुंबड्या भरून घेतात – गरिबांपर्यंत ते दान पोहोचूच देत नाहीत.

ही परिस्थिती बदलण्याची ताकद कुणातच दिसत नाही – खरं तर प्रश्न ताकदीचा नाही, इच्छेचा आहे. ही परिस्थिती बदलण्याची कुणाची इच्छाच नाही.

आणि हे असंच कायम चालत राहणार आहे, कारण कुणीच दुसऱ्याच्या दुःखाचा 'माझं दुःख' म्हणून विचार करत नाही.

ठीक आहे. पण आम्ही का असा विचार करत नाही? रोज एवढा भ्रष्टाचार आम्ही कसा पाहतो आणि होऊ देतो?

कारण तुम्हाला त्याची फिकीर नाही. यालाच बेफिकिरी म्हणतात. माणुसकी, माणूस म्हणून जाणीव नसणं ही तुमच्या एकूणच ग्रहावरची समस्या आहे. तुम्हाला खरंच एकमेकांची काळजी वाटते का हे तुम्ही मनाशी पक्कं ठरवायला हवं.

खरं तर हा प्रश्न विचारणं फारच दयनीय आहे; पण देवा, आम्ही आमच्याच कुटुंबातल्या माणसांवर प्रेम का करू शकत नाही रे?

तसं नाहीये. तुमचं तुमच्या कुटुंबीयांवर नक्कीच प्रेम असतं. पण 'कुटुंबा'ची तुमची व्याख्याच फार संकुचित आहे.

तुम्ही स्वत:ला 'मानवजाती'च्या कुटुंबाचा घटक मानत नाही आणि त्यामुळे मानवजातीचे प्रश्न तुमचे स्वत:चे होऊ शकत नाहीत.

पृथ्वीवरच्या माणसांनी जगाकडे बघायची दृष्टी कशी बदलावी?

तुम्हाला काय बदलायचं आहे, यावर ते अवलंबून आहे.

आम्ही माणसांची दु:ख, वेदना, यातना सोसणं कसं कमी करू, नष्ट करू?

तुमच्यातले सगळे भेदभाव नष्ट करून जगापुढे नवा आदर्श ठेवून नव्या कल्पनांच्या चौकटीत हा आदर्श ठेवून!

कोणती?

जगाकडे पाहण्याचा दृष्टिकोन शंभर टक्के बदला.

आत्ता आपण तुमच्या भूराजकीय जगाबद्दल बोलतोय. त्यात अनेक राष्ट्रं, राज्य समाविष्ट आहेत. यातलं राष्ट्र स्वतंत्र, स्वयंपूर्ण आणि प्रत्येकापासून वेगळं आहे.

या तुमच्या स्वतंत्र राष्ट्र-राज्यातल्या समस्या कमी-जास्त प्रमाणात तोवर एखाद्या संपूर्ण समाजाच्या मानल्या जात नाहीत – जोवर त्या समस्या त्या राष्ट्राच्या सर्वांत प्रबळ गटाच्या नसतात.

जर त्या मोठ्या गटातल्या कुणाचंच काही नुकसान होत नसेल, तर वैयक्तिकदृष्ट्या त्या राज्याची स्थिती अतिशय वाईट होते आणि त्याबद्दल कुणालाही फारशी फिकीर नसते.

दरवर्षी उपासमारीनं हजारो जण मृत्यूमुखी पडू शकतात, नागरी युद्धात शेकडो

हुतात्मा होऊ शकतात, जुलमी राजे छोट्या लढायांमधून लूटमार करू शकतात, दरोडेखोर आणि त्यांचे सशस्त्र साथीदार बलात्कार करू शकतात, लूटमार आणि खून करू शकतात, राज्यकर्ते सामान्य मानवी हक्कांवर गदा आणू शकतात आणि तुम्ही बाकीची जनता काहीही करू शकणार नाही. 'हा आमचा अंतर्गत मामला आहे' असं तुम्ही म्हणता.

पण जेव्हा तुमच्या मतलबाच्या गोष्टींना सुरुंग लागतो, तुमची गुंतवणूक, तुमची सुरक्षितता, तुमच्या जीवनाची गुणवत्ता पणाला लागते, तेव्हा तुम्ही तुमचं राष्ट्र संघटित करता आणि आपल्यामागे जगाचं पाठबळ असावं यासाठी प्रयत्न करता आणि भलभले जायला घाबरतील, तिथे जाऊन पोहोचता.

मग तुम्ही एक मोठ्ठं खोटं बोलता – तुम्ही जे काही करताय ते माणसाच्या कल्याणासाठीच, जगातल्या शोषित-पीडितांना मदत करण्यासाठी – पण तुम्ही फक्त स्वत:चे हितसंबंध जपत असता, हेच खरंय!

तुम्हाला ज्या गोष्टींत रस नसतो, त्या गोष्टींकडे तुम्ही लक्षच देत नाही हे याचाच तर पुरावा आहे.

जगातली राजकीय यंत्रणा स्वत:च्या हितसंबंधांतूनच निर्माण होते. यात नवीन ते काय?

जर तुम्हाला जग बदलायचं असेल, आपल्यालाही काही नवीन गोष्टींचा स्वीकार करावा लागेल. तुम्ही इतरांच्या आवडीच्या गोष्टी करताना त्या आपल्या स्वत:च्याच आहेत, असं मानून विचार करा. वैश्विक सत्याची पुनर्स्थापना करून त्यानुसार स्वत:ला वळवू बघाल, तरच हे होईल.

आणि तू – एकविश्व सत्तेबद्दल बोलतोयस?...

हो, बोलतोय.

११

दुसऱ्या पुस्तकात या पृथ्वीवरच्या भू-राजकीय प्रश्नांबद्दल बोलण्याचं तू मला आश्वासन दिलं आहेस. (मुळातच वैयक्तिक प्रश्नांबाबत पहिल्या पुस्तकात बोललो, त्याच्या अगदी उलट!) पण अजून तू या विषयाला सुरुवातही केली नाहीयेस असं मला वाटतं.

तुम्ही स्वत:चीच चेष्टा करायचं, स्वत:ला फसवायचं आता अगदी थांबवायला हवं. आता वेळ आली आहे ती जागं होण्याची, डोळे उघडे ठेवून एक गोष्ट लक्षात घेण्याची की, प्रेमाचा अभाव हीच मानवतेची एकमेव समस्या आहे.

प्रेम माणसात सहनशीलता निर्माण करतं आणि सहनशीलतेतून 'शांती'चं राज्य येतं. सहनशीलता, उदारता नसेल तर युद्धं पेटतात आणि अराजक निर्माण होतं.

प्रेम भेदभाव करत नाही. 'कसं' हे त्याला ठाऊक नसतं. संपूर्ण मानवजातीबद्दल प्रेम आणि आपुलकी, आत्मीयता निर्माण करण्याचा सर्वांत जलद मार्ग म्हणजे 'वसुधैव कुटुम्बकम्' – संपूर्ण मानवजात, सगळी माणसं माझेच कुटुंबीय आहेत, हे जग म्हणजे एक मोठं कुटुंब आहे' अशी भावना वाढीस लागणं.

तुम्ही स्वत:ला इतरांपासून वेगळा मानू नका म्हणजे हा एकात्मतेचा भाव लवकर रुजू लागेल. तुमच्या जगातल्या प्रत्येक राष्ट्रात हा भाव भिनायला हवा.

आमचं आहेच – 'युनायटेड नेशन्स' – संघराज्य!

जे शक्तिहीन आणि षंढ आहे. हे चित्र बदलण्यासाठी देशाची पुनर्रचना करायला हवी. हे अशक्य नाही, पण कदाचित अवघड आणि उगाच लादलेलं वाटेल.

ठीक आहे, मग तुझा काय प्रस्ताव आहे? कुठली योजना तू सुचवशील?

माझ्याकडे कुठला प्रस्ताव, योजना तयार नाही. मी फक्त माझी निरीक्षणं, माझ्या लक्षात आलेल्या गोष्टी सांगू शकतो. आपल्या या संवादात तुमच्या मनातल्या नव्या गोष्टी तू मला सांग आणि त्या प्रत्यक्षात आणण्यासाठीचे मार्ग मी तुला माझ्या निरीक्षणातून सुचवेन. मला सांग, जनता आणि राष्ट्र यांच्यातल्या सध्याच्या नात्याबद्दल तुझं मत, तुझी निवड काय असेल?

तुझेच शब्द वापरून सांगतो – मला विचारशील तर 'संपूर्ण मानवजातीसाठी प्रेम आणि आपलेपणाचं स्थान असेल' असा मार्ग मी निवडेन.

असं झालं तर, माझ्या मते त्यामुळे नवीन राजकीय संप्रेषणाचं युग येईल. त्यात जागतिक घडामोडींबद्दल प्रत्येक राष्ट्राला मत व्यक्त करण्याचा समान अधिकार आणि जगातल्या संसाधनात समप्रमाणात वाटा मिळेल.

असं घडणार नाही. ही 'आहे रे' माणसं त्यांचा एकाधिकार, संपत्ती आणि संसाधनं 'नाही रे' माणसांसाठी कधीच देऊ करणार नाहीत आणि तसाच युक्तिवाद करायचं म्हटलं तर – त्यांनी तरी तसं का करावं?

कारण ते त्यांच्या सर्वोत्तम कल्याणासाठी आहे; हितकर आहे.

पण ते त्यांना कळत नाही – मलाही कळतं की नाही, शंका आहे.

समज, तू दरवर्षी लाखो डॉलर्स कमवून राष्ट्रीय संपत्तीत भर टाकतोयस – तेच डॉलर्स तू भुकेलेल्यांच्या मुखात दोन घास भरवण्यासाठी, गरजूंना वस्त्रं पुरवण्यासाठी, गरिबांना छप्पर देण्यासाठी आणि सगळ्यांनाच चांगलं मानाचं आयुष्य मिळवून देण्यासाठी खर्च केलेस, तर ते तुझ्या राष्ट्राचं सर्वोच्च हित नसेल का?

हो, पण अमेरिकेत याची प्रतिक्रिया काय असेल ठाऊक आहे? अरे लोक म्हणतील, हे म्हणजे श्रीमंतांच्या आणि आयकर भरणाऱ्या मध्यमवर्गीयांच्या पदराला खार लावणं झालं – 'आयजीच्या जिवावर बायजी उदार!' दरम्यान देश रसातळाला जातोच आहे, देशाला गुन्हेगारीचा विळखा पडलेला आहे, लोकांच्या आयुष्यभराच्या बचतीला महागाईचा चूड लागतोय, बेकारीनं कळस गाठलाय, सरकार मोठं होतंय, विस्तार पावतंय आणि शाळांत ते गर्भनिरोधक – कंडोम्स वाटतायत!

तू अगदी रेडिओवर भाषण दिल्यासारखं बोलतोयस.

अरे, अनेकानेक अमेरिकनांच्या मनात हेच असेल.

याचा अर्थ ते स्वतःच्या पायापुरतं पाहताहेत. त्यांच्याकडे दूरदृष्टी नाही. लक्षात घ्या – लक्षावधी डॉलर्स दरवर्षाला म्हणजे लाखाच्या घरात डॉलर्स दरमहा, शेकडो डॉलर्स दर आठवड्याला आणि कल्पनाही केलेली नाही एवढी रक्कम रोज तुमच्या समाजाच्या व्यवस्थेत झिरपत जाते. पण ही रक्कम भुकेलेल्यांना जेवू घालायला, गरजूंना वस्त्रं द्यायला, बेघरांना आसरा द्यायला, ज्येष्ठ नागरिकांच्या सुरक्षेची काळजी घेऊन त्यांना आरोग्य सेवा पुरवायला आणि एकुणात सगळ्यांनाच सन्मानानं जगण्यासाठी खर्च झाली, तर गुन्हेगारी अस्तित्वातच राहणार नाही, असं नाही वाटत? रोजगाराच्या जास्त संधी निर्माण होतील – तुमची अर्थव्यवस्था सुधारेल, करण्यासारख्या जास्त गोष्टीच न उरल्यानं तुमच्या सरकारचा आकार आणखीनच आकसून जाईल.

यातल्या काही गोष्टी होऊ शकतील, पण सरकारचा आकार कमी होणार याची कल्पनाच करता येत नाही. पण हे हजारो-लाखो डॉलर्स येणार आहेत कुठून? तुमच्या नव्या विश्वशासनानं बसवलेल्या करांमधून? स्वतः कष्ट करणाऱ्या, कष्टकरी जनतेकडून वसूल करून जे स्वतःच्या पायांवर उभे राहू शकत नाहीत त्यांना 'बहाल' करण्यासाठी? तसंच सगळं सुरू ठेवण्यासाठी?

तू अशी कल्पना केली आहेस? तू असं चित्र उभं केलं आहेस?

तसं नाही, पण बऱ्याच माणसांच्या मनात असंच आहे – मी त्यांचाच दृष्टिकोन इथे मांडला.

ठीक आहे, मी त्याबद्दल नंतर बोलेन. आत्ता मला विषयांतर करायचं नाहीये, पण नंतर मात्र मला त्यावर बोलायचंय.

वा! फारच छान!

पण हे नवीन डॉलर्स कुठून येणार, असं तू मला विचारलंस. तुला सांगतो, नव्या जगातल्या समूहानं, कम्युनिटीनं लावलेल्या कुठल्याही नवीन करातून ते

येणार नाहीत. (अर्थात या नव-समाजाच्या सदस्यांना स्वतंत्र नागरिकांना विकसित, प्रगल्भ सरकारच्या नेतृत्वाखाली स्वत:च्या कमाईतले दहा टक्के डॉलर्स गरजूंना द्यावेसे वाटतील.) या डॉलर्ससाठी कुठलंही स्थानिक सरकार नवे कर लादणार नाही. खरं तर काही ठिकाणचं स्थानिक सरकार नक्कीच कर-कपात करण्याच्या क्षमतेचं असेल.

या सगळ्या गोष्टींमुळे तुमच्या जगाचा दृष्टिकोन बदलेल, तुमच्या राजकीय व्यवस्थेची गणितं पुन्हा वेगळ्या क्रमानं मांडली जातील हा मोठा फायदा होईल.

तो कसा?

संरक्षक यंत्रणा आणि आक्रमणासाठी शस्त्रास्त्रं निर्माण करावी लागणार नाही आणि त्या बचतीतून ते पैसे मिळू शकतील.

अच्छा... अच्छा... आता लक्षात आलं. तुला आमचं सैन्यदलच बंद करायचं आहे.

फक्त तुमचंच नाही. जगातल्या प्रत्येकाला असं वाटतंय.

पण सैन्यदल पूर्णपणे बरखास्त करायचं नाहीये, कमी करायचंय. अगदी लक्षणीय कपात करायचीय. देशांतर्गत कायदा आणि सुव्यवस्था एवढीच तुमची गरज असायला हवी. त्यासाठी तुम्ही स्थानिक पोलिसांचे अधिकार वाढवू शकता. काही गोष्टी करायचं तुमच्या मनात असतं, पण दरवर्षी बजेटच्या वेळी 'तरतूद करता येत नाही' म्हणून तुम्ही रडता. उलट तुम्ही युद्धासाठी शस्त्रास्त्रं खरेदी आणि युद्धाच्या इतर तयारीवरचा खर्च कमी करू शकता आणि संरक्षक आणि आक्रमक दोन्ही प्रकारचं मोठ्या प्रमाणावर होणारं नुकसान टाळू शकता.

देवा, पहिली गोष्ट म्हणजे या सगळ्या कपातीतून तू सांगतोयस ते बचतीचे आकडे जरा अतिरंजित वाटतात. दुसरं म्हणजे आपल्या संरक्षणाच्या क्षमतेची शस्त्रं टाकायला तू लोकांना पटवणं शक्य नाही, असं मला वाटतं.

आपण जरा ही आकडेवारी बघू या – आत्ता (आज २५ मार्च १९९४ या दिवशी आपण हे लिहितोय). जगातील सरकारं दरवर्षी सुमारे तीन अब्ज डॉलर्स सैनिकी कारणासाठी खर्च करतात, म्हणजे जगभरात दर मिनिटाला एक लाख डॉलर्स असे खर्च होतात.

हे असे डॉलर्स खर्च करण्यापेक्षा ते आधी सांगितलेल्या कामांसाठी वळवू शकता. आणखी पुढे जाऊन मी तर म्हणेन की, श्रीमंत राष्ट्रांना शक्य वाटत असेल, तर त्यांनी या गोष्टीला प्राधान्य द्यावं; पण श्रीमंत राष्ट्र स्वत:ला 'संरक्षणाशिवाय' कल्पू शकत नाहीस. कारण, त्यांचा हेवा करणाऱ्या राष्ट्रांकडून त्यांना नेहमीच आक्रमणाची आणि हल्ल्याची भीती वाटत असते.

या गोष्टी टाळायचे दोन मार्ग आहेत –

१) जगाच्या एकूण संपत्ती आणि संसाधनामध्ये योग्य तो वाटा उचलावा, म्हणजे इतर कुणालाच दुसऱ्याकडे असलेल्या गोष्टींची इच्छा आणि गरज वाटणार नाही आणि प्रत्येकालाच सन्मानानं जगता येईल. कुणालाच कशाचं भय राहणार नाही.

२) युद्धजन्य परिस्थिती उद्‌भवणारच नाही अशी काहीतरी योजना आखण्याचा संकल्प करावा.

या जगातील माणसं हे असं करण्याची शक्यता वाटत नाही.

त्यांनी ते आधीच केलंय.

काय? केलं आहे?

होय. अशा धर्तीचे राजकीय फतवे काढून हा फार मोठा प्रयोग करून बघितला जातोय. या प्रयोगाचं नाव आहे 'युनायटेड स्टेट्स ऑफ अमेरिका' – 'अमेरिकेची संयुक्त संस्थाने'.

दुर्दैवाने तो अयशस्वी ठरला.

होय, त्या दृष्टीनं यश मिळवायला अजून लांबचा पल्ला गाठायला हवा. (मी कबूल केल्याप्रमाणे नंतर याबद्दल बोलेन आणि याच्या विरोधातल्या प्रवृत्तींबद्दल) तरीही हा उत्तम प्रयोग आहे.

विन्स्टन चर्चिल यांनी म्हटल्याप्रमाणे 'लोकशाही ही सर्वांत वाईट यंत्रणा आहे. इतर सर्वांचा अपवाद वगळता.'

तुमच्याच देशानं प्रथम स्वतंत्र स्वायत्त राज्यं निर्माण केली आणि त्यांना एकाच धाग्यात यशस्वीरीत्या गुंफूनही ठेवलं – प्रत्येक राज्य केंद्रीय सत्तेशी बांधील असणारं.

त्या काळी कुठल्याच राज्याला तसं करायचं नव्हतं आणि आपलं अनमोल वैयक्तिक स्वातंत्र्य धोक्यात येईल की काय या भीतीनं त्यांनी या गोष्टीला कडाडून विरोध केला आणि असं संघराज्य कुणाच्याच हिताचं ठरणार नाही, असंही म्हटलं.

त्या काळी या स्वतंत्र राज्यांबाबत काय घडत होतं, हे जाणून घेणं म्हणजे एक वस्तुपाठ होता.

त्या राज्यांमधली परस्पर बांधिलकीची वीण घट्ट नव्हती, त्यामुळे ते खऱ्या अर्थी 'संघराज्य सरकार' नव्हतं. परिणामी ज्या तत्त्वांवर राज्यांनी संघराज्याला संमती दिली होती, ती तत्त्व अमलात आली नाहीत.

ही राज्यं स्वत:ची परकीय धोरणं राबवत होती. व्यापार आणि अन्य बाबींसंदर्भात ही राज्यं फ्रान्स, स्पेन, इंग्लंड आणि इतर देशांशी स्वतंत्र खासगी करार करत असत. राज्यं परस्परांशी व्यापार करत; पण काही राज्यं इतर राज्यांकडून येणाऱ्या जहाजातल्या मालावर भाडं आकारत – माल फक्त सागरी सीमा पार करून आला, म्हणून! व्यापाऱ्यांना पर्याय नसे – त्यांना जिथून आपला माल विकायचा किंवा विकत घ्यायला असेल, तर त्यांना बंदरावर पैसे भरावे लागत. वास्तविक पाहता अशा प्रकारे कर आकारण्यावर बंदी घालणारा लेखी करार झालेला होता; पण एखादी केंद्रीय अधिकारी यंत्रणा नसल्याने त्यांना कर भरावा लागे.

स्वतंत्र राज्यं आपसातही युद्ध करत. प्रत्येक राज्याचं स्वत:चं भू-सैन्यदल असे, नऊ राज्यांचं तर स्वत:चं नौदल होतं आणि 'आमच्या इथून व्यापार करू नका' हे जणू अधिकृत घोषवाक्यच या तथाकथित 'संघराज्या'तील प्रत्येक राज्याच्या कपाळावर लिहिलेलं होतं.

या एकूण राज्यांमधल्या निम्म्याहून जास्त राज्यांच्या स्वत:च्या टांकसाळीत चलनी नोटा छापल्या जात. ('संघराज्य' म्हणून हे बेकायदा ठरवणं मान्य झालं असलं तरीही!)

थोडक्यात म्हणजे तुमची मूळ राज्यं – भले ती 'संघराज्य' म्हणवून घेत होती, ती आजच्या स्वतंत्र राष्ट्रासारखंच वागत होती.

'चलन बाजारात आणण्याचा अधिकार फक्त काँग्रेसला राहील' हा आणि अशासारखे. करार प्रत्यक्षात अमलात आणले जात नव्हते हे या राज्यांना दिसत होतं. त्यामुळे स्वत:वर वचक ठेवणारी आणि हे करार सक्तीनं प्रत्यक्षात आणायला लावणारी कुठलीही केंद्रीय अधिकारी यंत्रणा अस्तित्वात येण्याला या राज्यांनी कडाडून विरोध केला.

दरम्यान काही प्रगतीशील नेत्यांनी आपला वरचष्मा ठेवायला सुरुवात केली. राज्यांनी स्वत:च्या हातचं सगळंच गमावण्यापेक्षा संघराज्यात स्वत:चं स्थान निर्माण करणं हे महत्त्वाचं आहे, हे पटवून दिलं.

वैयक्तिकरीत्या राज्यं यापुढे परस्परांच्या मालावर कर लादू शकणार नाहीत, त्यामुळे व्यापाऱ्यांनी पैसा वाचवावा आणि नफा वाढवावा असं त्यांनी सांगितलं.

सरकारनं निधी वाचवावा आणि तो जास्तीतजास्त लोकोपयोगी सेवा व उपक्रमांमध्ये लावावा; कारण तो राज्यांनी एकमेकांपासून रक्षण करण्यात खर्ची पाडण्यात काय अर्थ आहे?

एकमेकांशी लढण्याऐवजी राज्यांनी एकमेकांना सहकार्य केलं, तर सहकाराच्या बळावर सगळ्याच नागरिकांना जास्त सुरक्षा, समृद्धीचा लाभ होईल.

स्वत:चं वर्चस्व गमावणं तर दूरच पण प्रत्येकच राज्य स्वत: मोठं होत जाईल.

आणि असंच घडलं आहे.

जगातल्या १६० राष्ट्रांबाबत हेच घडू शकतं. या सगळ्या राष्ट्रांनी एकत्र येऊन 'संघराज्य' स्थापन केलं, तर मग काय – युद्धविराम! युद्धच संपून जातील.

कसं शक्य आहे? एवढं होऊनही काहीतरी धुसफुस होणारच.

जोवर माणसं बाह्य गोष्टींमध्ये गुंतलेली असतील, तोवर हे असं होणार हे खरं आहे. युद्ध संपवण्याचा एक खरा चांगला मार्ग आहे – अस्वस्थ करणारे सगळे अनुभव, अशांतता, सगळं संपू शकतं – पण हा मार्ग आध्यात्मिक मार्ग आहे. सध्या आपण भू-राजकीय मार्गाच्या शोधात आहोत.

खरं तर या दोन्ही गोष्टी एकमेकाला जोडणं हीच ती युक्ती आहे. आयुष्यात रोजचा अनुभव बदलायचा असेल, तर आध्यात्मिक सत्य व्यावहारिक जीवनात जगायला हवं. ते सत्य व्यवहारात उतरवायला हवं.

हा बदल घडत असतानाही काही मतभेद असतील. खरं आहे तुझं; पण म्हणून युद्धच व्हायला हवीत असं नाही. हत्याच घडायला हव्यात असं नाही.

कॅलिफोर्निया आणि ऑरेगॉन राज्यात पाण्याच्या हक्कावरून युद्ध पेटलंय का? मेरीलँड आणि व्हर्जिनिया यांच्या मासेमारीवरून लढाई होते? विस्कॉन्सिन आणि इलिनॉइस, ओहिओ आणि मॅसेच्युसेट्स एकमेकांच्या विरोधात उभे ठाकतात का?

नाही.

आणि का नाही? त्यांच्यात अनेक मतभेद, मतमतांतरं नाहीत का?

गेल्या अनेक वर्षांच्या अनुभवावरून मला तसं वाटतं.

तू यावर पैज लावू शकतोस. पण या राज्यांनी स्वयंस्फूर्तीनं – आपणहून काही गोष्टी मान्य केल्या आहेत – स्वयंस्फूर्त करार! आपल्यातल्या समान बाबींबद्दल विशिष्ट कायदे आणि परस्पर समझोते यांचं पालन करायचं, पण त्याचबरोबर आपली स्वायतत्ता टिकवण्यासाठी त्याच्याशी निगडित गोष्टींबाबत आपलं स्वातंत्र्य, स्वतंत्र अस्तित्व टिकवून धरायचं असा हा करार आहे.

आणि तरीही जर कधी या राज्यांमध्ये परस्पर मतभेद निर्माण झाले. केंद्रीय कायद्यांचा चुकीचा अर्थ लावण्यानं किंवा एखाद्यानं सरळ कायदेभंग करण्यानं संघर्षाची परिस्थिती निर्माण झाली, तर ते प्रकरण न्यायालयासमोर मांडलं जातं. या प्रकरणी तोडगा काढण्याचे अधिकार या राज्यांनी न्यायालयाला दिले आहेत.

आणि समजा सध्या अस्तित्वात असलेल्या कायदेमंडळानं न्यायालयामार्फत समाधानकारक तोडगा काढला नाही, तर संबंधित राज्य आणि त्यातल्या रहिवाशांना केंद्र सरकारकडे आपला प्रतिनिधी पाठवता येतो, जेणेकरून या परिस्थितीवर विचार करून समाधानकारक तोडगा किंवा योग्य समझोता काढायला सरकारला मदत होऊ शकते.

असं तुमच्या संघराज्याचं काम चालतं. तुमच्याकडे एक कायदेपद्धती आहे, कायद्यांचा अर्थ लावण्यासाठी तुम्ही एका यंत्रणेला अधिकार दिले आहेत, तुमच्या न्यायदानाला सैनिकी पाठबळ आहे – त्यामुळे गरज पडली तर न्यायालयाचे निर्णय अमलात आणायला तुम्ही सैनिकी बळाची मदत घेऊ शकता.

ही राजकीय पद्धत सुधारण्याची फारशी गरज कुणाला वाटली नसावी, कारण हीच पद्धत गेली दोनशे वर्षांहून जास्त काळ चालत आलीय.

हीच पद्धत राष्ट्र-राज्य या दरम्यानही चालेल, यात शंका वाटण्याचं काही कारण नाही.

हे जर इतकं सहजसोपं आहे, तर तसं का करून बघितलं नाहीये?

बघितलं आहे ना. तुमचं 'लीग ऑफ नेशन्स' हा आधीचा प्रयत्न होता आणि 'द युनायटेड नेशन्स' हा अगदी अलीकडचा प्रयत्न आहे.

अर्थात त्यातला एक फसला आणि दुसरा अगदी जेमतेम जमला. कारण अमेरिकेच्या मूळ संयुक्त संस्थानात तेरा राज्ये आहेत – हे राष्ट्र-राज्य सदस्य (विशेषत: सर्वांत जास्त बलशाली) यांना एका गोष्टीची भीती आहे – ती म्हणजे जर या संस्थानाचे पुनर्संघटन झालं, तर त्यांना काही मिळण्यापेक्षा त्यांना खूप काही गमवावं लागेल. या परिस्थितीला कारणीभूत आहे, ती सत्ताधाऱ्यांची वृत्ती. सत्ताधाऱ्यांना जनतेचं जीवन सुधारण्यापेक्षा आपली सत्ता टिकवून ठेवण्यातच रस आहे. आपली खुर्ची सांभाळण्याचीच त्यांना काळजी आहे. हे असलं जागतिक संघटन नक्कीच

‘आहे रे’ वर्गाऐवजी ‘नाही रे’ वर्गासाठी जास्त उत्पादन करणार. पण या सगळ्यात ‘आहे रे’ वर्गालाच झळ बसणार आहे, असं त्यांच्या मनानं घेतलं आहे... त्यामुळेच हा वर्ग काहीच सोडायला तयार नाही.

त्यांना भीती वाटणं बरोबर नाही का? शिवाय जे इतका काळ झगडून मिळवलंय ते टिकवून ठेवायला बघणंही चुकीचं आहे का?

पहिली गोष्ट म्हणजे आत्ता भुकेले, तहानलेले, बेघर असलेल्यांना, आपल्याकडे खूप आहे, म्हणून श्रीमंतांनी काही काढून देणं योग्यच मानायला हवं असं नाही.

मी आधीच दाखवून दिलंय की, तुम्ही १,०००,०००,०००,००० अमेरिकन डॉलर्स दरवर्षी जगभरावर सैनिकी कारणावर खर्च केले जाण्याऐवजी मानवीय कारणांसाठी खर्च करायला हवेत. म्हणजे कुठलाही अतिरिक्त खर्च न करता किंवा आत्ताच्या निधीची फेररचना न करता तुम्ही तुमचे प्रश्न सोडवू शकाल.

(अर्थात कुणी असंही म्हणेल, हे आंतरराष्ट्रीय कडबोळं – आंतरराष्ट्रीय सरमिसळ – ज्यांचा युद्धानं फायदा होतो आणि ज्यांचा युद्धात बाहुलं म्हणून उपयोग होतो, त्यांच्या पदरात काहीच पडत नाही. कारण त्यांचे कर्मचारी तसंच राष्ट्रीय जागृतीमुळे ज्यांच्याकडचं बरंच काही हुसकून घेण्यात आलंय. पण बहुधा तुमचा खजिना, तुमचं डबोलं वेगळ्या ठिकाणीच दिसतंय. एखाद्याला तुमच्या जगात जगण्यासाठी संघर्षच करावा लागत असेल, तर लक्षात घ्या तुमच्या जगात कायम शांतीचं राज्य येणं शक्य नाही. शांतीच्या राज्याला त्या संघर्षाचा विरोधच होणार.)

आता तुझ्या प्रश्नाचा उत्तरार्ध. तुम्ही इतके दिवस झगडून जे काही मिळवले, संघर्ष करून जे काही कमावलं आहे, ते टिकवून ठेवावं असं तुम्हाला वाटतं. मग ते तुमचं वैयक्तिक असो किंवा देशाचं – तुम्ही जर बाह्य जगाच्या जागृतीतून आला असाल, तर ते अयोग्य नाही.

अं काय?

बाह्य जगतातल्या अनुभवातूनच तुम्ही आयुष्यातला सर्वोच्च आनंद मिळवत असाल, तुमच्या स्वतःच्या बाहेरच्या स्थूल जगतातून. ते सुख अनुभवत असाल, तर स्वतःला सुखी करण्यासाठी एक व्यक्ती म्हणून आणि एक राष्ट्र म्हणून तुम्ही त्यातला तसूभरही गमवायला तयार होणार नाही.

आणि आपल्याला इथल्या ऐहिक गोष्टी न मिळाल्याने आपण दुःखी आहोत म्हणजे ऐहिक गोष्टींतल्या सुखापासून वंचित असण्याचा आपल्या दुःखाशी संबंध

आहे असं 'नाही रे' वर्गातल्या लोकांच्या लक्षात येईल, तेव्हा तेही या जाळ्यात अडकतील. तुमच्यापाशी जे आहे त्याची ते सतत मागणी करतील आणि तुम्ही त्यांना आपल्यात वाटेकरी होऊ देणार नाही.

म्हणून तर मी या आधी असं म्हटलं होतं की, युद्ध टाळण्याचा खरोखरच एक मार्ग आहे आणि असंतोष आणि अशांती, अस्वस्थतेचे अनुभव, प्रत्यय टाळण्याचाही एक मार्ग आहे – पण हा आध्यात्मिक उपाय आहे.

सरतेशेवटी प्रश्न कुठलाही असो – भूराजकीय तसंच प्रत्येक वैयक्तिक प्रश्न आध्यात्मिक पातळीवरच येऊन ठेपतो. तो आध्यात्मिकच होतो.

सगळं आयुष्यच आध्यात्मिक आहे आणि म्हणूनच आयुष्यातले सगळे प्रश्न त्यावरच आधारित असतात आणि त्याच आध्यात्मिकतेवर ते सोडवलेही जातात.

तुमच्या ग्रहावर युद्धं चक्क निर्माण केलेली आहेत; कारण कुणाजवळ तरी कुणाला हव्या असलेल्या गोष्टी असतात. त्यामुळे एखाद्याला काहीतरी असं करायचं असतं, जे त्याने करू नये असं दुसऱ्या एखाद्याला वाटत असतं.

इच्छांच्या जागा योग्य नसणं यातूनच संघर्षाचा जन्म होतो.

चुकीच्या इच्छांमधूनच संघर्ष निर्माण होतो. जगात एकच शांतता टिकून राहणारी, चिरंतन असते; ती म्हणजे आंतरिक शांती.

प्रत्येकानं आपल्या आतल्या शांततेचा शोध घ्यावा. असा शोध घेतला की, आपण कशाची मदत न घेता काहीही करू शकतो, असं तुमच्या लक्षात येईल.

म्हणजे बाहेरच्या जगातल्या कुठल्याही गोष्टींची तुम्हाला यापुढे गरज वाटत नाही, असा याचा अर्थ. 'गरज न वाटणं' हे फार मोठं स्वातंत्र्य आहे. त्यामुळे सर्वांत प्रथम तुम्ही भीतीपासून मुक्त होता. काहीतरी एखादी गोष्ट अशी आहे, जी आपल्याला मिळणार नाही ही भीती, आज आपल्याजवळ असणारी एखादी गोष्ट उद्या आपण गमावणार तर नाही ना ही भीती आणि एखादी विशिष्ट गोष्ट मिळाल्याशिवाय आपण सुखी, आनंदी होणार नाही, ही भीती.

दुसरी गोष्ट – 'गरज नाही' ही अवस्था तुम्हाला 'रागा'पासून, 'संतापा'पासून मुक्त करते. राग हे भीतीचं व्यक्त रूप – प्रकटीकरण आहे. तुम्हाला कशाचीही भीती नसेल, तर तुम्हाला रागाचंही कारण उरणार नाही.

हवी असलेली गोष्ट मिळाली नाही, मनासारखं काही झालं नाही, तरी तुम्ही चिडणार नाही. कारण ती गोष्ट तुम्हाला 'हवी' असलेली होती, गरजेची नव्हती – 'गरज' नव्हती. त्यामुळे ती न मिळण्याच्या भीतीशी तुमचा संबंधच नाही. अर्थात 'राग नाही' – 'नो ॲन्गर'.

इतर लोक तुम्हाला हवं तसं, तुमच्या मनासारखे वागले, तरी तुम्हाला राग येत नाही. कारण त्यांनी तसंच विशिष्ट पद्धतीनं वागावं ही तुमची गरजच नसते.

त्यामुळे 'नो ॲन्गर!'

एखादा चांगलं वागला नाही, तरी तुम्ही त्याच्यावर रागावत नाही. कारण त्यानं चांगलं वागणं ही तुमची गरज नसते. एखादा तुमच्यावर प्रेम करत नसेल, तुमच्याशी प्रेमानं वागत नसेल, तरी तुम्ही त्याचा राग-राग करणार नाही. कारण त्यानं प्रेम करणं ही तुमची गरजच नसते. एखादी व्यक्ती तुमच्याशी दुष्टपणानं किंवा तुमच्या मनाला लागेल, तुम्ही दुखावले जाल असं वागत असेल, तरी त्या व्यक्तीनं तुमच्याशी तसं वागू नये ही तुमची गरज नसल्यानं तुम्हाला राग येणार नाही आणि त्या व्यक्तीच्या अशा वागण्यानं तुम्ही दुखावले जाणार नाही, याबद्दल तुम्हाला शंकाच नसेल.

इतकंच काय पण एखाद्यानं तुमचा जीव घ्यायचा प्रयत्न केला, तरी तुम्हाला राग येणार नाही. कारण आता तुम्हाला मृत्यूची भीती नाही. तुम्ही मरणाला भीत नाही.

एकदा का तुमच्यातली भीती काढून टाकली की, मग तुमच्यापासून काहीही हिरावून घेतलं तरी तुम्ही रागावणार नाही.,

'आपण निर्माण केलेली प्रत्येक गोष्ट आपण पुन्हा निर्माण करू शकतो' किंवा खरं तर 'असल्या गोष्टींनी काहीही फरक पडत नाही' असं तुम्हाला आतून वाटत असतं. तुम्हाला या गोष्टीची आतूनच जाणीव असते. तुमचा आतला आवाज तुम्हाला हेच सांगत असतो.

जेव्हा तुम्हाला ही आंतरिक शांती मिळते, तेव्हा एखादी व्यक्ती असली काय किंवा नसली काय, स्थळ-काळ-वेळ, परिस्थिती, अवस्था, घटना, प्रसंग या कशाचाही परिणाम तुमच्या मनाच्या स्थितीवर होत नाही. माणूस म्हणून तुमच्या अस्तित्वावर असल्या कुठल्याही बाह्य स्थिती-व्यक्तीचा परिणाम होत नाही.

हो, पण म्हणजे तुम्ही सगळ्याच शारीरिक गोष्टी नाकारता – असा याचा अर्थ नाही. उलट तुम्ही सर्व शारीरिक कृती आणि त्यातला आनंद पूर्वीपेक्षा कैक पटींनी जास्त प्रमाणात अनुभवू शकता.

मात्र शारीरिक गोष्टीतली तुमची गुंतवणूक ऐच्छिक असेल, बंधनकारक नाही. शारीरिक कृतीतून आनंद घ्यायचा की नाही, हे तुमच्या इच्छेवर अवलंबून असेल. या कृतीतले अनुभव तुम्ही घ्याल, कारण तुम्ही स्वत: तशी निवड केलेली आहे म्हणून! या कृतीतून आपल्या आनंद मिळवायलाच हवा म्हणून किंवा दुःखाचं समर्थन म्हणून; या कृती करायची तुम्हाला गरज आहे म्हणून नव्हे.

शांतीचा शोध आपल्या आतच घेणं – हा एक साधा सोपा बदल करून पाहा. तुमच्यातले सगळे संघर्ष, युद्ध, संपतील – मतभेद लयाला जातील, अन्याय होणार नाही आणि संपूर्ण जगात चिरंतन शांती नांदेल.

याहून दुसऱ्या कुठल्याच गोष्टीची गरज नाही – शक्यता नाही. जागतिक शांतता ही वैयक्तिक गोष्ट आहे, खासगी बाब आहे!

यासाठी फक्त एवढंच करा – परिस्थिती नव्हे, तर जाणीव बदला. मग पाहा!

अरे, पण पोटात भुकेचा डोंब असेल तर कुठली आलीय आंतरिक शांती? माणूस तहानेनं व्याकुळ असेल, तर शांत राहणं कसं शक्य आहे? डोक्यावर छप्पर नाही – ऊन, वारा, पाऊस, पाणी, थंडी सोसावी लागत असताना शांत कसं राहता येईल? आपल्या प्रियजनांचा विनाकारण मृत्यू ओढावलेला पाहूनही संताप टाळणं कसं शक्य आहे?

तुझं सगळं बोलणं किती काव्यात्मक आहे, पण कविता-काव्य व्यावहारिक असतं का? ते व्यवहार पाळतं का? पावाच्या एका तुकड्यासाठी तडफडून डोळ्यांदेखत मरणारं आपलं लेकरू पाहणाऱ्या इथिओपिअन आईला तू काय सांगशील? आपलं गाव ताब्यात घेणाऱ्या लष्कराला थोपवून विरोध करणाऱ्या मध्य अमेरिकेतल्या एखाद्या गावकऱ्याच्या शरीराची बंदुकीच्या गोळ्यांनी चाळण केली जाते – त्या गावकऱ्याला तू काय सांगशील? ब्रुकलिनमध्ये ज्या बाईवर आठदा सामूहिक बलात्कार केला गेलाय, त्या बाईला तुझ्या काव्यातून काय सांगशील? तुझं काव्य तिला समजून घेईल? आयर्लंडमध्ये रविवारी सकाळच्या प्रार्थनेच्या वेळी अतिरेक्यांनी केलेल्या बॉम्बस्फोटात ज्या सहा जणांचं कुटुंब बळी पडलं, त्या कुटुंबाला तुझ्या काव्यानं काय मिळणार आहे?

छे! हे ऐकायलाही नको वाटतंय – पण तुला सांगतो, प्रत्येक गोष्टीत नेमकेपणा आहे. त्या नेमकेपणाचा, अचूकतेचा शोध घ्यायला हवा. हाच तो मी म्हणतो तो जाणिवेतला बदल.

कशाची गरज नाही. प्रत्येक गोष्टीची 'इच्छा' आहे. दोन्हीतलं कुठलं पारडं जड आहे ते बघा, निवडा.

स्वतःच्या भावना ओळखा, स्वतःला काय वाटतंय ते बघा. तुमच्या रडण्यावर रडा. हसण्यावर हसा. स्वतःच्या सत्याचा मान ठेवा. सगळ्या भावना सरल्या की, स्थिरसाक्षी व्हा आणि 'मी देव आहे' हे जाणा.

दुसऱ्या शब्दांत सांगायचं, तर आत्यंतिक दुःखाच्या प्रसंगीही त्या प्रसंगाची एकूण प्रक्रिया, कार्यकारण भाव पाहा. तुम्ही जरी छातीत गोळ्या झाडून गतप्राण झाला असाल किंवा तुमच्यावर सामूहिक बलात्कार झाला असेल, तरी त्याचा कार्यकारणभाव लक्षात घ्या.

आता करायची म्हटलं, तर ही अगदी अशक्य कोटीतली गोष्ट वाटेल; पण

तुम्ही तो क्षण काय, कसा अनुभवता यावर हे अवलंबून आहे.

आत्यंतिक दु:खाच्या प्रसंगी मन शांत ठेवणं आणि आत्म्यापर्यंत पोहोचणं हे आव्हान असतं.

तुमचं त्यावर नियंत्रण नसल्यानं तुम्ही ते आपोआप करता. पुलावरून अचानक सुसाट गाडी नेणाऱ्या एखाद्या माणसाशी तुम्ही कधी बोलला आहात? किंवा एखाद्याला स्वत:च तोफेच्या तोंडी जाताना बघितलंय? किंवा जवळपास बुडताना? त्यांच्यावर ही वेळ कशी ओढवली आणि त्यातून त्यांनी कसा शांतपणे मार्ग काढला, हे ते नेहमीच सांगतील, 'आम्हाला कशाचीही कधीही भीती नव्हती' असंही पुढे जाऊन सांगतील.

'भिऊ नकोस, मी तुझ्या पाठीशी आहे' असंच काव्य दु:खी माणसाला सांगते. तुमच्या दु:खाच्या काळात मीच तुम्हाला आशेचा किरण आहे. तुमच्या धडपडीच्या, संघर्षाच्या, अडचणीच्या काळात मीच तुमचं बळ, प्रेरणा असेन. तेव्हा विश्वास ठेवा! श्रद्धा असू द्या! कारण मी तुमचा मार्गदर्शक आहे. मी तुम्हाला हिरव्यागार कुरणात आडवं व्हायला सांगेन, नदीकाठी मी तुम्हाला मार्गदर्शन करेन.

मी तुमच्या आत्म्याचं रक्षण करेन आणि माझ्याकडे येण्याचा नेमका मार्ग तुम्हाला दाखवेन.

आणि हो, तुम्ही जरी मरणाच्या खाईच्या सावलीतून, मृत्यूच्या भीतीच्या सावटात राहिलात, तरी तुम्ही कुठल्याच सैतानाला घाबरणार नाही. कारण मी तुमच्याबरोबर आहे. माझी 'देवाची काठी' आणि माझी माणसं तुम्हाला दिलासा देतील.

तुमच्या शत्रूच्या समोरच मी तुमच्यासाठी तयारी करून ठेवतोय. मी तुझ्या डोक्याला छान तेलानं मालिश करून देतो – तुझा सगळा ताण, थकवा पळून जाईल.

चांगुलपणा आणि दयाभाव, करुणा आयुष्यभर तुला नक्कीच साथ देतील आणि तू माझ्या घरात राहू शकशील – आणि माझ्या हृदयात – कायमचा!

१२

वा! मस्त! तू जे काही बोललास ते फारच छान वाटलं. सगळ्या जगानं ते समजून घेतलं तर किती बरं होईल! सगळ्या जगानं तुझं हे म्हणणं लक्षात घेऊन त्याच्यावर विश्वास ठेवायला हवा.

त्यासाठी या पुस्तकाची मदत होईल. तूही मदत करतो आहेस म्हणजे या कामात तुझी भूमिका निभावतो आहेस – संघटित जाणीव जागृती निर्माण करण्याच्या कामात तू तुझा वाटा उचलला आहेस. हे असं सगळ्यांनीच करायला हवं.

नक्कीच!

आता आपण नव्या विषयाकडे वळूया का? सगळ्यांनी न्यायबुद्धीनं वागायला हवं, असं तू मघाशी म्हणालास, त्याच संदर्भात आपण बोलणं महत्त्वाचं आहे असं मला वाटतं.

या बाबतीत अनेकांचा विशिष्ट दृष्टिकोन दिसतो तो असा – 'गरिबांना आत्तापर्यंत पुरेसं देऊन झालंय. त्यामुळे श्रीमंतांवरचा कराचा बोजा कमी करायला हवा. त्यांना 'पेनल्टी' द्यायला लावू नये, म्हणजे त्यांनी जास्तीतजास्त कष्ट करायचे, हवं ते मिळवायचं, तेसुद्धा या गरिबांना पुरवण्यासाठी!

गरीब हे गरीब असतात. कारण मुळात त्यांनाच तसं गरीब राहायचं असतं, असं या लोकांना खातरीनं वाटतं. कितीतरी गरीब स्वत:ला त्या खातेऱ्यातून बाहेर काढायचा प्रयत्नच करत नाहीत. स्वत:ची जबाबदारी ओळखून काम करण्यापेक्षा ही माणसं सरकारी मदतीवरच मदार टाकून बसतात – अवलंबून राहतात.

संपत्तीचं पुनर्वितरण, वाटणी करणं हे समाजवादी दुष्कृत्य आहे, पाप आहे, यावर अनेकांचा विश्वास आहे. यासाठी ते कम्युनिस्ट जाहीरनाम्याचा दाखला देतात – 'प्रत्येकाच्या क्षमतेनुसार ते प्रत्येकाच्या गरजेपर्यंत' – प्रत्येकाच्या प्रयत्नातून माणसाच्या प्राथमिक योग्यतेच्या कल्पनेचं मूळ इथेच आहे असं त्यांना वाटतं.

'प्रत्येकानं स्वत:पुरतं पाहावं' यावर त्यांचा विश्वास आहे. ही संकल्पना अतिशय भावनाशून्य आणि 'थंड' डोक्याची आहे, असं या माणसांना सांगतात. 'संधी कुठलाही भेदभाव न करता प्रत्येकाचंच दार ठोठावते,' या वचनाचा ते आधार घेतात आणि तिचा फायदा करून घेणं त्या-त्या व्यक्तीवर अवलंबून असतं – संधीचा उपयोग न करणं हा त्या माणसाचा दोष आहे, असं म्हणतात.

कृतघ्नतेतून हे उद्दाम विधान करतोय, असं तुला वाटतंय.

हो, पण तुला काय वाटतं?

या संदर्भात मी काही निर्णय देऊ शकत नाही. हे फक्त एक साधं विधान आहे. या किंवा दुसऱ्या एखाद्या विचाराशी याचा काही संबंध आहे का हाच प्रश्न आहे. ते धरून ठेवण्यासाठी तुम्हाला त्याचा काही उपयोग आहे का? – तुम्ही कोण आहात आणि तुम्हाला काय व्हायचं आहे, या संदर्भात तो तुम्हाला उपयोगी ठरू शकतो का हे पाहा.

हाच प्रश्न जगातल्या सगळ्यांनी विचारायला हवा. माझं निरीक्षण असं आहे – अशी कितीतरी माणसं आहेत, की जी प्रतिकूल परिस्थितीत जन्माला आली आहेत. पाहिलं तर हे खरं आहे.

उच्च तात्त्विक दृष्टीनं बघितलं तर कुणीच 'प्रतिकूल परिस्थिती'त जन्माला येत नाही, हेही खरं आहे. कारण प्रत्येक आत्मा त्याला अपेक्षित गोष्टी तडीला नेण्यासाठी स्वत:साठी योग्य ती माणसं, घटना आणि परिस्थिती निर्माण करतो.

तुम्ही प्रत्येक गोष्ट निवडता – तुमचे पालक, तुमची जन्मभूमी, तुमच्या पुनर्प्रवेशाच्या सर्व सभोवतालची परिस्थिती – सगळं काही तुम्ही निवडता.

अगदी तसंच आयुष्यात दररोज वेळोवेळी तुमची ही 'निवडणूक' निवडणं चालूच असतं. तुम्ही माणसं, घटना आणि परिस्थिती अशा तऱ्हेनं आखता की, जी तुम्हाला थेट, योग्य संधी आणून देईल – जणू आपण खरंच कोण आहोत हे जाणून घेण्यासाठी याच मनपसंत संधीच्या तुम्ही शोधात होतात.

दुसऱ्या शब्दांत सांगायचं तर आत्म्याला जे काही मिळवायचं असतं, त्यादृष्टीनं कुठलाही आत्मा प्रतिकूल परिस्थितीत नसतो. म्हणजे बघा, अपंग शरीराबरोबर काम करावं असं आत्म्याला वाटू शकतं किंवा शोषित समाजात किंवा कुणाच्या तरी मोठ्या राजकीय किंवा आर्थिक छायाछत्रात राहू इच्छितो, जेणेकरून स्वत:ला पाहिजे ते आत्मा मिळवू शकतो!

त्यामुळे शारीरिकदृष्ट्या वरकरणी पाहता माणसं प्रतिकूल परिस्थितीत असलेली तुम्हाला

दिसतील, पण तात्त्विकदृष्ट्या त्यांच्यासाठी हीच खरी तर योग्य परिस्थिती असते.

पण व्यावहारिक पातळीवर याचा आपण काय अर्थ घ्यायचा? आम्ही या 'प्रतिकूल' परिस्थितीत असलेल्यांना मदत करायची, की 'खरं तर ही त्यांना हवी असलेलीच परिस्थिती आहे' असं म्हणून 'त्यांच्या कर्माची फळं त्यांना भोगू दे' या दृष्टीनं त्यांच्याकडे बघायचं?

हा खूपच चांगला आणि महत्त्वाचा प्रश्न विचारलास. सगळ्यात आधी हे लक्षात ठेव की, तू विचार करतोस ती प्रत्येक गोष्ट, तुझं म्हणणं – तुझं मत आणि तुझी कृती – हे सगळं तू स्वतःबाबत ठरवलेल्या गोष्टींचं प्रतिबिंब आहे (तू कोण आहेस हे सांगणारं). तुझी प्रत्येक कृती तुला कोण व्हायचं आहे, हे दाखवते. मी पुनःपुन्हा त्याच मुद्द्यावर येतोय, कारण इथे तू फक्त हेच करतोयस – तेवढ्यासाठीच तू आलायस. याहून इथे वेगळं असं काही घडत नाहीये. आत्म्यासमोर दुसरा काही कार्यक्रम – अजेंडाच नाहीये. 'आपण खरंच कोण आहोत' याचा अनुभव घ्यायचा आणि तसंच निर्माण करायचं यासाठी तर तुझे प्रयत्न आहेत. तू वर्तमानात प्रत्येक क्षणी नवा होतोस, स्वतःला हरक्षणी नवं करतोयस.

आता या संदर्भात समजा, तुला आयुष्यात तुझ्या दृष्टीनं प्रतिकूल, विरोधातला वाटणारा माणूस भेटला, तर तू स्वतःला पहिला प्रश्न विचारायला पाहिजेस की, 'मी कोण आहे आणि या माणसाच्या नातेसंबंधांत मी काय व्हायचं ठरवलंय?'

याचाच अर्थ असा की, तुम्ही कुठल्याही परिस्थितीला सामोरं जाल, तेव्हा 'मला इथे काय हवं आहे' हा प्रश्न नेहमी स्वतःला विचारायला हवा.

ऐकतोयस ना मी काय म्हटलं ते? नेहमी तुझा पहिला प्रश्न हाच असायला हवा, 'मला काय हवंय?' इतरांना इथे काय हवंय? – हा तुझा प्रश्न नाही.

मानवी नातेसंबंध वाढवताना काय करावं याबद्दल आजपर्यंत मला इतकी चांगली अंतर्दृष्टी मिळाली नव्हती. आजवर मी जे काही शिकलो होतो, ते सगळं यामुळे धुवून निघालं.

खरं आहे, पण तुझ्या नातेसंबंधांत फार गुंतागुंत होऊन जाते; कारण दुसऱ्यांना काय हवंय, त्यांना काय वाटतं याचाच तू विचार करतोस. तुला खरंच मनापासून काय वाटतं हे तू बघतच नाहीस. मग ते इतरांना द्यायचं की नाही हे तुला ठरवायचं असतं. ते तू असं ठरवतोस – त्यांच्याकडून आपल्याला काय मिळू शकतं यावर तू एक नजर टाकतोस. त्यांच्याकडून तुला काहीच मिळण्यासारखं नाही, असं तुझ्या लक्षात आलं की, त्यांना हवं ते काहीतरी देण्यासाठीचं पहिलं कारण गळतं आणि

तुम्ही फारच क्वचित काही करता. याउलट त्यांच्याकडून तुम्हाला हवं असलेलं काहीतरी मिळेल किंवा मिळू शकेल असं तुमच्या लक्षात आलं तर स्वतःचं अस्तित्व टिकवण्याची वृत्ती उचल खाते आणि तुम्ही त्यांना जे हवं ते देण्याचा प्रयत्न करता.

जर समोरची व्यक्ती शेवटपर्यंत तुमच्या मनासारखी गोष्ट करायला तयार नसेल, तर तुम्ही तसं परत कराल.

या देवाणघेवाणीच्या खेळात तुमच्या पदरात नाजूक शिल्लक उरते. तुम्ही माझ्या गरजा पूर्ण करता आणि मी तुमच्या गरजा भागवतो.

अर्थात माणसाच्या, तसंच राष्ट्रा-राष्ट्रातल्या आणि वैयक्तिक, सर्व नातेसंबंधाच्या हेतूचा याच्याशी संबंध नसतो. प्रत्येक व्यक्ती, स्थळ किंवा वस्तू या तुमची इच्छा आहेत की गरज हे तपासणं हा तुमचा धार्मिक नातेसंबंधाचा हेतू नसतो किंवा त्यांना काय हवंय आणि गरज काय आहे यापेक्षा आपल्या विकासासाठी, आपल्याला जे व्हायचं आहे, त्यादृष्टीनं आपली गरज आणि इच्छा काय आहे याचाही विचार करण्याचा आग्रह नाही.

म्हणून तर मी इतर गोष्टींशी नातं निर्माण केलं. ते नसंत तर एकदा तुम्ही आतल्या पूर्णत्वात आलात की, तुम्ही त्याच पोकळीत राहायला लागला असतात.

त्या पूर्णत्वात जरी तुम्ही असलात, तरी तुम्हाला विशेषत्वानं त्याच्या जाणिवेचा अनुभव घेता येत नाही. कारण त्या पूर्णत्वात शून्यत्व असतं.

म्हणून 'मी कोण आहे' याचा स्वानुभव आणि नवनिर्मितीच्या मार्गाचं एक साधन मी तयार केलं. त्यासाठी मी तुम्हाला या गोष्टी दिल्या –

१. सापेक्षता – या पद्धतीत तुम्ही दुसऱ्या एखाद्या गोष्टीच्या संदर्भात अस्तित्वात असता.

२. विस्मरण – या प्रक्रियेत तुम्ही आपखुशीनं विस्मरणाला शरण जाता. त्यामुळे सापेक्षता ही एक केवळ युक्ती आहे आणि तुम्ही ते पूर्णत्व आहात हे तुमच्या लक्षात येत नाही.

३. विवेकबुद्धी / जाणीव जागृती – या अवस्थेत तुम्ही पूर्ण जागृतावस्था येईपर्यंत प्रगती करता. त्यानंतर सत्याप्रत जाऊन साक्षात देवत्व प्राप्त करता. स्वतःची सत्यं निर्माण करून त्यांचा अनुभव घेता. त्या सत्यांचा विस्तार करून त्यांना प्रत्यक्षात उतरवता. तुमच्या जाणीव, जागृतींची क्षितिजं नव्या मर्यादांपर्यंत विस्तारतात आणि मग सत्य, वास्तवही बदलतं, नव्यानं निर्माण होतं, क्षितिजांना नव्या मर्यादा प्राप्त होतात किंवा त्यांना मर्यादा नाहीत, असंही आपण म्हणू शकतो.

या परिक्षेत्रात जाणीव जागृती हीच सर्वस्व असते. जाणीव जागृती – जिची तुम्हाला खरचंच जाणीव असते, ती संपूर्ण सत्याचा आणि पर्यायानं खऱ्या अध्यात्मिकतेचा

पाया आहे.

पण या सगळ्याला काय अर्थ आहे? पहिली गोष्ट म्हणजे 'आम्ही कोण आहोत' हे तू आम्हाला विसरायला लावलं आहेस, त्यामागे 'आम्ही कोण आहोत' याचं स्मरण व्हावं हा तुझा उद्देश आहे का?

अगदी तसंच काही नाही. पण 'आपण कोण आहोत' आणि 'आपल्याला कोण व्हायचं आहे' याचं चित्र तुम्ही निर्माण करावं असं मला वाटतं. 'देव' म्हणून ही देवाची कृती आहे. तुमच्या माध्यमातून हे माझं अस्तित्व आहे.

हे सगळ्या आयुष्याचं गमक आहे. 'मी कोण आणि काय आहे' याचा तुमच्या माध्यमातून मी अनुभव घेतो.

तुमच्याशिवाय तुम्ही नसता तरी मला हे कळलं असतं, पण तो अनुभव घेता आला नसता. एखादी गोष्ट कळणं आणि त्या गोष्टीचा अनुभव घेणं, ती गोष्ट अनुभवणं या दोन वेगळ्या गोष्टी आहेत. मी नेहमीच अनुभवाचीच निवड करेन.

अर्थातच मी तशी निवड करतो. तुमच्या माध्यमातून.

इथे आपला मूळ प्रश्न आपण विसरतोय असं मला वाटतं.

देवाला एखाद्या विषयाला बांधून ठेवणं अवघड आहे. मी तसा विस्तार पावणारा आहे. पसरत जाणारा आहे, अडकून पडणारा नाही.

बरं चल, आपण मागे जाता येतंय का बघू या. अरे हो, कमनशिबी लोकांबाबत काय करता येईल – त्या लोकांशी तुमचं काय नातं आहे – तुमचा त्यांच्याशी काय संबंध आहे हे सर्वांत प्रथम ठरवा.

दुसरं म्हणजे जर तुम्हाला मूर्तिमंत मदत, प्रेम, करुणा, काळजी व्हायचं असेल, तर तुम्ही या गोष्टी सगळ्यात उत्तम पद्धतीनं कशा करू शकाल याचा विचार करा.

आणि हे सगळं करताना इतर काय आणि कसं वागतात याच्याशी तुम्हाला काहीही देणं-घेणं नाही, हे अगदी लक्षात घ्या.

काही वेळा एखाद्याला मदत करण्याचा आणि त्याच्यावर प्रेम करण्याचा सर्वोत्तम मार्ग म्हणजे त्याला एकटं सोडणं आणि त्याला स्वत:च्या पायावर उभं करणं, स्वावलंबी बनवणं.

हे म्हणजे जणू मिष्टान्न! आयुष्य हे निरनिराळ्या पदार्थांनी भरलेलं ताट आहे आणि तुम्ही त्या लोकांना स्वावलंबी बनवून मदत करू शकता.

तुम्हाला एखाद्याला सर्वांत मोठी मदत करावयाची असेल, तर त्यासाठीचा

सर्वोत्तम मार्ग लक्षात ठेवा – त्या व्यक्तींना जागृत करा आणि 'ते खरंच कोण आहेत' याचे त्यांना स्मरण करून द्या. हे करण्याचे अनेक मार्ग आहेत. म्हणजे बघा – काही वेळा अगदी क्षुल्लक वाटेल अशी मदत करणं, कधी त्यांना पुढे ढकलणं, ढोसून पुढे नेणं... तर कधी त्यांना स्वतःच्या पायांनी पळायला लावणं – स्वतःच प्रयत्न करायला लावणं, स्वतःची वाट शोधायला लावणं – त्यात तुम्ही मध्ये हस्तक्षेप करू नये – (सगळे पालक रोजच तसं करतात.)

या कमनशिबी माणसांचं मन पालटणं, त्याचं मन बदलणं, त्यांना स्वतःबद्दलच्या नव्या कल्पनांची जाणीव करून देणं – ही संधी तुम्ही घेऊ शकता.

आणि तुम्हीसुद्धा – त्यांच्याबद्दलच्या तुमच्या मनातल्या धारणा बदला. कारण तुम्ही, ही माणसं कमनशिबी आहेत असं म्हणायला लागलात की, ती सुद्धा तेच धरून बसतील.

जीझस सगळ्यांना त्यांच्या-त्यांच्या मूळ रूपात बघायचे, हीच तर त्यांची सर्वांत मोठी देणगी आहे. माणूस वरून कसा दिसतोय, हे जीझस पाहत नसत. इतरांच्या त्यांच्या स्वतःबद्दलच्या मतावर ते विश्वास ठेवत नसत. इतरांच्या स्वतःबद्दलच्या कल्पना खऱ्या मानत नसत. त्यांचा नेहमी वेगळ्या उंचीवरचा विचार असे आणि सगळ्यांनी उच्च विचार करावा असं ते म्हणत.

ते नेहमी इतरांच्याही मताचा आदर करत. 'बाकीच्यांनी माझेच विचार अंगीकारावेत' असा त्यांचा आग्रह नसे. फक्त असा विचार करण्याचं ते स्वागत करत असत.

त्यांच्या मनात सर्वांबद्दल अपार करुणा असे आणि इतरांनी स्वतःला गरजू मानायला त्यांची हरकत नसे. चुकत-माकत केलेल्या मदतीचा ते इन्कार करत नसत. उलट त्या माणसांनी स्वतःचं वास्तव स्वीकारायला ते मुभा देत आणि माणसांच्या निवडीबद्दल ते सर्वांना प्रेमानं मदतही करत असत.

कारण 'आपण कोण नाही' हे समजून घेणं हाच 'आपण कोण आहोत' हे समजून घेण्याचा सर्वांत जलद गती मार्ग आहे, अशी जीझसना जाणीव होती.

या मार्गात काही त्रुटी आहेत, हा मार्ग चुकीचा आहे, म्हणून त्याचा निषेध करा असं ते म्हणत नाहीत, उलट त्यांना हा मार्ग योग्यच वाटला आणि त्यामुळे प्रत्येकाला काय व्हायचंय ते होण्यासाठी त्यांनी त्यांना पाठिंबा दिला.

म्हणून तर जीझसकडे मदत मागायला जाणाऱ्या प्रत्येकाला त्याच्याकडून मदत मिळत असे.

जीझसनं कधी कोणाला विन्मुख पाठवलं नाही. मात्र आपली मदत योग्य आणि प्रामाणिक इच्छा असणाऱ्यालाच मिळावी याची मात्र ते काळजी घेत.

ज्यांना मनापासून प्रकाशाच्या वाटेवर जाण्याची इच्छा आहे, वरच्या पातळीवर जाण्यासाठी जे अगदी प्रामाणिकपणे तयारी दाखवतात, त्यांना तसं करण्यासाठी

जीझस बळ, धैर्य आणि शहाणपण देतो. तो त्यांच्यासमोर स्वत: जणू आदर्श, उदाहरण म्हणून उभा राहतो आणि त्यांना प्रोत्साहन देतो. जीझसवर श्रद्धा ठेवऱ्यापलीकडे जी माणसं दुसरं काही करत नाहीत, त्यांच्याबाबतीत तो असंच वागतो. 'या लोकांची मी दिशाभूल करणार नाही,' असं त्याचं म्हणणं आहे.

अनेकजणांची जीझसवर श्रद्धा आहे आणि जे त्याच्या नावानं धावा करतात, त्यांना तो आजही मदत करतो. ज्यांना जागृत होऊन पूर्णपणे देवस्वरूप व्हायचं आहे, माझ्यात विलीन व्हायचं आहे, त्यांना मदत करण्यासाठी जीझसचा आत्मा बांधील आहे.

तरीही हे न करणाऱ्यांवरही जीझस दया करतो. म्हणून ढोंगीपणा त्याला आवडत नाही आणि त्याच्या 'आकाशातल्या बापा'सारखंच त्यानं आजपर्यंत 'नो जजमेंट'चं पालन केलंय.

मदत मागणाऱ्यांना त्यांना कुठली मदत मिळू शकते हे सांगितल्यावर मग त्यांना त्यांच्या विनंतीनुसार नेमकी मदत देऊ करणं म्हणजे 'परफेक्ट लव्ह' – 'सुयोग्य प्रेम' अशी जीझसची कल्पना आहे. (जीझसच्या मते माणसाला त्याच्या विनंती आणि योग्यतेनुसार मदत देऊ करणं म्हणजे योग्य प्रेम करणं.)

त्यानं कधीच कुणाला मदत करायला नकार दिला नाही. 'तुम्ही तुमची कर्मं केली आहेत, आता त्याची फळं भोगा. तुम्हीच मार्ग निवडला आहेत, आता वाटचाल तुम्हालाच करायची आहे, या धारणेतून तो सगळ्यांना मदत करे.

माणसांना आपल्याला जी मदत करायची आहे, त्यापेक्षा माणसांना जी मदत हवी आहे ती दिली, तर आपण त्यांना त्यांच्या स्वीकृतीच्या पातळीवर जाऊन पाठबळ देऊ शकतो, याची जीझसला जाणीव होती.

सर्व थोर माणसं, महान विभूती असंच करतात. तुमच्या पृथ्वीवर आजवर होऊन गेलेले आणि आत्ता अस्तित्वात असणारे सगळे संत-महंत याच मार्गानं जातात. सगळ्यांचा मार्ग एकच असतो.

देवा, आता माझा गोंधळ उडालाय म्हणजे मदत करणं म्हणजे हतबल करणं आहे का? एखाद्याच्या बाजूनं काही करण्यापेक्षा विरोधात काहीतरी करण्यानं विकास होतो?

जेव्हा तुमच्या मदतीमुळे एखादा माणूस तुमच्यावर सतत अवलंबूनच राहायला लागतो, म्हणजे तुमची मदत मिळाल्यानं तो स्वावलंबी होण्याऐवजी परावलंबीच राहत गेला, तर तू म्हणतोस ते खरं आहे.

एखाद्यावर दया करण्याच्या नावाखाली त्याला तुम्ही त्याचे खांदे बळकट

करण्याऐवजी तुमच्याच खांद्यावर मान टाकायला मुभा देता – तेव्हा ती दया, मदत ही त्याला निर्बल करते. लेचापेचा बनवते.

ती दया नव्हे, तर सक्ती झाली. तुमच्या स-शक्त मदतीची सक्ती; कारण अशी मदत म्हणजे खरं तर शक्तीच्या सापळ्यात अडकवणं आहे. अर्थात यातली सीमारेषा फारच धूसर, सूक्ष्म आहे आणि काही वेळा तुमच्या स्वत:च्याही हे लक्षात येत नाही. तुम्हाला खरंच मनापासून खूप मदत करावीशी वाटते; पण यातून तुम्ही स्वत:ची किंमत, स्वत:चं महत्त्व तर वाढवून घेत नाही ना, याचीही काळजी घ्या. कारण 'आमची जबाबदारी तुमची आहे' असं इतरांना तुमच्याबाबत वाटू देण्याइतपत त्यांना मदत करण्यानं तुमचाही वट आणि महत्त्व वाढतं. 'मी कोणीतरी आहे' असं तुम्हाला वाटायला लागतं.

अर्थात अशा प्रकारची मदत देवत्वाला नेऊन ठेवेल, पण ती दुर्बलांना आणखी दुर्बल करेल.

दुर्बल घटकांना आणखी दुर्बल करण्याचा मदतीचा उद्देश नाही. उलट 'दुर्बलांना बळ देण्यासाठी त्यांना आणखी सबळ बनवणं' हाच आपला हेतू आहे.

सरकारी मदतीच्या अनेक योजनांबाबत हीच अडचण दिसते. कारण लोकांनी काही केल्यानंतर मदत करण्याऐवजी या योजना लोकांनी काही करण्याआधीच त्यांना मदतीचा हात देतात. सरकारी योजना स्वयंपूर्ण, स्वयंसिद्ध बनवणाऱ्या असाव्यात. स्वत:च्या अस्तित्वाला न्याय देण्यासाठी प्रयत्न करणाऱ्यांना ही मदत मिळायला हवी.

सगळ्या सरकारी मदतींना काहीतरी मर्यादा हवी. लोकांना स्वावलंबी होण्याऐवजी ऊठसूट मदत देत राहून त्या मदतीवरच अवलंबून राहू देण्यापेक्षा माणसांना खरंच गरज असेल तेव्हाच मदत मिळायला हवी.

मदत म्हणजे सत्ता, शक्ती अशी सरकारची समजूत आहे. म्हणून तर सरकार जास्तीतजास्त लोकांना जास्तीतजास्त मदत देऊ करते म्हणजे सरकार जितक्या जास्त माणसांना मदत करेल, तितकी जास्त माणसं सरकारला मदत करतील हा त्यांचा साधा हिशेब आहे.

सरकार ज्यांना पाठबळ, पाठिंबा देईल, ते सरकारला पाठबळ देणारच.

असं असेल तर संपत्तीचं पुनर्वितरण व्हायला नको. हा साम्यवादी जाहीरनामा अन्यायकारक आहे.

अर्थात, तसं अन्याय, जुलूम असं काही नसतं; पण तुला काय म्हणायचंय, ते मला कळतंय.

'प्रत्येकाच्या कुवतीनुसार आणि गरजेप्रमाणे मदत...' हे विधान करण्यामागे कुठलीही दुष्ट कल्पना नाही. ही कल्पना खरंच सुंदर आहे. 'तुम्ही तुमच्या बांधवांची काळजी घेताय' हेच त्यातून अप्रत्यक्षपणे सांगितलं जातं. कल्पना नाही, तर ती प्रत्यक्षात अमलात आणण्याची पद्धत फारच वाईट असावी.

परस्परांत वाटेकरी असणं, वाटून घेणं आयुष्यात फारच आवश्यक आहे. हा सहभाग, वितरण अगदी मनापासून सहन व्हायला हवं, त्यात सक्ती नसावी.

इथे आपण पुन्हा तिथेच येतोय. म्हणजे बघ – सरकार म्हणजे तरी कोण – लोक, जनता आहे आणि 'जगण्याची शैली – आयुष्याचा ढंग' म्हणून ते सरकारी योजना यांत्रिकपणे राबवतात आणि जनता एकत्रितपणे त्यांच्या राजकीय यंत्रणांच्या माध्यमातून हे काम करतात, असं माझं स्पष्ट मत आहे. कारण लोकांचा अनुभव आणि इतिहासही हेच सांगतो की, 'आहे रे' गट 'नाही रे' गटाशी कधीच काही वाटून घेत नाही, शेअर करत नाही.

जे सरकार श्रीमंतांकडून घेऊन गरिबांना देतात, त्यांना शोषित म्हणतात, तर श्रीमंत गरिबांचं शोषण करत असताना जे सरकार काहीही कृती करत नाही त्याला दडपशाही म्हणतात.

मेक्सिकोतल्या शेतकऱ्यांना आजही विचारा. तिथे श्रीमंत आणि अतिउच्च वर्गातील वीस-तीस कुटुंब मेक्सिको अक्षरशः चालवतात, असं म्हटलं जातं. (तात्त्विकदृष्ट्या तो त्यांच्या मालकीचा आहे.) एकीकडे ही वीस-तीस कुटुंबं आहेत, तर दुसरीकडे वीस ते तीस लाख कुटुंबं दडपशाहीमुळे अन्यायाच्या खाईत जगताहेत. म्हणूनच १९९३-९४ मध्ये या शेतकऱ्यांनी बंड पुकारलं आणि या सरकारला त्याच्या कर्तव्यांची जाणीव करून दिली. गरिबांना जगण्यासाठी आवश्यक किमान गोष्टी मिळवण्यासाठी मदत करण्याच्या कर्तव्याची आठवण करून दिली. असं 'उच्चवर्गीय' मूठभर लोकांचं सरकार आणि 'लोकांचं, लोकांसाठी, लोकांनी चालवलेलं सरकार' यात फरक आहे.

माणसाच्या स्वभावात मुळात एक स्वार्थीपणा असतो. त्याच्या विरोधात संतापी माणसांनी अति निराश होऊन ही 'लोकांची' सरकारं स्थापन केली नाहीत का? माणसाला स्वतःच्या अनिच्छेवर उपाय शोधण्यापोटी माणसानं 'शासकीय योजना' हा उपाय शोधला नाही ना?

समान गृहकायदा, बाल कामगार परिस्थिती, मुलांची जबाबदारी असणाऱ्या एक पालक मातांसाठी मदत योजना इत्यादी आखण्यामागे हेच तर मूळ कारण नसेल ना?

ज्या ज्येष्ठ नागरिकांना त्यांची कुटुंबं सोयी-सुविधा पुरवत नाहीत किंवा पुरवू शकत नाहीत, अशा ज्येष्ठांना म्हणूनच तर सरकार 'सामाजिक सुरक्षा योजने'अंतर्गत

सोयी-सेवा पुरवत नसेल ना?

काही कोळशाच्या खाणीत कामगार अतिशय भयंकर परिस्थितीत काम करतात. धूर्त श्रीमंत खाण-मालकांना त्यांच्या घाणेरड्या खाणी स्वच्छ करायला सरकारनं सांगण्यापूर्वी हीच स्थिती होती. पण या मालकांनी आपणहून या गोष्टी का केल्या नाहीत? कारण त्यामुळे त्यांचा 'फायदा' घटला असता आणि त्यांच्या वाढत्या फायद्यासाठी हे गरीब खाण-कामगार किती भयंकर धोकादायक परिस्थितीत *काम* करताना जीव गमावतात, याची त्या मालकांना पर्वाच नसते.

सरकारनं किमान वेतन कायदा करण्याआधी उद्योगांमधले कामगार म्हणजे जणू वेठबिगार – गुलाम होते. ज्यांना त्याच पूर्वीच्या 'सोनेरी दिवसां'त जगायचं आहे ते म्हणतात – 'मग? काय बिघडलं? त्यांना नोकऱ्या तर मिळतायत ना? आणि शेवटी जोखीम तरी कोण घेतंय? कामगार? मुळीच नाही. पैसे, भांडवल गुंतवणाराच सगळ्या जोखमी अंगावर घेतो. मग त्यालाच सर्वांत जास्त फायदा मिळायला हवा ना!'

ज्या कामगारांच्या कष्टावरच मालक मोठा होत असतो, त्यांना सन्मानानं वागवलं पाहिजे, असं म्हणणाऱ्याला साम्यवादी म्हटलं जातं.

वर्णभेदामुळे एखाद्याला घर नाकारलं जाऊ नये, असं ज्याला वाटतं त्याला समाजवादी म्हटलं जातं.

'एखाद्या स्त्रीला ती स्त्री आहे म्हणून नोकरीच्या संधी किंवा पदोन्नती न देणं योग्य नाही' अशा मताची व्यक्ती 'पक्की स्त्रीवादी आहे' असं मानलं जातं.

आणि निवडलेल्या प्रतिनिधींमार्फत चालवलं जाणारं सरकार जेव्हा हे प्रश्न सोडवू पाहतं, तेव्हा समाजातल्या वजनदार व्यक्ती त्यांना विरोध करतात – अशा सरकारला 'जुलमी' म्हणतात.

आरोग्यसेवा क्षेत्रात हे जास्त प्रकर्षानं दिसून येतं. १९९२मध्ये अमेरिकेचे राष्ट्राध्यक्ष आणि त्यांच्या पत्नीनं असं ठरवलं की, लाखो अमेरिकनांना प्रतिबंधात्मक आरोग्यसेवा सहज उपलब्ध होत नाही हे अयोग्य आणि अन्यायकारक आहे. त्यावर आरोग्यसेवेबद्दल चर्चा सुरू झाली. त्या चर्चेतून वैद्यकीय व्यवसाय आणि विमा कंपन्या यांच्यात वाद निर्माण झाले.

कोणाचा तोडगा बरा होता हा मूळ मुद्दाच नव्हता. व्यवस्थापनाची प्रस्तावित योजना चांगली की खासगी उद्योगांचा प्रस्ताव बरा – हा प्रश्नच नव्हता. खासगी उद्योगांनी त्यांचा स्वत:चा हा तोडगा याआधीच का मांडला नाही, हा मुळातला प्रश्न होता.

याचं उत्तर मी तुला देतो – कारण आतापर्यंत त्यांना तशी गरज पडली नव्हती. कुणीच तक्रार करत नव्हतं आणि हा उद्योग छान नफ्यात होता.

फायदा, फायदा आणि फायदा.

म्हणून माझा मुद्दा असा आहे, की आपल्याला जे काही हवं त्या सगळ्याचा आपण पाठपुरावा करू शकतो, त्याबद्दल तक्रार करू शकतो. जेव्हा खासगी क्षेत्र तोडगे काढू शकत नाहीत, तेव्हा सरकारच ते काढू शकतं हे स्पष्ट सत्य आहे.

सरकार जनतेच्या इच्छेविरुद्ध वागतंय, अशी तक्रारही आपण नोंदवू शकतो. पण जनता सरकारवर नियंत्रण ठेवू शकते, अमेरिकेत तर हे खूपच दिसतं – तर हे सरकार चुकीच्या सामाजिक गोष्टींबाबत नक्कीच काही उपाय काढतं. कारण बहुसंख्य जनता श्रीमंत आणि बलशाली, सत्ताधारी नाही आणि त्यामुळे स्वेच्छेनं जे होऊ शकत नाही, ते सरकार कायद्याच्या मदतीनं करू शकतं.

मात्र ज्या देशात जनतेचं सरकारवर नियंत्रण नसतं, तिथे सरकार विषमतेबाबत, अन्यायाबाबत फारच थोडं करू शकतं किंवा काहीच करू शकत नाही.

तेव्हा प्रश्न हा उभा राहतो की, सरकारनं किती करावं? किती म्हणजे फारच जास्त आणि किती म्हणजे फारच कमी? आणि आपण कुठे आणि कसा समतोल साधायचा? मेळ घालायचा?

अरे! तुझं हे रूप मी कधीच पाहिलं नव्हतं. आपल्या दोन्ही पुस्तकांत तू इतका जमिनीवर उभं राहून बोलला नव्हतास.

अरे, या पुस्तकात तू जगभरातल्या मानवी कुटुंबाच्या प्रश्नांवर, व्यापक पार्श्वभूमीवर बोलणार आहेस, असं तू म्हटलं आहेस. मी त्यातला एक महत्त्वाचा प्रश्न मांडला आहे, असं मला वाटतं.

शब्दशः म्हणशील तर 'हो'. टॉयन्बीपासून जेफरसन ते मार्क्सपर्यंत शेकडो वर्षांपासून हा प्रश्न सोडवायचा प्रयत्न केलाय.

ते ठीक आहे – पण तुझं म्हणणं काय?

त्यासाठी आपल्याला थोडं मागे जायला हवं. जुन्या काही तत्त्वांचा, गोष्टींचा आढावा घ्यायला हवा.

पुढे बोलत राहा. कदाचित मला ते दोनदा ऐकून, समजून घ्यावं लागेल.

असं असेल तर 'माझ्यापाशी उपाय, तोडगा नाही', या वस्तुस्थितीपासून

सुरुवात करू या. कारण, या गोष्टी समस्या आहेत, काहीतरी प्रश्न निर्माण करणाऱ्या आहेत, असं मला वाटत नाही. त्या आहेत, एवढंच. त्यांच्याबाबत मला कुठला प्राधान्यक्रम नाही. निरीक्षण करण्याजोगं काय आहे, एखाद्यानं नुसतं काय पाहावं एवढंच फक्त मी वर्णन करून सांगतोय.

चल, ठीक आहे. तुझ्याकडे तोडगा नाही आणि तुझ्याऐवजी प्राधान्यक्रमही नाही. तू मला तुझं एखादं निरीक्षण सांगशील?

निर्णायक – अंतिम तोडगा देणारं सरकार या जगात अजून उदयाला यायचं आहे असं मी पाहून ठेवलंय. अर्थात संयुक्त राष्ट्रातली सरकारं त्याच्या जवळपास आली आहेत असं म्हणता येईल.

चांगलेपणा आणि योग्यता, न्याय्य या गोष्टी नैतिक मूल्यांशी संबंधित आहेत, तात्त्विक आहेत, राजकीय नाहीत, ही एक अडचण आहे.

'सरकार' हा बंधनकारक चांगुलपणा आणि खातरीपूर्वक न्याय देण्याचा मानवी प्रयत्न आहे. चांगुलपणा फक्त एकाच ठिकाणी जन्म घेतो आणि ते ठिकाण आहे माणसाचं हृदय. समतोल न्यायाची कल्पना करता येईल असं एकच ठिकाण आहे, माणसाचं मन. खऱ्या अर्थी प्रेमाचा अनुभव एकाच ठिकाणी येऊ शकतो, माणसाच्या आत्म्यात. कारण माणसाचा आत्मा म्हणजे प्रेम.

नैतिकतेला तुम्ही कायदा लावू शकत नाही. 'सर्वांवर परस्परांवर प्रेम करा' असा कायदा लागू करता येणार नाही.

आता आपण आत्तापर्यंतच्या चर्चेची उजळणी करू. चर्चा चांगली आहे, त्यामुळे त्या विचारातच राहा. जरी आपण एखादा विषय दोनदा, तीनदा जरी मांडला, एखाद्या विषयाची पुनरावृत्ती झाली तरी ते ठीकच आहे. इथे त्या प्रत्येक विषयाच्या मुळापर्यंत जाण्याचा आपला प्रयत्न असणार आहे. आता तुम्ही ते कसं तयार करता पाहा –

ठीक आहे तर! मी आधी विचारलेलाच, तोच प्रश्न परत विचारतो. सगळे कायदे म्हणजे नैतिक संकल्पना सांकेतिक रूपात मांडण्याचा माणसाचा प्रयत्न नाही का? काय बरोबर आणि काय चूक, काय योग्य आणि काय अयोग्य हे ज्यात संयुक्त मानवी करारातून ठरवलं जातं त्याला कायदा म्हणता येईल? कायदा म्हणजे चांगलं-वाईट, योग्य-अयोग्यचं संयुक्त करारपत्र तर नाही?

हो, आणि तुमच्या प्राथमिक प्रगत समाजात असे नागरी कायदे आणि नियम आवश्यक ठरतात. (तुला ठाऊक आहे, अप्रगत समाजात असे कायदे अनावश्यक

ठरतात. कारण सगळे जण स्व-नियंत्रण पाळतात.) तुमच्या समाजात अजूनही काही अत्यंत प्राथमिक, बाळबोध प्रश्न भांबावून सोडणारे आहेत. तुम्ही रस्ता ओलांडण्याआधी रस्त्याच्या कडेला थांबाल का? विशिष्ट अटींवरच तुम्ही खरेदी-विक्रीचे व्यवहार कराल का? एकमेकांशी कसं वागावं याची काही बंधनं घालून घ्याल का?

पण खरं तर हे अगदी साधे कायदे उदा. खून, हत्या करायला बंदी, दुसऱ्याचं नुकसान करणं, दुसऱ्याला इजा पोहोचवणं, फसवणं आणि कुंटणखाने चालवणं इत्यादी यांचीसुद्धा गरज भासू नये – गरज भासणारही नाही. जर सर्वजण सर्वत्र 'प्रेमाचे कायदे' पाळतील तर या अगदी सामान्य कायद्यांची आवश्यकता उरणार नाही.

प्रेमाचा कायदा हा देवाचा कायदा आहे. 'सरकार' ही संस्था वाढण्यापेक्षा गरज आहे ती माणसाच्या जाणीव जागृतीत वाढ होण्याची.

म्हणजे आम्ही जर 'दहा आज्ञां'चं पालन केलं तर सगळं 'आलबेल' होईल असं म्हणतोस तर!

तू म्हणतोस तशा 'दहा आज्ञा' – टेन कमान्डमेंट्स – वगैरे काही नाहीये. (याबद्दल पुस्तक क्रमांक एकमध्ये सविस्तर चर्चा आहे.) देवाचा कायदा म्हणजे न-कायदा. तुला हे नाही कळायचं.

मला कशाचीही गरज नाही.

कित्येकांचा तुझ्या या शेवटच्या विधानावर विश्वास बसणार नाही.

त्यांनी पहिलं पुस्तक वाचावं, त्यात सगळं स्पष्टपणे लिहिलं आहे.

म्हणजे या जगासाठी तू अराजकाचं – बेबंदशाहीचं सूतोवाच करतोयस का?

मी कसलंच सूतोवाच करत नाहीये. काय उपयोगी ठरेल याचं मी फक्त निरीक्षण करतोय. माझ्या नोंदी मी तुम्हाला सांगतोय आणि कुठल्याही प्रकारची अनागोंदी, गोंधळ, सरकारचा अभाव, कायद्याचं, नियमांचं बंधन, मर्यादांचा अभाव या गोष्टी बिलकुल कामाच्या नाहीत. माझं असं निरीक्षण आहे की, या गोष्टी प्रगत समाजासाठीच व्यवहार्य आहेत आणि मानव समाज मला त्या योग्यतेचा दिसत नाही. तेव्हा सहज, नैसर्गिकपणे योग्य ते वागण्याइतके तुम्ही मानव स्वतः उन्नत, प्रगत होत नाही, तोवर तुमच्यावर काही प्रमाणात अंकुश ठेवण्यासाठी काहीतरी यंत्रणा असणं गरजेचं आहे.

आतून स्वतःवर ताबा ठेवण्यात तुम्ही फार चतुर आहात. तू आत्ता उपस्थित केलेले मुद्दे महत्त्वाचे आणि बिनतोड आहेत. लोक स्वतःच्या कल्याणाच्या गोष्टी करत नाहीत.

सरकार जनतेवर एवढे कायदे कानून का लादतं हा खरा प्रश्न नाहीये – मुळात सरकारच कशाला हवं हा मुद्दा आहे.

तुमच्या विभक्त जाणिवांशी या उत्तराचा संबंध आहे.

आम्ही एकमेकांना परस्परांपासून वेगळे मानतो हे खरं आहे.

होय.

पण आम्ही वेगळे नाहीत म्हटलं, तर म्हणजे आम्ही एक आहोत. पण याचा अर्थ उलट आम्ही एकमेकांना जबाबदार आहोत, असा नाही का होत?

होय.

पण त्यामुळे वैयक्तिकरीत्या मोठं होण्याची शक्ती आम्ही गमावून बसतो असं नाही का होत? जर मी इतरांना जबाबदार असेन, तर तो साम्यवादी जाहीरनामा योग्य म्हणावा लागेल. 'प्रत्येकाच्या क्षमतेपासून निघून प्रत्येकाच्या गरजेपर्यंत' हेच बरोबर होईल.

ही अतिशय उदात्त कल्पना आहे, असं मी म्हटलंच आहे. पण ती भावनाशून्यपणे प्रत्यक्षात आणली गेली की, त्यातला उदात्तपणा नष्ट होतो. हीच साम्यवादाची अडचण होती म्हणजे कल्पना नव्हे, तर तिची अंमलबजावणी चुकली. खोट कल्पनेत नव्हती तर ती प्रत्यक्षात आणण्यात चूक झाली म्हणून फसली.

पण एखादी कल्पना सक्तीनंच राबवावी लागते, कारण ती माणसाच्या मूळ स्वभावाला धक्का देते असं म्हणतात.

तू अगदी कळीच्या मुद्द्याला हात घातलास. अगदी मर्मावर बोट ठेवलं आहेस. माणसाच्या मूळ स्वभावातच बदल घडवून आणण्याची गरज आहे. त्यासाठीच प्रयत्न करायला हवेत.

म्हणजे तू म्हटल्याप्रमाणे जाणिवांची दिशा बदलायला हवी.

हो.

पण आपण घुमून फिरून तिथेच येतोय. समूहाच्या जाणिवांमुळे वैयक्तिक जाणिवा निष्प्रभ ठरतील असं नाही का?

आपण त्याबद्दल विचार करू – असं पाहा, या ग्रहावरच्या प्रत्येक व्यक्तीच्या मूलभूत प्राथमिक गरजा भागल्या, प्रत्येक जण सन्मानानं जगू शकला आणि संघर्ष न करता सरळसाधं आयुष्य जगू शकला, तर त्यातून सगळ्यांनाच उदात्त कामं करण्यासाठी संधी मिळू शकेल, नाही का? वैयक्तिक जगण्याचा संघर्ष करावा लागणार असेल, तर त्या रेट्यात वैयक्तिक मोठेपणा दबला जाईल का?

जागतिक सन्मानावर वैयक्तिक गौरव, वैभव ओवाळूनच टाकावं लागेल का?

एका सन्मानाच्या बदल्यात दुसरा सन्मान मिळवण्यात काय हशील?

सगळ्यांना पुरेशा प्रमाणात सगळ्या गोष्टी मिळतील अशी संसाधनं मी उपलब्ध करून दिली आहेत. असं असूनही दरवर्षी हजारो माणसांचे भूकबळी कसे पडतात? शेकडो जण बेघर कसे होतात? माणूस म्हणून जगण्यासाठी लाखोंना संघर्ष का करावा लागतो?

हे संपवण्यासाठी जी मदत केली जाते, ती त्यांना निर्बल करत नाही.

भुकेलेल्यांना आणि बेघरांना मदत करणं म्हणजे त्यांना खच्ची करणं आहे. त्यामुळे त्यांना मदत करू नये असं जर तुमच्यातले उच्चवर्गीय म्हणत असतील, तर ते पक्के ढोंगी आहेत असं मी म्हणेन. कारण तसं पाहिलं, तर कुणीच सुस्थितीत, उच्च वर्गातला नसतो. कारण समाजातले इतर जण मरणासन्न असतील, तर त्याच्या 'सुस्थित' असण्याला काही अर्थ नाही.

तळागाळातल्या लोकांना कशी चांगली वागणूक दिली जाते, यावर त्या समाजाचं मूल्यमापन केलं जातं. मी मघाशी म्हटलं त्याप्रमाणे लोकांना मदत करणं आणि त्यांना दुखवणं यात उत्तम समतोल राखणं हे आव्हान आहे.

याबाबत तू काही मार्गदर्शक सूचना देऊ शकशील का?

सर्वसामान्यपणे मी असं सुचवेन – जेव्हा द्विधा मन:स्थिती होईल, काय करावं हे समजेनासं होईल, तेव्हा दयेच्या, करुणेच्या, समवेदनेच्या बाजूनं उभे राहा.

तुम्ही एखाद्याला मदत करताय, की दुखवताय याची परीक्षा अशी घ्या – तुमच्या मदतीनं तुमच्या बरोबरीची माणसं वाढली का कमी झाली? तुम्ही त्यांना मोठं केलंत की लहान? ती माणसं आणखी सक्षम झाली की आणखी अक्षम?

तुम्ही माणसांना वैयक्तिक स्वरूपात मदत म्हणून प्रत्येक गोष्ट पुरवत गेलात, तर त्या गोष्टी स्वत:साठी मिळवण्याकरिता काम करण्याची त्यांची इच्छा कमी होत

जाईल असं म्हणतात.

अगदी साध्या गोष्टीतला मान राखण्यासाठी त्यांनी का काम करावं? प्रत्येकासाठी पुरेशा गोष्टी नाहीयेत का? त्यासाठी त्यांना काहीही का करावं लागावं?

माणूस म्हणून जगता येणं हा प्रत्येकाचा मूलभूत जन्मसिद्ध हक्क नाही का? असू नये का?

जर एखाद्याला गरजेपेक्षा जास्त मिळत असेल – जास्त अन्न, मोठी घरं, उत्तम कपडेलत्ते – एखादा हे कमवण्यासाठी प्रयत्न करेल; पण एखाद्याला साधं जगण्यासाठी झगडावं लागेल. अशा ग्रहावर की, ज्याच्यावर प्रत्येकासाठी गरजेपेक्षा जास्त उपलब्ध आहे?

मानवजातीच्या पुढचा हाच मुख्य प्रश्न आहे. सगळ्यांना समान पातळीवर आणणं हे आव्हान नाही, तर प्रत्येकाला जीवनावश्यक गोष्टी सन्मानानं मिळतील ही खातरी देणं हे आव्हान आहे. एकदा मूलभूत गोष्टी मिळण्याची शाश्वती दिसली की, मग आपल्याला त्याहून आणखी जास्त काय हवं हे पर्याय निवडण्याची संधी त्यांना मिळू शकेल.

पण काही महाभाग असेही असतात की, त्यांना पर्याय निवडायची संधी दिली तरी ते ती संधी घेत नाहीत, असाही युक्तिवाद काही जण करतात.

त्यांचा हा युक्तिवाद, हे निरीक्षण अगदी बरोबर आहे. शिवाय यातून आणखी एक प्रश्न उपस्थित होतो. जर ही माणसं त्यांना दिलेल्या संधीचा एकदा उपयोग करत नसतील, तर तुम्ही त्यांना पुन:पुन्हा संधी देत राहणार का?

नाही.

मी जर तसं करायचं ठरवलं, तर तुम्ही कायमचे नरकात जाल. माझं म्हणणं ऐका – देवाच्या विश्वात दया, प्रेम, संयम, सबुरी कधीच संपत नाही. फक्त माणसाच्याच जगात चांगुलपणाला मर्यादा येते.

माझ्या विश्वात चांगुलपणा हा अमर्याद असतो.

आमची जरी त्यासाठी लायकी नसली तरी – (आम्ही त्यासाठी लायक नसलो तरी.)

तुम्ही नेहमीच त्यासाठी लायक असता.

आम्ही तुझा चांगुलपणा तुझ्याच तोंडावर फेकला तरी?

विशेषत: तुम्ही जर असं केलंत (समोरच्यानं तुमच्या उजव्या गालावर मारलं तर तुम्ही डावा गाल पुढे करा आणि एखाद्यानं तुम्हाला त्याच्याबरोबर एक मैल चाला असं म्हटलं की, तुम्ही सुतावरून स्वर्ग गाठता) जेव्हा तुम्ही माझा चांगुलपणा माझ्याच तोंडावर मारून परत केलात, (तसंही मानवजात देवाशी असं लाखो वेळा वागलीय) तर मी म्हणेन की, तुमचं काहीतरी चुकतंय. तुम्हाला स्वत: सर्वोत्तम हित कशात आहे, हेच कळत नाही. मी तुमच्यावर दया करतो, कारण तुम्ही मुद्दाम दुष्टपणानं चूक केलेली नसते. केवळ अज्ञानापोटी ती चूक घडते.

पण काही माणसं मुळातच दुष्ट असतात; तर काही जण प्रसंगानं वाईट होतात.

हे कोणी सांगितलं तुला?

हे आपलं माझंच निरीक्षण आहे.

म्हणजे तुझी नजर सरळ नाही. मी तुला या आधीही हे सांगितलंय की, माणसाच्या आदर्श जगात कुणीच दुष्टपणानं वागत नाही.

दुसऱ्या शब्दात सांगायचं, तर 'प्रत्येक जण प्रत्येक क्षणी आपापल्या परीनं सर्वांत चांगलं वागत असतो. त्यांना जेवढी माहिती मिळते, त्यावरच त्यांची कृती अवलंबून असते. मी आधी म्हटल्याप्रमाणे, जाणीव जागृतीच सगळं काही असते. तुम्हाला कशाची जाणीव आहे? तुम्हाला काय माहीत आहे?

पण मला सांग, एखाद्यानं आमच्यावर हल्ला केला, इजा केली, आमचं नुकसान केलं – अगदी स्वार्थापोटी आम्हाला जिवे मारलं, तर हे वाईट कृत्य नाही का?

या सगळ्या गोष्टी मदतीच्या दृष्टीनं होतात हे मी तुला आधीच सांगितलंय.

कुणीच जाणूनबुजून दुसऱ्याला इजा करत नसतं, मुद्दाम हेतुपुरस्सर दुखावत नसतं. तुमच्या सरकारसकट जे कोणी असं करतं ते म्हणजे त्यांना हवं ते मिळवण्यासाठी ते चुकीचा मार्ग अवलंबतात इतकंच.

ही अडचण कशी सोडवायची त्याचा जरा वरच्या उपायाची रूपरेषा याआधीच मी आपल्या या पुस्तकात दिली आहे. कशाची 'गरज' ठेवू नका. कशाची 'अपेक्षा'

बाळगू नका. आयुष्यात प्राधान्यक्रम ठेवा, पण गरज, अपेक्षा नको.

माणसाच्या दृष्टीनं ही अस्तित्वाची फारच वरची पातळी आहे – ती दिव्यात्म्यांची – महात्म्यांची – महागुरूंची स्थिती आहे.

भू-राजकीय दृष्टीनं पाहिलं, तर जगातल्या प्रत्येकाच्याच प्राथमिक गरजा भागतील अशा दृष्टीनं एकजुटीनं काम करायला काय हरकत आहे?

आम्ही तसं करतोय किंवा प्रयत्न करतोय म्हण.

मानवाच्या हजारो वर्षांच्या इतिहासानंतर हे एवढंच तुम्ही सांगू शकता? सांगण्यासारखं असं हे एवढंच आहे का तुमच्यापाशी?

तुम्ही अजूनही फार उन्नत, प्रगत झालेले नाहीत ही वस्तुस्थिती आहे. 'प्रत्येक जण स्वतंत्र, वेगळा आहे' याच प्राचीन मनोवस्थेत तुम्ही आजही आहात. तुमच्या त्या मानसिकतेत अजूनही बदल झालेला नाही.

तुम्ही पृथ्वीची लूटमार करताय, तिच्या संसाधनांवर अतिक्रमण करताय, त्यांचा बळजबरीनं अनिर्बंध वापर करताय, तिच्या माणसांचं शोषण करताय आणि तुमच्या या कृत्यांना जे विरोध करतात, त्यांना तुम्ही फार पद्धतशीरपणे बाजूला ठेवता – त्यांना 'पुरोगामी' ठरवून मोकळे होता. त्यांना खड्यासारखे वेचून तुमच्यापासून दूर ठेवता.

हे सगळं तुम्ही स्वार्थापोटी करता. कारण तीच तुमची जीवनशैली झालीय. आयुष्यात आपल्याला स्वार्थ कसा साधता येईल एवढंच तुम्ही पाहताय. तुमच्या साप्ताहिक वर्तमानपत्रांसाठी तुम्ही लाखो एकरातली झाडं सर्रास तोडताय. त्या एका रविवारच्या वर्तमानपत्रासाठी लाखो एकरातली झाडं तोडावीच लागतात. ती झाडं तोडली नाहीत, तर तुम्हाला तवर्मनापत्रं मिळणाार नाहीत. तुमच्या पृथ्वीचं रक्षण करणाऱ्या ओझोन वायूचा थर तुम्हाला नष्ट 'करावाच' लागतोय, अन्यथा तुम्हाला 'हेअर स्प्रे' मिळणार नाही. तुमच्या नद्या आणि सरोवरांचं पाणी प्रदूषित केल्याखेरीज तुम्हाला तुमच्या उद्योगधंद्यातून आणखी, आणखी जास्त, खूप जास्त नफा कमावताच येणार नाही आणि तुमच्यातल्या तळागाळातल्या, वंचित, अशिक्षित आणि जागृत नसलेल्या समाजबांधवांचं तुम्हाला शोषण करावंच लागतं – त्याशिवाय तुम्ही 'न भूतो, न भविष्यति' अशा कधी न ऐकलेल्या, न पाहिलेल्या (आणि अनावश्यक अशा) उच्च वर्गात कसे पोहोचणार?

'जगा आणि जगू द्या' हे अजून तुमच्या मनात रुजलेलं नाही. हे तुमच्यासाठी फारच क्षुल्लक आहे. त्याबद्दल अनेक प्रश्न आहेत. त्यासाठी खूप द्यायचं आहे. तुम्हाला हवं ते मिळवण्यासाठी तुम्ही पण प्रयत्नांची शिकस्त केली आहे ना?

त्यातलं काहीही गमवायची तुमची तयारी नाहीये आणि त्यासाठी तुमच्या मुलांच्या मुलांना भविष्यात जरी कितीही कठीण परिस्थितीला तोंड द्यावं लागलं तरी त्याला तुम्ही काय करणार? खरं ना? जगण्यासाठी जे गरजेचं होतं ते तुम्हाला करावं लागलं – ते करणंच भाग होतं – तुमची पुढची पिढीही तसंच करेल! शेवटी काय 'प्रत्येकानं पायापुरतं पाहावं' – काय? हो ना?

या सगळ्या गुंत्यातून बाहेर पडण्याचा काही मार्ग आहे का?

होय तर! मी तो परत सांगू? – जागृतीत बदल. जागृतीचं केंद्र बदला.

माणूस म्हणून येणाऱ्या प्रश्नांवर सरकारी कार्यवाही किंवा राजकीय उपायांनी तोडगा काढता येणार नाही. तसे प्रयत्न तुम्ही हजारो वर्षांपासून करत आला आहात.

त्यासाठी फक्त माणसाचं 'हृदय परिवर्तन' करणं हा एकमेव उपाय, मार्ग आहे.

हा बदल कसा करता येईल हे तू एका वाक्यात सांगू शकशील?

मी हे कितीतरी वेळा सांगितलंय.

'देव' तुमच्यापासून वेगळा आहे. तो कुणीतरी दुसरा आहे असं मानू नका. समोरच्याला स्वत:पासून वेगळं समजू नका. दुसऱ्यापेक्षा स्वत:ला वेगळं मानू नका.

अंतिम सत्य हाच याचा तोडगा आहे. या विश्वात कुठलीच वस्तू स्वतंत्रपणे अस्तित्वात नसते. कुठल्याच गोष्टीचं स्वतंत्र परस्परांपासून वेगळं असं अस्तित्व नसतं. प्रत्येक गोष्ट आतून जोडलेलीच असते. संपूर्ण आयुष्याचं वस्त्र हे असंच अव्यक्त, पण आतून एकमेकांत गुंतलेल्या, एकमेकांशी जोडलेल्या, परस्परसंबंधित अशा धाग्यांच्या घट्ट विणेनं विणलेलं असतं.

सगळ्या गोष्टी – मग ते सरकार असो की राजकारण – याच सत्यावर आधारित असायला हव्यात. सगळ्या कायद्यांच्या मुळाशी हेच सत्य असायला हवं.

हीच तुमच्या मानववंशाच्या, तुमच्या पृथ्वीच्या भविष्याची एकमेव आशा आहे. हाच आशेचा एकमेव किरण आहे.

हा 'प्रेमाचा कायदा' काय करतो असं तू म्हणालास?

प्रेम फक्त 'देतं' – मागत काहीच नाही. प्रेमाला 'देणं' एवढंच ठाऊक असतं – त्या बदल्यात त्याची काहीच अपेक्षा नसते.

कशाची गरज, अपेक्षा न ठेवणं आम्हाला कसं जमणार?

तुमच्यापैकी प्रत्येकानं सगळ्यांना फक्त दिलं – म्हणजे प्रत्येक जण जर देतच राहिला, तर मग गरज कशाची उरणार? एखादी गोष्ट दुसऱ्याच्या ताब्यात असते, म्हणून तुम्हाला तिची 'गरज' भासते. हे ताब्यात ठेवणं, बाळगणं थांबवा.

हे सगळ्यांनीच एकाच वेळी केल्याशिवाय याचा उपयोग नाही.

खरं आहे, त्यासाठी 'वैश्विक' जाणिवेची गरज आहे. ती कशी निर्माण होईल? कुणीतरी सुरुवात तर करायलाच हवी. तुझ्यापुढे आत्ता ही संधी आहे. तू या नव्या जाणिवेचा स्रोत होऊ शकतोस. तू ती 'प्रेरणा' ठरू शकतोस. खरंच, ठरायलाच हवंस.

कोण? मीच?

तू नाही – तर कोण?

१३

सुरुवात कशी करू कळत नाहीये.

जगासाठी प्रकाश हो. पण त्याला तसं करू नकोस. कुठलीही गोष्ट उभी करायला, निर्माण करायला बघ. नष्ट करायचा प्रयत्न करू नकोस.

माझ्या माणसांना स्व-गृही घेऊन ये.

कसं?

तुझ्या तेजस्वी आदर्शातून फक्त देवत्वाचा शोध घे. फक्त सत्यच बोल. प्रेमाच्याच कृती करा. तुझ्या वागण्यातून फक्त प्रेमच दिसून येऊ दे.

आत्ता आणि इथून पुढे कायमच 'प्रेमाच्या' कायद्यानं जगा. प्रत्येक गोष्ट द्या – निरपेक्षपणे द्या – कसलीही गरज, अपेक्षा बाळगू नका.

ऐहिक गोष्टी टाळा. त्यात गुंतू नका.

अस्वीकारार्ह गोष्टी स्वीकारू नका.

माझ्याबद्दल काही शिकण्याची तयारी असणाऱ्या सगळ्यांना ज्ञान द्या. शिकवा.

तुमच्या आयुष्यातल्या प्रत्येक क्षणी प्रेम ओसंडून वाहू द्या. आयुष्यातल्या प्रत्येक क्षणाचा विनियोग उच्च विचार करण्यासाठी, चांगले शब्द उच्चारण्यासाठी आणि सत्कृत्य करण्यासाठी करा. प्रत्येक क्षणी उच्च विचार, उच्चार आणि कृती करा. असं करताना स्वत:मधल्या पवित्र अस्तित्वाचा गौरव करा – त्याला उदात्त रूप द्या आणि त्यायोगे मलाही मोठं करा.

तुमच्या संपर्कात येणाऱ्या प्रत्येकाच्या जीवनात शांती निर्माण होईल असं करा, त्यामुळे पर्यायानं अवघ्या पृथ्वीवर शांतीचं राज्य पसरेल.

शांतीस्वरूप व्हा.

इथल्या प्रत्येक व्यक्ती, स्थान, घटना प्रत्येक गोष्टीशी तुमचं काहीतरी दैवी नातं

आहे – दैवी संबंध आहे याचा प्रत्येक क्षणी अनुभव घ्या आणि तो व्यक्तही करा.

आयुष्यात पुढ्यात येणाऱ्या प्रत्येक परिस्थितीचा स्वीकार करा. प्रत्येक चुकीची जबाबदारी स्वीकारा. सगळ्यांना आनंद द्या. प्रत्येक आनंदात सगळ्यांना सहभागी करून घ्या. प्रत्येक अज्ञात, गूढ गोष्टींचा गंभीरपणे विचार करा. प्रत्येकाशी समरस व्हा – त्याच्या सुखदु:खात आपलेपणानं सहभागी व्हा. प्रत्येक चूक, अपराध पोटात घाला – क्षमा करा. (स्वत:च्या चुकीसाठी स्वत:लाही क्षमा करा.) प्रत्येकाचं मन जिंका. प्रत्येकाच्या दु:खावर फुंकर घाला. प्रत्येकाच्या सत्याचा, मताचा आदर करा. प्रत्येकाच्या देवदेवतांचं महात्म्य जाणा. त्यांचं गुणगान करा. प्रत्येकाच्या हक्काचं रक्षण करा. प्रत्येकाच्या व्यक्तिमत्त्वाचा मान राखा. प्रत्येकाच्या आवडीला, पसंतीला प्रोत्साहन द्या. प्रत्येकाच्या गरजा पूर्ण करा. प्रत्येकातला दैवी अंश जाणा. प्रत्येकाच्या योगदानाबद्दल कृतज्ञ राहा. प्रत्येकाला उज्ज्वल भविष्यासाठी देवाच्या प्रेमाची खातरी आणि विश्वासानं आशीर्वाद द्या.

तुमच्या आत वास करणाऱ्या सर्वोच्च सत्याचा चालता-बोलता जिवंत आदर्श व्हा.

स्वत:बद्दल अत्यंत विनयानं, नम्रतेनं बोला. तुमच्या बोलण्यातून इतरांना अहंकाराचा, गर्वाचा वास येणार नाही ना याची धास्ती बाळगून काळजीपूर्वक, तोलूनमापून शब्द वापरा.

सौम्य भाषेत हळुवारपणे बोला. अन्यथा तुम्हाला फक्त तुमच्याकडे इतरांचं लक्ष वेधायचं आहे, असा त्यांचा गैरसमज होईल. अत्यंत सभ्यपणे बोला. म्हणजे प्रेम कशाला म्हणतात ते सगळ्यांना कळेल.

जे असेल ते मोकळेपणानं, उघडपणे, कुठलाही आडपडदा न ठेवता स्पष्टपणे बोला. म्हणजे 'तुम्हाला काहीतरी लपवायचं आहे' असं इतरांना वाटणार नाही.

सत्य हे अप्रिय असलं तरी ते स्पष्ट बोला म्हणजे इतरांचा गैरसमज होणार नाही.

सतत बोलत राहा – कदाचित पुढे तुमचा शब्द खरा होईल! दुसऱ्यांसमोर अदबीनं, आदरानं बोला. त्यातून कुणाचाही अपमान होणार नाही याची काळजी घ्या.

अत्यंत प्रेमानं बोला, जेणेकरून त्यातून समोरच्याला दिलासा मिळेल.

प्रत्येक शब्दातून माझ्याशी बोला.

तुमचं आयुष्य म्हणजे छानशी भेट ठरेल, असं करा. तुम्ही म्हणजे 'उपहार' आहात – नेहमीच छानशी भेट आहात, हे नेहमी लक्षात ठेवा.

तुमच्या आयुष्यात जे कोणी येतील, त्यांच्यासाठी आणि तुम्ही ज्यांच्या आयुष्यात जाल, त्यांच्यासाठीही तुम्ही म्हणजे 'देन' – 'नजराणा' असाल – 'भेट' असाल. तसं होणार नसाल, तर कुणाच्या आयुष्यात प्रवेशच करू नका.

(तुम्ही नेहमीच 'गिफ्ट' असू शकता – कारण तुम्ही तेच आहात – फक्त काही वेळा तुम्ही स्वत:ला तसं समजत नाही इतकंच.)

एखादी व्यक्ती अचानक तुमच्या आयुष्यात येते, तेव्हा तिला तुमच्याकडून तुम्ही काय भेट देणार आहात, याचा विचार करा.

हे जरा आणखी वेगळ्या पद्धतीनं मांड ना –

अन्यथा ती दुसरी व्यक्ती तुमच्या आयुष्यात कशाला आली असणार? तुम्हाला सांगतो, तुमच्यापाशी येणारी प्रत्येक व्यक्ती तुमच्याकडून 'भेट' घेण्यासाठीच आलेली असते. त्या वेळी तीही तुम्हाला परतफेड करते – तुम्ही कोण आहात याची तुम्हाला ओळख करून देऊन आणि त्याचा अनुभव देऊन ती व्यक्तीही तुम्हाला अनोखी भेटच देत असते.

हे साधं-सोपं सत्य तुमच्या लक्षात येतं, जेव्हा तुम्हाला ते समजतं, तेव्हा तुम्हाला सर्वोच्च सत्य जाणवतं:

मी तुमच्यासाठी फक्त देवदूतच पाठवले आहेत!

१४

मी गोंधळून गेलोय. मी थोडंसं मागे जाऊ का? कुठेतरी थोडासा विरोधाभास आहे, असं वाटतंय. 'माणसाला एकटं सोडणं' ही त्याच्यासाठी कधीतरी सर्वांत जास्त चांगली मदत ठरते, असं तू म्हणत होतास आणि गरजवंताला मदत करायचं अजिबात टाळू नका – असंही तूच म्हटलं होतंस. ही दोन विधानं जरा विचित्र वाटतायत.

तुझ्या सगळ्या शंकांचं निरसन करतो हं –

'ज्या मदतीनं एखादा हातपायच हलवणार नाही, अशी मदत टाळ' असं मी म्हणालो. 'तुला वाटतंय' म्हणून मदत लादू नकोस. तू लोकांना मदत करू शकतोस, हे त्यांना समजू दे – मग त्यांना काय हवंय ते ऐकून घे – ते काय घ्यायला तयार आहेत, ते पाहा.

जी हवी आहे, जिची गरज आहे, तीच मदत देऊ कर. एखादी व्यक्ती किंवा माणसं 'मला एकटं राहू द्या' असं म्हणतील किंवा त्यांच्या वागण्यातून दाखवतील. अशा वेळी तू 'मी त्यांना सर्वांत चांगली मदत काय करू शकेन' असा विचार करत असशील, पण तरीही त्यांना एकटं सोडणं हीच त्यांच्याकरिता सर्वोत्तम मदत ठरेल.

नंतरच्या काळात त्यांना इतर काही गोष्टींची गरज भासली, तर त्या तुम्ही पुरवू शकता का हे पाहा – जर पुरवू शकत असाल, तर तसं करून त्यांना मदत करा.

पण तुमच्या मदतीमुळे ते स्वतः काही करणार नसतील, तर तशी मदत करू नका. जी मदत त्यांना परावलंबी बनवेल, अशी मदत करू नका.

खरं तर इतरांना अशीही मदत तुम्ही करू शकाल, जी त्यांचं बळ वाढवेल.

ज्याला तुमच्याकडून मदतीची अपेक्षा आहे अशा माणसाच्या दुःखाकडे काणाडोळा करणं हे योग्य नाही. कारण एखाद्यासाठी फारच क्षुल्लक मदत केल्यानं त्याचं बळ वाढत नाही.

तुमचा सदसद्विवेक जास्तच जागरूक असेल, तर तुम्ही तुमच्या भावा-बहिणींच्या दुःखाकडे दुर्लक्ष करू शकणार नाही. पण त्यांनीच त्यांचं काय ते पाहून

घ्यावं – त्यांची लढाई त्यांनीच लढावी असं म्हणणं हीच तुमच्याकडून त्यांच्यासाठी सर्वांत मोठी भेट ठरेल. असं करणं हा सर्वांत मोठा कठोरपणा ठरेल आणि तुम्ही त्यांच्यात फारसा रस न घेण्याचं समर्थनही!

मी पुन्हा जीझसचं जीवन आणि त्याची शिकवण याबद्दल सांगेन – जीझसनंच मला सांगितलं – 'माझ्या मुलांना आशीर्वाद दे' या – माझ्या तुमच्यासाठीच्या राज्याचे उत्तराधिकारी व्हा.

मला भूक लागली होती आणि तुम्ही मला खाऊ घातलंत. मी तहानलेला होतो – तुम्ही माझी तहान शमवलीत. मी बेघर होतो – तुम्ही माझ्या डोक्यावर छप्पर दिलंत.

मी विवस्त्र होतो – तुम्ही माझ्यावर वस्त्रं चढवलीत. मी आजारी होतो – तुम्ही मला भेटायला आलात. मी बंदिवासात होतो आणि तुम्ही मला आधार दिलात.

तुम्ही मला विचाराल, 'देवा, आम्ही कधी तुला उपाशी पाहिलं आणि जेवू घातलं? किंवा तहानलेला होतास आणि आम्ही तुझी तहान भागवली? किंवा तू म्हणे बेघर होतास आणि आम्ही तुला आश्रय दिला? किंवा तुझ्या अंगावर वस्त्रं नव्हतं आणि आम्ही ते तुला दिलं? आणि तू कधी आजारी होतास आणि आम्ही तुला बघायला आलो – काय रे, तू कधी तुरुंगात होतास आणि तुला भेटून आम्ही आधार दिला?'

आणि यावर उत्तरादाखल मी म्हणेन :

नक्कीच – नक्कीच – ज्या अर्थी तुम्ही हे केलंत, त्या अर्थी माझ्या बांधवांनो, हे तुम्ही माझ्यासाठीच केलंत. हेच माझं सत्य आहे आणि युगानुयुगं ते तसंच राहणार आहे.

१५

मला तू आवडतोस, माझं तुझ्यावर प्रेम आहे, हे तुला माहीत आहे?

हो तर, मला माहीत आहे. आणि तूही मला आवडतोस, माझंही तुझ्यावर प्रेम आहे.

विचार – भविष्यातले

(प्रकरण १६ ते प्रकरण २०)

या पृथ्वीवर आपण जगत असलेल्या आयुष्याबद्दल या पुस्तकात पुढे-पुढे काही फारच धाडसी विचार मांडले जाणार आहेत. म्हणजे आपण जसं जगतोय आणि आपण ठरवलं तर जसं जगू शकतो. आपण नवीन सत्य, नवीन जग आणि माणूस म्हणून जगण्याचा नवा मार्ग प्रस्थापित करायचा ठरवलं, तर काय होईल त्याबद्दल या पुस्तकात चर्चा होणार आहे.

एक गोष्ट मात्र नक्की आहे की, या संवादात काही गोष्टी स्पष्टपणे, सडेतोडपणे सांगितल्या आहेत. आज पंधरा वर्षांनी हा संवाद लिखित स्वरूपात आला आहे, पण तरीही आजही हे विचार नक्कीच क्रांतिकारी वाटणारे आहेत. संहितेचा शेवटचा तिसरा भाग याचा सारांश आहे. 'आर्थिक व्यवहार उघडकीला आणण्याचा' हा सोपा उपाय आहे. 'त्यामुळे जगभरात सरकार आणि सहकारी संस्थांचा भार कमी होणार आहे,' याची या संवादातून खातरी पटते. शिवाय, 'निखळ सत्य हे आहे की, जगात काय चाललंय हे लोकांना कळलं असतं, तर नव्वद टक्के लोकांनी ते सहन केलं नसतं.'

जागतिक सेवा आणि मदतीसाठी निधी उभारण्याची एक नवी पद्धतही सुचवली गेली आहे – ती म्हणजे स्वेच्छेनं सगळ्यांनी कमाईच्या रकमेच्या दहा टक्के रक्कम 'वर्ल्डवाइड कॉम्पेन्सेशन सिस्टिम'कडे पाठवावी. याबद्दल पुढे बरंच सविस्तरपणे सांगितलं आहे.

सर्वच गोष्टींत, वैयक्तिक असोत की व्यावहारिक, पूर्णपणे पारदर्शकता असायला हवी. ही आपल्या पृथ्वीवरची जीवनशैली बनून जावी इतकं हे सोपं आहे. त्यामुळे एक प्रकारची चमक, झळाळी येऊन आपण समाजाच्या उभारणीसाठी काय, किती करू शकतो हे लक्षात येईल. दुसऱ्या पुस्तकात या समापनाच्या भागात काही भन्नाट कल्पनांनी आधीच्या कल्पनांच्या भिंती ढासळणार आहेत. एखाद्याला नुकसान भरपाई देण्याची अंतिम मर्यादा (एखाद्याला नुकसान भरपाई म्हणून जास्तीतजास्त किती रक्कम मिळू शकेल) आणि सगळ्या जगावर एकछत्री अंमल – वैश्विक सरकार!

या संहितेच्या तिसऱ्या भागात अशा बऱ्याच गोष्टींबद्दल चर्चेत उडी घेणार आहे, ज्या विषयांबद्दल बोलणं काही जणांना सहज पचवण्याजोगं नाही. या विषयांबद्दल उघड चर्चा ऐकण्यानं, वाचण्यानं काही जणांना अवघडल्यासारखं वाटणार आहे. ही शेवटची काही पानं उलटण्यापूर्वी तुम्हाला ती कल्पना असायला हवी. मी तुम्हाला या आधीच सागितलंय – इथे मांडलेल्या कल्पनांशी कदाचित तुम्ही सहमत होणार नाही. तुम्हाला त्या कल्पना पटणारही नाहीत, पण असा 'सहमतीचा करारनामा' हा या पुस्तकाचा हेतूच नाहीये. उलट यातून मला निर्माण करायचा आहे – *'संवाद!'* तुझं-माझं हे बोलणं असंच पुन्हा होत राहावं; मानवतेचं राज्य पुन्हा यावं हाच माझा उद्देश आहे.

आपण इथे असे बराच काळ बसलो आहोत आणि आता काही करण्यासाठी सर्वोत्तम मार्ग आपल्याला मिळाला आहे, अशी आपली खातरी झाली आहे.

'कॉन्व्हर्सेशन्स विथ गॉड'चा दुसरा भाग मी पुन्हा वाचून हातावेगळा केला, तेव्हा त्याच्यात सगळ्या गोष्टी आल्यात असं माझ्या लक्षात आलं. 'माणूसपणा'चा एक वेगळा मार्ग सांगणारं, यापुढे ज्या विषयांकडे आपण जास्त काळ दुर्लक्ष करू शकणार नाही, असे विषय मांडणारं हे पुस्तक आहे.

उदाहरणार्थ, सोळाव्या प्रकरणात आपण पर्यावरणाची काय अवस्था करतोय हे सांगितलंय – अगदी स्पष्टपणे – उगाच गुळमुळीत शब्द न वापरता. त्यातही मी आणखी एका गोष्टीनं फारच प्रभावित झालो, ती म्हणजे हे सगळं अल गोर (Al Gore) यांच्या 'ॲन इनकन्व्हिनियन्ट ट्रुथ' (An Inconvenient Truth) या आंतरराष्ट्रीय ख्याती मिळवणाऱ्या पुस्तक आणि चित्रपटाच्या दशकभर आधी हे सगळं लिखाण झालं होतं.

पृथ्वीमातेच्या सजीव सृष्टीची हानी, अवमूल्यन त्वरित थांबवण्यासाठी आपण काहीतरी करायला हवं असा विचार हे लिखाण वाचल्यावर माझ्याही मनात आलं. नव्या आध्यात्मिक चळवळीत काम करणाऱ्या आपल्यासारख्यांनी ज्या अनेकविध विषयांवर चर्चा करून आपलं वेगळेपण दाखवून दिलं आहे, त्यापैकीच हा एक विषय आहे.

या पुस्तकाच्या तिसऱ्या भागातल्या काही थोड्या विवादास्पद मुद्द्यांकडे वळू या.

तुम्हालाही या भागातले मुद्दे पटतायत का हे पाहण्यासाठी तुम्ही ते काळजीपूर्वक वाचायला हवं. तुम्ही सहमत असा किंवा नसा – पण हे सगळं वाचणं तुम्हाला नक्कीच आवडेल असं मला वाटतं.

आपल्या वैयक्तिक आणि व्यावसायिक गोष्टी स्वच्छ आणि पारदर्शक असाव्यात – त्यात कुठलीही लपवाछपवी असू नये, या मुद्द्याशी मी अगदी मनापासून,

पूर्णपणे सहमत आहे. पण त्याबाबत मला तुम्हाला अंधारात ठेवायचं नाहीये, फसवायचं नाहीये. तुम्हाला सांगतोय तसं मी आयुष्यभर किंवा काही काळतरी वागलोय – असं तुम्ही वाटून घेऊ नका. कारण मी तसं केलेलं नाही. माझ्या तरुणपणात बहुतेक वेळा मी या ना त्या प्रकारे या सत्याभोवती नाचलोय आणि ते माझ्या व्यावसायिक किंवा वैयक्तिक कृतीच्या समर्थनासाठी ते महत्त्वाचं होतं म्हणून! मी जे कधी म्हटलं किंवा म्हटलं नव्हतं, त्यासाठी मी त्याचा उपयोग केला.

मी बरीच वर्षं असं वागलो; पण हे काही फारसं चांगलं चित्र नव्हतं. माझ्याही मनाला ते पटत होतं असं नाही. म्हणूनच गेल्या काही वर्षांपासून मी नेहमी खरंच बोलायचं ठरवून टाकलं. प्रत्यक्ष देवाहूनही आणखी आनंदी कसं असावं याच्या सतरा पायऱ्या मी माझ्या नुकत्याच आलेल्या नव्या पुस्तकात दिल्या आहेत.

त्यातली तेरावी पायरी अशी आहे – 'तुमच्या लक्षात आल्या-आल्या लगेच सत्य काय ते बोलून टाका.'

'देवापेक्षा आनंदी कसं राहावं' ते सांगतो.

मी आयुष्यात जो सर्वांत मोठा धडा शिकलो, तो सत्याभोवतीच फिरणारा आहे. अंतिम सत्य निरपेक्ष नसतं, सत्य सापेक्ष असतं – तुम्हाला काय सत्य वाटतं यावर ते अवलंबून असतं आणि ते तुमच्या आयुष्यात विशेष महत्त्वाचं असतं.

अधिकृतपणे, पूर्णपणे जीवन जगा. तुम्ही आहात त्याच्या निम्म्यानंच व्यक्त झालात, स्वतःच्या ओळखीच्या निम्म्यानंच दाखवून दिलंत, तर त्यातून दुःख पदरात पडणार हे नक्की.

तुमचं वैयक्तिक सत्य, तुमच्या खऱ्या भावना, एखाद्याबद्दलचा तुमचा कुठलाही अनुभव – भले ती व्यक्ती तुम्हाला सर्वांत प्रिय असो वा इतरांना – काहीही लपवू नका.

गंमत म्हणजे आपण आपल्या आवडत्या माणसांपासूनच नेहमी बऱ्याच गोष्टी लपवून ठेवतो. कारण आपल्याला त्यांच्या भावना दुखवायच्या नसतात किंवा बहुधा त्यांना आपल्यापासून दूर जाऊ द्यायचं नसतं, त्यांना गमवायचं नसतं.

म्हणून आपण त्यांना खरं काय ते न सांगता, त्यांना अंधारात ठेवतो. बरेचदा आपण विरक्त झाल्याचं दाखवतो आणि आपल्या अगदी खऱ्याखऱ्या भावना, अपेक्षा, इच्छा, भीती व्यक्त करायचं सोडून लपवत राहतो. पण हे मुळी जगणंच नाही, हे तर मरण आहे.

यात मरण भले मुंगीच्या पावलांनी येऊ दे, पण येणार हे नक्की आणि एखाद्या दिवशी सकाळी आपण उठतो खरे, पण आपल्याला जिवंत असल्यासारखं वाटत नाही.

तेव्हा तुमच्या लक्षात आल्याबरोबर लगेच स्वतःचं सत्य सांगून टाका. तुम्ही तुमच्या भावना व्यक्त न करता दाबून टाकून दुसऱ्या व्यक्तीच्या भावना दुखावत नाही, असं मुळीच समजू नका. एका फार छान गुरूंनी मला सांगितलं, 'सत्यं ब्रूयात

– प्रियं ब्रूयात' – सत्य सांगा, पण गोड, मृदू शब्दांत, शांतपणे सांगा. अतिशय हळुवारपणेही तुम्ही खूप मोठं सत्य दुसऱ्याजवळ बोलून दाखवू शकता. तसं करा. सत्य न सांगण्यानं तुम्ही इतरांच्या भावना जपू शकाल असा विचार करू नका. तसं होणार नाही. तसं करणं म्हणजे केसानं गळा कापणं ठरेल, जणू गाणं म्हणत एखाद्याचा हळुवारपणे जीव घेणं ठरेल. त्यामुळे तुम्ही कपटी, आतल्या गाठीचे आणि अप्रामाणिक, बेईमान ठराल.

देवाहून आनंदी होण्याचा मार्ग 'सत्या'चा मार्ग आहे, हेच तुम्हाला सांगण्याचा मी प्रयत्न करतोय. प्रत्येक गोष्टीत प्रत्येकाला खरं काय ते सांगून मोकळे व्हा. त्यामुळे तुम्हाला मनापासून आनंद मिळेल. कारण सत्य नेहमी आत्म्याला विहार करायला पंख देतं, सत्य मनाला मुक्त करतं, सत्य हृदय व्यक्त करतं आणि सत्य तुमच्यात निश्चयीपणा आणतं आणि आत्म्याचं प्रेम खुलेपणानं बहरू, बरसू देतं.

मी अजूनही माझ्या आयुष्यातल्या प्रत्येक प्रसंगाचं आणि प्रत्येक क्षणाचं सत्य सांगत नाहीये. पण मी आता त्या दिशेनं येतोय आणि हे खरंच अवघड आव्हान आहे, असं वाटायला लागलंय. आपण नावडते ठरू की काय ही माझी भीती मला सोडायला हवी आणि इतरांना अवघडल्यासारखं न वाटू देता कसं सांगायचं हे मला पाहायला हवं.

काहीच न बोलणं – जे घडतंय ते घडू दे असं म्हणणं हा याचा सर्वांत उत्तम मार्ग आहे असं वाटतं आणि जर एखादी गोष्ट तितकीच फार महत्त्वाची नसेल, तर असं करण्यात काही अर्थ आहे. कारण तुम्हाला वाटतंय ते सत्य बोलून दाखवायलाच हवं असं नाही. याला पारदर्शीपणा, निखळपणा म्हणत नाही. उलट सत्य सांगणं महत्त्वाचं असेल, तेव्हा ते सांगणं किंवा समोरच्याचं निव्वळ नुकसान होणार असेल, तर ते न सांगणं (कधी ते तुम्हाला बरोबर कळतं म्हणा...) याला खरा स्वच्छ निखळपणा म्हणतात.

म्हणून मी माझ्या मनात प्रत्येक सत्यासाठी मोजपट्टीच तयार करून ठेवलीय. आता 'यातून अवघडल्यासारखं तर वाटणार नाही' असं मी विचारायला शिकलोय.

सुरुवातीला प्रत्येकच सत्य काहीतरी अवघडल्यासारखी, अस्वस्थ वाटल्यासारखी परिस्थिती निर्माण करतंच. सत्य सांगून टाकलं की, मग सगळ्यांनाच हळूहळू मोकळं वाटायला लागतं.

तेव्हा थोडंसं अस्वस्थ वाटण्याची माझ्या मनाची मी तयारी करायला हवी. अशा वेळी जुळवून घ्यायला मी आधीच शिकलोय. हे मी फारच पूर्वी केलंय. मी माझ्या बाजूनं इतरांना दुखावण्यापेक्षा मला त्रास झालेला चालेल, असं मला वाटे. पण आता एक गोष्ट माझ्या लक्षात आलीय – असं करण्यानं असंतोषाचं बीज पेरलं जातं – त्यातून आणखी असंतोष निर्माण होतो – त्यातून चीड निर्माण होते आणि

जर मी सावध राहिलो नाही, तर त्यातून राग भडकू शकतो – मग वाटतं, कदाचित याआधी हा प्रश्न सोडवला असता, तर गोष्टी या थराला गेल्या नसत्या.

'हॅपिअर दॅन गॉड' (Happier than God) मधलं एक वाक्य मी माझ्या कॉम्प्युटरवर 'स्क्रीन सेव्हर' म्हणून ठेवलंय.

'शक्य तितक्या लवकर सत्य सांगून टाका.'

(या विषयावरचं डॉ. ब्रॅड ब्लँटन यांचं अतिशय सुंदर पुस्तक – मी नेहमी त्याची शिफारस करतो. पुस्तकाचं शीर्षक आहे – रॅडिकल ऑनेस्टी. (Radical Honesty) मूलगामी प्रामाणिकपणा. मूलतत्त्ववाद या विषयावरचं हे सर्वांत उत्तम पुस्तक आहे, असं माझं मत आहे.)

पुढे पाहू... एकोणिसाव्या प्रकरणातल्या पहिल्या अर्ध्या भागातली नोंदवलेली निरीक्षणं बघितली की, मला फार राग तरी येतो, नाहीतर फार उदासवाणं वाटायला लागतं. माणसानं यावर कशी मात करावी याचा विचार मी करायला लागतो. 'एखाद्या सभ्य समाजात या गोष्टी कशा घडू शकतील? सभ्य समाज असं कसं घडू देईल? आपण स्वत:ला पाहू शकत नाही? स्वत:बद्दल न्याय्य विचार करू शकत नाही का? का वाईटात वाईट म्हणजे आपण स्वत:कडे पाहू आणि त्याकडे पूर्ण दुर्लक्ष करू शकतो का? या प्रकरणात उपस्थित केलेला हा प्रश्न स्वाभाविकपणे या पुस्तकाला एक उंची प्राप्त करून देतो – मानवतेच्या दृष्टीनं हीच सर्वोत्तम गोष्ट आहे का?'

याचं उत्तर 'नाही' असं आहे, हे मला पक्कं ठाऊक आहे. आपण याहून अधिक चांगलं नक्की करू शकतो आणि खरंच बऱ्याच जणांना असं करावंसं वाटतं, पण कसं ते त्यांच्या लक्षात येत नाही. आपल्या जगातल्या समस्यांना माणसानं स्वत:च्याच वागण्यानं निर्माण केलेल्या संघर्षांना, आव्हानांना तोंड द्यायला आपण पुरे पडणार नाही, अशी त्यांची समजूत असते. हे चित्र बदलण्याचा एक मार्ग आहे, पण सर्वसामान्य माणसानं काय करावं?

खरं तर खूप मार्ग आहेत. पण त्यांची चर्चा आपण 'समापन...' या शेवटच्या काही पानात करणार आहोत.

तेव्हा सज्ज व्हा, आपली सामूहिक जाणीव जागृती कशी उंचावायची याबद्दल फारच आधुनिक गोष्टी या शेवटच्या स्फोटक पानांमध्ये सांगणार आहे.

घट्ट धरून बसा.

१६

देवा, आपण एकूण विश्वातल्या जीवनाबद्दल मोठ्या परिप्रेक्ष्यातून इथे चर्चा करतोय. तसंच पहिल्या पुस्तकात आपण वैयक्तिक आयुष्यातल्या पैलूंबद्दल चर्चा केली होती, त्यातला काहींचा आपण पुन्हा आढावाही घेतोय. त्या संदर्भात मला पर्यावरणाबद्दल तुला काही विचारायला आवडेल.

अच्छा! तुला काय समजून घ्यायचंय?

काही पर्यावरणवादी म्हणतात त्याप्रमाणे खरंच पर्यावरणाची हानी होतेय का? किंवा हे लोक निव्वळ द्रष्टे आहेत (smoke dope), उदारमतवादी जमात आहेत (el-pinko) जे सगळे बर्कलेतून शिकलेत आणि –

दोन्हीचं उत्तर 'हो'–

काऽयऽ?

गंमत केली रे. बरं ठीक आहे. पहिल्या प्रश्नाचं उत्तर 'हो' आणि दुसऱ्याचं उत्तर 'नाही'.

ओझोनचा थर विरळ झालाय? पर्जन्यवनांचा मोठ्या प्रमाणावर नाश होतोय?

होय, या फक्त वरवर दिसणाऱ्या गोष्टी नाहीत. याहूनही अशा अनेक न दिसणाऱ्या गोष्टी आहेत, ज्यांच्याबद्दल तुम्ही विचार करायला हवा.

मला जरा आणखी सांग ना.

सांगतो. म्हणजे बघ, तुमच्या पृथ्वीवर मातीचं प्रमाण झपाट्यानं कमी होतंय. याचाच अर्थ तुम्हाला अन्नधान्य पिकवण्यासाठी आवश्यक सुपीक माती आता संपत चाललीय. कारण माती निर्माण होण्यासाठी पुन्हा तयार होण्यासाठी काही कालावधी जावा लागतो आणि तुमच्या आधुनिक सहकारी शेतकऱ्यांपाशी तेवढा वेळ नाही. त्यांना उत्पादन, उत्पादन आणि फक्त उत्पादनच देत राहणारी जमीन हवी. त्यामुळे प्राचीन काळातली एकाआड एक हंगामात पीक घेण्याची पद्धत आता जवळ-जवळ थांबलीय किंवा त्यात कपात केली गेलीय. कमी वेळात उत्पादन हवंय त्यामुळे वेळेची ही बचत भरून काढण्यासाठी जमीन नांगरून तयार ठेवून पिकावर रासायनिक खतांचा मारा करतात. अर्थात हे सगळं करूनही तुम्ही निसर्ग-मातेला एखादा कृत्रिम पर्याय उभा करू शकत नाही. हा पर्याय मूळ निसर्गातल्या गोष्टीच्या कितीही जवळ जाणारा असला तरी तो मूळ गोष्टीची जागा घेऊ शकत नाही.

याचा परिणाम म्हणजे – तुम्ही खरोखरच काही इंचांनी जमिनीची धूप करवता. काही ठिकाणी तर जमिनीवरचा सुपीक थरही नष्ट होतो. दुसऱ्या शब्दांत सांगायचं तर कमीतकमी सुपिकता असलेल्या, उरलेल्या जमिनीतून तर तुम्ही जास्तीतजास्त पीक घेताय. त्यात ना लोह, ना खनिजं. जमिनीतून जे घटक मिळावेत असं वाटत असतं, त्यातलं काहीही मिळत नाही. सर्वांत कडी म्हणजे अन्नघटकांचं विघटन करणाऱ्या रसायनांनी भरलेले अन्नपदार्थ तुम्ही खात असता. त्यांचे तुमच्या शरीरावर लगेच काही वाईट परिणाम दिसणारही नाहीत, पण पुढे-पुढे आयुष्यात काही वर्षांनंतर शरीराची दुखणी उफाळून वर आलेली दिसतील, त्या वेळच्या रसायनांमुळे तुम्ही निरोगी तर नक्की राहणार नाही – तुमच्या तब्येतीच्या तक्रारी सुरू व्हायला लागतील.

जलद पीक पद्धतीनं शेती करण्यामुळे जमिनीची धूप होण्याचा प्रश्न मोठ्या प्रमाणात निर्माण झाला आहे. याची कल्पना बऱ्याच जणांना असेल, असं नाही. उलट 'यप्पी पर्यावरणवादी' नव्या लोकाकर्षक कारणाच्या शोधात असतातच. कुठल्याही भू-शास्त्रज्ञाला त्याबद्दल विचारा – तुम्हाला खूप काही ऐकायला मिळेल. हे संकट विश्वव्यापी आणि गंभीर आहे – फक्त त्याचं प्रमाण किती आहे एवढाच प्रश्न आहे.

लक्षात घ्या – जन्मदात्या पृथ्वीमातेच्या गरजा आणि नैसर्गिक प्रक्रिया धुडकावून देऊन तुम्ही तिचं जे भयंकर नुकसान करताय, तिला ओरबाडताय त्याचं हे मामुली उदाहरण आहे – वानगीदाखल नमुना!

आपल्या पृथ्वीला काय हवंय याची फारशी तमा न बाळगता तुम्ही तुमच्या भावना, तुमच्या अत्यावश्यक गरजा, (बऱ्याचदा उगाचच फुगवून शोधलेल्या) आणि माणसाची मोठं, अजून मोठं – खूप मोठं – मोठं होण्याची कधीही न

संपणारी, चिरंतन लालसा पूर्ण करण्यातच तुम्ही गुंगून जाता. कदाचित तुमच्यापैकीच काहींना प्रश्न पडेल – ते तुम्हाला विचारतील – आता 'पुरे' असं तुम्हाला कधी वाटणार?

आम्ही या पर्यावरणवाद्यांचं का ऐकत नाही? त्यांनी दिलेल्या धोक्याच्या सूचनांकडे आम्ही लक्ष का देत नाही?

तुमच्या पृथ्वीवरची जीवनशैली आणि जीवनाची गुणवत्ता या दोन महत्त्वाच्या गोष्टींवर खरं तर या सगळ्याचा परिणाम होत असतो. तुमच्या इथे 'पैशाच्या मागे धावा', 'पैसा हाच परमेश्वर – तो मिळवा' अशी एक वृत्तीच पडून गेलीय – तीच तुझ्या प्रश्नाचं उत्तर आहे.

हे खरं तर मोठे आणि चोरपावलांनी येऊन हळूहळू घात करणारे प्रश्न आहेत– ते सोडवायचे म्हटलं तर सुरुवात तरी कुठून करावी?

एकदम सोप्पं – आयुष्यातून पैसा वगळा. बाजूला सारा.

पैसा बाजूला सारायचा?

होय, नाहीतर किमान त्याचं महत्त्व मानायचं सोडून द्या.

मी समजलो नाही.

बरेच जण त्यांना ज्या गोष्टी लज्जास्पद वाटतात किंवा ज्या गोष्टींबद्दल इतरांना कळू नये असं वाटतं, त्या गोष्टी लपवतात. म्हणून तर तुम्ही तुमच्या लैंगिक भावना दडवून ठेवता – आणि पैसा दडवण्याचं बहुतेकदा हेच कारण असतं. म्हणजे पैशाच्या बाबतीत तुम्ही फारसे मोकळे-ढाकळे, उघड नसता. 'माझा पैसा ही माझी अगदी खासगी, वैयक्तिक बाब आहे' असं म्हणता आणि इथेच सगळी गोची होते.

जर प्रत्येकाला प्रत्येकाच्या आर्थिक स्थितीबद्दल प्रत्येक गोष्ट कळली, तर तुमच्या देशात आणि तुमच्या ग्रहावर अभूतपूर्व मोठा गहजब उडेल आणि त्यानंतर सगळीकडे न्यायाचं आणि समानतेचं, प्रामाणिकपणाचं, ईमानदारीचं, 'सर्व कल्याणा'चं वातावरण पसरेल आणि याच सगळ्या गोष्टी मानवी संबंधांतही दिसतील.

आताच्या काळात व्यापारक्षेत्रात ही समानता, सचोटी किंवा एकूणच 'सगळ्यांचं

भलं' हे भाव आणणं फार कठीण आहे. कारण पैसा कसाही लपवला जातो. तुम्ही 'पैसा' शब्दशः आणि प्रत्यक्षपणे पैसा हातात घेता आणि लपवू शकता. चतुर लेखापाल 'सर्व प्रकारे' प्रयत्न करून तो लपवू शकतात आणि गायबही करू शकतात.

*याचा अर्थ पैसे लपवता येत असल्यानं एखाद्या व्यक्ती*जवळ किती पैसा आहे किंवा तो पैशाचं काय करतो हे समजायला मार्ग नाही. त्यामुळे विषमता वाढण्याची शक्यता बळावते, असं म्हणू नये; पण जगण्यात दुटप्पीपणा येतो. उदा. महापालिकेत एकसारखं म्हणजे तेच काम करणाऱ्या दोन जणांच्या पगारात प्रचंड तफावत आढळते. एकाला दरवर्षी सत्तावन्न हजार डॉलर पगार मिळतो, तर अगदी तेच, तसंच काम करणाऱ्या दुसऱ्याला वर्षाला बेचाळीस हजार डॉलर पगार मिळतो. याचं एकमेव कारण म्हणजे पहिल्या माणसाकडे असं काहीतरी खास आहे, जे दुसऱ्या माणसाकडे नाहीये.

काय असेल?

पुरुषत्व.

ओहो!

होय तर – अगदी खरं.

अरे, पण तुझ्या लक्षात येत नाहीये – पुरुषत्वामुळे पहिला कर्मचारी दुसऱ्या कर्मचाऱ्याहून जास्त मौल्यवान, प्रसंगावधानी, जास्त तल्लख, चतुर आणि त्यामुळे जास्त सक्षम, पात्र ठरणार हे तर उघड आहे.

हं, तुला असं सांगावं हे माझ्या लक्षात नाही. म्हणजे दोघांच्या क्षमता असमान आहेत, एवढंच मला म्हणायचं होतं.

ते ठीक आहे तुझं म्हणणं – पण तुला हे माहीत नव्हतं याचं मला आश्चर्य वाटतंय. अरे, आमच्या पृथ्वीवरच्या प्रत्येकाला हे माहीत असतं.

मला वाटतं आपण हा विषय थांबवू या. नाहीतर आपण खरंच गंभीरपणे बोलतोय, असं लोकांना वाटायचं!

म्हणजे? तू गंभीरपणे बोलत नाहीयेस, असं म्हणायचंय तुला? अरे, पण आपण गंभीर आहोत. या पृथ्वीवरची माणसंही. म्हणूनच तर स्त्रिया रोमन कॅथॉलिक किंवा मॉर्मान धर्मगुरू होत नाहीत किंवा जेरूसलेमच्या वेलिंग वॉलची चुकीची बाजू दाखवून देत नाहीत किंवा भविष्यातल्या पाचशे कंपन्यांना किंवा पायलट एअरलायनर्स किंवा तत्सम उद्योगात ती माणसं सर्वांत मोठं पद मिळवू शकतात.

अच्छा! आता आलं लक्षात. जर पैशांचे सगळे व्यवहार स्वच्छ पारदर्शी असतील, तर ही पगारातली तफावत दूर करता येईल असं मला म्हणायचं आहे. मला सांग, जगातल्या सगळ्या कंपन्यांना आपल्या कर्मचाऱ्यांचे पगार जाहीर करणं बंधनकारक केलं, तर काय होईल याची कल्पना तरी करू शकशील? म्हणजे विशिष्ट कामांच्या वर्गवारीत पगाराचं प्रमाणच नाही तर त्यातल्या प्रत्येकाला जी भरपाई – तफावत भरून दिली जाते, ते जाहीर करायला हवं.

Well, there goes playing two ends against the middle, right out the window.

हं.

आणि त्याला हे माहीतच नाही, मग त्याला त्याचं दु:खही वाटणार नाही.

हं.

आणि 'जर आपल्या एकतृतीयांश पैसे देऊन ती बाई कामाला मिळत असेल, तर आपण तिला जास्त पगार कशाला द्यायचा?

हं –

शिवाय – साहेबाच्या पुढे-पुढे करणं, त्याची सेवा करणं, आतल्या मार्गानं त्याला खूष ठेवणं आणि कंपनीतलं राजकारण आणि...

आणि असंच खूप-खूप काही कामाच्या ठिकाणाहून, आणि जगातून गायब होईल. आर्थिक व्यवहारांचा नुसता पाठपुरावा केला तरी हे होईल.

या गोष्टीचा विचार करा. तुमच्यातल्या प्रत्येकाजवळ किती पैसा आहे आणि

तुमचे सगळे उद्योगधंदे, नगरपालिका आणि त्यांचे अधिकारी यांच्या मालमत्ता किती आहेत, तसंच प्रत्येक व्यक्ती आणि नगरपालिका आपल्याजवळचा किती पैसा वापरतेय हे पाहायला लागलं तर चित्र बदलेल असं नाही तुम्हाला वाटत?

याचा विचार करा. गोष्टी कशा बदलतील असं तुम्हाला वाटतं?

आत्तापर्यंत काय घडत आलंय हे जर कळलं ना, तर लोक त्यांच्या कमाईतला नव्वद टक्के वाटा समाजासाठी देणार नाहीत. पैशांच्या अशा असमान वाटपाला, तो पैसा मिळवण्याच्या 'साधनां'ना किंवा तो आणखी मिळवण्याच्या लटपटींना समाज कधीच मान्यता देणार नाही. या गोष्टी त्वरित आणि विशेषकरून सगळ्या ठिकाणच्या सगळ्यांना कळायला हव्यात.

लोकांनी तावून-सुलाखून घेतल्याशिवाय कुठल्याच गोष्टी योग्य ठरत नाहीत आणि मूळही धरत नाहीत. म्हणून तर तुमच्या इथल्या राजकारण आणि सरकारी व्यवस्थेतली गलिच्छ अंदाधुंदी दूर करण्यात तुमच्यात तथाकथित सूर्यप्रकाशाइतक्या निर्मळ कायद्यांनी महत्त्वाची भूमिका बजावली आहे.

आता तुमच्या सेवा आणि सुविधांच्या भरपाईकडे लक्ष द्यायची वेळ आली आहे.

तुला काय सुचवायचं आहे?

ही सूचना नव्हे, हे धाडस आहे. तुमचा सगळा पैसा, नोटा-नाणी आणि वैयक्तिक राष्ट्रीय चलनं उधळून लावून मला एक पाऊल पुढे जाऊन नवी सुरुवात करायचीय. आंतरराष्ट्रीय अर्थव्यवस्था विकसित करा, जी खुली, पूर्णतः पारदर्शी, त्वरित पडताळण्याजोगी असेल. एक विश्वव्यापी 'कॉम्पेन्सेशन सिस्टिम' स्थापना करा. त्यातून लोकांना सेवा आणि उत्पादनं मिळण्यासाठी 'पत' आणि घेतलेल्या सेवा आणि वापरलेल्या उत्पादनांसाठी 'डेबिट' दिलं जाईल.

क्रेडिट आणि डेबिट पद्धतीवरच सगळं काही म्हणजे गुंतवणुकीवरचा परतावा, वारसाहक्कानं मिळणारा पैसा, पगारदारांचे पगार, कामगारांची मजुरी, रोजगार, भत्ता, वरकमाई आणि ग्रॅच्युईटी – सगळं काही चालेल. क्रेडिटशिवाय काहीच खरेदी करू नये. बोलणी करून बदलता येईल असं चलन नसेल आणि प्रत्येकाच्या नोंदी सगळ्यांसाठी उपलब्ध असतील.

असं म्हणतात की, 'मला एखाद्या माणसाचं बँकेचं खातं दाखवा आणि मी तुम्हाला तो माणूस दाखवेन.' मी आधी सांगितलेली पद्धत याच्याच जवळ जाणारी आहे. लोकांना तुमच्या संदर्भातलं मोठं डील, मोठा व्यवहार कळेल, आत्तापेक्षा जास्त! फक्त प्रत्येकाबद्दलच तुम्हाला समजेल असं नाही, तर प्रत्येक गोष्टीबद्दल तुम्हाला कळेल; विशेषतः महानगरपालिका काय मिळवतात आणि किती खर्च

करतात – एखाद्या वस्तूची खरी आणि ते लावतात ती किंमत (मला सांगा, जर महापालिकेला प्रत्येक किमतीच्या टॅगवर वस्तूची किंमत आणि महापालिकेचा दर असं दोन्ही लावावं लागलं तर त्या काय करतील असं तुम्हाला वाटतं? त्यानं किमती कमी होतील का कसं? त्यामुळे स्पर्धा वाढून निकोप व्यापाराला प्रोत्साहन मिळेल का? या गोष्टीच्या परिणामांची तुम्हाला कल्पनाही करता येणार नाही.)

या नव्या वर्ल्डवाईड कॉम्पेन्सेशन सिस्टिम (WCS) अंतर्गत जमा आणि खर्चाचा ताळेबंद लगेचच कळेल आणि सर्व व्यवहार पूर्ण पारदर्शक असतील म्हणजे कोणीही आणि प्रत्येक जण कुणाही व्यक्तीचे किंवा संस्थेचे आर्थिक व्यवहार केव्हाही पडताळू शकेल. कुठलीही गोष्ट गुप्त आणि खासगी राहणार नाही.

जे स्वेच्छेने आपल्या मिळकतीतली दहा टक्के रक्कम दरवर्षी कापून घ्यायला तयार असतील, त्यांच्या मिळकतीतून डब्ल्यूसीएस ती रक्कम कापून घेईल. मग आयकर नावाची गोष्टच राहणार नाही. ना कुठले अर्ज, फाईल, कागदपत्रं सादर करावी लागतील, ना रकमांचे आकडे कमी करावे लागतील की, 'खुष्की'चे मार्ग शोधून उत्पादकांना गडबड घोटाळा करावा लागेल. सगळेच हिशेबांचे ताळेबंद, नोंदणी खुल्या असल्याने समाजातला प्रत्येक जण सर्वसामान्यांच्या कल्याणासाठी कोण दहा टक्के रक्कम देऊ करतोय आणि कोण देत नाहीये हे जाणून घेऊ शकेल. ही स्वेच्छेने होणारी कपात लोकांनी निवडून दिलेल्या सरकारला आपल्या विविध सेवा आणि योजनांसाठी पाठबळ देणारी ठरेल.

एकूण सगळी व्यवस्थाच अतिशय सोपी, सुलभ आणि अत्यंत पारदर्शी, उघड असेल.

जग अशा गोष्टीला कधीच मान्यता देणार नाही.

अर्थातच नाही. त्याचं कारण काय माहीत आहे? कारण या मुळे आपल्या ज्या गोष्टी इतरांना कळू नयेत असं वाटत असेल, त्याही गोष्टी सगळ्यांनाच कळणार ना! आणि तसंही तुम्हाला ते का आवडावं? मी तुला त्याचंही कारण सांगतो – आत्ता तुम्ही अशा समाजव्यवस्थेत जगताय की, ज्याचा पायाच 'फायदा घेणं', 'हळूहळू पुढं जाणं', 'सर्वांत मोठं काही मिळवणं' आणि 'तथाकथित उत्तम जीवन जगणं' असा आहे.

जिथे तुमच्या समाजाचा मुख्य उद्देश आणि ध्येयच (जे सगळ्या खऱ्या प्रगत समाजाचं असतं) मुळी 'सर्वांना जगू द्या आणि जगा' असेल, सगळ्यांचा समान फायदा, सगळ्यांना उत्तम जगण्याच्या समान संधी असं असेल, तिथे लपवाछपवी, काळाबाजार, लाचलुचपत, पैसे खाणं असल्या गोष्टींना थाराच मिळणार नाही. जुन्या काळातला भ्रष्टाचार बरा होता, त्यात अन्याय आणि असमानता कमी होती असं

नाही. अशा व्यवस्थेत त्याला काही स्थान नसावं, असं नाही का? पारदर्शकता हाच आजचा परवलीचा शब्द आहे.

वा! काय सुंदर विचार आहे! काय कल्पना आहे! पूर्ण पारदर्शकता – तीही आपल्या आर्थिक व्यवहारात! हे कसं अयोग्य ठरवता येईल, हे चांगलं नाही असं कसं म्हणता येईल, यासाठी मी काहीतरी कारण शोधत होतो, पण मला काही ते सापडलं नाही.

तुला नक्कीच सापडणारही नाही. कारण लपवण्याजोगं असं तुझ्यापाशी काही असणारच नाही. पण जगात सत्ता आणि संपत्ती असणारी माणसं आपली प्रत्येक कृती, प्रत्येक खरेदी, प्रत्येक विक्री, प्रत्येक व्यवहार, प्रत्येक सामूहिक कृती, किमती आणि पगाराची बोलणी, कुणाकडूनही आपल्या निर्णयाची तळागाळाकडून पुन्हा पाहणी होईल असं ते कसं म्हणू शकतात? तुला सांगतो, पारदर्शकताच सर्वांत जलद क्षमता, योग्य वातावरण निर्माण करू शकते.

पारदर्शकतेचं दुसरं नाव आहे सत्य. सत्य जाणा आणि सत्य तुम्हाला मुक्त करेल. कुठल्याही राजकीय, सामाजिक किंवा आर्थिक परिस्थितीचा साधन म्हणून उपयोग करून साधं आणि सोपं, सरळ सत्य मांडू द्यायला सरकार, सहकारी संस्था, सत्तेतली मंडळी तयार होणार नाहीत.

उन्नत, प्रगत समाजांमध्ये कुठल्याच गोष्टींत गुप्तता नसते. तिथे प्रत्येकाला दुसऱ्याजवळ किती आहे, दुसरा किती कमावतो, पगार, कर आणि फायदा यात दुसरा किती खर्च करतो, प्रत्येक जण महापालिकेला किती पैसे लावते आणि खरेदी-विक्री करते हे बघायला हवं. त्यातही प्रत्येक गोष्टीत कशासाठी आणि किती फायदा काढला जातो हे तपासायला हवं.

फक्त प्रगत, पुढारलेल्या समाजातच हे का शक्य आहे, ठाऊक आहे? कारण फक्त याच समाजात कुणालाच दुसऱ्याकडून काही मिळवायचं नसतं, दुसऱ्याच्या जिवावर कुणालाच काही साधायचं नसतं.

हा मार्ग म्हणजे जगण्याचा मूळ, प्राचीन, बाळबोध मार्ग आहे.

प्राथमिक स्तराच्या समाजात हा अगदी बाळबोध मार्ग आहे हे खरं. प्रगत समाजात हा मार्ग स्पष्टपणे योग्य असल्याचंच दिसतं.

तू हा 'पारदर्शक, पारदर्शिता' शब्दप्रयोग करतोयस, तुझ्या 'पारदर्शकता' या

संकल्पनेनं माझी जिज्ञासा चाळवली गेलीय. आर्थिक व्यवहारांच्या पलीकडे जाऊन ही संकल्पना राबवता येईल का? शिवाय आमच्या वैयक्तिक-खासगी नातेसंबंधांबाबत 'तपासनीस' म्हणून परवलीचा शब्द म्हणूनही तो वापरता येईल का?

एखाद्यानं तशी आशा करायला हरकत नाही.

हो, पण अजूनतरी तसं झालेलं नाही.

नियम म्हणून म्हणशील तर 'नाही.' अजून तरी तुझ्या ग्रहावर नाही. अजूनही लोकांकडे लपवण्याजोगं, लपूनछपून करण्यासारखं खूप काही असतं.

का? कशाबद्दल?

वैयक्तिक नातेसंबंधांत (खरं तर सगळ्याच प्रकारच्या नातेसंबंधांत) काहीतरी गमावण्याबद्दल आहे. एखाद्याला आपण काहीतरी गमावू किंवा एकदा हातातून निसटलेलं परत गवसणार नाही अशा भीतीबद्दल आहे. खरं तर सर्वोत्तम वैयक्तिक नातेसंबंध आणि नक्कीच 'प्रेमळ' जोडपं – त्यात दोघांना एकमेकांचं सगळं माहीत असतं. खडान् खडा माहिती असते. तिथे 'पारदर्शकता' हा watch word *नसतो – नुसता एक साधा शब्द असतो. कारण त्या नात्यात कुठलीच लपवाछपवी नसते. अशा निखळ नातेसंबंधांत कुठल्याच गोष्टीला खोटा 'रंग', मुलामा दिलेला नसतो; शरम वाटेल असं काहीही नसतं. एकमेकांपासून काही लपवलेलं किंवा 'सांगितलं नाही' असं नसतं. एकमेकांचा अंदाज घेऊन वागणं, कुरघोड्या करणं, उगाच नाचवणं किंवा खोटा मोठेपणा मिरवणं यातलं काहीच दिसत नाही.*

पण आपण काय विचार करतोय हे दरवेळी सगळ्यांनाच कळलं तर...

थांब, थांब... याचा अर्थ तुम्हाला मानसिक प्रायव्हसी, खासगी गोष्टी नसाव्यात, खासगी-वैयक्तिक गोष्टींत तुम्हाला हवी तशी सुरक्षितता नसावी, असा नाही. मी इथे त्याबद्दल बोलत नाहीये.

तुम्ही दुसऱ्याशी वागताना, बोलताना तुमच्यात मोकळेपणा, खुलेपणा आणि प्रामाणिकपणा असावा, या अगदी साध्या गोष्टीबद्दल मी बोलतोय. तुम्ही जेव्हा बोलाल, तेव्हा खरंच बोलाल आणि जेव्हा खरं बोलणं अपरिहार्य असेल, तेव्हा ते दाबून ठेवणार नाही इतकं हे साधं गणित आहे. तुम्ही परत कधीही खोटं बोलू नका,

उगाच पांघरूण घालू नका किंवा शब्दानं किंवा मनानं खोटं वागू नका आणि बोलताना कधीच सत्याचा अपलाप करू नका, सत्य फिरवू नका.

तुम्ही स्वच्छ सरळपणे सामोरे जा, जे जसं आहे ते तसंच मांडा, रोखठोकपणे सांगा, हे मला म्हणायचंय. या संदर्भातली सगळी माहिती सगळ्यांपर्यंत पोहोचलीय असं वाटतंय. न्यायबुद्धी आणि खुलेपणा – आणि हो, पारदर्शकता महत्त्वाची!

मात्र हेही लक्षात घ्या, तुमचा प्रत्येक विचार, तुम्हाला वाटणारी वैयक्तिक भीती, प्रत्येक वाईट आठवण, प्रत्येक मत किंवा प्रतिक्रिया चर्चेसाठी, प्रांजळ परीक्षेसाठी चव्हाट्यावर मांडायला हवी, असा मात्र याचा अर्थ नाही. हा पारदर्शीपणा नाही. हे घातक आहे आणि त्यामुळे तुम्ही एककल्ली व्हाल.

आपण इथे साध्या, थेट, रोखठोक, खुल्या, प्रामाणिक संपूर्ण संप्रेषणाबद्दल, संवादाबद्दल बोलतोय. खरं तर ही चकित करणारी आणि फारच कमी वापरली जाणारी संकल्पना आहे.

तू हे पुन्हा सांगू शकतोस.

तरीसुद्धा ही चकित करणारी आणि विरळा वापरली जाणारी गोष्ट आहे.

तू तर ना अमेरिकन जलशातच हवा होतास!

चेष्टा करतोयस? पण मी तसा आहेच.

नाही रे, पण प्रामाणिकपणे सांगतो ही फारच धम्माल संकल्पना आहे. या पारदर्शकतेच्या तत्त्वाभोवतीच सगळ्या गोष्टी फिरताहेत, अशी कल्पना करा. तुझी कल्पना प्रत्यक्षात येऊ शकेल असं तुला खरंच वाटतंय?

तुला एक सांगतो, जगातल्या निम्म्या वाईट गोष्टी जगातल्या उद्या नाहीशा होतील – अर्ध्या जगातल्या काळज्या, चिंता, मतभेद, राग, द्वेष, निराशा...

हो, पण आधी राग आणि निराशा असणार – त्यात काही गफलत करू नकोस. सामान्य माणूस मृदंगासारखा दोन्हीकडून कशा थपडा खातो, त्याचा उपयोग झाल्यावर कचऱ्यासारखा कसा फेकून दिला जातो – बाजूला सारला जातो, प्याद्यासारखा कसा वापरला जातो, कसा सरळ-सरळ फसवला जातो – हे बघितलं की, नैराश्य आणि संताप उसळणारच. पण जर सगळ्या व्यवहारात पारदर्शीपणा आला तर साठ दिवसांत हे चित्र पालटून जाईल.

मी तुला पुन्हा आवाहन करतो, याबद्दल विचार कर. असं आयुष्य तुला जगता येईल, असं वाटतं? म्हणजे यापुढे कसलीच लपवालपवी नाही, पूर्ण उघडउघड व्यवहार –

जर वाटत नसेल तर का?

तुला तुझ्या कुठल्या गोष्टी इतरांना कळू नयेत असं वाटतं?

'खरं नाही' असं तुम्ही एखाद्याशी काय बोलता?

एखाद्याला हे 'सांगायचं नाही' असं काही तुम्ही करता का? ते काय असतं?

एखादी गोष्ट वगळणं किंवा तशीच ठेवणं यामुळे तुम्हाला मनापासून हवं असलेलं जग सापडतं? गप्प बसून किंवा काहीतरी गुप्त ठेवून, लपवून बळजबरीनं लांड्यालबाड्या करून गैरफायदा घेऊन हस्तगत केलेल्या गोष्टीनं खरंच तुमचा फायदा होतो? (ही लबाडी बाजारातली असो, एखाद्या विशिष्ट परिस्थितीचा घेतलेला गैरफायदा असो किंवा सरळ एखाद्या व्यक्तीशी केलेली लबाडी असो.) आपल्या सरकारी किंवा वैयक्तिक जीवनात हे असलं 'खासगीकरण' योग्य आहे का?

सगळ्यांना सगळ्या गोष्टी दिसायला लागल्या, प्रत्येक जण प्रत्येक गोष्ट बघायला लागला, तर काय होईल?

इथेच तर ग्यानबाची मेख आहे. देवाशी तुझी पहिली भेट झाली तेव्हा या एका गोष्टीची तुला भीती होती, असं तुला वाटत नाही का? आता सगळा खेळ खलास – सगळ्या लहान-मोठ्या लबाड्यांचा अक्षरशः शेवट जवळ आला आहे असं तुला जाणवत नाही का?

तरीही एक आनंदाची गोष्ट आहे. तुला घाबरायचं काही कारण नाही. कुणीच तुझी उलटतपासणी – परीक्षा घेणार नाहीये. कुणी तुला दोषी ठरवणार नाहीये. कुणीही तुला नरकाच्या खाईत लोटणार नाहीये.

आणि तुम्ही रोमन कॅथॉलिक माणसं – तुम्ही मृतांचं पापक्षालन होणाऱ्या ठिकाणीही जाणार नाही. (आणि तुम्ही कायमचे रसातळातल्या स्वर्गात अडकून पडणार नाही, पण तुम्हाला उच्च स्वर्ग मिळणार नाही आणि तुमच्यावर 'पापी' असल्याचा शिक्काही बसणार नाही.)

चला, आता तुझ्यासमोर स्पष्ट चित्र आहे म्हणजे बघ, देव सर्वांत वाईट शिक्षा काय देऊ शकतो याबद्दल तुम्ही आपापल्या कल्पनेनुसार, धारणेनुसार एक विशिष्ट चौकट उभी करता. मला तुम्हाला हे सारं सांगायला आवडत नाही. कारण या सगळ्या गोष्टीतल्या नाट्यात तुम्ही रंगून जाता हे मला दिसतं – पण अशा गोष्टी करू नका.

मरणाच्या क्षणी 'आपलं आयुष्य पारदर्शी असण्याची भीती गळून पडते, तशीच जर ती आयुष्यभर झुगारून दिली असतीत, तर तुम्ही खरंच तसं पारदर्शी जगला असतात.'

हे म्हणजे जरा...

बरोबर. याची सुरुवात करण्यासाठी मदत होईल असं एक सूत्र सांगतो. या पुस्तकाची मागची पानं चाळा आणि 'सत्य सांगण्याच्या पाच पायऱ्या' पुन्हा वाचा. त्या लक्षात ठेवायचा निश्चय करा आणि ते प्रत्यक्ष वागण्यात आणा. सत्याचा शोध घ्या, सत्य बोला, दररोज सत्यच जगा. स्वत: तर स्वत:च्या बाबतीत हे कराच आणि तुमच्या संपर्कात येणाऱ्या प्रत्येक व्यक्तीच्या बाबतीत असंच वागा.

मग पूर्ण नग्न – विवस्त्र, नि:संग होण्याची तयारी करा. पारदर्शकतेच्या बाजूनं उभे राहा.

हे फार भयंकर आहे. भीतीदायक आहे.

बघ, तू कशाला घाबरतोयस ते!

प्रत्येक जण गृहत्याग करेल याची मला भीती वाटते. मी लोकांना यापुढेही आवडत राहीन की नाही याला मी घाबरतो.

असं होय! अच्छा, म्हणजे लोकांना तुम्ही आवडावेत, लोकांच्या पसंतीस उतराल यासाठी घाबरून तुम्ही खोट्याचा आव आणता होय?

अगदी खोटंच बोलतो असं नाही – पण प्रत्येकच गोष्ट सांगायला पाहिजे असंही नाही.

मी आधी काय म्हटलं, आठव बरं. प्रत्येक बारीकसारीक भावना, विचार, कल्पना, भीती, आठवण, कबुली किंवा काहीही – अगदी ओरडून सांगायला हवं असं नाही. साधं – सरळ – खरं बोलावं, तुम्ही जे आणि जसे आहात, तसेच सामोरे या एवढंच मला म्हणायचंय. तुमच्या सर्वांत जवळच्या आणि प्रिय व्यक्तीसमोर तुम्ही शरीरानं नग्न होऊन, नग्न शरीरानं उभं राहू शकता – हो ना?

हो.

मग भावनिकदृष्ट्याही पूर्ण नग्न – मोकळं का असू नये?

म्हणजे तुझ्या या 'पहिल्यापेक्षा' दुसरं जास्त अवघड आहे.

मी समजू शकतो. पण बक्षीस फारच मोठं आहे, म्हणून त्यासाठी कलाकृती सुचवूच नये, असं काही नाही.

वा! खरंच तू काही काही फारच मस्त कल्पना मांडल्यास. म्हणजे 'गुप्त कारवाया अगदी संपवून टाका, खुलेपणा हा आधार असलेला समाज निर्माण करा, प्रत्येकाला प्रत्येकवेळी प्रत्येक गोष्टीबाबत खरं काय ते सांगून टाकत जा' – वा!

सगळे विकसित, प्रगत समाज अशाच काही कल्पनांच्या बळावर उभे आहेत.

मी तर कधीच बघितले नाहीत.

मी तुझ्या ग्रहाबद्दल बोलत नव्हतो.

असं होय!

तुझ्या ग्रहाबद्दलच काय, तुझ्या सूर्यमालेबद्दलही बोलत नव्हतो.

अच्छा!

पण ही नवीन विचारपद्धती कशी आहे हे पाहण्यासाठी तुला तुझा ग्रह किंवा तुझं घरसुद्धा सोडायची गरज नाही. तुझ्या स्वतःच्या कुटुंबापासून, स्वतःच्या घरातूनच याची सुरुवात कर. तुझा जर व्यवसाय असेल, तर तुझ्या कंपनीतून याची सुरुवात कर. तुझ्या फर्ममध्ये काम करणाऱ्या प्रत्येकाला तुझं खरं उत्पादन काय, तुझ्या फर्मला किती पैसा मिळतो आणि किती खर्च होतो, प्रत्येक कामगार काय करतो हे सगळं सांग. असं केलंस तर तुला अगदी धक्का बसेल अशा गोष्टी घडतील. समानतेच्या भावनेमुळे, आपण सगळे समान आहोत, या जाणिवेमुळे उत्पादन हा प्रश्नच उरणार नाही. कारण समानता, न्याय्य वर्तन आणि योग्य मेहनताना, या गोष्टी आपोआपच तुझ्या कामाच्या ठिकाणी येतील.

तुझ्या उत्पादनाची खरी उत्पादन किंमत किती हे तुझ्या ग्राहकांना सांग. उत्पादनावर किमतीचे दोन टॅग लाव – तुझी खरी किंमत आणि तू लावत असलेली किंमत. 'हा माणूस किंमत फार फुगवून लावतोय' असं म्हणणारे काही जण

असतील. याची तुला भीती वाटतेय का, की त्यांना तुझं किमतीचं आणि दराचं प्रमाण कळेल याची? तसं असेल, तर आधीपासून हा समतोल व्यवहार करण्यासाठी कशा प्रकारची आर्थिक गणितं बांधावी लागतील याचा विचार करा. 'मिळेल तेवढा फायदा करून घेऊ' हे धोरण सोड.

तू मला हे करून दाखव. माझं आव्हान आहे. त्यासाठी तुला तुझ्या विचारसरणीतच बदल करावा लागेल. तू तुझ्या स्वत:बद्दल जसा विचार करशील, स्वत:कडे जसं बघशील, तसंच तुझ्या ग्राहकांकडे तुला बघावं लागेल. स्वत:च्या जागी ते आहेत असं मानून वागावं लागेल.

अरे, असा नवा समाज तू आज, आत्ता ताबडतोब या क्षणापासून निर्माण करायला लागू शकतोस याची मला अगदी खातरी आहे. निवड तुला करायचीय. तुला पर्याय निवडायचाय. तू तीच जुनी पद्धत पुढे चालू ठेवू शकतोस – त्याच त्या मळलेल्या वाटेनं चालत राहू शकतोस किंवा ती वाट या विचारांच्या प्रकाशानं उजळून टाकून जगाला नव्या समाजाच्या दिशेनं नेऊ शकतोस.

तू हा नवा मार्ग स्वीकारू शकतोस. प्रत्येक बाबतीत. फक्त तुझ्या व्यवसायापुरता किंवा फक्त वैयक्तिक नातेसंबंधापुरता नव्हे, राजकारण, अर्थकारण किंवा धार्मिक बाबतीतच नव्हे तर जीवनाच्या सगळ्याच आघाड्यांवर तू या नव्या विचाराचा पर्याय निवडू शकतोस. आयुष्याची प्रत्येक गोष्ट या विचारांनी उजळू शकतोस.

नवी वाट हो. आणखी चांगली वाट धर. अगदी सर्वोत्तम मार्ग हो आणि मग खऱ्या अर्थानं तू म्हणू शकशील – 'मी मार्ग आहे – मी जीवन आहे – माझ्या मागून या. माझ्या मार्गानं वाटचाल करा.'

जर सगळ्या जगानं तुझा आदर्श घेतला, सगळं जग तुझ्यामागे आलं, तर आपल्याला हे कसं मिळालं याचं तुला समाधान वाटणार नाही का?

हाच तुझा आजचा प्रश्न आहे. आजचा विचार आहे.

१७

तू दिलेलं आव्हान मी ऐकलं. मी ते ऐकलं, पण या ग्रहावरच्या विस्तृत जीवनाबद्दल कृपया सांग. म्हणजे इथली दोन राष्ट्रं आपापसात सलोख्यानं राहून 'युद्ध नको' अशी स्थिती कशी येईल, ते सांग.

हे बघ, राष्ट्रा-राष्ट्रांमध्ये मतभेद हे असणारच. कारण मतभेद असणं ही स्वतंत्र व्यक्तिमत्त्व असण्याची खूण आहे. मात्र मतभेद हिंसक पातळीवर व्यक्त व्हायला लागले, तर त्यातून फारच अपरिपक्वपणा दिसून येतो. ते पोरकटपणाचं लक्षण ठरतं.

जगात देशांना जर सशस्त्र, हिंसक क्रांती टाळण्याचा पर्याय स्वीकारण्याची तयारी दाखवण्याचं ठरवलं तर ती न टाळता येण्याजोगं कुठलंच कारण नसावं.

अशी तयारी निर्माण करण्यासाठी आत्तापर्यंत झालेली प्रचंड जीवित हानी आणि उद्ध्वस्त झालेली आयुष्यं पुरेशी आहेत असं एखाद्याला वाटेल. पण तुमच्यासारख्या प्राचीन संस्कृतीत असं दिसत नाही.

एखाद्या वादात आपण जिंकू असं जोवर तुम्हाला वाटतं, तोवर तुम्ही वाद घालत राहता. तसंच जर युद्धात आपली सरशी होईल असं वाटलं, तर तुम्ही ते युद्ध करणारच.

पण मग या सगळ्यावर उपाय काय?

तसं यावर माझ्यापाशी उत्तर नाही, माझं फक्त...

माहितेय मला – फक्त निरीक्षण!

अगदी बरोबर. माझं आधीचं निरीक्षण काय होतं, याचं मी आता निरीक्षण करतोय. यावरचं तात्पुरतं उत्तर म्हणजे ज्याला काहींनी एकच वैश्विक, जागतिक

सरकार म्हटलं आहे त्याची स्थापना करणं, आपसातल्या मतभेदांचा निवाडा करण्यासाठी जागतिक-वैश्विक सरकार म्हटलं आहे त्याची स्थापना करणं, आपसातल्या मतभेदांचा निवाडा करण्यासाठी जागतिक-वैश्विक न्यायालयं सुरू करणं आणि वैश्विक शांतीदलाची स्थापना करणं गरजेचं आहे. कुठलाही देश कुठल्याही कारणानं दुसऱ्यावर हल्ला करणार नाही, याची हमी हे दल देईल.

मात्र तरीही पृथ्वीवर हिंसा अस्तित्वात असू शकेल, हे ही लक्षात घ्या. हिंसक कृत्यांना आळा घालण्यासाठी कदाचित शांती दलालाही क्वचित प्रसंगी हिंसेचा आधार घ्यावा लागेल. जुलमाला विरोध न करणं, अत्याचार थांबवता न येणं यातूनच जुलमी, अनियंत्रित, निरंकुश सत्ता निर्माण होते, असं मी पहिल्या पुस्तकात म्हटलं आहे. काही वेळा युद्ध करणं हाच युद्ध-संघर्ष थांबवण्याचा एकमेव मार्ग असतो. एखादी गोष्ट करत राहावी लागणं तुमच्या मनाला पटत नसतं, पण तरीही तुम्हाला ती गोष्ट करणं भाग पडतं. वरवर पाहता विरोधाभास वाटणारी ही कृती दैवी द्वैताचा एक भाग असते. एखाद्या नको वाटणाऱ्या गोष्टीचा भाग होण्यानं काही वेळा ती गोष्ट आपल्याला कायमची थांबवता येते, असं मला म्हणायचंय. आत्ता म्हटल्याप्रमाणे शांतीसेनेच्या बाबतीत हेच म्हणता येईल.

दुसऱ्या शब्दात सांगायचं, तर तुम्ही जे नसता त्याचा अनुभव घेतलात की तुम्ही जे आहात, ते तुम्हाला कळतं.

निरीक्षण करून एक सत्य दिसून आलं आहे. ते म्हणजे तुमच्या जगात सत्ता, शक्ती फार काळ एकाच राष्ट्रात एकवटलेली राहू शकत नाही, ती जगातल्या इतरही राष्ट्रांच्या हाती सोपवावी लागते. पदरात टाकावीच लागते. सत्ता एककेंद्री असू शकत नाही, सत्तेचं विकेंद्रीकरण होतंच, व्हावंच लागतं. फक्त याच मार्गानं जगात अखेर शांती पसरेल. कुठलीच व्यक्ती किंवा राष्ट्र फार काळ आपल्या सत्तेच्या बळावर इतर राष्ट्रांमध्ये दहशत निर्माण करू शकत नाही किंवा ती बळकावू शकत नाही; त्यांचं स्वातंत्र्य हिरावून घेऊ शकत नाही.

यापुढे अगदी छोट्या देशांनासुद्धा मोठ्या देशांच्या कृपाछत्राचं मिंधं राहावं लागणार नाही. मोठ्या देशांच्या मेहरबानीसाठी आपल्या मोक्याच्या ठिकाणी त्या देशांचे लष्करी तळ उभारायला मोकळीक द्यायची आता गरज उरणार नाही. या नव्या पद्धतीमुळे सगळ्यात छोट्या देशांच्या सुरक्षिततेची हमी त्यांचे पाठीराखे मोठे देशच घेतील.

कुठल्याही हल्ल्याला सगळी १६० राष्ट्रं मिळून तोंड देतील – एकजुटीनं! कुठल्याच राष्ट्राला दहशतीच्या छायेत किंवा हिंसाचाराच्या वातावरणात राहावं लागणार नाही.

तसंच कुठल्याच देशात आर्थिक दहशतवाद यापुढे आढळणार नाही. आपल्या

बड्या व्यापारी भागीदारांकडून त्यांना कुठल्याच कृतीबद्दल ब्लॅकमेल केलं जाणार नाही, वेठीला धरलं जाणार नाही. परदेशी मदत मिळण्यासाठी त्यांना मोठ्यांची 'मार्गदर्शक तत्त्वं' पाळावी लागणार नाहीत किंवा साध्या-साध्या मानवीय साहाय्यासाठी त्यांच्या काही अटी पूर्ण करणं बंधनकारक राहणार नाही.

अर्थात असं वैश्विक सरकार आलं, तर त्यामुळे राष्ट्रांच्या स्वातंत्र्यावर आणि महानतेवर गदा येईल, त्याचं काही महत्त्वच राहणार नाही, असा आक्षेप तुमच्यातले काहीजण घेतील. पण यामुळे खरं तर या गोष्टीत वाढच होईल आणि ज्यांनी कायद्यानं किंवा न्यायानं नव्हे, तर सत्तेच्या, शक्तीच्या बळावर स्वातंत्र्य मिळवलंय त्यांच्या मनात नेमकी हीच भीती आहे. कारण अशा वैश्विक शासन पद्धतीमुळे मोठ्या राष्ट्रांना सहजपणे मनमानी करता येणार नाही, उलट सगळ्याच राष्ट्रांना समान संधी देऊन त्यांचंही म्हणणं तितकंच ऐकावं लागेल. यापुढे जगातल्या संसाधनाचे स्रोत मोठ्या राष्ट्रांच्या ताब्यात आणि नियंत्रणाखाली नसतील, उलट ते स्रोत सगळ्या राष्ट्रात जास्तीतजास्त एकसारखे वाटले जातील, सगळ्यांना ते तत्परतेनं उपलब्ध करून दिले जातील, त्यांचे फायदे सगळ्यांना समप्रमाणात मिळवून दिले जातील!

'माणूस म्हणून सन्मान' हेच या नव्या शासनाचं राष्ट्रगीत असेल– 'नाही रे'वाल्यांनी आपल्या नशिबाचा शोध घ्यावा असं 'आहे रे'वाल्यांना वाटतं– अर्थात त्यांच्या शोधावर आपलंच नियंत्रण असणार आहे, याकडे काणाडोळा करून!

आपण इथे पुन्हा संपत्तीच्या पुनर्वाटपाबद्दल बोलतोय, असं वाटतंय. ज्यांना आणखी कमवायचंय आणि त्यासाठी कष्ट करायची ज्यांची तयारी आहे, त्यांचा उत्साह कायम टिकेल यासाठी आपल्याला काय करता येईल? कारण आपल्या कष्टाच्या कमाईतला वाटा ऐतखाऊंनाही जाणार आहे हे लक्षात आल्यावर त्यांचा कामाचा उत्साह, जिद्द टिकवून ठेवता येईल, यासाठी आपण काय करू शकतो?

हे बघ, पहिली गोष्ट म्हणजे हा प्रश्न 'कष्टकरी' आणि 'ऐतखाऊ' किंवा 'कष्ट करणारे' आणि 'कष्ट न करणारे' यांचाच फक्त नाहीये. ही आपली विधानं करण्याची सरळ सोपी पद्धत आहे. (बहुतेकदा 'आहे रे' वर्गाकडून वापरली जाणारी). हा मुद्दा इच्छेपेक्षा संधीचा जास्त आहे. त्यामुळे प्रत्येक देशाला आणि समाजातल्या प्रत्येकाला समान संधी मिळणं हे सर्वप्रथम आणि खऱ्या अर्थानं पहिलं काम आहे. तसा प्रयत्न होणं सगळ्यात जास्त महत्त्वाचं आहे.

पण जोवर जगातली संपत्ती आत्ता काही जणांच्या ताब्यात आणि नियंत्रणात आहे आणि जोवर त्यांची या स्रोतांवर भक्कम पकड आहे, तोवर हे घडणं शक्य नाही.

खरं आहे. इथे मी मेक्सिकोचा उल्लेख करेन. मेक्सिकोला स्वतंत्र देश व्हायचं नव्हतं, पण त्याच्या इच्छेविरुद्ध ते लादलं गेलं. हा देश म्हणजे या गोष्टीचं अत्त्युत्तम उदाहरण आहे, असं मला वाटतं. या देशातली संपत्ती आणि संसाधनं-स्रोत मूठभर श्रीमंत आणि दरारा असणाऱ्या कुटुंबांच्या ताब्यात आहेत – आणि हे गेली चाळीस वर्षं असंच चाललंय. इथल्या तथाकथित पाश्चात्य लोकशाहीत 'निवडणुकां'चा फक्त देखावाच असतो. कारण गेली कित्येक दशकं सत्ताधारी राजकीय पक्षही याच कुटुंबांचा आहे आणि तिथे अक्षरश: विरोधी पक्ष नाही. याचा परिणाम काय? तर – 'श्रीमंत आणखी श्रीमंत होतायत आणि गरीब आणखी गरीब!'

या गरिबांची रोजची मजुरी पावणेदोन डॉलर वरून सव्वातीन डॉलरवर केली की, श्रीमंतांना वाटतं – या 'गरिबांच्या आर्थिक मदतीसाठी आणि त्यांना रोजगार मिळावा यासाठी आपण त्यांना केवढ्या मोठ्या संधी देतोय; त्यांच्यासाठी केवढं तरी करतोय!' पण यातून फायदा होतो फक्त श्रीमंतांचा, उद्योजकांचा आणि व्यावसायिकांचा. हीच माणसं राष्ट्रीय आणि आंतरराष्ट्रीय बाजारपेठेत प्रचंड नफ्यानं आपली उत्पादनं विकतात – मोबदल्यात त्या उत्पादनांसाठी मजुरांना मात्र कमीतकमी मजुरी दिली जाते!

श्रीमंत अमेरिकनांना याची पूर्ण कल्पना आहे. म्हणून तर अमेरिकेतले श्रीमंत आणि बलवान व्यापारी त्यांची व्यवसायाची ठिकाणं आणि कारखान्यांची मेक्सिकोत पुनर्बांधणी करत आहेत. इतरही विदेशी राष्ट्रांचा हाच प्रयत्न आहे. तिथल्या शेतकऱ्यांना आणि मजुरांना रोजगाराच्या उत्तम संधी मेक्सिकोत मिळतील, असा त्यांचा होरा आहे.

या कामगारांना अत्यंत गलिच्छ, आरोग्यदृष्ट्या असुरक्षित अवस्थेत राहावं लागतंय आणि स्थानिक सरकार त्यांच्याकडून अल्प करवसुली करत असून, काही कायदेही लागू करतं. पण त्यांच्या कामाच्या जागेतही आरोग्य आणि सुरक्षिततेच्या किमान गोष्टी, तसंच पर्यावरण संरक्षणाच्याही सोयींचा पूर्ण अभाव दिसून येतो.

सगळे कामकरी, कष्टकरी नदी-कालव्याच्या किनारी तंबू ठोकून राहतात. तिथे पृथ्वीची काळजी घेतली जात नाही की कष्टकऱ्यांची. ते तिथेच कपडे धुतात, भांडी घासतात, शारीरिक स्वच्छतेची कामं करतात.

वाढत्या लोकसंख्येचा एक तोटा म्हणजे हे कामगार जे उत्पादन तयार करतात, ते विकत घेणं त्यांना स्वत:लाच परवडत नाही. पण श्रीमंत कारखानदारांना त्याची फिकीर नसते. त्यांना काय? जे इतर देश त्यांचा माल घेऊ शकतात, त्या देशांना ते हा माल निर्यात करतात. पण एक ना एक दिवस त्यांचं हे बूमरँग त्यांच्यावरच उलटणार हे नक्की. फक्त मेक्सिकोच्याच बाबतीत नव्हे, तर जिथे-जिथे माणसांचं शोषण केलं जातंय, तिथे-तिथे असंच होणार.

अरे, क्रांती आणि नागरी संघर्ष टाळता येतच नाही. युद्ध दोन देशात होतात आणि जेव्हा 'आहे रे' वर्ग 'नाही रे' वर्गाला संधी देण्याचा बुरखा पांघरून त्यांचं शोषण करतात, तेव्हा नागरी संघर्ष निर्माण होतो.

संपत्तीचं केंद्रीकरण – भांडवलशाही आणि संसाधनस्रोतांचा ताबा हे आता इतकं प्रस्थापित होऊन गेलंय की, काही काही सम्यक विचारी माणसांनीही ते गृहीत धरून टाकलंय. एखाद्या खुल्या बाजारासारखं त्यांनी ते सहजपणे स्वीकारलंय.

पण जगातल्या धनाढ्य माणसांच्या आणि राष्ट्रांच्या हातातल्या सत्तेमुळे हे 'सहजतेचं' मृगजळ दिसतंय. पण खरी गोष्ट वेगळीच आहे. एकूण जगातलं प्रमाण बघितलं तर, बलाढ्य राष्ट्रांनी जे काही मिळवलंय, ते इतर राष्ट्रांच्या तुलनेत खूपच जास्त आहे आणि त्यामुळे ते न्याय्य आहे – समतोल आहे असं नाही.

आपण जागतिक सरकार, वैश्विक शासन पद्धतीबद्दल आत्ता बोललो – ती जर अमलात आली, तर या 'संसाधन दांडग्या' वर्गाकडून 'संसाधन-वंचित' वर्गाकिडे सत्ता आणि शक्तीचं स्थलांतर होईल आणि संपत्तीचं न्याय्य वाटप शक्य होईल.

याचीच तर बलाढ्यांना भीती आहे.

बरोबर. जगाच्या या अडचणीवर एकच तत्काळ उपाय आहे – नवीन समाजरचना, नवीन, वैश्विक शासन.

आपल्या उत्तम अंतर्दृष्टीच्या आणि पुरेशा धाडसाच्या बळावर तुमच्यातले काही नेते या नव्या जगाच्या प्रारंभाची कल्पना मांडू शकतील. तुमचे जॉर्ज बुश घ्या – इतिहासात त्यांची नोंद अत्यंत हुशार, चतुर, दूरदृष्टी, सहृदयता आणि धैर्य असणारा नेता म्हणून केली जाते. त्यांच्या समकालीन 'त्यांच्या सम तेच' होते. त्यांच्यासारखेच होते रशियाचे राष्ट्राध्यक्ष मिखाईल गोर्बाचेव्ह. शांततेसाठीचा नोबेल पुरस्कार मिळवणारे पहिले साम्यवादी राष्ट्रप्रमुख. त्यांनी अनेक राजकीय बदलांचे प्रस्ताव आणले आणि ज्याला तुम्ही 'शीतयुद्ध' म्हणता – त्यालासुद्धा प्रत्यक्षात विराम दिला. तुमचे राष्ट्राध्यक्ष कार्टरही तसेच होते. त्यांनी बेगिन आणि सादातला 'अभूतपूर्व' करार करायला भाग पाडले. आपल्या राष्ट्राध्यक्षपदाच्या प्रदीर्घ कारकिर्दीच्या काळात त्यांनी वेळोवेळी एक साधं सत्य सतत जगापुढे मांडलं – 'प्रत्येक राष्ट्रानं दुसऱ्या राष्ट्राचं म्हणणं ऐकून घ्यायला हवं – प्रत्येक माणसानं दुसऱ्या माणसाचा तेवढाच आदर करायला हवा.'

महत्त्वाची गोष्ट म्हणजे – या सगळ्या खंबीर नेत्यांनी, त्यातल्या प्रत्येकानं

जगाला युद्धाच्या सीमारेषेवरून परतवलं आणि तत्कालीन राजकीय चौकटीला धक्का देणाऱ्या चळवळी सुरू केल्या – ते ज्या लोकांची प्रगती करू पाहत होते त्याच लोकांनी या नेत्यांना फक्त एकदाच सेवेची संधी दिली – त्यांना पुन्हा निवडून दिलं नाही. जगात त्यांना 'या सम हा' असं अद्वितीय मानलं गेलं, पण त्यांच्याच देशात त्यांना वैध मार्गानं शांतपणे नाकारलं गेलं. यालाच 'घर की मुर्गी दाल बराबर' असं म्हणतात! याचं कारण म्हणजे हे नेते काळाच्या पुढे धावणारे होते. त्यांची दूरदृष्टी फारच दूरचं जनहित पाहणारी होती आणि त्यांची जनता अगदीच पायापुरतं पाहणारी होती. त्यांच्याजवळ कल्पनाशक्ती तर नव्हतीच, पण या द्रष्ट्या नेत्यांचा आपल्या प्रगतीसाठी उपयोगही करून घेऊ शकली नाही.

त्याचप्रमाणे एक पाऊल पुढे टाकणाऱ्या आणि शोषण थांबवू पाहणाऱ्या, तसं धाडस करणाऱ्या प्रत्येक नेत्याचं या बलाढ्यांनी खच्चीकरण केलं.

तेव्हा यावर एक दीर्घकालीन बिगर राजकीय उपाय शोधायला हवा – 'नवी जाणीव जागृती' हाच तो एकमेव उपाय आहे. ही नवजागृती एकात्मतेची आणि प्रेमाची!

एखाद्याला आयुष्यात यशस्वी होण्यासाठी त्याला पैसा किंवा ऐहिक सुखच मिळवायला हवीत असं नाही. केवळ आर्थिक किंवा ऐहिक सुखानंच माणूस आयुष्यात यशस्वी होतो असं नाही. पण तिथेच तो चुकतो. तो या गोष्टींनाच महत्त्व देण्याची चूक करतो आणि आपण आता ज्या अडचणींबद्दल, समस्यांबद्दल बोललो, त्या या चुकीतूनच निर्माण होतात.

जेव्हा आर्थिक सुरक्षितता आणि मूलभूत ऐहिक गरजा भागवल्या जाण्याची सगळ्यांना हमी मिळते, पैसा हाच मोठेपणाचा आधार नसतो, तेव्हा त्याचं महत्त्व कमी होऊन शक्ती आणि निश्चयाच्या बळावर खरा मोठेपणा मिळवायला लोक उद्युक्त होतील आणि आत्तासारख्या क्षणभंगुर गोष्टींतून मोठेपणा मिळवण्याच्या मागे लागणार नाहीत.

पण आणखी चांगलं आयुष्य जगावं, आपल्या मुलांसाठी आणखी चांगलं आयुष्य निर्माण करावं, त्यासाठी प्रयत्न करावेत असं का वाटत नाही?

'आणखी चांगलं आयुष्य' हे खरं मधाचं बोट आहे. 'तुमच्या मुलांसाठी चांगलं आयुष्य' हेसुद्धा तसं चांगलं 'उत्साहवर्धक' आहे; पण 'आयुष्य कशानं चांगलं होतं?' हा मूळ प्रश्न आहे.

'आणखी चांगलं' तुम्ही कशाला म्हणणार? आयुष्याची तुमची व्याख्या काय?

'आणखी चांगलं' या सदरात तुमच्या लेखी मोठं, चांगलं, जास्त पैसा, सत्ता,

अधिकार, शरीरसुख आणि ऐषाराम (गाड्या, बंगले, उंची कपडालत्ता, मनोरंजनाची उत्तम साधनं... असंच खूप काही) असेल आणि जन्म आणि मृत्यू या दरम्यानचा कालावधी म्हणजे आयुष्य, सध्याचं अस्तित्व अशी तुम्ही आयुष्याची व्याख्या करत असाल, तर मग तुम्ही तुमच्या ग्रहावरच्या या जाळ्यातून कधी सुटू शकणार नाही.

पण जर 'अधिक चांगलं' म्हणताना तुम्हाला जास्त अनुभव आणि आपल्या अस्तित्वाची सर्वोत्तम सखोल अनुभूती अपेक्षित असेल आणि 'आयुष्य म्हणजे आंतरिक, अविरत, सतत चालू असणारी अस्तित्वाची प्रक्रिया' असं तुम्हाला वाटत असेल, तर कदाचित तुम्हाला तुमचा मार्ग सापडू शकेल.

अनेक वस्तूंचा साठा करून 'आणखी चांगलं' आयुष्य निर्माण करता येत नाही. बऱ्याच जणांना हे माहीत असतं, 'आम्हाला हे समजलंय' असंही तुम्ही सगळे म्हणत असता आणि तरीही तुमच्या आयुष्यात आणि आयुष्याला वेग देणारे निर्णय घेताना – इतर कुठल्याही गोष्टीपेक्षा या 'वस्तूं'ना फार महत्त्व असतं.

तुम्हाला वस्तूंची हाव असते, वस्तू मिळवण्यासाठी तुम्ही काम करता आणि एकदा का त्या वस्तू तुमच्या हातात आल्या की, त्या तुम्ही कधी सोडत नाही.

वस्तू मिळवणं, वस्तूंवर कब्जा करणं, त्या ताब्यात ठेवणं हेच बऱ्याचशा माणसांचं ध्येय असतं. तेच त्यांना गाठायचं असतं. असं वस्तूंचं महत्त्व न वाटणाऱ्यांना ते सहज दूर सारतात.

जगातल्या सगळ्या गोष्टी मिळवणं यातच तुम्हाला मोठेपणा वाटतो. सध्या जग वेगवेगळ्या संघर्षातून जातंय. जगाच्या लोकसंख्येपैकी फार मोठा हिस्सा आजही साध्या शारीरिक अस्तित्वासाठी झगडतोय. त्यांचा प्रत्येक दिवस काळजीनं, चिंतेनं आणि निराशेनं व्यापून टाकलेला आहे. अनेक प्राथमिक प्रश्न मनाला भेडसावत आहेत – 'मला पुरेसं खायला मिळेल ना? डोक्यावर छप्पर असेल ना? अन्न-वस्त्र-निवारा या माझ्या गरजा भागतील ना?' – कितीतरी लोकांना रोजचं जीवन जगताना असे प्रश्न पडत आहेत. त्यांच्या दैनंदिन गरजा पूर्ण होतील का हे मोठं प्रश्नचिन्ह समोर दिसतंय. निव्वळ उपासमारीनं रोज हजारो माणसं मरत आहेत.

फार थोडी माणसं जीवनावश्यक गरजा भागवू शकत आहेत, काही सहजपणे हाता-तोंडाची गाठ घालू शकताहेत. पण त्याहून थोडं काही हवं म्हटलं की, त्यांना झगडावंच लागतं – आयुष्यात स्थिरता, सुरक्षितता, टुमदार घर – जरा चांगला 'उद्या' हवा असेल तर संघर्ष आलाच. ते काबाडकष्ट करतात. पण आत्ता आहोत त्याहून पुढे आपण कसे आणि कधी जाणार, जाणार आहोत का – या चिंतेनं ते ग्रासलेले असतात; त्यांच्या मनाचं आकाश अनेक प्रकारच्या काळज्यांच्या काळ्या ढगांनी झाकोळून गेलेलं असतं.

फारच थोड्या माणसांना 'जे हवं ते' मिळत असतं. अर्थात आधीच्या प्रकारातल्या

वर्गांना हवी असलेली प्रत्येक गोष्ट मिळत असतेच, पण त्या शेवटच्या वर्गातल्या बहुतेकांना मिळालंय त्यापेक्षा 'आणखी' हवंच असतं, त्यांची 'हवंय'ची मागणी काही संपत नाही, ही गंमत आहे.

त्यांना आपल्याला आत्तापर्यंत मिळालेलं सगळं साठवून, गोळा करून ठेवायचं तर असतंच, शिवाय आपली संपत्ती आणखी कशी वाढेल यासाठी त्यांची खटपट असते.

या तीन वर्गांशिवाय आणखी एक चौथा वर्ग आहे. हा सगळ्यात छोटा वर्ग, गट आहे. खरं तर अगदी मूठभर लोकांचा!

हे लोक स्वत:ला या ऐहिक गोष्टींपासून दूर ठेवतात. त्यांना या गोष्टींची गरज भासत नाही. ते ती गरज पडूच देत नाहीत. त्यांचा संबंध आध्यात्मिक सत्य, आध्यात्मिक वास्तव आणि आध्यात्मिक अनुभव यांच्याशी आहे.

या गटातली माणसं 'आत्म्याचा प्रवास' अशा दृष्टीनं जीवनाकडे पाहतात. त्याच दृष्टीनं तोच संदर्भ पकडून ते मानवी जीवनातल्या सगळ्या घटकांकडे, प्रसंगांकडे पाहतात. सगळ्या मानवी अनुभवांना त्याच परीघात ठेवतात. आयुष्यात त्यांची धडपड असते ती देवाच्या शोध घेण्यासाठी, आत्मसंतुष्ट होण्याची, सत्य व्यक्त करण्याची.

जसजशी त्यांची उन्नती होत जाते, तसतशी त्यांची धडपड केवळ धडपड उरत नाही – ती एक प्रक्रिया होऊन जाते. ही प्रक्रिया आहे स्व-निश्चितीची (आत्मशोधाची नव्हे) प्रगतीची, (शिकण्याची नव्हे), अस्तित्वाची (कर्तृत्वाची नव्हे).

शोध घेण्याचं, धडपड करण्याचं, टोक गाठण्याचं आणि यशस्वी होण्याचं कारण पूर्णपणे वेगळं ठरतं. कुठलीही गोष्ट करण्यामागचा हेतू, दृष्टिकोन बदलतो आणि तो प्रत्येक कर्त्यागणिक, माणसागणिक बदललेला दिसतो. कारणच प्रक्रिया होऊन जाते आणि कर्ता be-er!

या आधी खूप काम करणं, कष्ट करणं, धडपडणं हे एखादी ऐहिक गोष्ट मिळवण्यासाठी होत होतं, ते आता बदललं – आता स्वर्गीय, अलौकिक, पारलौकिक गोष्टी प्राप्त करणं हे कारण आहे.

या आधी प्रत्येक कृतीत शरीराचा विचार असे, प्रत्येक कृतीचा संदर्भ शारीरिक असे, पण आता साधारणपणे प्रत्येक कृतीमागे आत्म्याचा विचार असतो.

प्रत्येक गोष्ट बदलली आहे, प्रत्येक गोष्टीची दिशा, स्थान, रोख बदलतो आहे. जीवनाचा हेतूच बदलला असल्यानं परिणामत: जीवन स्वत:चं बदलून गेलं आहे.

मोठेपणाच्या संकल्पना बदलल्या आहेत. त्यामुळे एखाद्या गोष्टीवर मुलामा चढवणं, एखादी गोष्ट पदरात पाडून घेणं, ती जपणं आणि ऐहिक गोष्टींत वाढ करणं, हे आता दिसत नाही.

एखाद्याकडे ऐहिक गोष्टींचा साठा किती आहे, यावर त्याचं मोठेपण आता ठरणार नाही. जगातल्या सगळ्या माणसांना संसाधनांचा सारखाच फायदा मिळेल. जगात पुरेशा प्रमाणात समृद्धी, संपन्नता असेल, जेणेकरून सगळ्यांच्या मूलभूत गरजा सहज पूर्ण होतील.

प्रत्येकाला योग्य मार्गानं इच्छा पूर्ण करता येतील. कुणावरच करांची सक्ती केली जाणार नाही. तुम्ही तुमच्या मिळकतीतला दहा टक्के भाग स्वेच्छेनं द्याल आणि तुमच्याकडचा अतिरिक्त हिस्सा कमी मिळकत असलेल्यांना साहाय्य, मदत म्हणून द्यायला तयार असाल. कुणालाच अन्नाअभावी होणारी हजारोंची उपासमार बघण्याची वेळ येणार नाही. उलट सगळ्यांना पुरेसं अन्न मिळण्याच्या दृष्टीनं योग्य राजकीय व्यवस्था निर्माण करणं शक्य झाल्याचं दिसेल.

जेव्हा मोठेपणाच्या तुमच्या कल्पना बदलतील, तेव्हा तुमच्या प्राचीन समाजातील आलेली, आजही दिसणारी नैतिक मूल्यांची घसरण थांबेल.

मी तुम्हाला ज्या उद्देशानं निर्माण केलं, मला तुम्ही जसे हवे आहात, तसं होणं हेच तुमचं नवं ध्येय असेल. जणू देवत्वाचा शारीररूपातला आविष्कार!

तुम्ही खरंच जे आहात, तसं व्हायचं ठरवलंत की, मग तुम्ही कधीच वाईट वागू शकणार नाही, तुमच्यातल्या देवत्वाला विसरून सैतानी कृती करणार नाही.

तुम्हाला मोठ्या अक्षरातल्या या पाट्याही लावाव्या लागणार नाहीत –

देवा, तुझ्या अनुयायांपासून मला वाचव!

१८

तू सांगितलंस, त्याची उजळणी करतो. आता समता आणि शांतीचं एक नवीन जग उदयाला येत आहे. या जगात एक वैश्विक शासन असेल आणि सगळ्यांना जगातल्या संपत्तीचा समान वाटा मिळेल.

एक गोष्ट लक्षात ठेव – जेव्हा तुम्ही समतेबद्दल बोलता, तेव्हा त्यात 'समान संधी' अपेक्षित असते, खरी समता नाही.

खरी 'समानता' कधीच प्राप्त करता येणार नाही आणि त्यासाठी आपण कृतज्ञच राहिलं पाहिजे, आभारच मानले पाहिजेत.

का बरं?

कारण समानता, समता म्हणजे साम्य आणि जगात 'साम्य' ही सर्वांत शेवटची गरजेची गोष्ट आहे.

नाही, म्हणजे जग 'यंत्रमानवांचं' असावं असं माझं म्हणणं नाही; तर सगळ्यांना केंद्र सरकारकडून एकसारखा वाटा मिळावा, सगळ्यांचा समभाग असावा, असं मला म्हणायचं आहे.

मी अशा जगाबद्दल बोलतोय, ज्यात दोन गोष्टी खातरीनं असणारच –

१) मूलभूत गरजांची पूर्ती, २) उन्नत-प्रगत होण्याची, वरच्या पातळीवर जाण्याची संधी.

भले तुमच्या जगात संसाधनांचे स्रोत असोत, समृद्धी-संपन्नता असो, पण आजपर्यंत तुम्ही या दोन साध्या गोष्टी साध्य करू शकलेला नाहीत. उलट तुम्ही लाखो लोकांना सामाजिक, आर्थिकदृष्ट्या अगदी खालच्या पातळीवरच्या जाळ्यात अडकवून ठेवलंत आणि अगदी पद्धतशीरपणे योजना आखून तुम्ही ते तिथेच तसेच अडकून पडतील अशी व्यवस्थाच करून ठेवली आहेत. अन्न-वस्त्र-निवारा या मूलभूत गरजा पूर्ण न झाल्यानं दरवर्षी हजारोंच्या संख्येनं माणसं मृत्युमुखी पडताना तुम्ही बघताय.

हे जग सुंदर आहे, पण उपासमारीनं कुणी बळी जाऊ नयेत, कुणी एकमेकांच्या जिवावर उठू नये यासाठी तुम्ही काही सुंदर मार्ग शोधू शकलेला नाहीत. लहान मुलांचे भूकबळी जाताना तुम्ही अगदी तुमच्या उघड्या डोळ्यांनी पाहू शकता. तुमच्याशी सहमत नसल्यानं तुम्ही खरं तर त्या माणसांची हत्याच करता.

तुम्ही आदिमानव आहात.

आणि 'आपण किती प्रगत आहोत' असं आम्हाला वाटतं –

अप्रगत असूनही त्या समाजाला आपण फारच पुढारलेले आहोत असं वाटणं ही त्या समाजाची पहिली खूण आहे. आपण फारच उन्नत, उच्चदर्जाचे आहोत हीच अप्रगत जाणीव जागृतीची पहिली खूण आहे.

चल, आता आपण सारांशाकडे येऊ या – आधी सांगितलेल्या दोन गोष्टी प्रत्येकाच्या बाबतीत पूर्ण होणं ही प्रगतीची पहिली पायरी आहे.

यासाठी दोन बदल गरजेचे आहेत – एक म्हणजे तुमची राजकीय अवस्था आणि दुसरी म्हणजे तुमची आत्मिक, आध्यात्मिक स्थिती.

संयुक्त वैश्विक शासनाच्या चळवळीत एका मोठ्यांस बळी वैश्विक न्यायालयाचा समावेश असेल. त्यात आंतरराष्ट्रीय विवादांचा, तंट्याचा निकाल लावला जाईल आणि शांतीप्रसारक सेनेचंही काम पुढे जात राहील.

या वैश्विक शासनात पृथ्वीवरच्या सगळ्या राष्ट्रांचे दोन-दोन प्रतिनिधी असणारी परिषद असेल. शिवाय प्रत्येक राष्ट्राच्या लोकसंख्येच्या प्रमाणात प्रतिनिधी संख्या असलेली एक लोक-संसदसुद्धा असेल.

यू. एस. सरकार अगदी असंच बनलं आहे – दोन भवनांनी मिळून बनलेलं – एक लोकसंख्येच्या प्रमाणात असलेल्या प्रतिनिधींचं आणि दुसरं – सगळ्या राज्यांना समान हक्क असणारं!

अगदी बरोबर. तुमची अमेरिकन राज्यघटना देवाला स्मरून केलेली आहे.

नव्या जगाच्या उभारणीतही सत्तेचा असाच योग्य समतोल साधला जायला हवा. म्हणजे – कार्यकारी शाखा, संसदीय शाखा आणि विधी शाखा अशी विभागणी हवी.

प्रत्येक राष्ट्रानं अंतर्गत शांतता, सुव्यवस्था राखण्यासाठी आपली पोलीस यंत्रणा उभारावी, मात्र राज्या-राज्यातली पोलीस यंत्रणा जशी आपसात जोडलेली असते, तशीच राज्या-राज्यातली सैनिकी आणि आरमार यंत्रणाही एका शृंखलेत

जोडलेली असायला हवी – म्हणजे त्या सगळ्या राज्यांच्या समूहाला म्हणजेच तुमच्या भाषेत राष्ट्राला शांतिसेना सेवा पुरवेल.

देशांना तत्काळ सूचना काढून आपलं सेनादल एकत्र करण्याचा राखीव अधिकार असावा, जसा तुमच्याकडे प्रत्येक राज्याला राज्य-सैन्यदल बाळगण्याचा आणि कार्यरत करण्याचा घटनात्मक अधिकार आहे, तसा!

तुम्ही आत्ता करताय तसं –

तुमच्या १६० देशांच्या राष्ट्रसंघातून लोकांच्या मतांच्या बळावर फुटून बाहेर पडण्याची मुभा असावी. (अर्थात तुम्हाला असं का करावंसं वाटतं हे माझ्या कल्पनेपलीकडचं आहे. बहुधा त्यांना जास्त सुरक्षितता आणि समृद्धी मिळत असावी.)

आणि एक गोष्ट – आमच्यासारखे गतिमंद या संयुक्त वैश्विक संघराज्यात निर्माण काय करणार? यांचा उपयोग काय?

१. देशादेशातल्या युद्धांची आणि आपसातल्या तंटे हत्येनं संपवण्यावर बंदी.

२. गरिबीचं उच्चाटन, भूकबळी पडणार नाहीत आणि माणसं आणि संसाधनांचं सत्ताधीशांकडून होणारं शोषण थांबणार.

३. पृथ्वीवरचा योजनाबद्ध पर्यावरण ऱ्हास थांबणार.

४. आणखी काहीतरी मोठं, चांगलं आणि अधिक मिळवण्यासाठीचा संघर्ष, झगडणं संपुष्टात येणार.

५. स्वतःच्या सर्वांगीण प्रगतीची सर्वांना समान संधी.

६. माणसाच्या प्रगतीच्या आड येणाऱ्या सगळ्या मर्यादा आणि विषमता नष्ट होणार – ही विषमता भले घरं, कामाचं ठिकाण यातली असो, की राज्य पद्धतीतली, नाहीतर वैयक्तिक लैंगिक संबंधांबाबतची.

तुझ्या नवीन जगात संपत्तीचं पुनर्वितरणाची गरज भासेल का?

त्याला कशाचीच गरज भासणार नाही. त्या जगात संसाधनांचं पुनर्वितरण स्वेच्छेनं आणि बरंचसं आपोआपच घडणार आहे. उदा. सगळ्यांना व्यवस्थित शिक्षण दिलं जाईल. त्यांना कामाच्या ठिकाणी त्या शिक्षणाचा उपयोग करण्याची खुली संधी मिळेल. त्यामुळे त्यांना आपलं करिअर पुढे नेण्याचा आनंद मिळेल.

सगळ्यांना जेव्हा-जेव्हा आणि जशी आरोग्यसेवेची गरज भासेल, तेव्हा-तेव्हा आणि तशी सेवा त्यांना सहजपणे खातरीने मिळेल.

सगळ्यांना पुरेसं अन्न-वस्त्र-निवारा मिळेल. कुणालाही उपासमारीनं मरण येणार नाही. प्रत्येकाला अंगभर वस्त्र आणि ऊन-वारा-पाऊस यांपासून रक्षण करणारं हक्काचं घर मिळेल.

सगळ्यांना योग्य त्या सन्मानानं जगता येईल. जगणं ही कुणालाच 'समस्या' वाटणार नाही. कारण सगळ्यांना मूलभूत सोयी-सुविधा तर पुरवल्या जाणारच आहेत.

हे मिळवण्यासाठी त्यांनी जरी काही केलं नाही तरीही?

या गोष्टी 'मिळवाव्या' लागतात, अशी तुमची कल्पना आहे. त्यातूनच स्वर्गसुखाची वाट सापडते असं तुम्हाला वाटतं. खरं तर देवाच्या कृपेचा मार्ग तुम्हाला मिळवता येत नाही आणि तसं करावंही लागत नाही. कारण तुम्ही आधीच तिथेच असता. तुम्ही हे स्वीकारू शकत नाही. कारण ही गोष्ट अशी आहे जी तुम्ही देऊ शकत नाही. जेव्हा तुम्ही निरपेक्षपणे दुसऱ्याला काही द्यायला शिकता, तेव्हा तुम्ही निरपेक्षपणे घ्यायला, स्वीकारायलाही शिकता (म्हणजेच निरपेक्ष प्रेम).

तुम्हाला अशा आयुष्याचा अनुभव घेता यावा म्हणूनच आयुष्याची 'साधन' म्हणून निर्मिती झाली असावी.

हा विचार तुमच्यात पूर्णपणे मुरवून घ्या – माणसांना किमान जगण्याचा हक्क असतो – भले त्यांनी त्यासाठी काहीही केलं नाही तरी! त्यांनी जरी आपणहून काहीच सहभाग घेतला नाही, योगदान दिलं नाही, आपला वाटा उचलला नाही, तरी त्यांना जगण्याचा हक्क असतोच. सन्मानानं जगणं हा इतर मूलभूत हक्कांपैकी एक आहे. प्रत्येकाला हा हक्क नक्कीच मिळवता येईल. एवढी पुरेशी संसाधनं मी तुम्हाला दिलेली आहेत. तुम्हाला फक्त ती संसाधनं वाटून घ्यायची आहेत इतकंच.

पण माणसं नुसती फायद्याच्या मागे धावत सुटून स्वतःचं आयुष्य वाया घालवतात, त्याला आळा कसा घालायचा? काय करायचं?

हे बघ, आयुष्य कशानं वाया जातंय हे तुम्ही ठरवू शकत नाही – ही पहिली गोष्ट. मला सांग, समज एखादा माणूस काहीच करत नाहीये – आयुष्याची सत्तर वर्षं त्यानं नुसती कवितेच्या जगात घालवली आणि त्यानंतर एकच अशी चारोळी कविता लिहिली की, ती वाचून हजारोंना एक वेगळी समज आणि अंतर्दृष्टी मिळते – त्या आयुष्याला काय वाया गेलेलं म्हणाल? समज आणखी एक माणूस आहे. तो खोटं बोलतो, फसवतो, दुसऱ्याला इजा करतो, दुसऱ्याचं नुकसान करतो, स्वतःचंच घोडं पुढे दामटतो आणि इतरांना आयुष्यभर तो असंच वागवतो, पण अचानक त्याचा मूळ

स्वभाव जागा होतो आणि तो स्वत:त बदल करून उन्नतीच्या मार्गावर अखेर पाऊल टाकतो, तर या माणसाचं आयुष्य 'व्यर्थ' आहे असं म्हणशील?

दुसऱ्या एखाद्या जिवाच्या जीवनप्रवासाबद्दल तुम्ही काहीतरी निष्कर्ष काढणं चूक आहे. तुम्ही फक्त स्वत: कोण आहात, काय आहात हे ठरवू शकता, पण दुसरा काय करतोय, कोण आहे तो काही बनू शकला आहे की नाही, हा तुमचा विषय होऊ शकत नाही.

त्यामुळे माणसं नुसती फायद्याच्या मागे धावत सुटून स्वत:चं आयुष्य वाया घालवतात. त्याला आळा घालण्यासाठी काय करायचं असा प्रश्न तू मला विचारलास, त्याचं उत्तर आहे – काहीही करायचं नाही.

पण याचा उपयोग होईल असं तुला खरंच वाटतं? अरे, जे आपला सक्रिय सहभाग देतात, त्यांनी जे काहीच करत नाहीत, आपला वाटा उचलत नाहीत, त्यांच्यासाठी काही करू नये, असं तुला वाटत नाही का?

होय, जर ती माणसं उन्नत, प्रगत झाली नसतील तर. पण विवेकी, उन्नत माणसांनी या 'ठोंब्या' माणसांची अत्यंत करुणेनं काळजी घ्यायला हवी. त्यांचा राग करू नये.

करुणा?

हो, कारण न देणारी माणसं फार मोठी संधी आणि गौरवाला मुकतात, हे देणाऱ्या माणसांनी समजून घ्यायला हवं. संधी-निर्मितीची आणि आपण खरंच कोण आहोत या सर्वोच्च कल्पनेचा अनुभव घेण्याचा गौरव ते गमावतात. ही त्या माणसांच्या आळसाची शिक्षा आहे, हे 'देणाऱ्या' माणसांना कळायला हवं; पण खरंच या शिक्षेची गरज असेल तर – आणि तशी गरज नाही.

पण 'कष्ट आपण करायचे आणि फळं मात्र या ठोंब्या-आळशांना मिळू द्यायची?' – असा या 'देणाऱ्यां'ना कधी राग येणार नाही का?

तू नीट लक्ष देऊन ऐकत नाहीयेस. त्या ठोंब्यांना फक्त जीवनावश्यक हिस्साच दिला जाईल. तो देण्यासाठी या 'देणाऱ्यां'ना – दात्यांना – एक संधी दिली जाईल आणि त्यांच्या मिळकतीच्या दहा टक्के रक्कम द्यायची आपल्याला 'संधी' मिळतेय असं म्हणावं.

एखाद्याची कमाई कशी ठरणार, तर एखाद्याच्या वर्गणीची, योगदानाची किंमत खुल्या बाजारात ठरेल– नेमकं हेच आत्ता तुमच्या देशात होतंय.

पण अजूनही आमच्या इथे 'गरीब' आणि 'श्रीमंत' असं आहेच – अगदी आजही! ही काही समानता नाही.

हो, पण ती समान संधी आहे. कारण प्रत्येकालाच जगण्याची चिंता न करता मूलभूत अस्तित्वाच्या गरजा भागवण्यासाठी ही संधी दिली जाईल आणि त्यामुळे प्रत्येकालाच ज्ञान मिळवणं, कौशल्य विकसित करणं आणि त्याच्या/तिच्या नैसर्गिक बुद्धिमत्तेचा वापर त्याच्या/तिच्या आवडत्या क्षेत्रात करण्यासाठी प्रत्येकालाच समान संधी दिली जाईल.

आवडतं – आनंददायी ठिकाण?

हो, यापुढे कामाच्या ठिकाणाला 'आनंददायी ठिकाण' म्हटलं जाईल.

असं म्हटलं म्हणून काय तिथं हेवे-दावे नसतील?

ईर्ष्या असेल, द्वेष नसेल. ईर्ष्या ही नैसर्गिक भावना आहे. आपल्यापाशी आहे, त्यापेक्षा आणखी जास्त हवं असण्याची तीव्र इच्छा म्हणजे ईर्ष्या. ही इतकी स्वाभाविक भावना आहे की, अगदी एखाद्या दोन वर्षांच्या लहानग्यातही ती दिसते. कारण त्याच्या मोठ्या भावंडाचा घराच्या दाराच्या खिट्टीपाशी हात पोहोचतो, तस्साच आपलाही पोहोचायला हवा – ही त्या बालकाची 'ईर्ष्या' झाली. त्यात चूक काहीच नाही. ईर्ष्येतही फार काही चूक आहे, असं नाही. ईर्ष्येतून प्रेरणा मिळते. ती शुद्ध इच्छा असते. तीच मोठेपणाला जन्म देते.

मात्र दुसरीकडे द्वेष ही भयापोटी निर्माण झालेली भावना आहे. दुसऱ्याला आपल्यापेक्षा कमी मिळावं, ही त्यात इच्छा असते. ही नेहमीच कडवटपणावर आधारित भावना आहे. ती रागातून येते आणि रागाकडेच नेते आणि शेवटी नाश करते. द्वेष एखाद्याचा नाश करू शकतो. या द्वेषात अडकणाऱ्यालाच हे कळतं.

द्वेष नाश करतो, ईर्ष्या निर्मिती करते – जन्म देते. द्वेष मारतो, ईर्ष्या जन्म देते.

ईर्ष्या वाटणाऱ्यांना यशस्वी होण्यासाठी त्यांच्या-त्यांच्या पद्धतीनं प्रत्येक संधी दिली जाते. त्यांना कोणीही आर्थिक, राजकीय, सामाजिकदृष्ट्या मागे खेचू शकत नाही. जात, वंश, लिंग कुठल्याच मुद्द्यावरून त्यांना मागे ठेवता येत नाही. जन्म,

सामाजिक दर्जा, वय अशा कुठल्याच कारणानं त्यांच्या बाबतीत फार काळ भेदभाव करता येत नाही.

आणि हो, गरीब-श्रीमंत हा भेद अजूनही असेल, पण 'भुकेले' आणि 'कंगाल' असा भेद आता दिसणार नाही.

आयुष्यातली प्रेरणा कधीच पाठ फिरवणार नाही. आयुष्यातून वजा होईल – निराशा!

पण आपल्याकडे ऐतखाऊंना पोसण्यासाठी पुरेसे 'दाते' आहेत, याची खातरी कशी होणार?

मानवी स्वभावाच्या थोरपणातून.

काय?

तुम्हाला वाटतंय त्या उलट सामान्य माणूस मिळालेल्या गोष्टींवर आणि त्याहून जास्त काही नसण्यावर संतुष्ट नसतो. शिवाय जेव्हा अध्यात्मासारख्या दुसऱ्या विचारांचा पगडा बसतो, तेव्हा चित्र पालटतं.

असं का बरं पालटतं? आज दोन हजार वर्षांच्या इतिहासात हे कधीच का जाणवलं नाही?

दोन दशलक्षांच्या इतिहासापर्यंत प्रयत्न करून पाहा.

पृथ्वीचा इतिहास? मग आत्ता ते का दिसतंय?

कारण अगदी क्षुल्लक सुरक्षिततेसाठीही माणूस दैवी गोष्टींना स्थूलगोष्टींपेक्षा महत्त्व देतो. तो सुंदर दैवी अनुभव घेणं हाच त्याचा उद्देश असतो.

आणि त्यापासून पुरेशी प्रेरणा मिळेल असं वाटतं?

माणसाची प्रवृत्ती उसळून वर येते. ती संधीची वाट पाहत नाही. तो उच्च आत्मानुभूतीच्या शोधात असतो. ज्याला क्षणभर का होईना, दिव्यत्वाची प्रचिती आली आहे, त्याला हे माहीत असेल.

अधिकार, सत्ता याबाबत काय? आजही या जगात सत्ता आणि संपत्तीची हाव असणारे दिसतीलच.

पैसा मर्यादित प्रमाणात मिळवावा.

अरे खरंच! 'हे कसं शक्य नाही' हे मी सांगण्याआधी 'हे कसं शक्य आहे,' हे तुला सांगायचंय का?

नक्कीच, कमीतकमी किती पैसा असावा ही जर किमान मर्यादा असेल, तर जास्तीतजास्त किती पैसा असावा ही कमाल मर्यादाही असावी. पहिली गोष्ट म्हणजे प्रत्येक जण आपल्या कमाईतला दहा टक्के हिस्सा जागतिक सरकारकडे जमा करेल. मी आधी म्हटल्याप्रमाणे ही कपात स्वेच्छेने होणारी असेल.

हो, तोच 'समान करा'चा जुना प्रस्ताव.

आत्ताच्या तुमच्या समाजात सध्या कर भरण्यासाठी एक फॉर्म घ्यावा लागतो. कारण आपल्या स्वतःच्याच कल्याणासाठी कमाईतला काही हिस्सा आपणहून देऊ करण्याइतके तुम्ही विचाराने प्रगत झालेले नाहीत. पण मी म्हटलं तशी जर तुमची जाणीवजागृती बदलली, म्हणजे तुम्ही जर मोकळेपणानं, आपुलकीनं स्वतःच्या मिळकतीतला काही वाटा दिलात, तर ते अगदी योग्य होईल.

मला तुला काही सांगायचंय. म्हणजे मी मध्येच असं बोललो, तर तू रागावणार नाहीस ना?

छे छे! बोल तू.

आपल्यातला हा संवाद मला फारच विचित्र वाटतोय. प्रत्यक्ष देव माझ्याशी बोलेल, आमच्या त्या संवादात तो राजकीय कृतींबद्दल भाष्य करेल, काही गोष्टी सुचवेल असा मी कधीच विचार केला नव्हता. खरंच, शप्पथ! अरे, साक्षात देव करांबाबत काही बोलतोय हे मी लोकांना कसं पटवून देऊ?

हे बघ, 'कर' हा तू लावून धरलेला मुद्दा आहे, पण माझ्या दृष्टीनं कर म्हणजे स्वतःच्या मिळकतीतला, संपत्तीतला फक्त दहा टक्के भाग समाजाला देऊ करायचा

इतकी ही साधी, सरळ, सोपी गोष्ट आहे; पण तुला मात्र ती 'नवीन' वाटतेय. बरं ते जाऊ दे. पण मी करांबद्दल तुझ्याशी बोलणं यावर विश्वास ठेवायला इतकं जड का जातंय?

देव म्हणजे ज्याला मत नाही, जो मुद्दाम एखाद्याबद्दल मत-निर्णय देणार नाही, जो अशा गोष्टींची पर्वा करणार नाही असा असेल असं वाटतं.

थांब, मला हे नीट समजून घेऊ दे. ज्याला तू पहिलं पुस्तक म्हणतोस त्या आपल्या आधीच्या संवादात मी तुला सगळ्या प्रकारच्या प्रश्नांना, शंकांना उत्तरं दिली. नाती कशी टिकवायची, कशामुळे नाती यशस्वी होतात, वागण्यातल्या खुलेपणाबद्दलचे प्रश्न, खाण्यापिण्याबद्दलचे प्रश्नही तू उपस्थित केले होतेस. मग यावेळचे प्रश्न याआधीच्या प्रश्नांहून वेगळे कसे?

मला ठाऊक नाही. ते फक्त वेगळे असल्यासारखे वाटतात. म्हणजे तुला खरंच राजकीय दृष्टिकोन आहे का, असं मला म्हणायचंय. तू प्रजासत्ताक पद्धतीचा समर्थक आहेस का? वा! या पुस्तकामुळे एक केवढं मोठं सत्य आज जगापुढे येऊ घातलंय – परमेश्वर प्रजासत्ताक आहे.

तुला मी लोकशाहीवादी असायला हवं आहे का? सर्वोत्तम परमेश्वर!

उत्तम! तू राजकीयदृष्ट्या तटस्थ असायला हवंस असं मला वाटतं.

मी अराजकीय आहे. माझी कुठलीही राजकीय मतं नाहीत.

म्हणजे काहीसं बिल क्लिंटनसारखं!

फारच छान! हुशार होतो आहेस. मला विनोद आवडतो. तुला?

हे बघ, देवानं असं विनोदी किंवा राजकारणी असावं हे मला मुळीच अपेक्षितच नाही.

अच्छा– किंवा म्हणजे माणसासारखं काही–? हे बघ.

ठीक आहे, तुझ्यासाठी मी पुन्हा हे पुस्तक आणि पुस्तक क्र. १ समोरासमोर ठेवतो.

तुम्ही तुमचं आयुष्य कसं आखता, कसं जगता-वागता याला माझ्या दृष्टीनं फारसं महत्त्व नाही. तुम्ही स्वत: खरंच कोण आहात हे जाणून घेण्यासाठी स्वानुभव घ्या. स्वत:ला 'माणूस' म्हणून अनुभवा एवढीच माझी इच्छा आहे. आपण पुन्हा मूळपदावर येऊ: हे सगळं उन्नत होण्यासाठी करताय.

वा! सुटलो म्हणायचं! आता मला फारच खरं मार्गदर्शन मिळणार– सोनाराकडून कान टोचले जाणार की काय असं क्षणभर वाटलं.

मार्गदर्शन म्हणशील तर हेच – स्वत:च्या हृदयात डोकवा. आत्म्याचं ऐका. स्वत:चा कानोसा घ्या. अगदी मी जरी तुम्हाला एखादा पर्याय, एखादी कल्पना, एखादा दृष्टिकोन सुचवला तरी तो तुम्ही स्वत:चा म्हणून मान्यच करायला हवा, असं मुळीच नाही. तुम्हाला तो पटला नाही, तर पटला नाही म्हणून सांगा. हेच तर या सगळ्यातून शिकायचंय. तुम्ही प्रत्येक बाबतीत सतत दुसऱ्यावर अवलंबून राहू नका – अगदी या पुस्तकावरसुद्धा; हेच मला सांगायचंय. या पुस्तकाचा पर्याय देऊन तुम्हाला इतरांवर अवलंबून राहू नका असं मला म्हणायचं नाहीये. तुम्ही स्वत: विचार करावा, हीच माझी कल्पना आहे. स्वत: विचार करा. आत्ता या क्षणी मी कोण आहे याचा विचार करा. मी 'तुम्ही' आहे, असं समजून मी हे प्रकट चिंतन करतोय.

म्हणजे हे सगळे विचार, ही माहिती त्या सर्वोच्च स्रोताकडून येत नाहीये असं तुला म्हणायचंय?

होय, अगदी तस्संच आहे! तुझा अजूनही विश्वास बसणार नाही अशी एक गोष्ट सांगतो. ऐक, तुम्हीच तो सर्वोच्च स्रोत (The Highest Source) आहात. तुला झेपणार नाही अशी आणखी एक गोष्ट, तुम्हीच हे सगळं निर्माण करताय आयुष्यभर – आत्ता इथे हे तुम्हीच सगळं काही निर्माण करताय – तुम्हीच. मी नाही.

हं, काही राजकीय प्रश्नांची उत्तरं तुला आवडली नाहीत का? मग ती बदल. तसं कर. आत्ता. एखाद्या धर्मग्रंथासारखं त्यावर विश्वास ठेवून ऐकण्याआधी, तेच खरं मानायला लागण्याआधी त्यात बदल कर. तुझ्या पुढच्या विचारापेक्षा तुझ्या शेवटचा विचार जास्त महत्त्वाचा, जास्त योग्य, जास्त खरा मानण्याआधी त्यात बदल कर. नेहमी लक्षात ठेव – तुझा नवा विचार तुझं वास्तव, तुझं खरं रूप समोर आणतो – निर्माण करतो, नेहमी.

आता मला सांग, या राजकीय चर्चेत खरंच तुला काही गोष्टी बदलाव्याशा वाटतात का?

खरं तर नाही. मी नेहमीसारखा तुझ्या 'हो'ला 'हो' करणार होतो. पण या सगळ्यातून काय निष्पन्न होणार आहे तेच कळत नाहीये.

तुला जे पाहिजे ते समज. तुला समजलं का? कळलं नाही? आयुष्यभर तू हेच करत आला आहेस.

ठीक आहे. मला कळलंय असं वाटतं. हा संवाद आपण पुढे सुरू ठेवू... आपण कुठे होतो बरं...

ठीक आहे. तसं करूया.

तू म्हणत होतास की...

मी असं म्हणत होतो की, इतर प्रगत समाजात एखाद्याच्या कमाईतला ठराविक भाग (ज्याला तुम्ही 'मिळकत' म्हणता) समाजाच्या कल्याणासाठी वापरणं ही अगदी सहज स्वाभाविक प्रथाच आहे. तुमच्या समाजात आपण एक नवी व्यवस्था, नवी पद्धत रुजू करतोय – प्रत्येकानं दरवर्षी जेवढी शक्य आहे तेवढी कमाई करायची – ती करत राहायची – एका ठराविक पातळी गाठेपर्यंत हे करत राहायचं.

ठराविक पातळी – मर्यादा म्हणजे किती?

प्रत्येकाला मंजूर असेल अशी– त्याला सीमा नाही.

आणि त्या मर्यादेपलीकडे काही असेल तर?

ते त्यानं स्वतःच्या नावानं विश्वकल्याण निधीत जमा करावं, म्हणजे जगालाही त्या दात्याची ओळख होईल.

दाते त्यांच्या वाट्याच्या रकमेपैकी साठ टक्के रकमेच्या वापराबाबत स्वतःचं नियंत्रण ठेवू शकतील – देणगीची साठ टक्के रक्कम कशी वापरली जावी हे ठरवू शकतील. म्हणजे त्यांना ज्या ठिकाणी तो पैसा वापरला जावा असं वाटत असेल नेमक्या त्याच ठिकाणी, त्याच पद्धतीनं त्या पैशाचा विनियोग केला जाऊ शकेल.

त्यांच्या देणगीतली उरलेली चाळीस टक्के रक्कम जागतिक संघटनेच्या विविध कार्यक्रमांत निधी म्हणून तिची तरतूद केली जावी.

अरे, पण ठराविक कमाईनंतरची रक्कम आपल्याकडून काढून घेतली जाणार आहे हे लक्षात आल्यावर माणसं आणखी पैसा मिळवायचा कशाला प्रयत्न करतील? ते जास्त पैसा मिळवायला जास्त काम कशाला करतील? एकदा ती सीमा गाठली की, त्या पलीकडे ते जाणारच नाहीत. जास्त कमवायचं थांबतीलच. मग?

काही जण तसं करतीलही. काही बिघडत नाही. थांबू दे त्यांना. विश्वकल्याण निधीत आवश्यक तो निधी जमा झाला की, त्यांना त्याहून जास्त काम करण्याची सक्ती करण्याची, तसं बंधन घालण्याची गरज नाही. शस्त्रास्त्रांच्या घाऊक निर्मितीवर होणारा खर्च टळल्यानं तो पैसा जगात प्रत्येकाच्या जीवनावश्यक, मूलभूत गरजा भागवण्यासाठी पुरेसा असेल. या जगभरातल्या वरच्या वर्गातल्या माणसांच्या दहा टक्के बचतीतून फक्त काही निवडकच माणसांना नव्हे, तर समाजातल्या सगळ्यांनाच समृद्धीची, सन्मानाची एक नवी पातळी मिळते. ठरलेल्या कमाल मर्यादेपेक्षा जास्त कमाई करून ती सरकारला देण्यामुळे प्रत्येकाला भरपूर संधी आणि समाधान तर मिळतंच; शिवाय द्वेष, ईर्ष्या आणि सामाजिक हेवेदावे खरोखर निकालात निघतात.

तेव्हा काही जणांनी काम करायचं थांबवायला हवं – विशेषत: ज्यांना काम हेच आयुष्य वाटतं त्यांनी! पण ज्यांना आयुष्यात काही करण्यातून आनंद मिळतो, त्यांनी मात्र कधीच थांबू नये.

प्रत्येकालाच अशी नोकरी मिळेल असं नाही.

खोटं! प्रत्येकाला मिळेल.

'कामाच्या ठिकाणी आनंद' याचा कृतीशी संबंध नाही, तर प्रत्येक काम विशिष्ट हेतूने करणं महत्त्वाचं.

एखादी आई पहाटे चारला उठून आपल्या बाळाचा लंगोट बदलते, तिला हे अगदी नीट समजतं. ती बाळासोबत खेळते, त्याचं सगळं करते आणि जगासाठी काहीही असो, 'आपण हे काम करतोय' असं तिला कधीच वाटत नसतं. ती जे काही करते त्याकडे बघण्याचा तिचा दृष्टिकोन, तिची त्यामागची भावना, तिनं ही जबाबदारी घेण्यामागचा तिचा हेतू या सगळ्यामुळे तिला तिच्या या कामातून निखळ आनंद मिळत असतो.

आईपणाचं हे उदाहरण मी आधीही दिलंय. कारण या पुस्तकात आणि तीन पुस्तकांच्या मालिकेत मला ज्या संकल्पना मांडायच्या आहेत, त्या अशा माय-लेकराच्या नात्याच्या जातकुळीतल्या आहेत. आईची आपल्या बाळावरची माया ज्याला समजते, त्याला या संकल्पना जवळच्या वाटतील.

तरीसुद्धा 'अमर्याद कमाईची क्षमता' दाबून का टाकायची? हे म्हणजे मानवी अनुभवाची सर्वोच्च संधी गमावणं, गौरवशाली कर्तृत्व दाखवण्याची संधी आपल्या हातानं घालवण्यासारखं होणार नाही का?

तरीसुद्धा तुम्हाला काही 'य' पैसे मिळवण्याची संधी आणि साहस मिळणारच आहे. स्थिर मिळकतीवरची जास्तीतजास्त, कमाल मर्यादा आणखी वाढणार – सामान्य माणसापेक्षा जास्त... दहा गरजू माणसांसाठी... आणि तुमच्या संभाव्य कमाईला मर्यादा, सीमाच उरणार नाही. तुम्ही वैयक्तिक उपयोगासाठी – स्वत:ला लागेल तेवढाच पैसा बाळगाल. प्रत्येक गोष्ट आठवण देईल. वार्षिक पंचवीस दशलक्ष पौंडाची रक्कम सगळ्याच माणसांसाठी उपयोगी ठरतील अशा सेवा आणि कार्यक्रमांसाठी वापरली जाईल.

तुमच्या मिळकतीच्या कमाल मर्यादेपुढची मिळकत ही बदललेल्या जाणीवजागृतीचं प्रतीक असेल म्हणजे खूप-खूप पैसा कमावणं हे तुमच्या आयुष्याचं ध्येय नसेल. पैसा म्हणजे सर्वस्व नाही, तर खूप काही चांगली कृती करणं, सत्कर्म करणं महत्त्वाचं, याची जाणीव तुम्हाला असेल. जगात कुठल्याही सामाजिक, राजकीय संघर्षाचं मूळ कारण संपत्तीचं केंद्रीकरण आहे, हे तुमच्या लक्षात येईल.

अमाप संपत्ती साठवण्याची संधी म्हणजे भांडवलशाही पद्धतीचा पायाच. व्यवसायाच्या मुक्त संधी आणि खुली स्पर्धा यातून जगात महान समाजाची निर्मिती झाली आहे.

या गोष्टीवर तुमचा विश्वास आहे, हीच खरी अडचण आहे.

नाही, माझा नाही. पण या गोष्टीवर विश्वास ठेवणाऱ्या अनेकांच्या तोंडचं मी इथे हे बोलतोय.

ही माणसं जाणूनबुजून स्वत:ची फसवणूक करून घेतायत. त्यांना तुमच्या पृथ्वीवरचं सध्याचं वास्तव दिसत नाहीये. त्यांनी त्याबाबत डोळ्यांवर कातडं ओढलंय.

अमेरिकेत वरच्या वर्गातल्या दीड टक्के माणसांकडे खालच्या वर्गातल्या नव्वद टक्के माणसांपेक्षा जास्त पैसा आहे. सर्वांत श्रीमंत ८,३४,००० माणसांची निव्वळ संपत्ती ८४ लाख दरिद्री माणसांच्या एकत्रितपेक्षा जवळपास अब्जावधी डॉलर्सनं जास्त आहे.

मग? त्यांनी त्यासाठी कष्ट केलेत.

तुम्ही अमेरिकन एखाद्या 'वर्गा'पेक्षा वैयक्तिक प्रयत्नांना महत्त्व देता. एखाद्यानं एखादी चांगली गोष्ट केली की, ती कुणालाही करता येईल असं तुम्हाला वाटतं. हा तुमचा अतिशय साधा, भाबडा दृष्टिकोन आहे. त्यामुळे 'प्रत्येकाला समान संधी मिळतात' असं तुम्ही गृहीत धरता. पण खरं तर अमेरिकेत मेक्सिकोसारखेच श्रीमंत आणि वजनदार माणसं संघर्ष करून पैसा मिळवतात आणि सत्ता व पैसा टिकवण्यासाठी आणि वाढवण्यासाठी ते संघर्ष करतात.

मग? त्यात चूक काय?

ते सगळ्या गोष्टी अतिशय पद्धतशीरपणे स्पर्धेला वाव देणाऱ्या करतात. सामूहिकदृष्ट्या ते खऱ्या संधी देण्यात कपात करतात आणि एकत्रितपणे ते पैशाचा ओघ आणि वाढ यावर नियंत्रण ठेवतात.

पुढे ते सार्वजनिक रोखे आणि सरकारी योजना, सरकारी कार्यक्रम यावर जगभरात नियंत्रण ठेवतात. त्याद्वारे लोकांवर नियंत्रण असल्याची, ताब्यात असल्याची आणि सेवाभावी असल्याची खातरजमा करतात.

श्रीमंत माणसं असं करतात असं मला वाटत नाही. निदान त्यांच्यातले बहुतेक जण तरी. ते थोडेसे कावेबाज असतील, असं मला वाटतं...

बरेचदा श्रीमंत वैयक्तिकरीत्या असं करत नाहीत. सामाजिक व्यवस्था आणि संस्थांचं ते प्रतिनिधित्व करतात. या व्यवस्था आणि संस्था श्रीमंत आणि हाती सत्ता असणाऱ्यांनी निर्माण केलेल्या होत्या आणि आता तशाच श्रीमंत आणि दबदबा असणाऱ्यांनी त्यांना पाठिंबा देण्याची तीच परंपरा पुढे सुरू ठेवली.

असं एखाद्या सामाजिक संस्थेच्या मागे उभं राहिलं, म्हणजे वैयक्तिक जबाबदारीतून हात झटकता येतात. या श्रीमंत बड्या धेंडांना झुकतं माप देताना सामान्यांवर अन्याय होत असताना, त्यांचं शोषण होत असताना स्वत:ची जबाबदारी पाळण्याची जबाबादरी झटकणं सोयीचं जातं.

उदाहरणच घ्यायचं झालं तर – आपण अमेरिकेमधल्या आरोग्यसेवेचं घेऊया. अमेरिकेतल्या लाखो गरिबांना प्रतिबंधात्मक वैद्यकीय सेवा उपलब्ध नाहीत. 'तुम्ही मला हा उपचार केलात – तो चुकीचा आहे' असा एखादा माणूस डॉक्टरवर ठपका ठेवू शकत नाही. जगातल्या, या पृथ्वीवरच्या सर्वांत श्रीमंत देशात हे घडतंय.

लाखो जण डॉक्टरला थेट भेटू शकत नाहीत. अत्यंत कठीण अवस्थेत अत्यवस्थ असलेल्यांसाठीच्या खोलीत तुम्ही असल्याशिवाय तुम्हाला वैद्यकीय सेवा, डॉक्टरांची भेट मिळू शकत नाही.

त्याबद्दल वैयक्तिक कुठल्याच डॉक्टरला दोषी धरता येत नाही. हे सगळं त्यांच्याच पथ्यावर पडणारं आहे. संपूर्ण वैद्यकीय व्यवसाय आणि त्याच्याशी निगडित अन्य सेवा, उद्योग अगदी आरामात फायद्यात चालतात. गरीब कष्टकरी जनता आणि बेकार लोकांबाबत या व्यवसायात फारच तफावतीचं धोरण दिसतं.

समाजात श्रीमंतांना आणखी श्रीमंत आणि गरिबांना आणखीनच गरीब करणाऱ्या 'व्यवस्थेची' चुणूक दाखवणारं हे फक्त एक उदाहरण झालं.

महत्त्वाचं म्हणजे हे श्रीमंत आणि ताकदवानच अशा सामाजिक रचनेला पाठिंबा देतात आणि त्यात बदल करावयाचा म्हटलं की, कडाडून विरोध करतात. सगळ्याच माणसांना खऱ्या अर्थानं संधी आणि योग्य तो मान देऊ करणाऱ्या कुठल्याही राजकीय किंवा आर्थिक विचारांच्या ते विरोधात ठाम उभे राहतात.

या श्रीमंतांच्या वर्गातले बहुतेक जण वैयक्तिक दृष्टीनं पाहिलं, तर खरंच फारच चांगले आणि चारचौघांसारखेच संवेदनशील आणि दयाळू असतात. पण वार्षिक कमाईची कमाल मर्यादा सांगितली की, ते उसळून उठतात. (उदा. वार्षिक पंचवीस लाख डॉलर्स) आणि मग वैयक्तिक हक्क, अमेरिकन पद्धत आणि हरवलेली प्रेरणा याबद्दल बोलू लागतात.

पण मग सर्वांनाच किमान चांगल्या वातावरणात, पुरेसं अन्न आणि अंगभर वस्त्र मिळण्याबाबत काय? योग्य ती अत्यावश्यक आरोग्यसेवा मिळण्याचा लोकांचा हक्क कसा मिळणार? अगदी साध्या आजारामुळे खितपत पडणं किंवा मृत्यू टाळणं हा प्रत्येक ठिकाणच्या लोकांचा अधिकार आहे. पण पैसा वरचढ ठरून त्यांना चुटकीसरशी बाजूला सारलं जातं, त्याचं काय?

तुमच्या पृथ्वीवर गरीब कामगारांचं सतत आणि पद्धतशीरपणे शोषण होत आलंय. पण त्याची जबाबदारी फक्त श्रीमंतांवर ढकलता येणार नाही. मात्र त्या गरीब मजुरांच्या मेहनतीची फळं चाखायला हे सगळेच टपलेले असतात. जगात सगळीकडे हेच दिसतं. त्यांचं शोषण कसं होतं ते सांगतो – तुमचे श्रीमंत उद्योगपती अशा एखाद्या देशात किंवा भागात जातात, जिथे बेकारी आहे, जिथे माणसं विपन्न अवस्थेत आहेत. जिथे प्रचंड गरिबी आहे अशा ठिकाणी जाऊन ते तिथे उद्योग, कारखाना उभा करतात. या गरिबांना त्या कारखान्यात काम देतात. कधी कधी दिवसाचे १०-१२ तास किंवा १४-१४ तास काम करायला लावतात; तेही अगदी कमी रोजगार देऊन. उंदरांचा सुळसुळाट असलेल्या गावांमधून त्यांची सुटका तर होत नाही, पण जगण्यापुरतं अन्न आणि डोक्यावर छप्पर एवढंच मिळू शकतं.

या उद्योगपतींना याबद्दल विचारलं की ते म्हणतात, 'अहो, आधीपेक्षा ते खूप चांगलं जगतायत, हो की नाही? आमच्यामुळे ते खूप सुधारले आहेत. या माणसांना काम मिळालंय – का तर आम्ही त्यांना ती संधी दिली म्हणूनच! आणि त्यासाठी आम्ही अडचण सोसतोय, धोका पत्करतोय.'

धोका कसला? या मजुरांना ताशी ७५ सेंट्स मजुरी देणार आणि तयार झालेली वस्तू १२५ डॉलर्सला जोडी या भावानं विकणार – यात कुठंय धोका?

हे गरिबांचं शोषण आहे, की उद्योगपतींचा धोका पत्करणं? अगदी सरळ-सोपं आहे.

ही वर्गविभागणी हाव असणाऱ्या जगातच दिसते. लोकांना माणसाच्या प्रतिष्ठेपेक्षा स्वत:चा फायदा महत्त्वाचा वाटतो. स्वार्थ हीच त्यांची प्राथमिकता असते. आधी फक्त स्वत:चा फायदा, मग बाकीचं अशी त्यांची वृत्ती असते.

'या लोकांना त्यांच्यातल्या इतरांच्या मानानं खूप काही मिळतंय' असं हे उद्योगपती म्हणतात. हा त्यांचा सर्वांत मोठा ढोंगीपणा आहे. हे म्हणजे एखाद्या बुडणाऱ्या माणसाला दोरीचा आधार तर द्यायचा, पण त्याला ओढून बाहेर काढायचं नाही अशातली गत झाली. असं करण्यापेक्षा त्यांना एखादा खडक हाताला लागलेला परवडेल. 'नाही रे' गटात असलेल्यांना खरंच सन्मानानं जगता यावं यासाठी 'आहे रे' गटातली माणसं मनापासून प्रयत्न करत नाहीत. ते त्यांना फक्त आयुष्यात उभं राहता येईल इतकाच आधार देतात. 'नाही रे' गट खरंच आपल्या पायांवर उभं राहून बळकट व्हावा, त्यांचं आर्थिक बळ वाढावं असं ते करत नाहीत. फक्त शासन यात काही करू शकत नाही. शासन हा सर्वांत शेवटचा पर्याय आहे. पण हे समाज व्यवस्थेची घडी बसवणाऱ्यांचं या गोष्टीला सर्वांत शेवटचं प्राधान्य आहे.

हा कपटी खेळ असाच सुरू राहतो. काही कारस्थान करण्यापेक्षा हे 'गुप्त' कारस्थान जास्त धोकादायक असतं.

म्हणून चला, तुमचा मार्ग स्वीकारा. तुमच्या सामाजिक, आर्थिक व्यवस्थेतल्या दांभिकपणाबद्दल काहीच बोलू नका. कारण तुमच्या इथे जिथे सत्तर कोटी जनतेला शीतपेय विकत घेणं परवडतच नाही, तिथे मोठ्या कंपनीच्या मोठ्या अधिकाऱ्याला एखाद्या पेयाच्या विक्रीत वाढ केल्याबद्दल सत्तर लाख डॉलर्सचा बोनस, लाभांश दिला जातो.

इथल्या गरिबांना शीतपेय विकत घेण्याची 'चैन' परवडणारी नसते. त्यांना शरीर धडधाकट ठेवण्यासाठी धड सकस अन्न मिळत नाही, त्यांना ही चैन कशी परवडणार?

पण तुम्ही यातला विरोधाभास मनाला लावून घेऊ नका. याला 'जगाचं मुक्त

व्यापारीकरण – जगाची मुक्त अर्थव्यवस्था' असं गोंडस नाव द्या आणि 'मी या व्यवस्थेचा एक हिस्सा आहे' असं अभिमानानं सगळ्यांना सांगा!

कुणीतरी लिहिलंय –
तुला परिपूर्ण व्हायचं असेल तर
जा आणि तुझ्याजवळ जे काही आहे,
ते गरिबांना दान कर.
त्यानं तुला स्वर्गाचा खजिना मिळेल.
पण एका तरुणानं हे ऐकलं आणि –
तो दुःखी झाला –
कारण त्याच्याजवळ खूप काही होतं.

१९

मला तू खूपच चिडलेला, कावलेला दिसतोयस. देव कधीच चिडत नाही. याचाच अर्थ तू देव नाहीस.

देव प्रत्येक गोष्ट आहे आणि देव प्रत्येक गोष्ट होतो. जगात देव तुमच्यातून, तुमच्यासारखं आणि तुमच्यात राहून स्वत:चा अनुभव घेत असतो. तुला वाटतेय ती चीड माझ्यातली नाही – तुला वाटतेय ती चीड तुझीच आहे.

बरोबर, कारण तू सांगितलेल्या सगळ्या गोष्टींशी मी सहमत असतो.

मी प्रत्येक विचार तुझ्याकडे पाठवतोय, तो तुझ्या स्वत:च्या अनुभवाच्या, तुझ्या स्वत:च्या सत्याच्या, तुझ्या स्वत:च्या समजेच्या आणि तुझ्या स्वत:च्या निर्णयांच्या, निवडींच्या आणि तू कोण आहेस आणि तुला कोण, काय व्हायचंय या निर्णयाच्या कसावर घासून त्या गाळणीतून गाळून मग तो आत्मसात करतोस. त्यासाठी दुसरा कुठलाही मार्ग नाही, नसतोही.

ठीक, आपण पुन्हा बघू या. यापैकी कुठलीच कल्पना आणि भावना तुझ्या नाहीत आणि हे सगळं पुस्तकच चुकीचं ठरू शकतं, असं तुला म्हणायचं आहे का? तुझ्याशी संवाद साधण्याचा हा माझा सगळा अनुभव म्हणजे निव्वळ माझ्याच विचारांचं आणि भावनांचं एकत्रीकरण आहे – दुसरं काही नाही, असं तुझं म्हणणं आहे का?

अशी शक्यता गृहीत धरून बघ – की, मी तुला तुझे विचार आणि भावना देतोय (तुला ते कुठून येतात, सुचतायत असं वाटतं?); मी तुझ्याबरोबरीनं तुला हे अनुभव निर्माण करून देतोय; मी तुझ्या निर्णयांमध्ये, निवडीमध्ये आणि काही गोष्टी जाहीर करण्यात सहभागी आहे. अरे, इतर अनेकांबरोबरच मी तुलाही हे पुस्तक अस्तित्वात येण्याआधीच माझा 'दूत' म्हणून निवडलंय अशी कल्पना करून बघ.

मला या गोष्टीवर विश्वास ठेवणं अवघड आहे.

पहिल्या पुस्तकात आपण एकूणच सगळ्या विषयांचा आढावा घेतला होता. तरीही मी या जगाशी बोलणार आहे आणि मी स्वत: नाहीतर माझे शिक्षक (गुरू) आणि दूत यांच्यामार्फत मी हे काम करणार आहेच. शिवाय तुमच्या आर्थिक, राजकीय, सामाजिक आणि धार्मिक व्यवस्था यंत्रणा प्राथमिक अवस्थेतल्या आहेत, हे ही या पुस्तकातून मी तुमच्या जगाला सांगणार आहे. आपल्या यंत्रणा याच सर्वोत्तम आहेत, असा एकूणच तुम्हा लोकांना उद्धट अहंभाव आहे, असं माझं निरीक्षण आहे. कुठल्याही प्रकारच्या बदलाला किंवा तुमच्याकडून एखादी गोष्ट काढून घेऊन सुधारणा घडवायला तुमच्यातले बहुतेक जण ते चांगलं असलं तरी त्याला विरोधच करतात असं दिसतं.

मोठ्या प्रमाणात जाणीव जागृतीत बदल ही तुमच्या समाजाची सर्वांत मोठी गरज आहे, हे मी पुन:पुन्हा सांगतो. तुमच्या जागृतीत परिवर्तन व्हायला हवं. एकूणच संपूर्ण जीवनाबद्दल नव्यानं आदराची भावना आणि प्रत्येक गोष्टीतल्या आंतरसंबंधांबद्दल सखोल समज हवी.

ठीक आहे. पण तू तर देव आहेस. मग तुला जर सगळ्या गोष्टी वेगळ्या पद्धतीनं व्हाव्यात असं वाटतं, तर तू त्या का बदलत नाहीस?

याआधीही मी तुला एकदा सांगितलंय – तुम्ही स्वत: तुमचं आयुष्य उभं करावं, निर्माण करावं म्हणून तुम्हाला स्वातंत्र्य द्यायचा निर्णय मी घेतला. म्हणजे तुम्हाला तुमचं आयुष्य तुमच्या मनाप्रमाणे जगता यायला हवं म्हणून. काय, कसं निर्माण करायचं हे मीच सांगितलं, तर तुम्हाला काय करता येणार? म्हणजे मीच तुम्हाला सांगायचं – सक्ती करायची, असं झालं असतं आणि मग माझा उद्देश पूर्ण झाला नसता.

पण आता तुमच्या पृथ्वीवर काय निर्माण झालंय पाहा – त्यामुळे तुमच्या मनात चीड उत्पन्न होतेय का, याचाही अंदाज घ्या.

तुमच्या इथलं एखाद्या दिवशीचं प्रसिद्ध वर्तमानपत्र घे – अगदी आजचंच वर्तमानपत्र घे.

घेतलं – शनिवार, ९ एप्रिल १९९४ – सॅन फ्रॅन्सिस्को क्रोनिकल.

छान, त्याचं कुठलंही पान उघड –

बरं, हे बघ, हे आहे पान अ-७.

ठीक आहे. तुला त्या पानावर काय दिसतंय?

ठळक बातमी आहे – 'विकसनशील राष्ट्रांची कामगार हक्कांबाबत चर्चा होणार.'

छान, पुढे वाच –

कामगारांच्या हक्कांबाबत औद्योगिक राष्ट्रं आणि विकसनशील देशांमधला 'सनातनवाद' यावर यात माहिती आहे. 'कामगारांचे हक्क वाढवण्यानं श्रीमंत राष्ट्रांच्या बाजारपेठेत कमी किमतीच्या वस्तूंना मागच्या दारानं प्रवेश करण्याचं साधनच हाती लागेल अशी भीती वाटते, असं काही विकसनशील देशांच्या नेत्यांचं म्हणणं आहे –' असं या बाबतीत म्हटलं आहे.

ब्राझील, मलेशिया, भारत, सिंगापूर आणि इतर विकसनशील देशांनी जागतिक व्यापार संघटनेची स्थायी समिती स्थापन करायला नकार दिला आहे. ती कामगार हक्क धोरणाचा मसुदा तयार करेल, असं त्यात पुढे म्हटलंय.

ही बातमी कुठल्या हक्कांबद्दल आहे? त्यात काय म्हटलंय?

त्यात म्हटलंय – 'कामाच्या सक्तीला प्रतिबंध, कामाच्या ठिकाणी सुरक्षिततेचे मापदंड असणं आणि सामूहिकरीत्या व्यवहार ठरवण्याच्या संधीची हमी – हे कामगारांचे मूलभूत हक्क आहेत.

आणि आंतरराष्ट्रीय कराराचा एक भाग म्हणून अशा प्रकारचे हक्क स्वीकारण्याची विकसनशील देशांची का तयारी नाही? त्याचं कारण सांगतो – पण त्याआधी एक गोष्ट स्पष्ट करतो – या देशातले कामगार अशा हक्कांना विरोध करणारे नाहीत. विकसनशील देशांसाठी काम करणारे 'मध्यस्थ' हेच आहेत – अथवा या लोकांच्या अगदी जवळच्या संबंधांतले आहेत – ते कारखान्यांचे मालक आहेत किंवा कारखाने चालवणारे तरी आहेत – म्हणजेच श्रीमंत आणि 'शक्तिमान' अमेरिकेत कामगार चळवळ सुरू होण्याआधी याच लोकांनी कामगारांचं मोठ्या प्रमाणावर शोषण करून स्वत:च्या तुंबड्या भरल्या.

अमेरिकेतल्या बऱ्याचशा 'बड्या' धेंडांनी पद्धतशीरपणे आतून यांना पैशांची

मदत केली – मग ती अमेरिका असो किंवा इतर श्रीमंत राष्ट्रं – त्यांना त्यांच्या स्वत:च्या देशात कामगारांचं अन्याय्य शोषण करता आलं नाही. हे देश विकसनशील देशातले कारखानदार त्यांच्या कामाच्या ठिकाणी कामगारांचं बेकायदा शोषण करू शकले नाहीत. हे देश विकसनशील देशातल्या कारखानदारांना उपकंत्राट देतात (किंवा तिथे स्वत:चे कारखाने – आस्थापनं उभारतात) आणि परदेशी कामगारांचं शोषण करतात. स्वत:चा आधीच फुगलेला फायदा मिळवण्यासाठी ते या असुरक्षित कामगारांचा उपयोग करून घेतात.

अरे पण, या बातमीत तर म्हटलंय – आमचं आत्ताचं सरकार कामगारांच्या हक्कांचा जागतिक व्यापारविषयक करारात समावेश व्हावा म्हणून पुढाकार घेतंय.

तुमच्या इथल्या 'वजनदार' उद्योगपतींचा कामगारांच्या मूलभूत हक्कांवर विश्वास नाही, पण तुमचे आत्ताचे नेते बिल क्लिंटन मात्र कामगारांचे मूलभूत हक्क मानणारे आहेत. ते या बड्या धेंडांच्या नीतिबाह्य गोष्टींना मोठ्या धैर्यानं सामोरे जाताहेत. इतर अमेरिकन राष्ट्राध्यक्ष आणि जगभरातले नेते यांची बहुतेक वेळा हत्या करण्यात आलीय.

म्हणजे? राष्ट्राध्यक्ष क्लिंटन यांची हत्या होणार असं तुला म्हणायचंय का?

हे बघ, त्यांना पदावरून दूर करण्यासाठी बड्या-बड्या शक्ती प्रयत्न करताहेत असं म्हणूया फार तर. त्या शक्तींनी जॉन केनेडींना तीस वर्षांपूर्वी असंच दूर केलं होतं.

केनेडींना जसं केलं होतं तसंच क्लिंटन करताहेत, ते धनदांडग्यांच्या विरोधात प्रत्येक पाऊल उचलतायत. जगभरात ते कामगारांच्या हक्कांसाठी दबाव आणताहेत एवढंच नव्हे, तर प्रत्येक सामाजिक प्रश्नाची तड लावताना ते 'लहान' माणसांना प्राधान्य देताहेत.

प्रत्येकाच्याच हक्कांना ते मानतात. उदाहरणार्थ, अमेरिकेतला वैद्यकीय समाज ज्या पैशावर मजा करतोय, तेवढे पैसे मोजण्याची ऐपत असो किंवा नसो – व्यक्ती स्त्री असो की पुरुष – प्रत्येकाला पुरेशी आरोग्य सेवा सहज उपलब्ध असायला हवी, असं ते म्हणतात. या सेवा स्वस्तात मिळायला हव्यात, अशा मतामुळे अमेरिकेतल्या बड्या श्रीमंतांच्या एका फार मोठ्या गटात ते फारसे लोकप्रिय नाहीत – अगदी औषध-निर्मात्यांपासून ते विमा कंपन्यांपर्यंत, वैद्यकीय मंडळांपासून ते उद्योजकांपर्यंत, सगळ्यांनी आपापल्या कामगारांसाठी योग्य त्या योजना, सेवा पुरवायला हव्यात.

आत्ता जे भरपूर पैसा कमावताहेत, ते जगातल्या गरिबांना आरोग्य सेवा मिळवून देण्यासाठी काहीतरी करतील.

अशामुळे क्लिंटन या शहरातले सगळ्यात जास्त लोकप्रिय नेता ठरू शकत नाहीत – विशेषत: पैशाच्या बळावर त्यांना राष्ट्राध्यक्ष पदावरून दूर करण्याची ताकद आमच्यात आहे, असं आधीच सिद्ध करणाऱ्या श्रीमंत वर्गात ते फारसे प्रिय नाहीत.

म्हणजे तुला म्हणायचंय...

'आहे रे' आणि 'नाही रे'मधला संघर्ष कायमच सुरू राहणार आहे आणि हे तुमच्या ग्रहावरचं मोठं संकट आहे, असं मला म्हणायचंय. मानवतावादापेक्षा अर्थवादावर इतकं ते जुनं आहे. माणसाच्या शरीराइतकं, माणसाच्या आत्म्याइतकं जुनं नव्हे, पण ते चालतच राहणार नाहीत. माणसाचा आत्मा ही माणसाची स्वत:शी संबंधित सर्वांत जास्त काळ राहणारी गोष्ट आहे.

मला वाटतं, तुझं बरोबर आहे. याच वर्तमानपत्राच्या ए-१४व्या पानावर ही ठळक बातमी आहे. 'मंदीमुळे जर्मनीमध्ये संतापाची लाट' – त्यातली दुसरी छोटी बातमी आहे – 'बेकारीमुळे श्रीमंत आणि गरीब यांच्यातील दरी वाढते आहे.'

होय, ही बातमी काय सांगते?

बातमीत म्हटलंय 'देशातल्या कामावरून तात्पुरतं कमी केलेल्या इंजिनिअर, प्राध्यापक, शास्त्रज्ञ, कारखान्यातले कामगार, सुतार आणि स्वयंपाकी यांच्यात प्रचंड असंतोष उसळत आहे. देशाला काहीतरी मोठा आर्थिक फटका बसला आहे आणि त्याचा सगळ्यांवर एकसारखा परिणाम दिसत नाही, अशी भावना बहुतांशी दिसून येत आहे.'

बरोबर आहे. तसंच आहे. बऱ्याच ठिकाणी ले-ऑफ – कामावरून कमी केलं जाण्याबद्दल बातमीत काही म्हटलंय का?

हो, त्यात म्हटलंय – ज्या देशात कमी पैशात कामगार मिळतात, अशा देशात उद्योजक स्थलांतर करताहेत.'

ओ! तुमच्या आजच्या 'सॅनफ्रॅन्सिस्को क्रॉनिकल'च्या ए-७ आणि ए-१४ या पानांमधल्या बातम्यांचा परस्परांशी संबंध असल्याचं दिसतं, असं त्यात म्हटलंय.

बातमीत मुद्दाम एका मुद्द्याकडे लक्ष वेधण्यात आलंय – जेव्हा हकालपट्टी (ले-ऑफ) केली गेली, तेव्हा महिला कामगारांना सगळ्यात आधी घरी पाठवण्यात आलं. 'देशभरातल्या एकूण बेकारांपैकी निम्म्याहून अधिक महिला होत्या – ही संख्या पश्चिमी देशांचा विचार करता जवळपास दोन तृतीयांश होती.

अर्थातच, पण एका मुद्द्याकडे तुम्हाला लक्ष द्यायचं नाहीये किंवा तो मान्य करायचा नाहीये, तो आता मला मांडायचा आहे – तुमची सामाजिक, आर्थिक व्यवस्था अत्यंत पद्धतशीरपणे समाजाची 'वर्गां'मध्ये विभागणी करते. 'आम्ही सर्वांना समान संधी देतो' असं मोठ्या तोंडानं तुम्ही सांगत असता, पण खरं तर तुम्ही सगळ्यांना समान संधी मुळीच देत नाहीत. याबाबत स्वत:ला बरं वाटावं म्हणून तुम्ही तुमच्या कपोलकल्पित गोष्टींवर विश्वास ठेवता. तुम्हाला सत्याचा आरसा दाखवणाऱ्या, पुराव्यानिशी खऱ्या गोष्टी तुमच्या समोर मांडणाऱ्या व्यक्ती साधारणपणे टाळता. त्या सगळ्या गोष्टी नाकारता संधी साधू बगळ्यांसारखा तुमचा समाज आहे. असो, आजच्या या वर्तमानपत्रात आणखी काय बातम्या आहेत?

ए-४ या पानावर म्हटलंय, नव्या संघराज्य पद्धतीचा पूर्वग्रहदूषित गोष्टी नष्ट करण्यावर भर– म्हणजे फेडरेल पद्धतीतले अधिकारी घरांबाबत वंशभेदावर आधारित असमानता दूर करण्यासाठी गांभीर्यानं विचार करत असून, त्यासाठी एक योजना मांडणार आहेत.

'हे असे सक्तीचे प्रयत्न करणं गरजेचं आहे का?' असं तुम्ही स्वत:ला विचारायला हवं.

आमच्याकडे 'फेअर हाउसिंग ॲक्ट' (न्याय्य गृह कायदा) आहे. त्यानुसार घरांच्या व्यवहारात वंश, वर्ण, धर्म, लिंग, राष्ट्रीयता, अपंगत्व किंवा कौटुंबिक स्थिती यावरून भेदभाव करायला बंदी आहे. तरीही बऱ्याच स्थानिक संघटना याचं अभावानं पालन करतात. आपल्या वैयक्तिक मालमत्तेबाबत आपल्याला पाहिजे ते करताच आलं पाहिजे, असं या देशातल्या अनेकांना आजही वाटतं. म्हणजे आपलं घर भाड्यानं द्यायचं की नाही हे घरमालक स्वत:च्या मर्जीनं ठरवेल.

समज, ज्याच्यापाशी भाड्याची मालमत्ता आहे, त्याला जर अशी निवड करायची मुभा मिळाली आणि त्याची परिणिती सामूहिक जाणीव जागृती आणि विशिष्ट वर्गाबाबत एक सर्वसाधारण प्रवृत्ती, मानसिकता निर्माण होण्यात झाली, तर

तेवढ्या त्या समूहाला चांगल्या ठिकाणी राहण्याच्या संधीपासून पद्धतशीरपणे वगळलं जाईल आणि जर चांगल्या परिसरात घर मिळालं नाही, तर जमीन मालक आणि झोपडपट्टीमालक अवाच्च्या सव्वा किंमती लावतील – तेही घरात फारशा सोयी नसताना! त्यामुळे आता यावेळेस श्रीमंत दादा लोक मालमत्तेच्या अधिकाराखाली गरिबांचं शोषण करायला मोकळे!

हे बघ, पण स्वत:ची मालमत्ता असणाऱ्यांना काहीतरी हक्क हवेतच की!

जे हक्क अनेकांच्या हक्कांवर गदा आणतील असे हक्क?

प्रत्येक सुसंस्कृत समाजाला हाच प्रश्न नेहमी भेडसावत आला आहे.

शोषितांच्या वैयक्तिक हक्कांबात सर्वांत जास्त काळजी घेतली जायला नको? त्यासाठी समाजाची स्वत:ची अशी काही जबाबदारी नाही?

तुमचे न्याय्य गृह कायदे याचं 'होकारार्थी' उत्तर देतात. पण 'नाही – फक्त आमचेच हक्क महत्त्वाचे' असं तुमचे श्रीमंत म्हणतात आणि त्यामुळे हे कायदे पाळणं आणि अमलात आणणं अवघड आहे – त्यात यश येत नाही.

पुन्हा एकदा तुमचे आत्ताचे अध्यक्ष आणि त्यांचे अधिकारी या मुद्द्यावर भर देताहेत. इतर सगळ्या अमेरिकन राष्ट्राध्यक्षांना या श्रीमंत आणि 'शक्तिमान' लोकांना तोंड द्यायची फारशी इच्छा नव्हती.

आलं लक्षात, बातमीत पुढे म्हटलंय – गेल्या दहा वर्षांत या संदर्भात जी पडताळणी, छानबिन झाली नव्हती, ती क्लिंटन गृहव्यवस्थापन अधिकाऱ्यांनी फारच थोड्या काळात पुढाकार घेऊन त्याबाबत आणखी पाहणी केली आहे. वॉशिंग्टन इथल्या 'फेअर हाउसिंग अलायन्स' या राष्ट्रीय सल्लागार गटाच्या प्रवक्त्याने सांगितलं की, न्याय्य गृहव्यवस्थेबाबत क्लिंटन सरकारनं अत्यंत त्वरेनं पावलं उचलली आहेत. इतर त्यासाठी बरीच वर्षं प्रयत्न करत होते, पण क्लिंटन सरकारनं हे अल्पावधीत करून दाखवलं आहे.

आणि त्यामुळे सध्याच्या अध्यक्षांनी धनदांडग्यांमध्ये अनेक विरोधक निर्माण केले आहेत. तुमच्या इथले उत्पादक आणि उद्योजक, कारखानदार, औषध कंपन्या आणि विमान आस्थापनं, डॉक्टर्स आणि वैद्यकीय व्यवसायी, मालमत्ताधारक आणि असे सगळे पैसेवाले आणि समाजात प्रभाव असणारे सगळे त्यांच्या विरोधात जाऊ शकतात.

आता क्लिंटन यांना पद टिकवणं फार अवघड आहे, असं याआधी केलेल्या पाहणीवरून दिसतंय.

अगदी आत्ता – एप्रिल १९९४मध्ये हे लिहिलं जाता नाही त्यांच्या विरोधातला दबाव वाढत चालला आहे.

९ एप्रिल १९९४च्या आजच्या वर्तमानपत्रात तुला मानववंशाबद्दल वेगळी काही माहिती मिळतेय का? काही वेगळं सांगितलं जातंय का?

बरं, आपण पुन्हा पान ए-१४ पाहू या. संतापलेल्या एका रशियन राजकीय नेत्याचा हा फोटो आहे. फोटोखाली बातमीची ठळक ओळ दिसतेय – 'संसदेमध्ये झिन्रीन्वोस्कीची आपल्या सहकाऱ्यांना मारहाण.' लेखात म्हटलंय – वाल्दीमीर झिन्रीन्वोस्की आपल्या राजकीय विरोधकाला मारहाण करून त्याचा चेहरा ओरबडण्यामुळे काल पुन्हा वादाच्या भोवऱ्यात अडकले. 'मी तुला तुरुंगात डांबेन! तुझे राईएवढे तुकडे करेन!' अशी धमकीही त्यांनी दिली.

आणि तरीही देशात युद्धं का होतात असा तुला प्रश्न पडतो? इथे एका मोठ्या राजकीय चळवळीचा बडा नेता संसदेत आपल्या विरोधकाला मारहाण करून आपलं 'माणूसपण' सिद्ध करतोय!

तुमचा वंश फारच आदिम आहे. ताकदीलाच तुम्ही सर्वांत मोठी मानता. तुमच्या पृथ्वीवर खरा न्याय, कायदा अस्तित्वातच नाहीये. खरा न्याय हा निसर्गाचा न्याय – निसर्गाचा कायदाच खरा कायदा असतो. तो स्पष्ट करून सांगायची, शिकवायची गरज नसते. तो शिकवता येत नाही. तो निरीक्षण करण्याची गोष्ट आहे. तो निरीक्षणातून आपोआप कळत जातो.

ज्यातून आपल्यावरची सत्ता आपखुशीनं स्वीकारली जाते, त्याला खरा कायदा म्हणतात. त्यांच्यातील करारनामा हा म्हणूनच तर परस्पर संमतीनं, समजुतीनं केला जातो.

हे कायदे पाळायची सक्ती करावी लागत नाही. ते आधीच काही प्रसंगांतून निर्विवादपणे फायदेशीर असल्याचं दिसल्यानं ते अमलात आलेलेच असतात.

तुला उदाहरण देतो – जे खूप शहाणे असतात ते कधीच दगडावर डोकं आपटून घेत नाहीत. कारण त्यामुळे कपाळमोक्षच होणार आणि याच कारणामुळे ते इतरांच्याही डोक्यात दगड घालत नाहीत.

आपण एखाद्यावर हातोड्यानं प्रहार केला, तर त्याला इजा होणार हे या प्रगल्भ लोकांना ठाऊक असतं. जर तुम्ही तसं करत राहिलात, तर ती व्यक्ती चिडणार. तुम्ही जर त्या व्यक्तीला चिडवत राहिलात, तर तीसुद्धा स्वतःचा हातोडा तुमच्यावर उगारणार. तेव्हा प्रगल्भ, विचारी माणसांना या गोष्टीची पुरेपूर जाणीव असते. भले

तुमच्याजवळ आता मोठा हातोडा असो की छोटा, कधी ना कधी त्याचा उलट प्रहार तुमच्यावर होणार हे नक्की.

हे अगदी निरीक्षण करण्याजोगं आहे.

अप्रगत, अविवेकी माणसंही ही गोष्ट पाहतात, पण त्यानं त्यांना काहीच फरक पडत नाही. 'बळी तोच कान पिळी' हे माहीत असल्यानं विचारी माणसं असले शक्तीचे खेळ करायला तयार नसतात; पण अविचारी 'आदि'मानव दुसरे कसलेच खेळ खेळत नाहीत.

योगायोग असा की, हा जास्त करून पुरुषांचा प्रांत आहे. तुम्हा मनुष्यजातीत फार थोड्या स्त्रियांची 'हॅमर्सहर्ट' खेळायची तयारी असते. त्यांचा नवा खेळ आहे. त्या म्हणतात – 'माझ्यापाशी शस्त्रं असेल, तर मी न्याय मिळवेन. प्रयत्नपूर्वक स्वातंत्र्य मिळवेन. या देशातल्या माझ्या भावा-बहिणींत, आम्हा भावंडांत परस्पर प्रेम निर्माण करेन.'

म्हणजे स्त्रिया, महिलावर्ग पुरुषांपेक्षा जास्त प्रगल्भ, विचारी असतात, असं तुला म्हणायचंय का?

मी कुणाचीही बाजू घेत नाही. मी नुसतं पाहतो. तुला माहितीये? सत्य – उदा. नैसर्गिक कायदा – हे निरीक्षण करण्याजोगं असतं.

त्यामुळे नैसर्गिक स्वाभाविक नसलेला कुठलाही कायदा 'निरीक्षणीय' नसतो. त्यामुळे तो तुम्हाला नीट स्पष्ट करून सांगायला हवा. तो तुमच्या फायद्याचा का आहे, तुमच्या हिताचा का आणि कसा आहे हे सांगायला हवं. ते तुमच्या निदर्शनाला आणून द्यायला हवं. हे काही सोपं काम नाही; कारण जेव्हा एखादी गोष्ट तुमच्या हिताची असते, तेव्हा ती 'स्वत:सिद्ध' असते.

जी गोष्ट अशी 'स्वत:सिद्ध' नसते, तिच्याचबद्दल स्पष्टीकरण द्यावं लागतं.

त्यासाठी फार वेगळी आणि निश्चयी माणसं लागतात. त्याकरिता तुम्ही राजकारण्यांचा शोध लावला आहे.

आणि चर्चमधले पाश्वी.

शास्त्रज्ञ जास्त बोलत नाहीत. ते फारसे बोलके नसतात. तसं असावं असं त्यांना वाटतही नाही. त्यांनी एखादा प्रयोग केला आणि तो यशस्वी झाला तर ते 'आपण काय केलंय' हे तुम्हाला नुसतं दाखवतात. त्यांच्या प्रयोगातून जे सिद्ध होतं, जो निष्कर्ष निघतो तोच बोलका असतो. त्यामुळे शास्त्रज्ञ बहुधा शांत, न बोलणारे, मितभाषी असतात. त्यांना शब्दांची गरजही नसते. त्यांच्या कार्याचं कारण हेच सगळं सांगतं. आणखी पुढे जाऊन सांगतो – समजा त्यांनी एखादा प्रयोग केला आणि तो

सफल झाला नाही, तरीही त्यांना काहीच बोलायचं नसतं.

पण राजकारण्यांबाबत असं नसतं. ते अपयशी झाले तरी ते बोलतात. खरं तर काही वेळा ते जितके हरतात, अपयशी ठरतात तितके ते जास्त बोलतात.

धर्मांचंही असंच असतं. त्यांच्या पदरात अपयश जितकं जास्त, तितकं ते जास्त बोलतात.

तरीही मी तुला हे सांगतोय.

सत्य आणि परमेश्वर हे एकाच ठिकाणी आढळतात – शांततेमध्ये, शांतीच्या ठिकाणी.

जेव्हा तुम्हाला देव भेटतो आणि जेव्हा तुम्हाला सत्य सापडतं, तेव्हा त्याबद्दल मुद्दाम बोलून त्याची वाच्यता करायची गरज नसते. त्या गोष्टी स्वत: सिद्ध असतात.

तुम्ही जर देवाबद्दल जरुरीपेक्षा जास्तच बोलत असाल, तर त्याचा अर्थ एकच – तुम्ही अजूनही देवाच्या शोधात आहात. तो तुम्हाला सापडलेला नाही. ठीक आहे. असू दे. फक्त आपण नेमके कुठे आहोत हे मात्र जाणून घ्या. त्याची जाणीव ठेवा.

पण धर्मोपदेशक सतत देवाबद्दल बोलत असतात. या पुस्तकात आपणही हेच तर सगळं बोलतोय.

तुम्हाला काय शिकायचंय, तेच तुम्ही शिकवता आणि हो, हे पुस्तक माझ्याबद्दल बोलतंय – माझ्याबद्दल तसंच आयुष्याबद्दलही. त्यामुळेच ते एवढं चांगलं आहे. हे पुस्तक लिहिण्यात तू स्वत:ला गुंतवून घेतलं आहेस, कारण तू अजूनही शोध घेतो आहेस – चाचपडतो आहेस.

होय!

खरंच, आणि जे हे पुस्तक वाचताहेत, त्यांचीही हीच गत आहे.

अरे पण आपण निर्मितीबद्दल, सृजनाबद्दल बोलत होतो. या पृथ्वीवर घडणाऱ्या ज्या गोष्टी मला आवडत नाहीत, मला न आवडणाऱ्या ज्या गोष्टी पृथ्वीवर घडतात, त्या मी बदलत का नाही, असा प्रश्न या प्रकरणाच्या सुरुवातीला तू मला विचारला होतास.

तुम्ही काय करताय याच्याशी मला कर्तव्य नसतं. मी फक्त बघत असतो आणि या पुस्तकात सांगितलंय, तसं वेळोवेळी करत असतो.

पण आता मात्र तुला एक प्रश्न विचारायलाच हवा – माझी निरीक्षणं आणि माझी वर्णनं क्षणभर विसरून जा. आता सांग, तुझ्या ग्रहाच्या निर्मितीबद्दल तुला

काय, कसं वाटतं? तू फक्त एका दिवसाच्या वर्तमानपत्रातली एक बातमी काढलीस – आणि त्यातून एवढ्या गोष्टी बाहेर आल्या –

- *कामगारांचे मूलभूत हक्क नाकारणारी राष्ट्र.*
- *जर्मनीमध्ये मंदीच्या काळात श्रीमंत आणखी श्रीमंत आणि गरीब आणखी गरीब होताहेत.*
- *अमेरिकेत न्याय्य गृहकायदे पाळण्याची मालमत्ताधारकांवर सक्ती.*
- *रशियात राष्ट्रीय संसदेमध्ये दमदार नेत्याने आपल्या राजकीय विरोधकांना ठणकावले – 'मी तुम्हाला तुरुंगात डांबेन. तुमचे वाभाडे काढेन.' मला सांग, तुमच्या 'सुसंस्कृत' नागरी समाजाबद्दल याहून काही वेगळं आहे मला दाखवायला?*

अरे, ए-१३ पानावर आणखी एक बातमी आहे. तिचा मथळा आहे 'अँग्लो-नागरी संघर्षात सामान्य नागरिकांवरच सहन करण्याची वेळ!' बातमीत पुढे म्हटलंय – 'क्रांतिकारी उठावाच्या प्रदेशात बडी धेंडं उपभोगताहेत ऐषाराम, तर गरिबांची होतेय उपासमार'.

बस, बस. माझ्या डोळ्यासमोर सगळं चित्र उभं राहिलं आणि हे फक्त एका दिवसाचं वर्तमानपत्र आहे?

एका वर्तमानपत्राचा एका दिवसाचा एक भाग. मी अजून 'ए' विभाग सोडून इतर पानांकडे वळलोही नाहीये.

आणि म्हणूनच मी पुन्हा म्हणेन – तुमच्या जगातल्या आर्थिक, राजकीय, सामाजिक आणि धार्मिक पद्धती अगदी आदिम आहेत. त्यात बदल घडावा म्हणून मी काहीही करणार नाहीये आणि त्याची कारणंही मी तुला सांगितली आहेत. 'निर्माता', 'सृजनक्षम असणारा' अशी स्वत:ची ओळख तुला स्वानुभवातून व्हावी, हाच माझा सर्वोच्च हेतू आहे. तुझी तुला खरी ओळख व्हावी असंच मला वाटतं आणि त्यासाठी तुला निवडीचं आणि इच्छा-स्वातंत्र्य असावं हे त्याचं मुख्य कारण आहे.

आणि आतापर्यंतच्या तुमच्या हजारो वर्षांच्या प्रवासात तुमची किती प्रगती झाली – ही तुमची निर्मिती.

त्याने तुम्ही त्रासून गेला आहात का? पण तू सल्ला घ्यायला माझ्याकडे आला आहेस, ही त्यातल्या त्यात एक चांगली गोष्ट आहे.

तुमचा सुसंस्कृतपणा वारंवार देवाला विचारतो, 'आमचं कुठे चुकलं?' 'आमच्यात आणखी सुधारणा कशी होईल?' तुम्ही हरएक गोष्टीत माझ्या सल्ल्याकडे पद्धतशीरपणे दुर्लक्ष केलंत, तरी मी तुम्हाला पुन:पुन्हा सल्ला देतच राहतो. एखाद्या चांगल्या जोडीदारासारखं, सहकाऱ्यासारखं मी तुम्ही विचारल्यावर माझं मत, माझं निरीक्षण तुम्हाला सांगायला उत्सुक असतो. तुम्ही माझ्याकडे लक्ष दिलं नाहीत, तरी एखाद्या जिवलग मित्राप्रमाणे मी तुमच्यावर प्रेम करीतच राहतो. तुम्ही माझ्याकडे दुर्लक्ष केलंत, तरी मी मात्र तुमच्यावर प्रेम केल्याशिवाय राहणार नाही.

म्हणून ही वस्तुस्थिती मी मांडतोय आणि तुम्ही आणखी चांगलं कसं करू शकाल, तुमचं जास्त भलं कसं साधू शकाल हे मी तुम्हाला सांगतोय. कदाचित तुम्हाला हे पचायला जड जाईल – कारण तुम्ही इकडे लक्ष द्यावं असं मला वाटतं – मला तसंच करायचंय.

तू या पुस्तकात 'सामूहिक जाणीव-जागृतीतला बदल' या विषयावर पुन:पुन्हा बोलला आहेस, हा बदल कसा घडणार?

ही अतिशय संथगतीनं होणारी गोष्ट आहे. एखादा शिल्पकार हळुवारपणे, काळजीपूर्वक छिन्नी चालवत दगडातून सुंदर शिल्प निर्माण करतो. मानवी अनुभवांना असंच वळण लावत 'आपण' जाणीव जागृतीतला बदल हळूहळू घडवणार आहोत.

'आपण?'

हो, तू आणि मी – या पुस्तकाच्या माध्यमातून आणि इतरही अनेक महान प्रेषित, देवदूत हे काम करणार आहेत – लेखक, कलाकार, दूरदर्शन आणि चित्रपट निर्माते, संगीतकार, गायक, अभिनेते, नर्तक, शिक्षक, गुरू, राजकारणी, नेते (हो, त्यांच्यातलेही काही अतिशय चांगले, प्रामाणिकपणे काम करणारे असतात.) अमेरिकेत सगळीकडे स्वयंपाकघरात, दिवाणखान्यात आणि परसदारी काम करणारे आई-बाबा, आजोबा-आजी आणि जगभरातले सगळे जण!

तुम्ही भूतकाळही आहात आणि भविष्यकाळही! आणि अनेकांच्या जाणीव जागृतीत बदल होतोय – तुमच्यामुळे.

मग कुणीतरी म्हटल्याप्रमाणे त्याची परिणती सगळ्या जगावर संकट येण्यात होणार की काय? पृथ्वीवरच्या माणसांनी ऐकण्याआधीच या पृथ्वीचा अक्ष कलणार तर नाही ना? पृथ्वीवर उलथापालथ होऊन ती आपली खंडं गिळून तर टाकणार

नाही ना? आपण सर्व जण एक आहोत हे कळण्याइतपत दृष्टी येण्याआधीच पृथ्वीवर परग्रहावरची माणसं येणार नाहीत ना? जगण्याची नवी प्रकाशवाट दिसण्याआधी आपल्याला मृत्यूच्या भयाला तोंड देणं गरजेचं आहे का?

हे अगदी विचित्र प्रसंग गरजेचे नाहीत – पण घडू शकतात.

ते घडतीलच का?

पुढे काय होणार हे कुणाला सांगता येईल असं तुला वाटतं? – अगदी देवालासुद्धा! तुला सांगतो – तुझं भविष्य निर्मितीक्षम आहे. तुला हवं तसं ते निर्माण कर.

नुकतेच तू सांगितलेस, वेळेची वास्तविकता लक्षात घेता त्यात 'भविष्यकाळ' नसतोच; सगळ्या गोष्टी आत्ता या क्षणीच घडत असतात – आत्ताच्या या चिरंतन क्षणी!

ते खरंच आहे.

अस्सं? आता मला सांग – भूकंप, पूर आणि जागतिक तापमानवाढ – ही 'आत्ता'ची आहे की नाही? आता 'देव' म्हणून तुला काही माहीत नाही असं सांगू नकोस.

तुला या गोष्टी घडायला हव्यात का?

छे, छे! नक्कीच नाही. पण होऊ घातलेली गोष्ट आधीच होऊन गेलेली असते – ती आत्ता घडत असते, असं तू म्हणाला होतास.

खरं आहे ते. पण या जगातली 'आत्ता'ची घटनाही सारखी बदलत असते. शोभादर्शक यंत्रं, कॅलिडोस्कोपमध्ये कसं – तो तसाच असतो, पण सतत बदलत असतो. पापणी लवेपर्यंत त्यात एक रचना बदलून दुसरी तयार असते. पाहा! नीट बघा! बघितलंत? बदलली रचना पुन्हा!
मी सतत बदलत असतो.

कशामुळे बदलतोस?

माझ्याबद्दलच्या तुमच्या कल्पनांमुळे! तुमचे विचार सतत बदलत असतात. त्यामुळे मीही बदलतो – लगेच. काही वेळा हा बदल सौम्य असतो. अगदी ठळकपणे लक्षात येईल असा नसतो. काही वेळा तो बदल तुमच्या विचारशक्तीवर अवलंबून असतो. पण एखादा विचार जेव्हा तीव्रतेनं मनात येतो किंवा सामुदायिकपणे येतो, तेव्हा त्यांचा खूप खोलवर प्रभाव पडतो – अभूतपूर्व परिणाम दिसतो.

प्रत्येक गोष्ट बदलतेय.

अच्छा! या संपूर्ण पृथ्वीवर तू म्हणालास तसं एखादं फार मोठं संकट येईल का?

मला माहीत नाही. येईल का?

तुम्ही ठरवा. लक्षात ठेवा, तुम्ही आता तुमच्या वास्तवाची, सत्याची निवड करताय.

ते घडू नये असं मी म्हणेन.

मग ते घडणार नाही. तशी इच्छा केल्याशिवाय होणार नाही.

आपण पुन्हा दुसरीकडे वळतोय...

होय, विरोधात जगायचं कसं हे तुम्ही शिकायलाच हवं आणि 'काहीच घडत नाही' हे सर्वांत मोठं सत्य तुम्ही समजून – जाणून घ्यायला हवं.

काहीच घडत नाही?

हे मी तिसऱ्या पुस्तकात स्पष्ट करून सांगेन.

ते ठीक आहे; पण त्यासाठी वाट बघायला मला नाही आवडणार.

आत्ता तुला सांगितलेलं आधी तुझ्या पचनी पडू दे. स्वतःला थोडा वेळ दे. स्वतःला थोडा अवकाश, थोडी जागा दे.

आपण निरोप घ्यायचा नाहीये ना? तू निरोप घेऊ बघतोस असं मला वाटतंय.

कारण तू नेहमी अशा वेळी असंच बोलायला लागतोस. अरे, पण मला अजून काही गोष्टींबद्दल तुझ्याशी बोलायचंय म्हणजे बघ, परग्रहावरचे जीव – तिथली सृष्टी, माणसं... खरंच तिथे असं काही आहे का?

आपण ना, या सगळ्याबद्दल तिसऱ्या पुस्तकात खरं तर चर्चा करणार आहोतच.

असू दे, पण आत्ता मला जरा झलक दे ना!

या विश्वात तुमच्यासारखं बुद्धीप्रमाण जीवन कुठे दिसतं का हे तुला विचारायचं आहे का? होय – अर्थातच.

ते पण आमच्यासारखे अप्रगत आहेत का?

त्यांच्या जगण्याच्या काही पद्धती, जीवनशैली आणखी अप्रगत, प्राथमिक आहेत. काहींमध्ये हे प्रमाण थोडं कमी आहे आणि काही जास्त प्रगत आहेत.

अशा परग्रहवासियांसोबत आपली भेट झाली आहे का?

हो, खूपदा.

कशासाठी?

चौकशी करण्यासाठी. काहींच्या बाबतीत शुद्ध मदतीसाठी.

ते कशी मदत करतात?

अरे, ते तर सतत प्रोत्साहन देतात. म्हणजे बघ, मानवी इतिहास पाहिला तर गेल्या पंच्याहत्तर वर्षांत तुम्ही बरीच तांत्रिक प्रगती केली आहे, हे तुम्हाला माहितीये.

होय, मला तसं वाटतं.

सीटीस्कॅनपासून सुपरसॉनिक फ्लाईटपर्यंत ते तुमच्या हृदयाचं नियमन करणाऱ्या

ज्या संगणकीय चिप्स तुमच्या शरीरात बसवलेल्या आहेत, त्या माणसाच्या मनातून निर्माण झाल्या आहेत असं तुला वाटतं की काय?

अं... हो!

मग तसं असेल तर हजारो वर्षांपूर्वी माणसानं हा विचार का केला नाही?

मला माहीत नाही. मला वाटतं, त्या काळी तेवढं प्रगत तंत्रज्ञान उपलब्ध नव्हतं. म्हणजे तसं एकातून एक गोष्टी पुढे येत जातात, पण सुरुवातीचं तंत्रज्ञान हाताशी नव्हतं. ही सगळी उत्क्रांतीची, प्रगतीची प्रक्रिया आहे.

गंमत बघ, उत्क्रांतीची ही प्रक्रिया लाखो वर्षांपासूनची आहे. पण पंच्याहत्तर ते शंभर वर्षांपूर्वी एक खूप मोठा स्फोट झाला. किती चमत्कारिक आहे ना?

माणूस आपल्या आयुष्यात रेडिओपासून रडारपर्यंत ते रेडिऑनिक्सपर्यंत प्रत्येक गोष्टीतली प्रगती तटस्थपणानं पाहत नाही. इथे एवढे मोठे बदल कशामुळे घडले हे तुम्हाला कळत नाही. अशा गोष्टी तत्त्वज्ञानातील प्रगती दर्शवतात का?

तुला काय म्हणायचंय?

माझ्या मते, तुम्हाला कुणीतरी मदत करण्याची शक्यता आहे, असा विचार कर.

आम्हाला जर तंत्रज्ञानासाठी 'मदत' केली जात असेल, तर मग आध्यात्मिकदृष्ट्या आम्हाला का मदत मिळत नाही? 'जाणीव बदलासाठी' आम्हाला साहाय्य का दिलं जात नाहीये?

तुला मदत दिली जातेय.

मला?

हे पुस्तक म्हणजे तुला काय वाटतंय मग?

हंऽऽ

शिवाय, दररोज नवीन कल्पना, नवे विचार, नव्या संकल्पना तुझ्यासमोर मांडल्या जातात.

एखाद्या संपूर्ण ग्रहावरच्या माणसांची जाणीव-जागृती बदलणं, त्यात परिवर्तन करून आध्यात्मिक जागृती निर्माण करणं ही संथपणे, मंदगतीनं होणारी प्रक्रिया आहे. त्यासाठी खूप वेळ आणि संयम हवा. अगदी आयुष्यभराचा. पिढ्यान् पिढ्यांचा.

पण तुम्ही हळूहळू त्या दिशेनं पुढे सरकताय. बदलताय. शांतपणे, पण बदल घडतोय नक्की!

आणि परग्रहावरचे जीव आम्हाला त्यासाठी मदत करताहेत असं तुझं म्हणणं आहे?

हो, नक्कीच. त्यांच्यातले बरेच जण आत्ता तुमच्यात आहेत. कित्येक वर्षांपासून ते तुम्हाला मदत करताहेत.

मग ते त्यांची ओळख का करून देत नाहीयेत? ते स्वत:ला प्रकट का करत नाहीयेत? त्यानं त्यांचा मोठेपणा आणखी वाढणार नाही का?

तुमच्यातल्या अनेकांना जो बदल हवा आहे, त्यासाठी तुम्हाला त्यांना फक्त मदत करायची आहे. त्यांना नव्यानं काही निर्माण करायचं नाहीये, त्यांना फक्त आहे ते जतन करून वाढवायचंय – सक्ती करायची नाहीये.

त्यांनी जर स्वत:ला प्रकट केलं, तर त्यांच्या नुसत्या अस्तित्वाचा, त्यांच्या शक्तीचा तुमच्यावर पगडा बसेल आणि त्या गोष्टींची तुमच्यावर सक्ती झाल्यासारखं होईल. तुम्हाला त्यांचा मान राखावा लागेल, त्यांच्या शब्दाला मान द्यावा लागेल. त्यापेक्षा जनसमुदायानं स्वत: शहाणं व्हावं हे जास्त श्रेयस्कर ठरतं. शहाणपण नेहमी आतून यावं लागतं. उसनं शहाणपण म्हणजे नुसती देखाव्याची झूल. ती केव्हाही सहज गळून पडते – पण आतून आलेल्या शहाणपणाचं तसं नसतं. दुसऱ्यानं सांगितल्याप्रमाणे फार काळ वागता येत नाही; त्यासाठी विचार हा स्वत: केलेला असावा लागतो.

आम्हाला ते कधी बघायला मिळतील? हे परग्रहावरचे पाहुणे खरंच आहेत तरी कोण हे आम्हाला कधी कळेल का?

होय तर! एक वेळ अशी येईल की, तुमच्या जाणिवा उंचावतील, तुमच्या मनातली भीती कमी होईल आणि मग तेव्हा ते स्वत:हून तुमच्यासमोर येतील. तुम्हाला त्यांची ओळख करून देतील.

त्यांच्यापैकी काहींनी हे मूठभर लोकांच्या बाबतीत केलंयही.

पण हे परग्रहावरचे जीव अतिशय त्रासदायक आहेत, ते आपला द्वेष करतात इत्यादी गोष्टी सध्या फार चर्चेत आहेत. त्यांच्यापैकी काही जणांपासून खरंच आम्हाला काही धोका आहे का? ते आम्हाला इजा पोहोचवतील का?

तुम्हाला इजा करतील अशी काही माणसं आहेत का? काहीजण तुम्हाला त्रासदायक आहेत का?

हो, अर्थातच.

यांपैकी ज्यांची जास्त उन्नती, प्रगती झालेली नाही, अशांबद्दलही तुम्ही तशाच तऱ्हेनं मतं ठरवून टाकाल. पण माझी सूचना कायम लक्षात ठेवा. मतं ठरवू नका. कुणीच कायम बिनचूक नसतं. सगळ्याच बाबतीत परिपूर्ण नसतं.

काहींनी तंत्रज्ञानात प्रगती साधलीय, पण स्वत:च्या विचारांमध्ये नाही. तुमच्या मानववंशात हेच दिसतं.

पण जर ही खुनशी माणसं तंत्रज्ञानात प्रगत असतील, तर ती नक्कीच आम्हाला नष्ट करतील. आम्हाला नष्ट करण्यासाठी ते तंत्रज्ञान वापरतील. आपण हे कसं रोखणार?

तुम्हाला सुरक्षित ठेवलंय. तुमचं रक्षण केलं गेलंय.

आमचं?

होय, तुम्हाला तुमच्या नशिबाप्रमाणे जगण्याची संधी दिली गेली आहे. तुमची स्वत:ची जाणीव-जागृती, स्वत:ची विवेकबुद्धी याची परिणती दाखवून देईल.

म्हणजे?

म्हणजे यानुसार तुम्ही जसा विचार करता, तसं तुम्हाला फळ मिळतं. तुम्ही

जो विचार करता, ते तुम्हाला मिळतं. तुम्ही ज्याला घाबरता, ज्याची तुम्हाला भीती वाटते, ते तुम्ही स्वतःवर ओढवून घेता.

जे तुम्ही टाळता, ज्याला तुम्ही नाकारता, विरोध करता, नेमकं तेच तुमच्या पुढ्यात येऊन ठाकतं. जे निसटून गेलंय असं तुम्हाला वाटतंय, जे धूसर वाटायला लागतं, ते तुम्हाला पुन्हा नव्यानं उभं राहायला प्रेरणा देतं. तुम्ही मात्र त्या गतगोष्टी कायमच्या तुमच्या अनुभवातून वजा करून टाकायला हव्यात. तुम्ही जी निवड करता, त्याचा तुम्ही अनुभव घेता.

हं... मला तर काही माझ्या आयुष्यात हे असलं दिसत नाही.

कारण त्या शक्तीबद्दल तुझ्या मनात शंका आहे. तू माझ्यावर शंका घेतो आहेस.

कदाचित हे बरं नाही.

नक्कीच नाही.

२०

माणसं तुझ्याबद्दल शंका का घेतात?

कारण, ते स्वत:बद्दल साशंक असतात.

ते स्वत:बद्दल साशंक का असतात?

कारण, त्यांना तसंच सांगितलं जातं, शिकवलं जातं.

कोणी सांगितलं?

माझे प्रतिनिधी असल्याचा दावा करणाऱ्यांनी.

मला समजलं नाही. का?

कारण तो एक मार्ग होता. माणसांना ताब्यात ठेवण्याचा तोच एकमेव मार्ग आहे. तुम्ही स्वत:बद्दल शंका घ्यायलाच हवी. नाहीतर तुम्हाला आपण सर्वशक्तिमान आहोत, असं वाटायला लागेल. तसं होऊन चालणार नाही. तसं अजिबातच होऊन चालणार नाही. जे आत्ता खरंच सत्तेत आहेत, त्यांच्या बाबतीत तर नाहीच नाही. तुमच्याच शक्तीच्या बळावर त्यांची सत्ता चालतेय आणि याची त्यांना जाणीव आहे.

ही स्वत:ला पाहण्याची, जाणून घेण्याची चळवळ मोडून काढणं हा सत्ता टिकवण्याचा एकमेव मार्ग आहे. त्यानंतर माणसाच्या अनुभवातले दोन सर्वांत मोठे प्रश्न सोडवता येतील?

ते कुठले?

बरं, या पुस्तकात वारंवार मी त्याबद्दल चर्चा केलीय. थोडक्यात सांगायचं तर...

जगातले सगळे नव्हे, पण बरेचसे प्रश्न आणि संघर्ष आणि तुमचे वैयक्तिक प्रश्न आणि समस्या सोडवायच्या असतील, तर त्या 'समाजा'च्या म्हणून पुढे यायला हव्यात.

१. वेगळं होण्याची कल्पना सोडून द्या.

२. प्रत्यक्ष दर्शनाची कल्पना स्वीकारा.

तुम्ही एकमेकांपासून वेगळे आहात अशी कधीही कल्पनाच करू नका आणि माझ्यापासून तुम्ही वेगळे आहात असं तर मनातही आणू नका. संपूर्ण सत्याखेरीज दुसऱ्याला काही सांगू नका आणि माझ्याबद्दलच्या सर्वोच्च सत्याशिवाय दुसरं काहीही मान्य करू नका.

तुमच्या पहिल्या निवडीतून दुसरी निर्माण होते. कारण जेव्हा सगळ्यांबद्दल तुमच्या मनात एकत्वाची भावना निर्माण होते, तेव्हा तुम्ही खोटं बोलू शकत नाही किंवा महत्त्वाच्या गोष्टी लपवून ठेवू शकत नाही किंवा पूर्ण पारदर्शी होता. कारण असं होणं, असं करणं हे तुम्हाला स्वत:ला अतिशय स्पष्टपणे ठाऊक असतं.

हे नमुन्यादाखल बदल होण्यासाठी खूप शहाणपणा, मोठं धैर्य आणि बराचसा ठामपणा, निश्चय असायला हवा. कारण भीतीपोटी मन या संकल्पना खोट्या ठरवेल. भीती या अत्युच्च सत्याचा गाभाच गिळंकृत करेल आणि त्यांना पोकळ, नि:सत्त्व, निरर्थक ठरवेल. भीती या सगळ्या गोष्टी उद्‌ध्वस्त करेल, तुच्छ ठरवेल, नष्ट करेल. त्यामुळे भीती ही तुमची सर्वांत मोठा शत्रू आहे, हे समजून घ्या.

जोवर तुम्ही अंतिम सत्य स्पष्टपणे आणि शहाणपणाने पाहू शकत नाही, तोवर तुमच्या स्वप्नातला, तुम्हाला अपेक्षित समाज मिळणार नाही, निर्माण करता येणार नाही. अंतिम सत्य हे की, तुम्ही इतरांशी जसं वागता, जे करता, तसं आणि ते तुम्ही स्वत:शी वागता, इतरांसाठी तुम्ही जे करू शकत नाही, ते तुमच्याबाबतही तुम्ही करू शकत नाही. इतरांची सुख-दु:ख तुम्ही स्वत:ची मानता. जेव्हा तुम्ही एखादं सुख नाकारता, तेव्हा तुम्ही स्वत:च स्वत:ला नाकारता. आपण स्वत: खरंच कोण आहोत हा विचार पुन्हा एकदा करायची वेळ आली आहे. कारण तुम्ही आणि तुमचं देवाशी असलेलं नातं प्रत्यक्षात येतं, तेव्हा 'आपण' उरत नाही आणि मग आपल्याला कुणीही एकमेकांपासून दूर करू शकत नाही.

आणि पुन्हा तुम्ही द्वैताच्या आभासात जगायला लागलात. स्वत:च्या नवनिर्मितीचं साधन म्हणून त्याचा उपयोग केलात, की मग पुढे आपण खरं कोण आहोत, यापेक्षा

आपल्याला काय असायला आवडेल, त्याच गोष्टी तुम्ही कल्पनेतून निर्माण करता. तुम्हाला तुमच्या विस्मरणाचा वापर करण्याची गरज पडणार नाही. उलट 'द्वैत'भावाचा तुम्ही जाणतेपणी वापर कराल आणि विशिष्ट कारणासाठी आणि विशिष्ट हेतूनं तुम्ही द्वैतात गेल्याचं समर्थन कराल.

आणि जेव्हा तुम्हाला खरंच आत्मज्ञान होईल, तेव्हा कदाचित, तुम्ही शारीरिक रूपात परत जन्म घ्यायचा पर्याय घेऊ शकता आणि इतरांना त्याची आठवण करू देता. स्वतःच्या काही नव्या जाणिवांचा अनुभव घेण्यासाठी म्हणून तुम्ही पुन्हा शरीरात जन्म घेत नाही, तर या आभासी स्वप्नांच्या जगात सत्याचा प्रकाश आणण्यासाठी आणि तो इतरांनाही देण्यासाठी तसं करता. मग तुम्ही 'प्रकाशाचे दूत' बनता. जाणीव-जागृतीचं एक अंग होता. अनेकांचा हा अनुभव असतो.

आम्ही कोण आहोत, हे समजून घेण्यासाठी ते इथे आम्हाला मदत करायला आले आहेत.

होय, हे उच्च दिव्य आत्मे आहेत. हे अत्यंत उन्नत आत्मे आहेत. त्यांना आणखी दिव्य स्वानुभवांची अपेक्षा नाही. असे काही दिव्य अनुभव त्यांनी याआधीच घेतलेले आहेत. त्यांना आता ते तुमच्यापर्यंत पोहोचवायचे आहेत इतकेच. ते तुमच्यापर्यंत ही 'सुवार्ता' घेऊन आलेत. ते तुम्हाला परमेश्वरापर्यंत पोहोचण्याचा आणि आयुष्याचा मार्ग दाखवतील. ते म्हणतील, 'मीच तो मार्ग आणि ते आयुष्य आहे. माझ्या मागून या, माझं अनुकरण करा.' परमेश्वराशी एकरूप होऊन चिरंतन दिव्य अनुभूती कशी घ्यावी याचा ते वस्तुपाठ घालून देतील. यालाच 'परमेश्वरी अनुभूती' जाणीव म्हणतात.

आपण नेहमीच एकरूप आहोत – तुम्ही आणि मी असे वेगळे असणं, द्वैतात असणं अगदी अशक्य आहे; पण आत्ता तुम्हाला आपल्या अद्वैताचा अनुभव नाही. तुम्हाला त्याची जाणीव नाही. या जड, स्थूल शरीरात राहूनही अद्वैताचा, परम सत्याचा, आपण स्वतः खरंच कोण आहोत, याचा अनुभव घेणं शक्य आहे. जर तुम्ही हे करू शकाल, तर इतरांसमोर आदर्श घालून द्याल. तुम्ही जिवंत 'स्मृती' जगावणारे ठराल आणि त्यातून तुम्ही लोकांना त्यांच्या विस्मृतीच्या गर्तेत कायमचं अडकवण्यापासून रोखू शकाल.

ही कायमची विस्मृती म्हणजेच नरक. पण मी तसं होऊ देणार नाही. एकही मेंढरू मी हरवू देणार नाही... उलट मी मेंढपाळ पाठवेन...

नक्कीच मी अनेक मेंढपाळ पाठवेन आणि आपण त्यातला एक व्हायचं का ही तुमची निवड असेल. अज्ञानाच्या जाणीव नसण्याच्या धुंदीत असलेल्या आत्म्यांना

जागं केलं जातं – त्यांना पुन्हा एकदा त्यांच्या खऱ्या अस्तित्वाची जाणीव करून दिली जाते – मग त्या दिव्य आत्म्यांसाठी स्वर्गातही त्या आत्म्यांसाठी आनंदोत्सव साजरा केला जातो; कारण 'शाम का भूला – रात को घर आए' अशी स्थिती वर्णन केलीय. एकदा हे आत्मे आपलं अस्तित्व विसरले होते; पण 'आपण कधीतरी हरवलो होतो आणि आता सापडलोत' अशी त्यांची खातरी असते.

आमच्या पृथ्वीवर आत्ता पवित्र, दैवी जीव आहेत – असं म्हणणं योग्य आहे का नाही? पूर्वी नव्हे – अगदी आत्ता आहेत.

होय तर! तसे ते आहेतच. नेहमी असणारही आहेत. माझे प्रेषित गुरू नेहमी तुमच्यात असतीलच. मी तुम्हाला एकटं सोडणार नाही. माझे 'मेंढपाळ' तुम्हाला बरोबरच घेऊन जातील. असे अनेक जण आत्ता तुमच्या ग्रहावर आणि विश्वात इतरत्रही आहेत आणि विश्वाच्या काही भागात हे जीवात्मे सतत एकमेकांच्या बरोबर आणि संपर्कात राहून सर्वोच्च सत्य सतत प्रकट करत असतात. मी याच उन्नत, प्रगत समाजाबद्दल बोललो होतो. ते अस्तित्वात आहेत, ते खरंच आहेत आणि त्यांनी त्यांचे दूत तुमच्यासाठी पाठवले आहेत.

तुझ्या मते बुद्ध, कृष्ण, जीझस दुसऱ्या जगातून आले आहेत?

असं तुम्ही म्हणालात. मी नाही.

हे खरं आहे?

तुम्ही हा विचार काय पहिल्यांदाच ऐकलात का?

नाही – पण हे खरं आहे का, सांग ना –

हे सगळे महात्मे पृथ्वीवर येण्याआधी कुठेतरी अस्तित्वात होते आणि त्यांच्या तथाकथित मृत्यूनंतर पुन्हा ते इथे परत आले – याच्यावर तुझा विश्वास आहे का?

हो, आहे.

आणि ही जागा कुठे आहे असं तुला वाटतं?

ती जागा म्हणजे आम्ही ज्याला 'स्वर्ग' म्हणतो, तीच असणार – ते स्वर्गातून आले असणार असं मला वाटतं.

आणि हा स्वर्ग कुठे आहे, असं तुला वाटतं?

मला माहीत नाही. तो कुठलातरी वेगळाच प्रदेश असेल अशी माझी कल्पना आहे.

वेगळं जग?

हो... बरोबर. पण म्हणजे मी त्याला 'आध्यात्मिक विश्व' म्हणेन. आम्ही ज्याला 'जग' किंवा 'ग्रह' म्हणतो – मानतो तसं हे विश्व नसेल.

ते आध्यात्मिक विश्व आहे. पण तुमच्या जगात आल्यानंतर हे दिव्यात्मे त्या जगातच ते का राहत नाहीत – त्यांना तसं का वाटत नाही – याबद्दल तू काय सांगशील?

मला वाटतं मी कधीच त्यादृष्टीनं विचार केला नाही. मी कधी तशी कल्पनाही केली नाही.

तुमच्या तत्त्वज्ञानातल्या कल्पनेपेक्षा या स्वर्गात आणि पृथ्वीवर आणखी कितीतरी गोष्टी आहेत.

तुमचा श्रेष्ठ साहित्यिक विल्यम शेक्सपिअरनं तेच लिहिलंय.

मग जीझस... दुसऱ्या जगातला होता तर!

मी तसं म्हटलेलं नाही.

ठीक आहे, पण मग तो होता की नव्हता?

सबूर – जरा धीरानं घे राजा. तू फार लांब उड्या मारतोयस. त्याहूनही काही जास्त आहे, खूप जास्त. आपल्याला त्यावर आणखी एक आख्खं पुस्तक लिहायचं आहे.

म्हणजे मी तिसऱ्या पुस्तकासाठी वाट पाहायची तर?

मी तुला सांगितलंय – सुरुवातीपासून मी तुला तसं वचन दिलंय. तीन पुस्तकांची ही मालिका असणार – मी म्हटलंच आहे. पहिल्या पुस्तकात वैयक्तिक आयुष्यातलं वास्तव, सत्य आणि आव्हानं याबद्दल चर्चा असेल, दुसऱ्यात 'वसुधैव कुटुम्बकम्' या दृष्टीनं आयुष्यातल्या सत्यांबद्दल चर्चा असेल आणि तिसऱ्यात वैश्विक – सगळ्या विश्वातल्या व्यापक सत्याबद्दल, प्रश्नांबद्दल ऊहापोह असेल. त्यात विश्वाची रहस्यं उलगडून दाखवली जातील.

ती तोवर दाखवली गेली नाहीत तर!

अरे देवा! यातलं मी काय काय घेऊ शकेन कुणास ठाऊक! म्हणजे तू नेहमी म्हणतोस तसं – सतत विरोधाभासात जगायचा मला कंटाळा आलाय. मला जे आहे ते समोर यायला हवंय.

मग ते तसं होईल.

तरीही ते नाही –

बरोबर. अगदी बरोबर. आता तुला ते पक्कं कळलंय. आता तुला अलौकिक द्वैत लक्षात आलंय. आता संपूर्ण चित्र तुझ्यासमोर उभं आहे. आता तुला योजना कळलीय.

प्रत्येक गोष्ट – प्रत्येकच गोष्ट – ती कायम होती, आत्ता आहे आणि यापुढे तशीच ती कायम असेल. तेव्हा... सगळं काही 'आहे' – हे सगळं अस्तित्वात आहे आणि ते सतत बदलतंय – कारण आयुष्य ही सतत पुढे जात राहणारी प्रक्रिया आहे – 'जीवन चलनेका नाम!' त्यामुळे खरं तर जे 'आहे' – खरं तर 'नाही आहे'.

हे 'असणं' कधीच तसंच्या तसं असत नाही. म्हणजे 'असणं' नसतं.

ठीक आहे.

तसं नाही. पण तू पुन्हा उड्या मारतो आहेस.

तिसरं पुस्तक वाचल्यानंतर या आणि अशा आणखी मोठ्या गूढ गोष्टी तुझ्या लक्षात येतील.

ते बरोबर नसणार.

थोडक्यात तसंच.

असो, असो. ठीकच म्हणायचं. पण ज्यांना ही पुस्तकं वाचायला मिळत नाहीत त्यांचं काय? त्यांना शहाणपणाच्या चार गोष्टी शिकायच्या असतील, काही गोष्टी स्पष्टपणे जाणून घ्यावयाच्या असतील, परमेश्वरापर्यंत पोहोचायचं असेल, तर आत्ता त्यांनी काय करायचं? आम्ही पुन्हा धर्माच्या मार्गाकडे वळावं का? ती या साखळीतली निखळलेली कडी आहे का?

आध्यात्मिकतेकडे वळा. धर्म विसरून जा.

तुझ्या या विधानानं बरेचजण खवळतील हं!

अरे, या अख्ख्या पुस्तकाबद्दल त्यांची तशीच प्रतिक्रिया असणार आहे... त्याशिवाय त्यांना हे समजणं...

पण 'धर्म विसरून जा' असं तू का म्हणालास?

कारण ते तुमच्या भल्याचं नाही. धर्माची बांधणी विचारपूर्वक केलेली असेल, तर असा धर्म यशस्वी होण्यासाठी 'हा धर्म आपली गरज आहे' अशी लोकांना खातरी वाटायला हवी. माणसांनी दुसऱ्या एखाद्या गोष्टीवर श्रद्धा बसवण्यासाठी त्यांची स्वतःवरची श्रद्धा नष्ट व्हायला हवी. तेव्हा या आखीव-रेखीव धर्माचं पहिलं काम हेच – तुम्ही स्वतःवरचा विश्वास, श्रद्धा कशी गमवाल ते पाहणं. दुसरं काम म्हणजे त्यांच्याकडे ज्या प्रश्नांची उत्तरं नाहीत, ती उत्तरं तुमच्याकडे आहेत आणि तिसरं आणि सर्वांत महत्त्वाचं म्हणजे त्यांनी मनात कुठलीही शंका न आणता तुमची उत्तरं स्वीकारायला त्यांना भाग पाडायला हवं.

तुम्ही प्रश्न विचारला की, तुम्ही विचार करायला लागता. तुम्ही विचार करायला लागलात की तुम्ही अंतरंगाचा ठाव – मूळ शोधायला लागता. धर्म तुम्हाला ही संधी देऊ शकत नाही. कारण कदाचित त्यामुळे धर्मानं तुम्हाला पटवून दिलेल्या उत्तरापेक्षा काहीतरी वेगळंच तथ्य तुमच्या हाती लागेल. म्हणूनच तुम्ही स्वतःबद्दल साशंक असणंच धर्मासाठी आवश्यक आहे. स्वतःच्या थेट विचारक्षमतेबद्दलच तुम्ही साशंक असणं, तुम्ही तो आत्मविश्वास गमावणं हेच धर्माच्या पथ्यावर असतं.

बरेचदा धर्माच्या बाबतीत वेगळाच परिणाम झालेला दिसतो, हाच खरा प्रश्न

आहे. कारण जिथे स्वत:च्याच विचारांची पडताळणी केल्याशिवाय तुम्ही ते मान्य करत नाही, तिथे धर्मानं देवाबद्दल मांडलेल्या नव्या कल्पनांबद्दल शंका न घेता, त्या न तपासता तुम्ही कशा मान्य कराल बरं?

गंमत म्हणजे आता लवकरच तुम्ही माझ्याही अस्तित्वाबद्दल शंका घ्यायला लागणार आहात – जी तुम्ही याआधी कधी घेतली नव्हतीत. जेव्हा तुमच्या पहिल्यापासूनच्या समजुती चालत होत्या, जेव्हा माझं स्वरूप तुमच्या डोळ्यासमोर स्पष्ट झालेलं नव्हतं – पण मी 'आहे' एवढं मात्र तुम्हाला पक्कं ठाऊक होतं, माझ्या अस्तित्वावर तुमचा विश्वास होता.

धर्मानंच 'अज्ञेयवाद' – देव आहे की नाही हे नक्की सांगता येत नाही, असं वातावरण निर्माण केलं.

'धर्माच्या कल्पनेत देव बसत नाही' असंच धर्मानं केलंय असं कुठल्याही नि:पक्षपाती विचारवंताला वाटेल. कारण धर्मानंच माणसांच्या मनात देवाबद्दल भीती निर्माण केली आहे. कारण 'देव' म्हणजे अत्यंत उदात्तच आहे, त्याच्यावर एकदा मन जडलं की जडलं.

'देवासमोर वाकायलाच हवं' अशी सक्ती धर्मानंच माणसाला केली. माणसानं खरं तर आपल्या काळज्यांचा भार देवावर टाकायला हवा, तिथे धर्मानं देवाबद्दलच्या भीतीच्या गोष्टींचं ओझंच माणसाच्या मनावर टाकलं.

माणसानं आपलं शरीर आणि नैसर्गिक शारीरिक कृती म्हणजे देवाची आयुष्यातली सर्वांत मोठी देणगी आहे, असं समजण्याऐवजी माणसाला आपल्या शरीराची आणि नैसर्गिक शारीरिक कृतींबद्दल शरम वाटायला हवी, असंच धर्मानं सांगितलं.

आयुष्यात चांगुलपणानं आणि सत्याची कास धरून जगायचं, साधं-सरळ जगायचं हा देवापर्यंत पोहोचण्याचा सर्वांत सोपा थेट मार्ग असताना 'देवापर्यंत जायचं असेल, तर मध्यस्थाची गरजच आहे' असं धर्मानं शिकवलं.

देवाची सहजस्तुती करणं माणसाला शक्य होतं, पण धर्मानं माणसाला तसं करायला भाग पाडलं. त्याच्यावर उगाच सक्ती केली.

प्रत्येक ठिकाणी धर्मानंच माणसात फूट पाडली – जे देवाच्या पूर्ण विरोधी गोष्ट आहे.

धर्मानं माणसाला देवापासून वेगळं केलं, माणसाला माणसापासून – पुरुषाला स्त्रीपासून विभक्त केलं. पुरुष हा स्त्रीपेक्षा वरचढ आहे, देव माणसाहून श्रेष्ठ आहे असं काही धर्मांत सांगितलंय. अत्यंत चांगल्या गोष्टींचं विडंबन करून धर्मानं कितीतरी वेळा जवळपास निम्म्या मानवजातीवर ते लादलंय.

तुला सांगतो, देव माणसाहून श्रेष्ठ नाही आणि पुरुष स्त्रीच्या वरचढ नाही. निसर्गानं असं काही ठेवलेलं नाही. पण ज्यांच्या हातात अधिकार आहेत (विशेषत: पुरुष) त्यांनीच पुरुषप्रधान धर्म स्थापन करण्यासाठी या गोष्टींचं भांडवल केलंय. 'धर्मग्रथां'चं अगदी

पद्धतशीरपणे आपल्या मतलबासाठी त्यांनी संपादन केलं आणि बाकीच्या गोष्टी पुरुषप्रधान समाजाला अनुकूल होतील, अशा पद्धतीनं व्यवस्थित बदलून घेतल्या.

धर्मानंच आजतागायत स्त्रियांना कमी लेखलं, आध्यात्मिकदृष्ट्याही त्यांना दुय्यम मानलं, देवाची शिकवण द्यायला – धर्मगुरू व्हायला लायक नाहीत असं म्हटलं, लोकांवर सत्ता गाजवायचीही त्यांची लायकी नाही, असं धर्मानंच सांगितलं.

'माझे धर्मोपदेशक' म्हणून मी कुणाची नेमणूक करायची यावर तुम्ही अजूनही लहान मुलासारखे वाद घालत बसला आहात!

मी तर म्हणतो, तुम्ही सगळेच धर्मगुरू – धर्मोपदेशक आहात. तुमच्यातला प्रत्येक जण – एकन् एक माणूस! माझं काम करण्यासाठी विशिष्ट वर्ग किंवा एखादीच व्यक्ती योग्य आहे, असं मुळीच नाही.

पण तुमच्यातले काही जण तुमच्या देशांसारखेच सत्तापिपासू आहेत. त्यांना आपल्या सत्तेत, अधिकारात वाटेकरी नको असतात. त्यांना सत्ता वापरायची असते. देवसुद्धा त्यांनी त्यांच्यासारखाच 'निर्माण' केलाय – सत्तापिपासू. या देवालाही आपल्या सत्तेत 'वाटेकरी' नकोय – त्याला सत्ता फक्त गाजवायची आहे; पण खरं सांगू? देवाला वाटून घेणं, त्याची विभागणी, विकेंद्रीकरण करणं, हीच देवाची सर्वांत मोठी देणगी आहे.

मला तुम्ही माझ्यासारखे असायला हवे आहात.

पण ते शक्य नाही. आम्ही तुझ्यासारखे असू शकत नाही, होऊ शकत नाही. हे म्हणजे परमेश्वरासारख्या पवित्र गोष्टीची अवहेलना, निंदा करण्यासारखं होईल.

तुम्हाला असंच शिकवलं गेलंय, हेच निंदनीय आहे. माझं तर म्हणणं आहे – तुम्ही देवासारखे, त्याची प्रतिकृती म्हणूनच बनवले गेले आहात.

तुम्ही इथे उपासमार व्हावी, तुम्हाला संघर्ष करावा लागावा म्हणून जन्माला आलेला नाहीत. काहीतरी 'अशक्य कोटीतलं शक्य करून दाखवा' असल्या मोहिमेवर मी तुम्हाला पाठवलेलं नाही.

देवाच्या चांगुलपणावर विश्वास ठेवा. देवाच्या निर्मितीच्या चांगुलपणावरही भरवसा ठेवा – विशेषतः स्वतःच्या पावित्र्यावर – दैवीपणावर.

तू या पुस्तकात आधी एक गोष्ट सांगितली होतीस, त्यानं माझं कुतूहल जागं झालं. या संचाच्या शेवटाला आल्यावर मला थोडं मागे जावं लागेल. तू म्हणालास, सर्वोच्च सत्तेला कशाचीच अपेक्षा नसते. ती कशाचीच मागणी करत नाही. म्हणजे हा देवाचा स्वभाव म्हणायचा का?

आता तुझ्या लक्षात आलं बघ.

मी म्हटलं होतं, 'देव म्हणजे प्रत्येक गोष्ट आहे आणि देव प्रत्येक गोष्ट होतो. देव नाही अशी एकही गोष्ट नाही आणि देव या सगळ्यातून स्वत:चाच अनुभव घेत असतो. परमेश्वर तुमच्यातून आणि तुम्ही म्हणूनही स्वत:चा अनुभव घेत असतो. माझ्या सर्वांत शुद्ध रूपात मी सर्वतोपरी असतो. मी प्रत्येक सर्वोच्च गोष्ट आहे आणि म्हणून मी अशाच निराकाराची अपेक्षा ठेवतो आणि मागणीही करतो.

या सर्वोच्च पवित्र साकार रूपात मी उभा आहे. तुम्ही मला जसं निर्माण केलं आहेत, त्याच रूपात आहे. जणू काही तुम्ही सर्वांत शेवटी देवाला भेटलात आणि म्हणालात, 'तुला नेमकं काय करायचं होतं?' तुम्ही माझं काय केलंत त्यानं काही फरक पडत नाही. मी माझं सर्वांत शुद्ध रूप कधी विसरत नाही. मी पुन्हा त्याच अवस्थेला जाऊन पोहोचतो. बाकीच्या सगळ्या कल्पना आहेत. तुम्ही त्या निर्माण केल्या आहेत.

तुमच्यातल्या काही जणांनी 'ईर्ष्या करणारा देव' अशी प्रतिमा रंगवली. पण जो सर्वकाही आहे आणि एकच आहे, तो ईर्ष्या करणारा कसा असेल?

काहीजणांनी 'रागीट, संतापी देव' निर्माण केला. पण मी तर कधीच कुणाला इजा करू शकत नाही, कुणाला त्रास देऊन नुकसान करू शकत नाही – मग मी असा संतापी कसा असेन?

काही जणांनी मला 'सुडाचा देव' बनवलं. पण जे-जे काही अस्तित्वात आहे, ते सगळं मीच आहे – सगळ्या चराचरात मीच भरून राहिलो आहे, तर मी सूड तरी कोणाचा आणि कसा घेणार?

आणि मीच माझ्या निर्मितीला शिक्षा कशाला करेन? किंवा तुमच्या म्हणण्याप्रमाणे तुम्ही आणि मी वेगळेच आहोत असं जरी घटकाभर गृहीत धरलं, तरी मी तुम्हाला कशाला निर्माण करेन? तुम्हाला सृजनाची, निर्मितीची शक्ती, क्षमता कशाला देईन? तुम्हाला तुमच्या मनाप्रमाणे अनुभव घेण्यासाठी हवी ती निवड, निर्मिती करण्याचं स्वातंत्र्य कशाला देईन? हे करण्यापेक्षा चुकीची निवड केल्याबद्दल तुम्हाला शिक्षाच नाही का देणार?

मी असं कधीच करणार नाही बरं. देव कधीच तुमच्यावर एखादी गोष्ट लादत नाही.

देव प्रत्यक्षात कधीच जुलूम जबरदस्ती करत नाही. तो सगळा तुमचा कल्पनेचा खेळ असतो.

तुम्हाला वाटेल तेव्हा तुम्ही तुमच्या या घरी येऊ शकता. तुम्हाला जेव्हा-जेव्हा वाटेल तेव्हा-तेव्हा आपण पुन्हा एकत्र येऊ शकतो. एकरूप होऊ शकतो. तुमच्या-माझ्या अद्वैताची तुम्हाला पुन्हा जाणीव व्हायला हवी. तुम्हाला सुखद वाटणाऱ्या

वाऱ्याच्या सुंदर झुळुकेतून, पाण्याच्या एका थेंबातून, उन्हाळ्यातल्या रात्री ऐकू येणाऱ्या रातकिड्यांच्या किरकिरीतून तुम्हाला हे अद्वैत भिडायला हवं.

इंद्रधनुष्याचं पहिलं दर्शन आणि नवजात अर्भकाचा पहिला 'ट्यांहां' – मनोहर सूर्यास्ताचा शेवटचा किरण आणि सुंदर आयुष्याचा शेवटचा श्वास – सगळ्यातून हे अद्वैत जाणवायला हवं.

मी सतत, कायम तुमच्याबरोबर आहे. अगदी काळाच्या अंतापर्यंत. तुमची आणि माझी एकरूपता कायमच होती, आत्ताही कायम आहे आणि यापुढेही ती तशीच कायम असणार आहे.

तुम्ही आणि मी – एकच आहोत – आत्ताही आणि अगदी कायम.

जा – हे सत्य आपल्या आयुष्यातून दाखवून द्या – आयुष्यभर हे सत्य जपा.

तुमच्यातल्या सर्वांत सुंदर कल्पना तुमच्या रोजच्या आयुष्यात – रात्रंदिवस प्रत्यक्षात आलेल्या दिसू दे. देवानं तुम्हाला निर्माण केलंय, तुम्ही देवाचे पुत्र आहात हे हरघडी दाखवून द्या. तुमचं प्रेम, आंतरिक आणि निरपेक्ष असू द्या. तुमच्या प्रत्येक कृतीतून ते व्यक्त होऊ देत. तुमच्या आयुष्यात येणाऱ्या प्रत्येकाला ते अनुभवाला येऊ दे. आयुष्यात अंधाराला, दुःखाला, निराशेला दोष देण्यापेक्षा स्वतःचं आयुष्य आशेच्या प्रकाशानं भारून टाका.

प्रकाशाचे दूत व्हा.

तुम्ही ते आहातच.

तेव्हा तसेच असा.

■

निरोप घेताना

माणसाच्या आध्यात्मिक वाटचालीबद्दल सर्व काही म्हणजे हा 'संवाद परमेश्वराशी'. 'Conversations with God' ही वाटचाल तुमची, माझी आणि सगळ्या मानवजातीची आहे.

सगळ्या मानवजातीच्या एकत्रित, संयुक्त वाटचालीवर (CWG) या पुस्तकमालिकेतल्या 'संवाद परमेश्वराशी' या दुसऱ्या पुस्तकात विशेष भर दिला आहे. इथे आपल्यापुढे एक आव्हान दिलेलं आहे. आपल्या पृथ्वीवर आपण ज्या पद्धतीनं जगत आहोत ते फारसं योग्य नाही, तसं ते कुचकामी आहे, असं या पुस्तकात म्हटलं आहे. काही ठिकाणी आणि काहींच्या बाबतीत तर अतिशय निराशाजनक स्थिती आहे.

आपण अधिक चांगलं वागायला, करायला हवं. आपण तसं करू शकतो. आपल्यात बुद्धिमत्ता, हुशारी आहे, आपल्यात कौशल्य आहे, आपल्याकडे तंत्रज्ञान आहे आणि स्वतःचं जग निर्माण करण्याची पुरेशी क्षमताही आहे. त्या जगात सगळी माणसं शांततेनं आणि परस्पर प्रेमानं राहताहेत. ती खाऊन-पिऊन सुखी, समृद्ध, सुरक्षित जीवनाचा अनुभव घेत आहेत. त्या जगात आपसातल्या भेदभावांनी विभागणी होत नाहीये, फूट पडत नाहीये, आपल्यातला विरोध संघर्ष निर्माण करत नाहीये आणि भले आपली विश्वासाची स्थाने वेगवेगळी असतील, पण त्यामुळे आपल्या जीवनात हिंसा, जीवघेणा संघर्ष निर्माण होत नाहीये.

अजूनही एक मार्ग आहे, पण तो शोधून सापडणार नाही. आपण तो निर्माणच करू शकतो आणि जुन्या कालबाह्य कल्पनांना, विवादांना कवटाळून बसलो तर हा नवा मार्ग निर्माण करता येणार नाही. त्यासाठी नव्या कल्पना, देवाबद्दलच्या नव्या कल्पना आणि जगाला प्रकाशाकडे नेणाऱ्या आयुष्याच्या नव्या धारणा याकडे खुल्या मनाने बघायला हवं. या नव्या गोष्टींचा मोकळ्या मनाने विचार करायला हवा.

अशा नवीन कल्पनांचं हे पुस्तक आहे. ते तुम्हाला वेगळी दृष्टी देऊ करतं आणि हे कमी महत्त्वाचं नाही. एखाद्या नुसत्या बौद्धिक प्रयोगापेक्षा हे मोठं आहे. कारण तुमच्या दृष्टिकोनातून तुमची आकलनशक्ती निर्माण होते. आकलनातून

आग्रह, धारणा निर्माण होतात, धारणांतून तुमचं वर्तन व्यक्त होतं, वर्तनातून अनुभव आणि अनुभवातून आपलं वास्तव निर्माण होतं.

हे एक चक्र आहे. घड्याळाच्या दिशेनं त्याचे काटे फिरतात आणि तुमची धारणा हा यातला बाराचा, सर्वोच्च काटा आहे.

माणसाची धारणा बदलण्याचा एकच मार्ग मला माहीत आहे. तो म्हणजे – याखेरीज आणखी एखादा मार्ग आहे, असा आभास निर्माण करणं, असं दाखवणं. 'एखाद्या गोष्टीबद्दलची आपली धारणा, आपला दृष्टिकोन हाच एकमेव आहे. निदान एकमेव योग्य मार्ग आहे,' असंच अनेकांना वाटत असतं.

माझ्या व्याख्यानानंतर मी अनेकांशी बोललो, चर्चा केल्या. त्या वेळी 'अहो, आम्ही या दृष्टीनं कधीच विचार केला नव्हता' असं किती जणांनी सांगितलं, त्याला गणतीच नाही.

त्यांचं बोलणं ऐकून मी थक्क झालो.

मी तसा कधीच विचार केला नव्हता. मी जेव्हा हजारो वेळा हे ऐकलं, तेव्हा माझ्या लक्षात आलं की, ही गुरूकिल्लीच माझ्या हाती लागलीय. जग बदलायचं असेल, तर माणसांच्या विचारांना नवी दिशा द्यायला हवी. माणसांच्या विचारांची दिशा बदलली की आपसूकच जग बदलतं हे मला समजलं.

'हे तर उघडच आहे' असं तुम्ही म्हणाल; पण माझ्यासाठी हे रहस्य उलगडण्यासारखं होतं. कारण माझ्या अवतीभवती अशा अनेक व्यक्ती आणि संस्था मी पाहत होतो, त्या अतिशय भरीव आणि निष्ठेनं काम करत होत्या. माणसांची वागणूक बदलण्यासाठी त्या परिणामकारक कार्य करत होत्या. लोकांनी भरीव काम करण्यासाठी त्या प्रयत्न करत होत्या, पण लोकांच्या विचारांचा गाभा बदलावा, यासाठी त्यांचे प्रयत्न दिसत नव्हते.

माणसांच्या धारणांमधून त्यांची वागणूक निर्माण होते – जशा धारणा तसं वर्तन हे माझ्या लक्षात आलं. लाखो वर्षांत माणसांच्या वागण्यात फरक पडलेला नाही, बदल घडलेला नाही. आजही आपण अश्मयुगीन माणसासारखेच हिंसक वागतोय. आपल्या धारणा यत्किंचितही बदललेल्या नाहीत. अनेक गोष्टींबाबतचे आपले विचार आजही अजूनही तेच तसेच आहेत.

विशेषत: आपण एकमेकांपासून वेगळे आहोत, असंच अजूनही आपण समजतोय. आपण देवापासून निराळे, वेगळे आहोत, आपल्यात द्वैत आहे, अशीच आजही आपली समजूत आहे. जीवनापासून आपण फारकत घेतली आहे असंच आजही आपण धरून चाललो आहोत.

आपल्याला वाटतं, आयुष्यात आपल्याबाबतीत सगळंच घडतंय, पण आपल्यामार्फत घटना घडतायत असा विचारही मनाला शिवत नाही.

इथे काय घडतंय याची आपल्याला सुतराम कल्पना नसते. आपण खरंच कोण आहोत आणि सभोवतालच्या प्रत्येक गोष्टीशी, चराचराशी आपलं नेमकं खरं नातं काय आहे, याची आपल्याला कल्पनाच नसते.

आपण परिस्थिती निर्माण करणारे – निर्माते आहोत असं न मानता, आपण स्वत:ला परिस्थितीचे गुलाम, बळी आहोत असं समजतो.

आपल्याला काहीच करता येणार नाही, कुठलीच गोष्ट आपल्या हातात नाही असं आपण म्हणतो यात नवल ते काय?

वर्तनाच्या पातळीवर बदल घडवण्याचं आव्हान आपण घेत राहणार असू, तर इतरांचं काही विशिष्ट वागणं रोखण्यासाठी आपण काहीतरी करणारच, यात काही शंकाच नाही. हो, पण ते क्षणभरच आणि तेसुद्धा सक्ती करून!

का?

कारण माणसाच्या आतल्या, अंतरंगातल्या धारणांप्रमाणेच त्याचं बाह्यवर्तन होत असतं. त्यांच्या धारणा बदलण्यासाठी तुम्हाला काहीतरी कृती करावी लागते; नाहीतर त्यांना त्यांचं वागणं बदलायला भाग पाडावं लागतं. अर्थात तुम्ही हे करू शकताच. तुम्ही त्यांना धाकदपटशा दाखवू शकता, त्यांच्यावर दडपण आणू शकता, त्यांना दमात घेऊ शकता. त्यांनी तुमच्यासमोर शरणागती पत्करेपर्यंत तुम्ही त्यांना जीवे मारू शकता आणि तुमचं म्हणणं मान्य करेपर्यंत त्यांच्यावर शारीरिक जुलूम करू शकता.

पण ही जुलूम जबरदस्ती, शारीरिक अत्याचार थांबले की जुना स्वभाव, धारणा आणि त्यामुळे तसं वागणं पुन्हा डोकं वर काढू शकतं. त्यांचा स्वभाव दाबून टाकण्यासाठी तुम्ही जर बाहेरून आणि सक्तीचे प्रयत्न केले नाहीत तर सगळंच व्यर्थ ठरू शकतं!

शिवाय धारणा बदलल्या की आपसूक वागणंही बदलतंच.

असो, मी माझ्या नव्या दृष्टिकोनातून जगाकडे पाहिलं आणि या जगातलं दु:ख आणि शोषणापासून सुटका होण्यासाठी अनेक संस्था आणि व्यक्ती निष्ठेनं प्रयत्न करत होत्या आणि त्यासाठी त्या व्यक्तीच्या वर्तनाच्या पातळीवर काम करत होत्या, प्रयत्न करत होत्या.

पण विश्वासाच्या पातळीवर फारच क्वचित कुणीतरी प्रयत्न करत होतं.

वा! भुकेल्याला अन्न द्या! गरिबांना अंग झाकायला वस्त्र द्या. शोषितांना मुक्ती द्या. हेच मी सगळीकडे पाहिलं. पण मला कुठेही अशी जागतिक मोहीम दिसली नाही. तुमचे विचार बदला! भेदाभेद नष्ट करा! एकता निर्माण करा! मानवताधर्म पाळा! सर्व मानव समान!

आणि म्हणून तेच माझं कार्यक्षेत्र ठरलं. तोच माझा स्वयंघोषित जीवनोद्देश

झाला. लोकांनी नव्या शिखरावर जावं, स्वत:ला दुसऱ्याच्या जागी कल्पून विचार करावा, आपला दृष्टिकोन बदलावा यासाठीच मी सतत प्रयत्न करत असतो.

किंवा एखाद्या गोष्टीकडे पाहण्याचा दुसराही दृष्टिकोन असू शकतो – एखाद्या गोष्टीचा दुसऱ्याही प्रकारे विचार करता येऊ शकतो. किमान तसा त्यांनी विचार करावा, यासाठी मी प्रयत्न करतो. विचारांच्या दुसऱ्या बाजूच्या टेकडीवरूनही पाहून क्षणभर तरी विचार करावा, यासाठी मी लोकांना उद्युक्त करतो.

परमेश्वराबद्दलच्या आपल्या कल्पनेवरूनच या सगळ्याची सुरुवात झाली. कारण देव कसं वागेल, तसंच माणूस वागणार. देवाच्या सगळ्या गोष्टी आपण माणसाला लागू करून पाहायला लागलो. देव काही विशिष्ट परिस्थितीतच आपल्यावर कृपा करतो, प्रेम करतो असं आपल्याला वाटतं आणि मग आपणही विशिष्ट परिस्थितीतच एकमेकांवर प्रेम करायला लागतो. देव 'साम-दाम-दंड-भेद' हा नियम पाळतो असं वाटल्यानं आपणही तसंच करू पाहतो. शिक्षा आणि उपाय म्हणून देव हिंसेचा आधार घेतो असं गृहीत धरून आपणही आपल्या हिंसेचं समर्थन करतो. आपल्या कृतीला नैतिक बळ देण्यासाठी देवाचा आधार घेतो; देवाचा उपयोग करून घेतो. देवासाठी जे कल्याणकारी, तेच आपल्याला लागू – असं तुम्ही म्हणता – हो ना? याच्या उलट कसं असणार?

आणि या उपर देवाबद्दलच्या आपल्याच समजुती अर्धवट असतील तर? आपल्याला देव पूर्णपणे कळलाच नसेल तर? देवाबद्दलच्या आपल्या कल्पना मर्यादित असतील तर? देवाबद्दल आपल्या श्रद्धेचा चुकीचा अर्थ लावला असेल तर? निदान काहींचा? असं असेल का?

हे स्पष्टपणे विचारण्याइतके आपण निर्भीड आहोत का? एवढं धैर्य आपल्यात आहे का?

'सगळी महान सत्यं ईश्वराच्या, धर्माच्या निंदेतून निर्माण होतात, सुरू होतात' असं जॉर्ज बर्नाड शॉ यांनी म्हटलं आहे.

त्यांचं म्हणणं योग्यच आहे.

आणि म्हणून मी 'ईश्वरनिंदा' याच शब्दाबद्दल विचार करत राहतो आणि आता मी दुसऱ्या 'ईश्वरनिंदकां'च्या शोधात आहे. मला देवाबद्दल जगाची मानसिकता बदलायची आहे. देवाबद्दल आणि जीवनाबद्दल आणि एकमेकांबद्दल.

माणसांनी स्वत:बद्दलच्याही कल्पना बदलाव्यात, यासाठीही मला त्यांना मदत करावयाची आहे. माझी मनापासून एक खूप प्रिय इच्छा आहे आणि मोठं स्वप्न आहे – कधीतरी कसंही करून माणसांनी सगळीकडे स्वत:ला पाहावं, निदान आपण खरंच कोण आणि काय आहोत याकडे माणसांनी लक्ष द्यावं. आपण सर्व देवाची लेकरे आहोत (अगदी अत्युत्तम सत्य अर्थानं). आम्ही प्रत्येक जण त्या दिव्यत्वाचे

अंश आहोत, आमच्यात त्याच्या सर्व शक्ती आणि मोठेपणा, वैभव सूक्ष्म प्रमाणात आहेत आणि परमेश्वर हाही सूक्ष्म आणि अनंत आहे.

काही वर्षांपूर्वी एनबीसीच्या 'टुडेज शो' कार्यक्रमात मॅट लॉएरनं मला विचारलं होतं, 'जगाला परमेश्वराकडून काय संदेश आहे?'

मॅट म्हणाला, 'फक्त तीस सेकंद उरलेत – अगदी थोडक्यात सांगा.' मी म्हटलं, 'पाच शब्दांत सांगतो –'

परमेश्वराचा जगाला संदेश आहे –

'माझ्याबद्दल तुमचा चुकीचा समज आहे.'

हे विधानच जर खरं वाटत नसेल, तर त्याबद्दल आणखी चर्चा करण्यात काय अर्थ? देवाबद्दल, परमेश्वराबद्दल आम्हाला जे माहीत असायला हवं, ते सगळं आम्हाला ठाऊकच आहे. आमच्या कल्पनेप्रमाणे आणि समजुतीप्रमाणे आम्हाला जे कळलं आहे ते सगळं बरोबरच आहे, असं जर म्हटलं असतं, तर हा पुस्तक-रूपातला संवादच खुंटला असता.

पण 'आम्ही सर्वज्ञ नाही, आम्हाला या संवादातून जे ज्ञान मिळेल त्यातून सगळं बदलू शकेल' हा विचार मान्य करायचं आमच्यात बळ, धैर्य असेल तरच हा संवाद पुढे सुरू राहू शकतो. आपल्या मर्यादा स्वीकारणं हाच परमेश्वराशी संवाद सुरू ठेवण्याचा एकमेव मार्ग आहे.

माझं हे म्हणणं तुम्हाला पटतंय का? या विषयावर पुन्हा चर्चा करण्यासाठी अशा 'धैर्यवान' माणसांना एकत्र बोलावण्याचं धाडस दाखवायला हवं. अशा वैश्विक चर्चेत परमेश्वराबद्दलच्या नव्या कल्पना ठामपणे मांडल्या जायला हव्यात. 'हा परमेश्वराशी संवाद' जास्तीतजास्त लोकांपर्यंत जास्तीतजास्त त्वरेनं पोहोचायला हवा. कारण त्यातला संदेश व्यवहारात उतरायला हवा.

का?

कारण हा संदेश जग बदलू शकेल, या संदेशामुळे जगात बदल घडून येईल, असं मला वाटतं.

याच्याही पुढे जाऊन मला वाटतं की, हा संदेशच पुरेसा बोलका आहे – बरंच काही सांगणारा आहे. आपल्या इथे फारसं काही करायला वाव नाही. इथल्या कार्यक्रमात आपल्याला ढवळाढवळ करायची नाही. आपल्याला संघटना उभ्या करायच्या नाहीत. आपल्याला इतरांना तत्त्वज्ञान सांगायला किंवा शिकवायला जायचं नाहीये. कुणालाच काहीच पटवून द्यायचं नाहीये. हे सगळं माहितीचं भांडार, हे साहित्य लोकांच्या पुढे मांडून त्यांच्या हातात द्यायचं – एवढंच करायचंय. फक्त एवढंच. हे साहित्य स्वतःच सिद्ध आहे. हे पुस्तक खूपच परिणामकारक आहे. त्यातलं ज्ञान स्वयंभू आहे. या पुस्तकानं मन लगेच शांत होतं, मनावर हळुवार फुंकर

घालणारं असं हे पुस्तक आहे.

दररोज जगभरातून मला पत्रं येतात, ई-मेल्स येतात. सगळ्यांचा एकच प्रश्न असतो – मी काय करू?

माझ्या जाहीर व्याख्यानांच्या वेळीही वारंवार लोक सांगतात : 'या संदेशानं माझं आयुष्य बदललं. आयुष्याला कलाटणी मिळाली. मला आता यथाशक्ती परतफेड करावयाची आहे. मलाही काहीतरी करायची इच्छा आहे.'

नक्कीच प्रत्येकाला काहीतरी करता येईल आणि ते अतिशय साधं-सोपं आहे.

दर महिन्याला 'संवाद परमेश्वराशी' (CWG) कुणाला तरी भेट द्या.

बस, एवढंच करा. तुम्हाला मुद्दाम दुसरं काहीही करायचं नाहीये. ना कशात सहभागी व्हायचंय, ना कुठे उपस्थित राहायचंय. ना कसला करार, ना कसल्या सह्या! फक्त दर महिन्याला 'संवाद परमेश्वराशी' कुणालातरी भेट द्यायचं!

इतक्या लहानशा गोष्टीनं तुम्ही एखाद्याचं जीवन बदलू शकता. तुम्ही फक्त 'पुस्तक पेढी'त जायचं आणि तिथून पुस्तक आणायचं नाही – पुस्तक भेट द्यायचं.

तुमच्या हातात कॉम्प्युटरचा माऊस असेल, तर फक्त क्लिक करा www.cwgbookshare.com या वेबसाईटवर. तिथे तुम्हाला (CWG) मालिकेतल्या सगळ्या पुस्तकांची यादी मिळेल. त्यातून तुम्ही दर महिन्याला भेट द्यायच्या पुस्तकाची निवड करू शकाल.

त्यातही दर महिन्याचा एक ठराविक दिवस यासाठी तुम्ही ठेवावा असं मी सुचवेन. तो दिवस तुमच्या दृष्टीनं विशेष आठवणीचा म्हणजे समजा, तुमचा वाढदिवस असेल किंवा तुमच्या आवडत्या अंकाची तारीख असेल असा दिवस निवडा. म्हणजे तुमच्या नक्की लक्षात राहील. मग दर महिन्यात त्याच तारखेला, त्याच दिवशी तुम्ही एक 'संवाद परमेश्वराशी' पुस्तक एकाच्या हातात द्या.

कधी तुम्ही ते एखाद्या मित्राला पाठवाल, कदाचित कधी एखाद्या कटिंग सलूनमध्ये किंवा एखाद्या डॉक्टरकडे गेल्यावर त्याच्या दवाखान्यात ठेवून याल, म्हणजे जिथे माणसं बाकावर रांगेत बसून आपला नंबर यायची वाट पाहत असतात, अशा ठिकाणी तुम्ही ते पुस्तक ठेवाल. कधीतरी बसमध्ये, ट्रॅममध्ये किंवा सबवेमध्ये तुम्ही 'चुकून' हे पुस्तक विसरून याल. म्हणतात ना – 'इच्छा तेथे मार्ग'. 'संवाद परमेश्वराशी' ही मालिका आपल्या आजूबाजूच्या लोकांपर्यंत पोहोचवायची असं एकदा मनाशी पक्कं ठरवलंत की, तुम्हाला काही ना काही मार्ग सुचेलच. 'या महिन्यात पुस्तक कुणाला द्यायचं?' हे तुम्हाला बरोबर कळेल.

या मालिकेतलं 'पहिलं' पुस्तक द्यावं अशी मी खास शिफारस करेन. खरं तर तशी दोन पुस्तकं आहेत. तुम्ही कधी पहिलं तर कधी दुसरं पुस्तक देऊ शकता. 'देवाला काय हवंय, त्याला काय अपेक्षित आहे' हे पहिल्या पुस्तकात आलंय.

त्यामुळे पहिल्यांदाच वाचणाऱ्यांसाठी मी हे पुस्तक आनंदाने सुचवेन. गंमत म्हणजे हे 'संवाद'ग्रंथ नाहीत. जी माणसं 'संवाद परमेश्वराशी' पहिल्यांदाच वाचतात, त्यांना माझ्या देवाशी गप्पा ऐकून जरा धक्काच बसतो. या पुस्तकात काही अद्भुत कल्पना आहेत. देवाशी संवाद ही रूढीप्रिय माणसांना कशीतरी वाटणारी कल्पना आहे.

पण तुम्ही तुमच्या 'आतल्या' आवाजानं त्याचा आस्वाद घ्या. त्यात तुम्हाला वाटलं की, 'याला काहीतरी वेगळं शीर्षक हवं' तर तसं बिनधास्तपणे करा. वेगळं शीर्षक द्या. पण दर महिन्याला एक पुस्तक मात्र घ्या. विसरू नका. त्यामुळे गोष्टी खूप वेगळ्या होतील, नाही का?

नक्कीच!

मग माझ्या वैयक्तिक वेबसाईटची इतर पानंही तुम्ही चाळून बघाल; विशेषत: तुम्हाला स्वत:ला आमचं कार्य आवडलं आणि 'संवाद परमेश्वराशी'तली ऊर्जाशक्ती तुम्हाला घ्यावीशी वाटली, तर तुम्ही नक्कीच माझ्या वेबसाईटवर संपर्क साधाल. मी आणि माझ्या काही मित्रांनी जगातल्या सर्वांत आधुनिक आणि परस्पर संवादात्मक नवीन आध्यात्मिक वेबसाईटवर या नवीन इंटरनेट पोर्टलवर बरंच काम केलंय.

तुम्हाला यावर या गोष्टी उपलब्ध आहेत : (१) The Holy Experience या नवीन पुस्तकाचे मोफत डाउनलोडिंग. (२) पोस्टर्स, पोडकास्ट्स, आणि ई-कार्ड्स – सगळं अगदी मोफत. (३) God Wants You To Know हे मी लिहिलेलं ई-मेल तुमच्या मेलबॉक्समध्ये दररोज नि:शुल्क पाठवलं जाईल आणि (४) रिक्रिएशन फाऊंडेशन, ह्युमॅनिटीज टीम आणि दि स्कूल ऑफ दि न्यू स्पिरिच्युॲलिटी अशा इतर काही संस्थांनी CWG संदेश जगभरात पाठवायला पाठिंबा दिला आहे.

या अनोख्या वेबसाईटवर तुम्हाला मेसेंजर्स सर्कल, सबस्क्रिप्शन बेस्ड वर्ल्डवाईड व्हर्च्युअल 'सी.डब्ल्यू.जी.'कम्युनिटी अशाही छान-छान गोष्टी मिळतील.

तुम्ही —

१) या कम्युनिटीत तुम्ही सहभागी होऊ शकता – तुमचा फोटो आणि प्रोफाईल पेजवर तुम्हाला जी काही वैयक्तिक माहिती टाकायची आहे, ती टाकू शकता.

२) 'सी.डब्ल्यू.जी.' मजकुराबद्दल तुम्ही मला काहीही विचारू शकता.

३) 'सी.डब्ल्यू.जी.' मधल्या मजकुरावर आधारित रेडिओ 'सी.डब्ल्यू.जी.' या आमच्या 'फर्माईशी' रेडिओ सेवेवर माझी व्याख्यानं ऐकू शकता.

४) 'सी.डब्ल्यू.जी.'च्या ऑनलाइन कोर्ससमध्ये भाग घेऊ शकता.

५) या पुस्तकातले संदेश रोजच्या आयुष्यात कसे उतरवता येतील याबद्दलच्या सखोल चर्चा असणाऱ्या माझ्या मासिक टेलिक्लासमध्ये तुम्ही दाखल होऊ शकता.

६) नवा 'सी.डब्ल्यू.जी.' रीडर प्रत्येक आठवड्यात डाऊनलोड करून घेऊ शकता.

७) जीवन आधार केंद्रात आध्यात्मिक मदतनीस म्हणून काम करू शकता. आणि

८) 'रीडर फोरम' – वाचक मंचामध्ये दररोज माझ्याशी संवाद साधू शकता.

तुमच्याशी संपर्क साधायला अनेक जण तयार आहेत हे तुम्हाला समजावं म्हणून आत्ताचा हा लेखनप्रपंच. गेल्या काही वर्षांपासून अनेकांनी मला कळवलं आहे – देव आणि जीवन आणि इतर याबाबत त्यांच्या दृष्टिकोनामुळे त्यांना एकाकी वाटत आहे आणि समान विचारी माणसांशी संपर्क साधणं अवघड वाटतंय, पण 'सी.डब्ल्यू.जी.'तलं साहित्य त्यांना आवडतंय. यासाठीच तर मी मेसेंजर सर्कलच्या माध्यमातून 'सी.डब्ल्यू.जी.' कम्युनिटी तयार केली. हे सगळं पडताळून पाहण्यासाठी भेट द्या – www.nealdonaldwalsch.com/messengercircle.com

तुम्हाला काही करावंसं वाटलं, तर आमच्याशी जरूर संपर्क साधा. तुमची खरी खरी मतं 'रिव्हर्स बुक ऑफ द मंथ क्लब'वर पाठवा. दर महिन्याला प्रत्येकानं 'सी.डब्ल्यू.जी.'च्या वाचनाच्या शक्तीचे लोण सगळीकडे, जगातल्या सगळ्या माणसांपर्यंत पोहोचायला हवेत. त्यासाठी भेट द्या – www.cwgBookShare.com

आणि या दुसऱ्या पुस्तकातून या सगळ्या प्रवासात भाग घेतल्याबद्दल धन्यवाद! आजच्या अनुभवात उद्याची शक्यता दिसत असते; त्याबद्दल मी फारच उत्सुक आहे.

आता एका छान उदात्त विचारानं विराम घेऊयात का?

'प्रिय परमेश्वरा, तू सतत आमच्याबरोबर असतोस हे आम्हाला ठाऊक आहे. परमेश्वरा, आमचं तुझ्याशी नुसतं नातं नव्हे, तर तुझ्याशी आम्ही एकरूपच आहोत. आपल्यात कसलंच द्वैत नाही. आमच्या जगात आणि आमच्या आयुष्यात हाच अद्वैतानुभव घेण्यासाठी आम्हाला मदत कर. आयुष्यात रोज आणि हरघडीला या सत्याचा प्रत्यक्ष प्रत्यय येवो. त्यातून आमच्या संपर्कात येणाऱ्या प्रत्येकाला स्वत:च्या अस्तित्वाबद्दल पूर्णत्व आणि श्रीमंती, समृद्धीचा अनुभव घ्यायला हवा. ही श्रीमंती, परिपूर्णता, चमत्कार आणि चातुर्य, शांती आणि काटेकोरपणा हीच आपली खरी ओळख आहे. त्यातूनच आपलं आयुष्य सुखकर आणि आपलं जग सुखद होणार आहे.'

आमेन. आमेन.

■